பெருந்தொற்றும் பொருளாதாரக் கொள்கையும்

சென்னை வளர்ச்சி ஆராய்ச்சி நிறுவனம்
தமிழ் நூல் வரிசை

பொதுப் பதிப்பாசிரியர்:
ஆ. இரா. வேங்கடாசலபதி

திராவிடச் சான்று: எல்லிஸும் திராவிட மொழிகளும்
— தாமஸ் ஆர். டிரவுட்மன்
(தமிழில்: இராம. சுந்தரம்)

ஒரு நகரமும் ஒரு கிராமமும்:
கொங்குப் பகுதியில் சமூக மாற்றங்கள்
— எஸ். நீலகண்டன்

ஆடம் ஸ்மித் முதல் கார்ல் மார்க்ஸ் வரை:
செவ்வியல் அரசியல் பொருளாதாரம்
— எஸ். நீலகண்டன்

நவசெவ்வியல் பொருளியல்
— எஸ். நீலகண்டன்

○

பிற

அவலநிலையில் தமிழக ஆறுகள்
— எஸ். ஜனகராஜன்

நீர் மேலாண்மை
— கி. சிவசுப்பிரமணியன்

தமிழகத்தில் நீர்ப்பாசனம்
— கி. சிவசுப்பிரமணியன்

இந்தியப் பொருளாதாரம்: வரலாறு காட்டும் வழிகள்
— மால்கம் ஆதிசேசய்யா
(தொகுப்பு: ஆ. அறிவழகன்)

பெருந்தொற்றும் பொருளாதாரக் கொள்கையும்

தொகுப்பாசிரியர்: ப. கு. பாபு

கோவிட்-19 பெருந்தொற்று ஏற்படுத்தியுள்ள பொருளாதார அதிர்ச்சியில் நாம் வாழ்ந்துகொண்டிருக்கிறோம். இந்த நெருக்கடியான சூழலில், கிடைக்கக்கூடிய தரவுகளின் அடிப்படையிலான உடனடி கொள்கைவகுப்பும் செயல்திட்டமும் அவசியமாகும். சென்னை வளர்ச்சி ஆராய்ச்சி நிறுவனத்தின் பேராசிரியர்களும் அவர்களுடன் இணைந்து பணியாற்றும் ஆய்வாளர்களும் இந்த நெருக்கடியைக் குறித்துச் சிந்தித்தும், அது விடுக்கும் அறைகூவல்களை எதிர்கொண்டும், ஒன்றோடொன்று தொடர்புடைய பற்பல துறைகளில் ஏற்பட்டுள்ள சிக்கல்களை ஆராய்ந்தும், அரசின் கொள்கை முடிவுகளுக்குக் குறுகியகால மற்றும் நீண்டகாலக் கொள்கை நடவடிக்கைகளைப் பெருந்தொற்றும் பொருளாதாரக் கொள்கையும் என்ற இந்த நூலில் பரிந்துரைக்கின்றனர்.

இத்தொகுப்பிலுள்ள கட்டுரைகள் தமிழகப் பொருளாதாரத்தின் மீதான கோவிட்-19 பெருந்தொற்றின் உடனடித் தாக்கத்தைப் பிரதிபலிக்கின்றன. மேலும் அதை எதிர்காலக் கல்விசார் தேவைகளுக்காகப் பதிவு செய்யும் வரலாறாகவும் இந்நூல் அமைகிறது.

காலம் கருதி வெளிவரும் இந்நூல் கொள்கை வகுப்பாளர்கள், சிந்தனையாளர்கள், கல்வியாளர்கள், பொதுமக்கள் ஆகிய அனைவரும் தற்போதைய சமூகப் பொருளாதாரச் சூழலைப் புரிந்துகொள்ள உதவும்.

சென்னை
வளர்ச்சி
ஆராய்ச்சி
நிறுவனம்

யுனெஸ்கோவின் துணை இயக்குநர் நாயகமாகவும், சென்னைப் பல்கலைக்கழகத்தின் துணைவேந்தராகவும் விளங்கிய முனைவர் மால்கம் ஆதிசேசய்யாவின் முயற்சியாலும் தொலைநோக்காலும் 1971இல் சென்னை வளர்ச்சி ஆராய்ச்சி நிறுவனம் (எம்.ஐ.டி.எஸ்.) உருவானது. 1977லிருந்து தேசிய நிறுவனமாக அங்கீகரிக்கப்பட்டு, இந்திய அரசின் ஐ.சி.எஸ்.எஸ்.ஆர். அமைப்பும் தமிழக அரசும் இணைந்து வழங்கும் நிதியுதவியுடன் இயங்கி வருகிறது. தமிழகத்தின் சமூக, பொருளாதாரப் பிரச்சனைகள் பற்றி ஆய்வு செய்வதற்கென ஓர் உயராய்வு அமைப்பு வேண்டுமென விழைந்த முனைவர் ஆதிசேசய்யா தம் உழைப்பையும் செல்வத்தையும் இதற்காக முழுமையாகக் கையளித்தார். வறுமை, நிலச் சீர்திருத்தம், சிறார் தொழிலாளர் நிலை, தொழில்துறை, நீர்வளம், பாசன மேலாண்மை, மக்கள்தொகையியல், எழுத்தறிவு, இட ஒதுக்கீடு, உள்ளாட்சி, ஊரக ஆய்வுகள், சமூக–பண்பாட்டு வரலாறு, பாலினம், உலக வர்த்தகம் முதலானவை பற்றிய முன்னோடியான, சீரிய ஆய்வுகளை எம்.ஐ.டி.எஸ். நிகழ்த்தியுள்ளது. எம்.ஐ.டி.எஸ். சென்னைப் பல்கலைக்கழகத்தின் அங்கீகாரம் பெற்ற பிஎச்.டி. ஆய்வு மையமாகும்.

பெருந்தொற்றும் பொருளாதாரக் கொள்கையும்

தொகுப்பாசிரியர்

ப. கு. பாபு

50 years
mids
சென்னை
வளர்ச்சி
ஆராய்ச்சி
நிறுவனம்

Indian Council of Social Science Research

இந்நூல் வெளியீட்டுக்கு நல்கை வழங்கிய இந்திய சமூக அறிவியல் ஆய்வுக் கழகத்திற்கு (தெற்கு மண்டலம், ஹைதராபாத்) நன்றி.

Published with the financial support of ICSSR Southern Regional Centre, Hyderabad.

வெளியீடு:
சென்னை வளர்ச்சி ஆராய்ச்சி நிறுவனம்
79, இரண்டாம் பிரதான சாலை, காந்தி நகர்
அடையாறு, சென்னை 600020

பெருந்தொற்றும் பொருளாதாரக் கொள்கையும்
பதிப்புரிமை © 2022, சென்னை வளர்ச்சி ஆராய்ச்சி நிறுவனம்
தொகுப்பாசிரியர்: ப. கு. பாபு
முதல் பதிப்பு: 18 ஏப்ரல் 2022

ISBN: 978-81-9475-332-2

Perunthotrum Porulatharak Kolgaiyum
Copyright © 2022, Madras Institute of Development Studies
Editor: P. G. Babu
First Edition: 18 April 2022

Published by
Madras Institute of Development Studies
79, Second Main Road, Gandhi Nagar
Adyar, Chennai 600020
Telephone: 044-2441 2589 / 9771 / 1574
Email: pub@mids.ac.in   Website: www.mids.ac.in

Cover Designers: Swarna Jana and Beslin
Printed and bound at Mani Offset, Chennai 600077

இந்நூலில் இடம்பெறும் கருத்துகள் கட்டுரையாளர்களுடையவை;
சென்னை வளர்ச்சி ஆராய்ச்சி நிறுவனத்தின் கருத்துகள் அல்ல.

பேராசிரியர் கே. எல். கிருஷ்ணா
அவர்களுக்கு

பொருளடக்கம்

முகவுரை   xiii

1. அறிமுகம்:
   கோவிட்-19 காலத்தில் பொருளாதாரக் கொள்கை   1
   ப. கு. பாபு

பகுதி 1
பேரியல் பொருளாதாரக் காட்சிப்புலம்

2. இந்தியாவில் பேரியல் பொருளாதாரக் காட்சிப்புலங்கள்:
   கோவிட்-19க்கு முன்பும் பின்பும்   19
   சேஷாத்ரி பானர்ஜி

3. வேலைவாய்ப்பும் கோவிட்-19ம்: தமிழ்நாட்டில் நிலவும்
   போக்குகளும் பிரச்சனைகளும்   35
   ப. கு. பாபு, விகாஸ் குமார், பூனம் சிங்

பகுதி 2
விவசாயக் கொள்கைச் சீர்திருத்தங்கள்

4. வேளாண்மைத் துறையில் கோவிட்-19க்குப்
   பிந்தைய சீர்திருத்தங்கள்   55
   லி. வெங்கடாசலம்

5. தமிழ்நாட்டில் நீர்ப்பாசனம்: கோவிட்-19
   காலத்துக்கு முன்பும் பின்பும்   64
   கி. சிவசுப்பிரமணியன்

6. வேளாண் சந்தைகளில் சீர்திருத்தங்கள்:
   ஒரு சமநோக்குப் பார்வை   80
   ப. கு. பாபு, ஏ. கணேஷ்குமார், சந்தன் குமார்

பகுதி 3
சுற்றுச்சூழல் கொள்கையும் சந்தைகளும்

7. **தமிழகத்தில் கோவிட்–19க்குப் பிந்தைய சுற்றுச்சூழல் சீர்திருத்தங்கள்** 101
பெ. துரைராசு, லி. வெங்கடாசலம்

8. **தமிழ்நாட்டின் கடல்சார் மீன்வளத் துறையும் கோவிட்–19ம்** 117
அஜித் மேனன், மார்ட்டின் பாவிங்க்

பகுதி 4
வர்த்தகமும் தொழிலும்

9. **தமிழகத்தில் ‘அசெம்பிளிங்’ தொழில்: உலகமய வர்த்தகப் போக்குகளிலிருந்து பெற்ற சில கருத்துருக்கள்** 137
சி. வீரமணி, ப. கு. பாபு

10. **வேலைவாய்ப்பை உருவாக்கும் தொழில்நிறுவனக் குழுமங்கள்: திருப்பூரிலிருந்து சில கோட்பாட்டுப் படிப்பினைகள்** 153
எம். விஜயபாஸ்கர்

11. **பெருந்தொற்றும் தமிழ்ப் பதிப்புத் தொழிலும்** 169
ஆ. இரா. வேங்கடாசலபதி

12. **தமிழ்நாட்டில் சுற்றுலாத்துறை: பெருந்தொற்றுக்குப் பிறகு புத்துயிரூட்டுவதற்கான நடவடிக்கைகள்** 181
கிருஷானு பிரதான்

பகுதி 5
தொழிலாளர்

13. **கோவிட்–19ம் புலம்பெயர்தலும்: தமிழ்நாட்டின் அனுபவம்** 201
கே. ஜாஃபர், ஏ. கலையரசன்

14. **ஊதியம் பெறும் வீட்டுப்பணியாளர்கள்: கோவிட்–19 காலத்தில் அவர்களின் வாழ்வாதாரப் பாதுகாப்பு** 220
எஸ். ஆனந்தி, இ. தீபா

பகுதி 6
உள்கட்டமைப்பு மேம்பாடு

15. **உள்கட்டமைப்பு மேம்பாடு: கோவிட்–19க்குப்பின் பொது–தனியார் கூட்டாண்மை ஒப்பந்தங்கள்** 239
ப. கு. பாபு, சந்தன் குமார்

16. **சென்னையில் மலிவான வீட்டுவசதி: கோவிட்–19க்குப் பிந்தைய வாய்ப்புவளங்கள்** 256
கேரன் கோயெல்ஹோ, ஏ. ஸ்ரீவத்சன்

பகுதி 7
உள்ளூர் நிர்வாகமும் சமூக மேம்பாடும்

17. **கோவிட்–19ம் பஞ்சாயத் ராஜ் நிறுவனங்களின் பங்கும்** 279
கிருபா அனந்த்பூர்

18. **கோவிட்–19ம் தமிழ்நாட்டில் சமூகப் பாதுகாப்பும்: வாழ்க்கை சுழற்சி அணுகுமுறையின் அவசியம்** 298
காயத்ரி பாலகோபால், எம். விஜயபாஸ்கர்

19. **கோவிட்–19ம் உணவுப் பாதுகாப்பும்** 318
உமாநாத் மலையரசன்

கட்டுரையாளர்கள் 335

முகவுரை

கோவிட்–19 பெருந்தொற்று ஏற்படுத்திய பொருளாதார அதிர்ச்சிக்கு இடையில் நாம் வாழ்ந்து கொண்டிருக்கிறோம். கோவிட்–19 சார்ந்த பொது விவாதத்திற்கும், அதனால் ஏற்பட்டுள்ள பொருளாதாரப் பின்விளைவுகள் குறித்த அறிவார்ந்த விவாதத்திற்கும் இந்நூல் பங்களிக்கிறது. குறுகியகால மற்றும் நடுத்தரக்கால கொள்கை நடவடிக்கைகளைப் பரிந்துரைப்பதன் மூலம் கொரோனாவுக்குப் பிந்தைய தமிழகத்தின் சமூகப் பொருளாதாரக் கொள்கை நடவடிக்கைகளைக் கட்டமைக்கவும், எதிர்காலத்தில் இது போன்ற பேரழிவுகளின் விளைவுகளைத் தணிக்கவும் இந்நூல் ஒரு பயனுள்ள உள்ளீடாக அமையும் என்று நம்புகிறோம்.

இத்தொகுப்பின் கட்டுரையாசிரியர்கள் தத்தமது ஆய்வுத் துறையின் கல்வி மற்றும் நீண்டகால அனுபவங்களைக் கொண்டு பல்வேறு பயனுள்ள கருத்துக்களை வழங்கியுள்ளனர். அவற்றில் பின்வருவன அடங்கும்: பேரியல் பொருளாதாரக் காட்சிப்புலம், சிறு மற்றும் நடுத்தரத் தொழில் நிறுவனங்கள், வேளாண் துறை மற்றும் சமீபத்தில் திரும்பப் பெறப்பட்ட அவசர சட்டங்களில் சீர்திருத்தங்கள், முறைசாரா மற்றும் புலம்பெயர் தொழிலாளர்கள் குறித்தான பிரச்சனைகள், சுற்றுச்சூழல் கொள்கை மற்றும் சந்தைகள், வர்த்தகம் மற்றும் தொழில், மீன்வளத்துறை, தமிழ்ப் பதிப்பகத்துறை, சுற்றுலாத்துறை, மறுமலர்ச்சிக்கான வழிமுறைகள், வேலைவாய்ப்பு உருவாக்க வழிகள் ஆகியன. கொரோனாவுக்குப் பிந்தைய சமூகப் பாதுகாப்பு, உணவுப் பாதுகாப்பு, மலிவு வீட்டுவசதி, உள்கட்டமைப்பு மேம்பாடு, சமூக வளர்ச்சியில் அரசு மற்றும் பஞ்சாயத்து அமைப்புகளின் பங்கு ஆகியனவும் ஆய்வுக்கு உட்படுத்தப்பட்டுள்ளன.

சென்னை வளர்ச்சி ஆராய்ச்சி நிறுவனப் பேராசிரியர்கள் லி. வெங்கடாசலம், ஆ. இரா. வேங்கடாசலபதி, ம. விஜயபாஸ்கர் ஆகியோரின் தொடர்ந்த ஆதரவுக்கும், இந்நூல் பதிப்பு சார்ந்த வேலைகளின் போதும் அவர்கள் வழங்கிய தங்குதடையற்ற ஆலோசனைகளுக்கும் என் நன்றி உரியது. இந்நூலின் கட்டுரையாசிரியர்கள் அனைவரும் அவர்தம் கடின உழைப்பை நல்கியதுடன், திருத்தம் வேண்டியபோதெல்லாம் அவற்றை நிறைவேற்றியும் தந்தனர். அசோக் ஆர். சந்திரன் (பிரதி செம்மையாக்கல்), ஆ. அறிவழகன் (தட்டச்சு வடிவமைப்பு), இரா. தருமபெருமாள் (எம்ஐடிஎஸ் வலைத்தளத்துக்கு கட்டுரைகளை மின்னணு

முறையில் விநியோகித்தல்), ரெங்கையா முருகன் (அச்சு மற்றும் இணையவழியில் தமிழிலும் ஆங்கிலத்திலும் வெளிவரச்செய்தல்) ஆகியோர் பலவகையிலும் செய்த தளராத முயற்சிகளுக்கு என் நன்றியைத் தெரிவித்துக்கொள்கிறேன்.

பாரதி புத்தகாலயத்தின் புக் டே இணையதளம், கல்வி டுடே, புதிய தலைமுறை, தி இந்து, இந்து தமிழ் திசை, நியூ இந்தியன் எக்ஸ்பிரஸ், ஆனந்த விகடன் ஆகியவை சென்னை வளர்ச்சி ஆராய்ச்சி நிறுவனத்தின் இந்தப் பணிக்கு ஆதரவு அளித்ததால் இலக்கு வாசகர்களையும் பொதுமக்களையும் சென்றடைவது எளிதானது.

ஆங்கிலத்தில் வெளிவந்த கட்டுரைகளை மொழிபெயர்த்து உதவிய கே. எம். வேணுகோபால், நூலாக்கம் பெறுவதற்கு உதவிய நிறுவனப் பதிப்பக அலுவலர் மு. ர. பிரசன்னா, கட்டுரைகளின் இறுதி வடிவத்தை வாசித்துத் தம் கருத்துக்களை வழங்கிய பத்திரிகையாளர் சுகதேவ் ஆகியோருக்கும் என் நன்றி உரியது.

தமிழில் நூலாகக் கொண்டுவர வேண்டுமென்ற எண்ணம் எழுந்தவுடன், ஐதராபாத்தில் உள்ள தென்மண்டல இந்திய சமூக அறிவியல் ஆய்வுக் கழகத்திடம் (ICSSR Southern Regional Centre, Hyderabad) நிதியுதவி கோரி எழுதினோம். உடனடியாகப் பிராந்திய மொழி வெளியீட்டு நிதிநல்கையை வழங்கியதற்கு நன்றி தெரிவிப்பதோடு, இந்த நிதிநல்கையில் வெளிவரும் முதல் தமிழ் நூலாக இது இருப்பதில் நமக்கு இரட்டிப்பு மகிழ்ச்சி.

பேராசிரியர் கே. எல். கிருஷ்ணா அவர்களை நிறுவனத் தலைவராக 2013–2020 வரை கொண்டிருந்தது சென்னை வளர்ச்சி ஆராய்ச்சி நிறுவனத்தின் பெரும்பேறு. பொருளாதார வல்லுநர்கள் அவரை "ஆசிரியர்களுக்கு ஆசிரியர்" எனப் போற்றுகிறார்கள். அத்தகைய பேரறிஞருக்கு நன்றி தெரிவிப்பதற்கான சிறந்த வழி கல்விப்புலப் பணிகள் மட்டுமே. சென்னை வளர்ச்சி ஆராய்ச்சி நிறுவனம் தனது பொன்விழாவைக் கொண்டாடிடும் இவ்வேளையில், பேராசிரியர் கிருஷ்ணாவின் அர்ப்பணிப்புடன் கூடிய அற்புதமான சேவையைப் போற்றுவதன் எளிய அடையாளமாக இந்நூலை அவருக்குக் காணிக்கையாக்கி மகிழ்கிறோம்.

ப. கு. பாபு
இயக்குநர்
சென்னை வளர்ச்சி
ஆராய்ச்சி நிறுவனம்

சுருக்க சொல் விளக்கம்

APMC		Agricultural Produce Market Committee
		வேளாண் விளைபொருள் சந்தைக் குழுக்கள்
BAPASI		Booksellers and Publishers Association of South India
		தென்னிந்தியப் புத்தக வெளியீட்டாளர், விற்பனையாளர் சங்கம்
CMGCPS		Chief Minister's Girl Child Protection Scheme
		முதலமைச்சரின் பெண் குழந்தைகள் பாதுகாப்புத் திட்டம்
CMIE		Centre for Monitoring Indian Economy
		இந்தியப் பொருளியல் கண்காணிப்பு மையம்
FIMSUL		Fisheries Management for Sustainable Livelihoods
		மீன்வள மேலாண்மைக்கான நீடித்த வாழ்வாதாரத் திட்டம்
GDP		Gross Domestic Product
		மொத்த உள்நாட்டு உற்பத்தி
GIM		Global Investors' Summit
		உலகளாவிய முதலீட்டாளர்கள் உச்சிமாநாடு
GST		Goods and Services Tax
		சரக்குகள் மற்றும் சேவை வரி
IAMWARM		Irrigated Agriculture Modernisation and Water-Bodies Restoration and Management
		வேளாண் நவீனமயமாக்கல் மற்றும் நீர்நிலைகளைப் புதுப்பித்தல், மேலாண்மைத் திட்டம்
ICDS		Integrated Child Development Services
		ஒருங்கிணைந்த குழந்தைகள் மேம்பாட்டுச் சேவைகள்
ILO		International Labour Organization
		பன்னாட்டுத் தொழிலாளர் அமைப்பு
LPR		Labour Participation Rate
		தொழிலாளர் பங்கேற்பு விகிதம்
LPVR		Least Present Value of Revenue
		வருவாயின் மிகக்குறைந்த தற்போதைய மதிப்பு
MGNREGA		Mahatma Gandhi National Rural Employment Guarantee Act
		மகாத்மா காந்தி தேசிய ஊரக வேலைவாய்ப்பு உறுதிச் சட்டம்

MMF	Man-made Fibre மனிதர்களால் உருவாக்கப்பட்ட இழைநார்
MNE	Multinational Enterprises பன்னாட்டு நிறுவனங்கள்
MSME	Micro, Small and Medium Enterprises குறு, சிறு, நடுத்தர தொழில் நிறுவனங்கள்
NABARD	National Bank for Agriculture and Rural Development வேளாண்மை மற்றும் ஊரக மேம்பாட்டுக்கான தேசிய வங்கி
OECD	Organisation for Economic Co-operation and Development பொருளாதாரக் கூட்டுறவு மற்றும் மேம்பாட்டிற்கான அமைப்பு
POD	Print on Demand உடனடி அச்சாக்கத் தொழில்நுட்பம்
PPP	Public–Private Partnership பொது–தனியார் கூட்டாண்மை
PTMGRNMP	Puratchi Thalaivar M. G. Ramachandran Nutritious Meal Programme புரட்சித் தலைவர் எம். ஜி. ராமச்சந்திரன் சத்துணவுத் திட்டம்
RIDF	Rural Infrastructure Development Fund ஊரக உள்கட்டமைப்பு மேம்பாட்டு நிதியம்
SEZ	Special Economic Zone சிறப்புப் பொருளாதார மண்டலம்
SITC	Standard International Trade Classification பொதுத்தரப் பன்னாட்டு வணிக வகைப்பாடு
SLBC	State Level Bankers' Committee மாநில அளவிலான வங்கியாளர் குழு
TNFMIS	Tamil Nadu Farmers' Management of Irrigation Systems Act தமிழ்நாடு விவசாயிகள் நீர்ப்பாசன முறைமை மேலாண்மைச் சட்டம்
TPDS	Targeted Public Distribution System மேம்படுத்தப்பட்ட நீர்ப்பாசனம் மற்றும் பொதுவிநியோக அமைப்பு
TTDC	Tamil Nadu Tourism Development Corporation தமிழ்நாடு சுற்றுலா வளர்ச்சிக் கழகம்
WFP	World Food Programme ஐக்கிய நாடுகளின் உலக உணவுத் திட்டம்
WUA	Water Users' Association தண்ணீரைப் பயன்படுத்துவோர் சங்கம்

1

அறிமுகம்

கோவிட்-19 காலத்தில் பொருளாதாரக் கொள்கை

ப. கு. பாபு

பிப்ரவரி 2020இல், நெதர்லாந்தின், ரோட்டர்டாமில் உள்ள ஈராஸ்மஸ் பல்கலைக்கழகத்திற்கும், தாய்லாந்தில் உள்ள சியாங் மை பல்கலைக்கழகத்திற்கும் குறுகியகாலப் பயணமாகச் சென்றுவந்த போது, பெருந்தொற்று குறித்த முதல் அடையாளம் எனக்குப் புலப்பட்டது. நெதர்லாந்தில், சகஊழியர்கள் சீன நாட்டினர் பற்றித் திடீரென மன உளைச்சலுக்கு ஆளாகிப் புலம்பத் தொடங்கினர்; பாங்காக் விமானநிலையத்திலும் அப்படியே, ஹாலிவுட் அவ்வப்போது வெளியிடும் வைரஸ் திரைப்படம் ஒன்றில் நான் ஒரு பாத்திரம் போல உணர்ந்தேன். ஒவ்வொருவரும், நான் உட்பட, முகக்கவசம் அணிந்து சுற்றிச்சுற்றி நடந்துகொண்டிருந்தோம். ஒருசில வாரங்களிலேயே, அப்போது 'கொரோனா' என்று அழைக்கப்பட்ட அது, இந்தியா உட்பட உலகத்தையே சுற்றிவளைத்து, 1930களின் பெரும் பொருளாதார மந்தத்தைக் காட்டிலும் மோசமான ஒரு பாதையில் நம்மைத் தூக்கி எறிந்துவிடும் என்று எனக்குத் தெரிந்திருக்கவில்லை. இப்போது நாம் கோவிட்-19இன் (அதிகாரப்பூர்வமாகப் பெயர் சூட்டப்பட்டு) மத்தியில் இருக்கும் இந்நிலையில், இத்தொகுப்பு கொரோனாவினால் பாதிக்கப்பட்ட வாழ்வுகள், வாழ்வாதாரங்கள், பொருளாதாரத்தின் ஊடான கொள்கை அதன் உடனடி விளைவுகளை உணர்த்துவதற்கும், கொள்கை வகுப்பாளர்கள் எடுக்கும் குறுகியகால மற்றும் நடுத்தரகாலத்

தணிப்பு நடவடிக்கைகள் குறித்துச் சிந்திக்கவும் சாத்தியமான உடனடி விளைவுகளை முயற்சிக்கவும் வழிசெய்கிறது.

கோவிட்-19க்கு முன்பு:
உலகம், இந்தியா, தமிழ்நாடு[1]

ஒரு கணம் இடைநிறுத்தி, கோவிட்-19க்கு முன்னரான உலகப் பொருளாதாரப் போக்குகளின் விரைவான கண்ணோட்டத்துடன் தொடங்குகிறேன். சரக்குகள் மற்றும் சேவைகளில் உலகளாவிய வர்த்தகம் 2012இலிருந்து 3% அதிகரித்துள்ளது. இது முந்தைய 30 ஆண்டுக் காலத்தில் காணப்பட்ட விகித அளவில் பாதிக்கும் குறைவானது. சரக்குகள் மற்றும் சேவைகளுக்கான உலகளாவிய தேவை குறைந்துவருவதோடு, அதிகரிக்கும் பாதுகாப்புவாதப் போக்குகளும், உலகளாவிய விநியோகச் சங்கிலிகள் எட்டிப்பிடித்த வளர்ச்சியும் இந்த மந்தநிலைக்குக் காரணமாக இருக்கலாம். முதலீட்டின் வளர்ச்சிவிகிதம் 2000இல் 12% இலிருந்து 3% ஆகக் குறைந்து, கடந்த ஐந்து ஆண்டுகளில் மீண்டும் படிப்படியாகக் குறைந்து நிலையான சரிவைச் சுட்டிக்காட்டுகிறது.

1940களுடன் ஒப்பிடும்போது, 30 வயதுடையவர்களில் 90% பேர் அவர்களின் பெற்றோரை விட அதிகமாகச் சம்பாதித்துவந்த நிலையில், இப்போது ஏறத்தாழ 50% பேர் மட்டுமே பெற்றோரை விட அதிகமாகச் சம்பாதிக்கிறார்கள். வேலைவாய்ப்பிலும் வருமானத்திலும் அதிகரித்து வரும் தானியங்கிமுறைமையின் தாக்கத்தின் மாறுபட்ட மதிப்பீடுகளைப் பற்றி ஒருவர் கேள்விப்பட்டிருக்கலாம். எடுத்துக்காட்டாக, உலக வங்கியின் தலைவராக அப்போது இருந்த ஜிம் யோங் கிம், வாஷிங்டன் டி.சி.யில் நிகழ்த்திய உரை ஒன்றில், இந்தியாவில் 69% பணிவாய்ப்புகளும், சீனாவில் சுமார் 77% பணிவாய்ப்புகளும் தானியங்கிமுறைமையின் அச்சுறுத்தலுக்கு உள்ளாகியுள்ளன என 2016 அக்டோபர் 03ஆம் நாள் மதிப்பிட்டிருந்தார். இவையனைத்தும் கடந்த ஐந்து ஆண்டுகளில் உலகப் பொருளாதாரத்தில் ஏற்பட்ட கணிசமான மந்தநிலையைச் சுட்டிக்காட்டுகின்றன. இந்தியாவும் அதற்கு விதிவிலக்காக இருந்ததில்லை. ஜனவரி 2016 முதல் பல மாநிலங்கள் தொழிலாளர் பங்கேற்பு விகிதத்தில் சரிவைக் காட்டிவருகின்றன. பணமதிப்பிழப்பு, சரக்குகள் மற்றும் சேவை வரியை (GST) அறிமுகப்படுத்தியது போன்ற அதிர்ச்சிகள் இந்தியச் சூழலில் அழுத்தமாகச் சர்வதேசப் போக்கை மந்தப்படுத்துகின்றன.

தமிழ்நாட்டை எடுத்துக்கொண்டோமேயானால், இது பெரும்பாலும் ஊரகப்பகுதிகளைக் கொண்ட மாநிலமாகும்; இங்கு 53% குடும்பங்கள் கிராமப்புறங்களில் வாழ்ந்துவருகின்றன

(2011ஆம் ஆண்டு மக்கள்தொகைக் கணக்கெடுப்பின்படி). மொத்த மக்கள்தொகையில் 51% ஆண்களும் 49% பெண்களும் எனப் பாலினப் பிரிவு கிட்டத்தட்டச் சமமாக உள்ளது. 45 வயதிற்குட்பட்ட 70% மக்கள் வாழும் மிகப்பெரிய மக்கள்தொகை ஈவு கொண்ட மாநிலமாகத் தமிழகம் விளங்குகிறது. 60 வயதுக்கு மேற்பட்டவர்கள் 11% பேர் உள்ளனர். கல்வியறிவு விகிதம் 2018இல் 86% ஆக உயர்ந்துள்ளது. பெண் கல்வியறிவு விகிதமும் 2018இல் 80% ஆக உயர்ந்துள்ளது. மக்கள்தொகையில் பதினைந்து சதவிகிதத்தினர் பட்டப்படிப்பு மற்றும் அதற்கு மேலும் முடித்துள்ளனர். 4% பேர் டிப்ளமா பட்டம் பெற்றவர்கள். மூன்றில் இரண்டு பங்கு மக்கள் உயர்நிலைப்பள்ளி வரை கல்வியைத் தொடர்கின்றனர் அல்லது முடித்துள்ளனர்.

மாநிலத்தின் வேலையின்மை விகிதம் சுமார் 3% ஆகும்; மக்கள்தொகையில் 45% பேர் பணியில் உள்ளனர், 52% பேர் தொழிலாளர் தொகுப்பில் இல்லை. எவ்வாறாயினும், 'தொழிலாளர் தொகுப்பில் இல்லை' பிரிவில் (பணி ஓய்வு பெற்றோர், இல்லத்தரசிகள், மாணவர்கள் மற்றும் வேலை தேடாதவர்களை உள்ளடக்கியது) மாணவர்களை நாம் ஒதுக்கிவைத்துவிட்டு, மீதமுள்ள பணியாற்றும் வயதினரை (15 வயது மற்றும் அதற்கு மேற்பட்டவர்கள்) மட்டுமே பகுப்பாய்வு செய்தால், வேலையின்மை விகிதம் 4% ஆக அதிகரிக்கிறது. அதேநேரத்தில், பணியமர்த்தப்பட்டவர்களின் சதவீதமும் 57% ஆக அதிகரிக்கிறது, மேலும், பணியாளர் தொகுப்பில் இல்லாதவர்களின் எண்ணிக்கை 39% ஆகக் குறைகிறது. வேலையில் உள்ளோர் அனைவரிலும், 63% ஆண்களும், 27% பெண்களும் உள்ளனர். பெண்களின் வேலையின்மை விகிதம் 2%, ஆண்களுக்கு இது 4% ஆகும். தற்போது வேலையில் இல்லாத பெரும்பாலான ஆண்கள் மாணவர்கள் ஆவார்கள், அதேசமயம் இந்தப் பிரிவில் உள்ள பெரும்பாலான பெண்கள் இல்லத்தரசிகள் ஆவார்கள். தனியார் துறையில் ஊதியம் பெறும் வேலைவாய்ப்பு முக்கிய பணிவகையாக உருவெடுத்துள்ளது, 21% பேர் இவ்வகையில் பணியாற்றிவருகின்றனர். தொடர்ந்து (விவசாயம் சார்ந்த) தினக்கூலியாட்கள் 19% மற்றும் (விவசாயம் சாராத) சுயவேலைவாய்ப்பினர் 14% ஆவர். கிராமப்புறங்களில், மக்கள்தொகையில் கிட்டத்தட்ட மூன்றில் ஒரு பகுதியினர் (விவசாயம் சார்ந்த) 'தினக்கூலியாட்கள்' ஆவர்.

2017–2018 நிதியாண்டில் சராசரி குடும்ப வருமானம் ரூ. 1,25,420 ஆக இருந்தது; நகர்ப்புறங்களில் அது ரூ. 1,99,629 ஆகவும், கிராமப்புறங்களில் ரூ. 92,765 ஆகவும் இருந்தது. ஊதியம் பெறும் பிரிவினரிடமிருந்து அதிகமான சராசரி வருமானம் ரூ. 2,05,250 ஆகவும், அதனைத் தொடர்ந்து சுய வேலைவாய்ப்பினர்

வருமானம் ரூ. 1,32,545 ஆகவும் இருந்தது. 2017–2018ஆம் நிதியாண்டில் குடும்பத் தனிநபர் வருமானம் ரூ. 36,973 ஆக இருந்தது. கிராமப்புறத் தனிநபர் வருமானம் ரூ. 24,157 ஆகவும், நகர்ப்புறத் தனிநபர் வருமானம் ரூ. 51,388 ஆகவும் இருந்தது. மாநிலத்திலுள்ள ஐம்பது சதவிகிதக் குடும்பத்தினர் அடுத்த 5 ஆண்டுகளில் அவர்களின் வருமானம் அதிகரிக்கும் என்று எதிர்பார்த்தனர். நகர்ப்புறக் குடும்பத்தினர் தங்கள் எதிர்கால வருமானத்தின் அதிகரிப்பு குறித்து கிராமப்புறக் குடும்பத்தினரை விட மிகுந்த நம்பிக்கையுடன் இருந்தனர்.

சர்வதேச, இந்திய அளவிலான மந்தப்போக்குகளை மற்றும் தமிழ்நாட்டின் ஓரளவு நேர்மறையான மாநிலப் போக்குகளைக் காண்பிக்கும் இந்தப் பின்னணியில், கோவிட்–19 காரணமாக விதிக்கப்பட்ட பொதுமுடக்கத்திற்கு முன்னரான நிகழ்வுகளுடன் நடப்பு நிகழ்வுகளை ஒருவர் ஒப்பிட்டுப்பார்க்க வேண்டும்.

கோவிட்–19: ஒரு சில முக்கிய அம்சங்கள்

அத்தகைய நடப்பு கோவிட்–19 பொதுமுடக்கத் தாக்கங்களைப் பற்றிச் சிந்திக்கும்போது, பொதுவான சமநிலை விளைவுகள் முக்கியமானதாக இருக்கின்றன. துறைகளுக்கூடான இணைப்புகள், ஒன்றிணைந்து உழைத்தல், நிரப்புதல்கள் ஆகியவற்றை நாம் மனதில் கொள்ள வேண்டிய அவசியம் உள்ளது. எடுத்துக்காட்டாக, நமது மாநிலத்தில் ஆடைத்தொழிலானது அதிகமான வாடகையாலும் நிலவிலைகளாலும் பாதிக்கப்படுகிறது என்று பொதுவான ஓர் எண்ணம் நிலவுகிறது. இன்னொருபுறம், கட்டுமானத் தொழிலோ மந்தநிலையை நோக்கிச் செல்கிறது. இந்தத் தொழிற்சாலைகளில் பணிபுரியும் புலம்பெயர்ந்த தொழிலாளர்கள் தற்போது உருவாகிவரும் சமூக இடைவெளி விதிமுறைகளைக் கடைப்பிடிக்கும் வகையில் நல்ல இடங்களில் குடியமர்த்தப்பட வேண்டும் என்ற உணர்வும் எழுந்துள்ளது.

பொது–தனியார் கூட்டாண்மை முறை (PPP) மூலம் அத்தகைய புலம்பெயர் தொழிலாளர்களுக்கு வீட்டுவசதித் திட்டங்களை நிறைவேற்றித் தருவதன் வாயிலாக ஒருவேளை இவை அனைத்தையும் அடையலாம்; புலம்பெயர் தொழிலாளர்களின் நலப்பிரச்சினைகளைக் கவனத்தில்கொள்ளும்போது ஆடைத் தொழிலுக்கும் கட்டுமானத் துறைக்கும் இவை பயனளிக்கும். துறைகளுக்கிடையேயான இந்த இணைப்புகளின் மற்றோர் எடுத்துக்காட்டு, திருப்பூர் ஆடைத் தொழில் ஒப்பீட்டளவில் பலவீனமான இயந்திரங்களால் வகைப்படுத்தப்படுகிறது என்பதாகும். அருகிலுள்ள கோயம்புத்தூரின் பொறியியல்

துறையானது, ஆராய்ச்சி மற்றும் மேம்பாட்டுக்கான பொது முதலீட்டின் ஓரளவு உதவியுடன், சிறந்த தரமான இயந்திரங்களை உருவாக்கக் கூடியதாக உள்ளது.

நுகர்வோரின் முன்னெச்சரிக்கை நடத்தையில் ஏற்படும் குறிப்பிடத்தக்க மாற்றங்களின் விளைவாக நிச்சயமாகத் 'தொற்று' தொடர்பான ஓர் அச்ச விளைவு இருக்கும். கடந்த நூற்றாண்டுடன் ஒப்பிட்டு, இன்றைய நுகர்வுத் தன்மையின் வெளிச்சத்தில் இதைக் காண வேண்டும். இன்றைய நுகர்வானது, அதன் பெரும்பகுதி, உயர்ந்த 'சமூக' அம்சத்தைக் கொண்டுள்ளது, எனவே அதனை எளிதாக ஒத்திவைக்கலாம் அல்லது முற்றிலுமாகக் கைவிடலாம். இதன் விளைவாக, நவீனப் பொருளாதாரமானது பொருளாதார நடவடிக்கைகளில் சரிவைச் சந்தித்து மிகவும் பாதிக்கப்படக்கூடும். எனவே, நுகர்வு முறைகளில் முன்னெச்சரிக்கை மாற்றங்கள் பெரும் பொருளாதார இழப்புகளை ஏற்படுத்தக்கூடும்.

விரிவாகச் சொல்வதானால், பொருளாதாரத் தாக்கம் என்பது பயணம், ஓய்வு, சுற்றுலா ஆகியவை பொது மக்களின் விருப்பத்தால் தீர்மானிக்கப்படுகிறது. இது பெருந்தொற்றால் மக்களுக்கு ஏற்படும் அபாயத்தை சரியான துல்லியமாகச் சித்தரிப்பதன் முக்கியத்துவத்தை விளக்குகிறது. யதார்த்தத்திற்கும் சொல்லாட்சிக்கும் இடையிலான இந்தச் சித்தரிப்பில் ஊடகங்களின் பங்கு முற்றிலும் அத்தியாவசியமானது. பெருந்தொற்றின் 'இடர்' கண்ணோட்டங்களை மாற்றியமைப்பதில் அரசிடமிருந்தும் ஊடகங்களிலிருந்தும் பெறப்படும் தகவல்தொடர்பு முக்கியப் பங்கு வகிக்கிறது. 'பசுமைப் புரட்சி'யின்போது நடுநிலையான அரசாங்க ஆதரவுடன் வழங்கப்பட்ட தகவல்தொடர்பை, தரத்திலும் தீவிரத்தன்மையிலும், மரபணு மாற்றப்பட்ட பருத்தி ('Bt Cotton') சகாப்தம் முழுவதும் இதுபோன்ற 'நடுநிலை'த் தகவல்களின் பற்றாக்குறையுடன் ஒப்பிடாமல் இருக்க முடியாது.

மரணமோ, நேரில் வராமல் இருப்பதோ, குறிப்பாக ஆரோக்கியமான தொழிலாளர்கள் நோய் அச்சம் காரணமாக விலகி இருக்கும்போது, கடுமையான விளைவுகளை ஏற்படுத்தக் கூடும். 'நம்பிக்கை' குறைவாக இருப்பது புலம்பெயர்ந்த தொழிலாளர்களைப் பெரிதும் பாதிக்கும், மேலும் அவர்தம் ஊருக்குச் செல்வோர் விரைவில் திரும்பி வர வாய்ப்பில்லை. சொந்த மாநிலங்களுக்குச் செல்லும் அவர்களின் வழக்கமான வருடாந்திரப் பயணங்கள் நீட்டிக்கப்படலாம். சாதாரண நாட்களில் இருப்பதைப் போலவே கூட்ட நெரிசல் பொதுப்போக்குவரத்தில் இருக்கும் என்று கருதி, பேருந்து நடத்துனர்கள் ஒழுங்கையும் சமூக விலகல் விதிமுறைகளையும் கடைப்பிடிக்க முடியும் என்று கருதுவது பயனற்றதாகும். எனவே,

அதனை எதிர்பார்த்து, ஒருவர் நெரிசல் நேரப் போக்குவரத்தைக் குறைக்கப் பல்வேறு நிறுவனங்களின் அலுவலக நேரங்களை மாற்றியமைத்து, நெரிசல் நேரப் போக்குவரத்து எனும் எண்ணத்தையே அகற்றுவதற்கான வேறொரு வழியில் சிந்திக்கலாம்.

இவை அனைத்திலும், குழுநடத்தையானது, தனிநபர் நடத்தையிலிருந்து மிகவும் வேறுபட்டதாக இருக்கும் எனலாம். ஒரு குழுவாக, அவர்கள் காரணகாரியம் பார்க்காத, கட்டுக்கடங்காத நிலைக்கு ஆளாகக்கூடும், எடுத்துக்காட்டாக, இறுதிச்சடங்கில் கலந்துகொள்ளும்போது. இருப்பினும், தனித்தனியாக, கூட்ட நெரிசலைப் பொருட்படுத்தாமல், கோவிட்–19 தொற்றுக்கான சாத்தியக்கூறு குறித்து முற்றிலும் மறந்து, தம் தேவைகளுக்காகக் கடைகளுக்குச் செல்வதை அவர்கள் தேர்வு செய்யக்கூடும்.

ஒருமுறை தொற்று ஏற்பட்டுப் பாதிக்கப்பட்டவர்களுக்கு மீண்டும் தொற்று ஏற்படக்கூடும் என்ற சாத்தியக்கூற்றை உலகச் சுகாதார அமைப்பு நிராகரிக்கவில்லை. எனவே, பாதிக்கப்பட்ட இந்த மக்கள் உணவு, பயணம், சேவைகள் போன்றவற்றைக் குறைவாகவே நுகரும் வாய்ப்புள்ளது. முன்னரே கூறியபடி, பாதிப்பு ஏற்படாத ஆரோக்கியமானவர்கள் ‘முன்னெச்சரிக்கை நடத்தை’ மூலம் பாதிக்கப்பட வாய்ப்புள்ளது, குடும்பத்தினுள் அல்லது அக்கம்பக்கத்தில் பாதிக்கப்பட்ட நபர்கள் இருந்தால் மேலும் தொற்று ஏற்பட வாய்ப்புள்ளது. இந்த அதிர்ச்சிகளை ஓரளவு சரிசெய்வதில் ‘சமநிலை நுகர்வு’ திறம்படச் செயல்படாது. ஏனெனில், அதிகமான மக்கள் ‘கடன் கட்டுப்பாடு’ நிலையில் இருக்க வாய்ப்புள்ளது. எனவே, பெருந்தொற்றுக்கு எதிர்வினையாற்றும் கொள்கையானது, பெருந்தொற்றைக்காட்டிலும் மிகவும் முக்கியமானதாகும்.

கோவிட்–19 காலத்தில் பொருளாதாரக் கொள்கையும் அதன் அமைப்பும்

18 கட்டுரைகளை உள்ளடக்கிய இந்தப் புத்தகம், நெருக்கடிக்கு மத்தியில் இதுபோன்றதொரு கொள்கை பகுப்பாய்வை மேற்கொள்கிறது. இது பின்வரும் ஏழு பரந்த பிரிவுகளில் வகைப்படுத்தப்பட்டுள்ளது: பேரியல் பொருளாதாரக் காட்சிப்புலம், விவசாயக் கொள்கைச் சீர்திருத்தங்கள், சுற்றுச்சூழல் கொள்கை மற்றும் சந்தைகள், வர்த்தகம் மற்றும் தொழில், தொழிலாளர், உள்கட்டமைப்பு மேம்பாடு, உள்ளூர் நிர்வாகம் மற்றும் சமூக மேம்பாடு.

பேரியல் பொருளாதாரக் காட்சிப்புலம்

சேஷாத்ரி பானர்ஜி, உற்பத்தியின் துறைவாரியான வளர்ச்சி விகிதம்,

திறன் பயன்பாடு, தேசிய மற்றும் துணைதேசிய மட்டங்களில் ஒன்றுதிரண்ட தேவை ஆகியவற்றில் சிறப்புக் கவனம் செலுத்தி, கோவிட்–19க்கு முன்னரான இந்தியப் பொருளாதாரத்தை மறுவரையறை செய்து தொகுத்து வழங்குகிறார். கோவிட் 19க்கு முந்தைய காலகட்டத்தில் பொருளாதாரம் ஆரோக்கியமானதாக இருந்ததில்லை என்பதை முன்னிலைப்படுத்திய அவர், பெருந்தொற்றால் தூண்டப்பட்ட பொதுமுடக்கம், ஊரடங்குக் கட்டங்களையும், வெளியீட்டு இழப்பில் அவற்றின் கூடுதல் விளைவுகளையும் தடமறிந்துள்ளார். இதுபோன்ற சோதனைக் காலங்களில் குறைந்த நிதி வெளியினால் விதிக்கப்படும் கூடுதல் தடைகள், இந்தியத் தொழிலாளர் சந்தைகளின் முறைசாரா தன்மை ஆகியவற்றை அவர் விளக்குகிறார். நிதிச் சந்தைகளில் ஏற்படும் ஏற்ற இறக்கங்கள் காரணமாக, நாணயக் கொள்கை பொருளாதாரத்தில் குறைந்த அளவிலான தாக்கத்தையே ஏற்படுத்தும் என்று எதிர்பார்க்கப்படுகிறது, எனவே, பயனுள்ள தேவையை அதிகரிக்க, விரிவாக்க நிதிக் கொள்கைகளை அவர் பரிந்துரைக்கிறார்.

பாபு, விகாஸ்குமார், பூனம்சிங் ஆகியோர் கோவிட்–19 சூழலில் வேலைவாய்ப்பின் போக்குகள், சிக்கல்கள் ஆகியவற்றை ஆராய்கின்றனர். சென்டர் ஃபார் மானிட்டரிங் இந்தியன் எகனாமி (CMIE)ஐப் பயன்படுத்தி, குறைந்தபட்சம் ஜனவரி 2016 முதல் தமிழ்நாட்டின் தொழிலாளர் பங்கேற்பு விகிதத்தில் (LPR) நிலையான சரிவு ஏற்பட்டுள்ளது என்பதை ஆய்வாளர்கள் காட்டுகின்றனர். கிராமப்புற அல்லது நகர்ப்புறத் தொழிலாளர் பங்கேற்பு விகிதத்தைப் பணமதிப்பிழப்பு நடவடிக்கை கணிசமாகப் பாதிக்கவில்லை. சரக்குகள் மற்றும் சேவை வரி, இன்னொருபுறம், நகர்ப்புறத் தொழிலாளர் பங்கேற்பு விகிதத்தில் குறிப்பிடத்தக்க எதிர்மறையான விளைவைக் கொண்டிருந்தது. கோவிட்–19 அல்லது பொதுமுடக்கத்தின் உடனடி விளைவு கிராமப்புற மற்றும் நகர்ப்புறத் தொழிலாளர் பங்கேற்பு விகிதத்தில் ஏற்பட்டுள்ள சரிவின் மூலம் புலனாகிறது. அவர்கள் ஒப்பீடுகளை மற்ற ஒப்பிடத்தக்க மாநிலங்களுடன் ஒப்பிட்டுக் காட்டுகின்றனர்; தமிழ்நாட்டில் முக்கியத் தொழில்கள் எதிர்கொள்ளும் சவால்களைத் தடமறிகின்றனர். இதில் ஒரு சுருக்கமான முன்னோக்கிய வழியாகத் தற்சார்புடன் கூடிய உள்நாட்டுத் தொழில் மற்றும் விநியோகச் சங்கிலிகளை மேம்படுத்துவதை உள்ளடக்கிக்கொண்டுள்ளது.

விவசாயக் கொள்கைச் சீர்திருத்தங்கள்

வேளாண் பிரமிடின் கீழ்மட்டத்தில் உள்ள நன்மைகளை வெளிக்கொணர லி. வெங்கடாசலம் பல வரைமுறைகளை

கோடிட்டுக் காட்டுகிறார். அவை நடுத்தர மற்றும் நீண்ட கால நடவடிக்கைகளான சந்தைச் சீர்திருத்தங்கள், ஒப்பந்த வேளாண்மை, வேளாண் பொருட்களின் விலையை நிலைப்படுத்தத் தேவையின் அடிப்படையிலான வேளாண்மை, நீடித்த வேளாண்மையை மேம்படுத்துவதற்கான சுற்றுச்சூழல் அமைப்புச் சேவைகளுக்கான கட்டணம், வேளாண்மைக்கும், குறு, சிறு மற்றும் நடுத்தர நிறுவனங்களுக்கும் பயனளிக்கும் அதிக மதிப்பு கூட்டப்பட்ட உற்பத்திப் பொருட்களில் கவனம் செலுத்துவது, மேலும் பயிர் பல்வகைப்படுத்தலுக்கான மருத்துவத் தாவரங்களை ஊக்குவித்தல், செயல்முறை அடிப்படையிலான குறுகிய கால நடவடிக்கைகளைத் தவிர, வேகமான மற்றும் நேரடி கொள்முதல், சேமிப்பு வசதிகள், இலகுவான பயிர்க் கடன்கள் போன்றவை ஆகும்.

பாபு, கணேஷ்குமார், சந்தன் குமார் ஆகியோர் இந்திய அரசாங்கத்தால் இயற்றப்பட்ட மூன்று வேளாண் தொடர்பான அவசரச் சட்டங்களையும் அவற்றில் இருந்து எழக்கூடிய சாத்தியமான சீர்திருத்த நடவடிக்கைகளையும் பகுப்பாய்வு செய்கின்றனர். புதிய சந்தை வாய்ப்புகள், நிறுவன கட்டமைப்புகள் மற்றும் அத்தகைய சந்தைகளுக்கு அவசியமான ஒழுங்குமுறைச் சட்டகங்கள், தகவல் இடையீட்டாளர்கள், ஒப்பந்த வேளாண்மை, சுற்றுச்சூழல், உணவுப் பாதுகாப்பு ஆகியவற்றை அவர்கள் கோடிட்டுக் காட்டியுள்ளனர். குறைந்தபட்ச ஆதரவு விலையைச் சீர்திருத்துவது, உற்பத்தியாளர்களையும் நுகர்வோரையும் நெருக்கமாகக் கொண்டுவர விவசாயிகளின் சந்தைகளை ஊக்குவிப்பது, சிறப்புப் பொருளாதார மண்டலங்கள் மூலம் போட்டி விவசாயச் சந்தைகளை ஊக்குவிப்பது போன்ற முக்கியமான கொள்கைப் பரிந்துரைகள் முன்னோக்கிச் செல்லும் வழியில் விவாதிக்கப்படுகின்றன.

விவசாயத்தில் செழிப்பு என்பதில் பெரும்பகுதி சிறந்த பயிர்வளர்ப்பு முறையைச் செயல்படுத்த கிடைக்கக்கூடிய நீர்ப்பாசன வளங்களைச் சார்ந்துள்ளது. கி. சிவசுப்பிரமணியன் தமிழ்நாட்டில் குளம் மற்றும் வாய்க்கால் பாசனத்தைப் பற்றிய துல்லியமான பகுப்பாய்வை மேற்கொண்டு, விவாசயச் செயல்பாடுகளில் கோவிட்–19 இன் தாக்கத்தைக் கோடிட்டுக் காட்டுகிறார். உலக வங்கித் திட்டம் ஒன்றின் *(IAMWARM)* ஒரு சொட்டு நீருக்கு அதிக வருமானம் பற்றிய யோசனை, சாகுபடியின் உயர்ந்துவரும் உள்ளீட்டுச் செலவைச் சாத்தியமான வகையில் குறைத்தல் மற்றும் தடுத்துநிறுத்துதலில் மகாத்மா காந்தி தேசிய ஊரக வேலைவாய்ப்பு உத்தரவாதச் சட்டத்தின் *(MGNREGA)* பங்கு, கோவிட்–19 சிறப்புக் கடன் திட்டத்தைத் தயாரிப்பதற்கு மாநில அளவிலான வங்கியர் குழுவினரின் *(State Level Bankers' Committee)*

பங்களிப்பு, கோவிட்–19 தொடர்பான ஊரக உள்கட்டமைப்பு மேம்பாட்டு நிதியை மறுசீரமைத்தல் மற்றும் பல்வேறு குறுகிய கால நடவடிக்கைகளையும் அவர் பட்டியலிடுகிறார்.

சுற்றுச்சூழல் கொள்கையும் சந்தைகளும்

பெ. துரைராசு, லி. வெங்கடாசலம் ஆகியோர் உலகளாவிய சுற்றுச்சூழல் செயல்திறன் குறியீட்டில் இந்தியாவின் மோசமான தரவரிசை மேலும் பொருளாதாரம் மற்றும் சுற்றுச்சூழலுக்கு இடையிலான சமரசம் அதன் விளைவாகப் பொதுமுடக்கத்தின்போது சுற்றுச்சூழலில் ஏற்பட்ட முன்னேற்றம் போன்ற செய்திகளுடன் கட்டுரையைத் தொடங்குகின்றனர். அவர்கள் பசுமையான மொத்த உள்நாட்டு உற்பத்தி *(Green GDP)* மற்றும் சுற்றுச்சூழல் கணக்கியல் முறையின் பங்கை வலியுறுத்துவதுடன், அதனைப் பல்லுயிர்ப் பெருக்கத்தில் சேர்க்க வேண்டும் என்றும் வாதிடுகின்றனர். சுற்றுச்சூழல் நிர்வாகத்திற்கான சந்தை அடிப்படையிலான பொருளாதாரக் கருவிகளை கட்டளை மற்றும் கட்டுப்பாட்டு அமைப்பிலிருந்து விலகிச்செல்வதற்கான அவர்களின் வாதத்திற்கு ஏற்ப, அவர்களின் கொள்கைப் பரிந்துரையில் சுற்றுச்சூழல் அமைப்புச் சேவைகளுக்கான பொருளாதார மதிப்பீடு மற்றும் கட்டணம், திறமையான நீர் ஒதுக்கீட்டிற்கான வர்த்தக நீர் உரிமைகளை அறிமுகப்படுத்துதல், வர்த்தகம் செய்யக்கூடிய மாசுபாடுகளுக்கான அனுமதிகளை அறிமுகம் செய்தல், சுற்றுச்சூழல் தரவுத்தளங்களையும் உருவாக்குவது ஆகியவை அடங்கும்.

அஜித் மேனன், மார்ட்டின் பாவின்க் ஆகியோர் 2019இல் நாட்டின் சிறந்த உற்பத்தியாளராக மாறிய தமிழ்நாட்டின் கடல்சார் மீன்வளத் துறையில் கோவிட்–19 பெருந்தொற்று ஏற்படுத்திய மோசமான தாக்கத்தின் மீது கவனத்தைச் செலுத்துகிறார்கள். இந்த முக்கியமான துறையின் நிலையைக் கவனமான முறையில் சுருக்கிக் கூறிய பின்னர், அவர்கள் பெருந்தொற்றின் தாக்கங்களைத் துல்லியமான முறையில் தெரிவிக்கின்றனர். இதனைத் தொடர்ந்து மீனவர்களுக்கான கடன்அட்டைகள், மையப்படுத்தப்பட்ட காப்பீட்டுத் திட்டங்கள் போன்ற குறுகிய கால மற்றும் நடுத்தர காலக் கொள்கை நடவடிக்கைகள் குறித்து விவரிக்கப்படுகிறது. மீன்வளத் துறைக்கு வெளியேயும், உள்ளேயும் உள்ள சவால்களைச் சுட்டிக்காட்டி, இந்தத் துறையின் மீளும் திறனை அதிகரிப்பதற்கான கொள்கை நடவடிக்கைகள் குறித்தும் அவர்கள் சிந்திக்கிறார்கள்.

வர்த்தகமும் தொழிலும்

சி. வீரமணி, பாபு ஆகியோர், தற்போதைய சூழலில், அனைவரின் கவனமும் தனிப்பட்ட எண்ணங்களிலேயே இருக்கும்போது, இது

ஒருவேளை 'உலகத்திற்காகத் தமிழ்நாட்டில் ஒன்றுகூடுவதற்கான' நேரமாக இருக்கலாம் என்று வாதிடுகின்றனர். தமிழ்நாடு எந்தத் தொழில்களில் கவனத்தைக் குவிக்க வேண்டும்? முதலாவதாக, குறிப்பிடத்தக்க வகையில் பயன்படுத்தப்படாத, ஏற்றுமதி வாய்ப்புள்ள, பெரிதும் திறமை தேவைப்படாத, தமிழ்நாட்டின் பாரம்பரியத் தொழில்களான ஜவுளி, ஆடை, காலணி, பொம்மைத் தயாரிப்பு ஆகியவை உள்ளன. இந்தத் தொழில்களில் உலகளாவிய மதிப்புச் சங்கிலிகள் *(Global Value Chains)* 'வாங்குவோரால் தூண்டப்படும்' வலைப்பின்னல்களால் கட்டுப்படுத்தப்படுகின்றன. இரண்டாவதாக, 'வலைப்பின்னல் தயாரிப்புகள்' *(Natural Products)* எனக் குறிப்பிடப்படும் பல வகையான தயாரிப்புகளில் இறுதி வடிவமைப்புக்கான முக்கிய மையமாக விளங்கும் ஆற்றலைத் தமிழ்நாடு கொண்டிருக்கிறது. இந்தத் தொழில்களில் உலகளாவிய மதிப்புச் சங்கிலிகள் 'தயாரிப்பாளரால் தூண்டப்படும்' வலைப்பின்னல்களுக்குள் உள்ள பன்னாட்டு முன்னணி நிறுவனங்களால் கட்டுப்படுத்தப்படுகின்றன. சந்தை அளவைப் பற்றிய கருத்து ஒன்றைச் சொல்வதானால், உலகில் உற்பத்தி செய்யப்பட்ட ஏற்றுமதிப் பொருட்களில் வலைப்பின்னல் தயாரிப்பு 42% ஆகும்.

எம். விஜயபாஸ்கர் தமிழ்நாட்டின் ஆடைத்தொழிலில் உள்ள குறு, சிறு மற்றும் நடுத்தர நிறுவனங்களின் மீது தனது கவனத்தைச் செலுத்துகிறார். உலகளாவிய ஆடை வர்த்தகத்தில், இந்தியாவின் பங்கு 4.2%, சீனாவின் பங்கு 37% என்று சுட்டிக்காட்டி அவர் தனது கட்டுரையைத் தொடங்குகிறார். அதிக மதிப்பு கூட்டப்பட்ட பிரிவுகளுக்கு நகர்வதும் அதைப்போல சந்தைப் பங்கின் அதிகரிப்பும் அதிக வேலைவாய்ப்பை உருவாக்கும். 'சிறிய அளவிலான' *(small-scale)* துறையின் கொள்கை விளைவானது, அதிக அளவு துணைஒப்பந்தம் மற்றும் அதன் விளைவாய் தொழில் அளவுசார் ஆதாயங்களை அடைய முடியாமல் போவதாகும். இடையீட்டாளர்களைக் கடந்து, நேரடிச் சில்லறை விற்பனை அல்லது வணிகச்சின்னங்களை *(Brands)* உருவாக்குதல், மனிதர்களால் உருவாக்கப்பட்ட இழைநார் *(MMF)*, கலவைகள் மற்றும் தொழில்நுட்ப ஜவுளி, ஆராய்ச்சி மற்றும் மேம்பாட்டின் மூலம் மேம்படுத்தப்பட்ட தரம் மற்றும் உற்பத்தித்திறன், நூற்பு மற்றும் ஆடைகளில் பின்னோக்கிய பகுத்தறிவு *(Backward Induction)* ஆகியவற்றால் இந்தத் துறையை மேம்படுத்த முடியும் என்று அவர் வாதிடுகிறார். ஆடை வடிவமைப்பு அரங்கு இன்றி ஆடைத் தொழிலில் ஈடுபடுவது அல்லது வடிவமைப்பு அரங்கு ஒன்றை இயக்குவதில் ஏற்படும் தோல்விகள் வலியுறுத்தப்படுகின்றன. இயந்திரங்களில் ஒப்பீட்டளவில் பலவீனமான திறன்களும் தடைகளை ஏற்படுத்துகின்றன. மனிதர்களால் உருவாக்கப்பட்ட

இழைநார், அதிகமான வாடகை, அதைப்போல நிலத்தின் விலை ஆகியவற்றின் மீதான அதிகப்படியான வரிவிதிப்புகளை கருத்தில் கொள்ளலாம் என்று அவர் சுட்டிக்காட்டுகிறார்.

ஆ. இரா. வேங்கடாசலபதி தமிழ்ப் பதிப்புத் துறையின் நிச்சயமற்ற நிலையைப் பற்றிய ஓர் உணர்ச்சிகரமான கண்ணோட்டத்தை முன்வைக்கிறார். ஒரு குறு, சிறு மற்றும் நடுத்தர நிறுவனங்களின் தொகுப்பான பதிப்புத்துறை, பெருந்தொற்று காரணமாகக் கடுமையான சவால்களை எதிர்கொள்ளும் நிலையை அவர் எடுத்துரைக்கிறார். வரலாற்றுரீதியிலான அறிமுகத்தில், வார்ப்பச்சு எழுத்துகளைப் *(Movable type)* பயன்படுத்தத் தொடங்கிய ஐரோப்பிய மொழி அல்லாத முதல் மொழி தமிழ் என்பதை நாம் அறிந்துகொள்கிறோம். தொடர்ந்து, அவர் இந்தத் தொழிலின் பரிணாம வளர்ச்சியைத் தடமறிகிறார். மேலும் நிறுவனம், உற்பத்தி, விநியோகம், விற்பனை போன்ற பல்வேறு அம்சங்கள் கவனமாக கோடிட்டுக்காட்டப்படுகிறது. பின்னர் அவர் மாநிலத்தில் வெளியீட்டுத் துறையில் கோவிட்–19 இன் தாக்கத்தை விரிவாக எடுத்துக்காட்டுகிறார். மற்றும் அரசுகளால் மேற்கொள்ளப்பட வேண்டிய, எதிர்மறையான தாக்கங்களைத் தணிக்கக்கூடிய, பெரிதும் சாத்தியமான நடவடிக்கைகளைச் சுட்டிக்காட்டுகிறார்.

இதைத் தொடர்ந்து, கிருஷானு பிரதான் பெருந்தொற்றால் மோசமாகப் பாதிக்கப்பட்ட, சுற்றுலா தொழிலை பகுப்பாய்வு செய்கிறார். அவர் அந்தத் துறையின் முக்கியத்துவத்துடன் கட்டுரையைத் தொடங்கி, தமிழ்நாட்டுச் சுற்றுலாவின் கோவிட்–19க்கு முந்தைய மற்றும் பிந்தைய காட்சிப்புலங்களையும் பெருந்தொற்றின் தாக்கத்தையும் தொகுத்துக் கூறுகிறார். கடன் ஆதரவின் அவசியம், வருகையாளர்களை அதிகரிப்பதற்கான வழிகள், புனித யாத்திரைச் சுற்றுலா, சூழலியல் சுற்றுலா, மருத்துவச் சுற்றுலா போன்ற பல்வேறு நடவடிக்கைகள் மூலம் சுற்றுலாத் துறையைப் புனரமைப்பது, அத்தகைய சுற்றுலா வாய்ப்புகள் பற்றிய தகவல்களை திறமையான முறையில் பகிர்வது மற்றும் தொடர்புடைய சுற்றுலாத் தளவாடங்கள் மற்றும் உள்கட்டமைப்பைப் பராமரிப்பதில் தனியார் துறையினரின் பங்கேற்பு ஆகியவற்றுடன் ஒரு சிறந்த தரவுத்தளத்தை உருவாக்குவதற்கான கோரிக்கையுடன் அவர் ஆராய்கிறார்.

தொழிலாளர்

'கோவிட்–19 மற்றும் புலம்பெயர்வு' என்னும் கட்டுரையில், கே. ஜாஃபர், ஏ. கலையரசன் ஆகியோர் இந்தியாவின், குறிப்பாகத்

தமிழ்நாட்டின், கோவிட்–19க்கு முந்தைய புலம்பெயர்வுப் போக்குகள் குறித்த மதிப்புமிக்க கருத்துக்களை வழங்குகின்றனர். அவர்கள் கோவிட்–19க்குப் பிந்தைய திரும்பிவரும் புலம்பெயர்வுக்கான காரணங்கள், விளைவுகள் குறித்துத் தடமறிகின்றனர். மலிவான வீட்டுவசதி, பொது அடிப்படைச் சேவைகளுக்கான அணுகலின் பெயர்வுத்திறன், (தமிழ்நாட்டின் கட்டுமானத் தொழிலாளர்கள் நல வாரியம் போன்ற) தொடர்புடைய நல வாரியங்களின் மேலும் சிறந்த செயல்பாடு மற்றும் மகாத்மா காந்தி தேசிய ஊரக வேலைவாய்ப்பு உத்தரவாதச் சட்டம் போன்ற பல்வேறு குறுகிய கால மற்றும் நடுத்தரக் காலக் கொள்கை நடவடிக்கைகள், தரவுத்தளன் மேம்பாடு ஆகியன அவர்களால் முன்னிலைப்படுத்தப்படுகின்றன.

ஊதியம் பெறும் வீட்டுப்பணியாளர்களின் அவலநிலை குறித்து எஸ். ஆனந்தி, இ. தீபா ஆகியோர் கோடிட்டுக் காட்டுகின்றனர். குறைந்த ஊதியம், பணப்புழக்க நெருக்கடி, நுகர்வை சமநிலையாக்குவதில் உள்ள பிரச்சினைகள், கோவிட்–19 பொதுமுடக்கத்தால் விளிம்புநிலை தொழிலாளர்கள் நலன் குறித்த பிரச்சினை தூண்டப்பட்ட நலப்பணி நெருக்கடி போன்ற சவால்கள் குறித்துக் கவனமான பகுப்பாய்வு ஒன்றை அவர்கள் மேற்கொள்கிறார்கள். பொதுமுடக்கத்திற்குப் பின்பு அவர்கள் பணிக்குத் திரும்பும்போது நோய்க் கிருமியை பரப்பக்கூடியவர்களாக இருப்பார்கள் என்ற கண்ணோட்டம் போன்ற அவர்கள் எதிர்கொள்ளும் சவால்கள் மற்றும் அவர்களுக்கான ஒருங்கிணைந்த சுகாதாரம், சமூகக் கொள்கையின் தேவை போன்றவை கவனமாக ஆவணப்படுத்தப்படுகின்றன. தமிழ்நாட்டு வீட்டு வேலைத் தொழிலாளர் நல வாரியத்தின் நிறுவன வரையறைகளை எவ்வாறு மறுபரிசீலனை செய்து மறுவடிமைப்பு செய்ய முடியும் என்பதற்கான மதிப்புமிக்க நுண்ணோக்கு பார்வைகளை அவர்கள் வழங்குகின்றனர்.

உள்கட்டமைப்பு மேம்பாடு

கோவிட்–19 பெருந்தொற்று காரணமாகப் பொருளாதாரத்தின் மந்தநிலையைச் சமாளிக்க, தமிழ்நாடு உடனடியாக உள்கட்டமைப்புத் துறையில் கட்டுமானத்தை மீண்டும் ஆரம்பிப்பதில் கவனத்தை செலுத்த வேண்டும். பொது மற்றும் தனியார் கூட்டாண்மை மாதிரியின் *(PPP model)* மூலம் உள்கட்டமைப்பு மேம்பாட்டிற்காகத் தனியார் முதலீட்டைச் சார்ந்திருப்பது அதற்கே உரிய சவால்களைக் கொண்டுள்ளது என்று பாபு, சந்தன் குமார் ஆகியோர் எச்சரிக்கிறார்கள். அத்தகைய பொது–தனியார் கூட்டாண்மை மாதிரிக்கு ஆதரவு நல்கும் நிறுவன அமைப்பு ஒன்று அவசியமானதாக இருக்கும். மேலும், இடர்ப் பகிர்வு, பொருத்தமான கூட்டாளரைத்

தேர்ந்தெடுப்பது, இடர் விலைநிர்ணயம் அல்லது இடர் காப்பீடு, அரசு உத்தரவாதங்கள், முழுமையடையாத ஒப்பந்தங்கள், ஆளுகை மற்றும் முறை, ஒப்பந்த மறுபேச்சுவார்த்தைகள் போன்ற பல்வேறு அம்சங்களைச் சமநிலைப்படுத்தவும் வேண்டும். அவர்கள் இந்திய நெடுஞ்சாலை ஒப்பந்தத்திலிருந்து கவனமாகத் தேர்ந்தெடுக்கப்பட்ட பாடங்களுடன் இந்தச் சிக்கல்களை விளக்குகின்றனர் மற்றும் சாத்தியமான மாற்றாகப் பொது–தனியார் கூட்டாண்மை ஏல முறைகளைப் பரிந்துரைக்கின்றனர்.

கேரேன் கோயெல்ஹோ, ஏ. ஸ்ரீவத்சன் ஆகியோர் சென்னையின் மலிவுவிலை வீட்டுவசதி குறித்த அவர்களின் ஆய்வைப் பயன்படுத்திச் சாத்தியமான கோவிட்–19 தாக்கங்கள் மற்றும் அவற்றைக் கட்டுப்படுத்தும் கொள்கை நடவடிக்கைகள் குறித்து விளக்குகின்றனர். அவர்கள் வீட்டுவசதியின் தேவை, பற்றாக்குறை மற்றும் மிக முக்கியமாக, மலிவுவிலை மற்றும் சென்னைச் சூழலில் வீட்டுவசதி வழங்கலுடன் அவற்றின் ஒன்றுக்கொன்றுடனான பயன் விளைவு ஆகியவற்றை ஆராய்கிறார்கள். பின்னர் அவர்கள் மலிவு விலையில் வீட்டுவசதியை வழங்குவதில் தனியார் துறை எதிர்கொள்ளும் சவால்களை ஆராய்ந்து, ஆதாரம் ஒன்றை அடிப்படையாகக் கொண்ட வீட்டுவசதிக் கொள்கையை வகுப்பதற்கான தேவை என்ன என்பதைக் கோடிட்டுக் காட்டுகிறார்கள். ஒரு பெருந்தொற்றுக்கு பிந்தைய சூழ்நிலையில் மலிவு விலை வீட்டுவசதிக்கான வாய்ப்புவளங்கள் குறித்த ஒரு கவனமான சுருக்கத்துடன் அவர்கள் கட்டுரையை நிறைவு செய்கின்றனர்.

உள்ளூர் நிர்வாகமும் சமூக மேம்பாடும்

ஒரு பெருந்தொற்றுச் சூழ்நிலைக்கு அதனைக் கட்டுப்படுத்தவும் தணிக்கவும் பரவலாக்கப்பட்ட அணுகுமுறை ஒன்று தேவையாக உள்ளது என்று கிருபா அனந்த்புர் சுட்டிக்காட்டுகிறார். உள்ளூர் அரசாங்கங்களைக் (கிராம ஊராட்சிகள்) கவனத்தில் குவித்துக் கொண்டு, தமிழ்நாட்டில் பரவலாக்கத்தின் பரிணாம வளர்ச்சியைத் தடமறிந்து, தற்போதைய நிலை குறித்த, சாராம்சமான பதிவு ஒன்றை அவர் முன்வைக்கிறார். சுகாதாரம், கல்வி, வேலைவாய்ப்பு மற்றும் வாழ்வாதாரம், நீர் மேலாண்மை, விவசாயம் மற்றும் பொதுச் சந்தைகள், வரி வசூலை அதிகரிப்பதற்கான வழிகள், கோவிட்–19 சூழலில் உள்ளூர் அளவிலான திட்டமிடல் போன்ற துறைகளில் ஊராட்சிகளின் பல்வேறு சாத்தியமான துறைத் தலையீடுகள் குறுகிய காலக் கண்ணோட்டத்திலும் நீண்ட காலக் கண்ணோட்டத்திலும் முன்வைக்கப்படுகின்றன. இந்தக் கொள்கைப் பகுப்பாய்வுகள் அனைத்தும் நிலையான வளர்ச்சி இலக்குகளை ஒட்டுமொத்தமாகப் பின்பற்றுவதோடு இணைக்கப்பட்டுள்ளன.

ஒரு பெருந்தொற்றுச் சூழ்நிலையில், சமூகப் பாதுகாப்பானது அனைத்து முக்கியமான வகையிலும் ஒரு பங்கு வகிக்கிறது. காயத்ரி பாலகோபால், எம். விஜயபாஸ்கர் ஆகியோர் நிலையான வளர்ச்சி இலக்குகளை அடைவதற்காகத் தமிழ்நாட்டின் தற்போதைய சமூகப் பாதுகாப்பு முறையை ஒரு வாழ்க்கை சுழற்சிக் கண்ணோட்டத்திலிருந்து மதிப்பீடு ஒன்றை மேற்கொள்கின்றனர். அவர்கள் வாழ்க்கைச் சுழற்சியைப் பல்வேறு நிலைகளாக பிரித்து மகப்பேற்றுக்கு முற்பட்ட மற்றும் இளம் குழந்தைப்பருவம், பள்ளி வயது மற்றும் இளமைப் பருவம், பணி புரியும் வயது மற்றும் முதுமை ஆகியவற்றில் கோவிட்–19இன் தாக்கத்தை காண்கின்றனர். அவர்கள் ஆரோக்கியம், சுகாதாரம், உணவுப் பாதுகாப்புப் பிரச்சினைகளைச் சுருக்கமாக எடுத்துரைக்கின்றனர். மகப்பேறுக் காலப் பயன்கள், பெண் குழந்தைகள் பாதுகாப்பு, கல்விக்கான வாய்ப்பு, ஊட்டச்சத்து மற்றும் சமூகப் பாதுகாப்பு ஓய்வூதியங்கள், பொது ஆரோக்கிய முறைக்கான பணியமர்த்தம் போன்ற பல்வேறு கொள்கைப் பரிந்துரைகள் முன்வைக்கப்படுகின்றன. பேரிடர் நிவாரணத்திலிருந்து விலகி பேரிடர்ப் பாதுகாப்பு அமைப்புகளை நிறுவ வேண்டும் என்று அவர்கள் கட்டுரையை நிறைவு செய்கின்றனர்.

இறுதிக் கட்டுரையில், உமாநாத் மலையரசன் கோவிட்–19இன் போதான உணவுப் பாதுகாப்புப் பிரச்சினைகள் குறித்துக் கவனமான பகுப்பாய்வு ஒன்றினை மேற்கொள்கிறார். இந்தச் சூழலில் மிகவும் பாதிக்கப்படக்கூடியவர்களைக் கண்டறிந்து, உணவு விநியோக சங்கிலி, உணவு முறை, ஊட்டச்சத்துக் குறைபாடு ஆகியவற்றை வரையறுத்த பின்னர், இலக்கு நிர்ணயிக்கப்பட்ட பொது விநியோக முறை *(TPDS)*, ஒருங்கிணைந்த குழந்தை மேம்பாட்டுச் சேவைகள் *(ICDS)*, தமிழ்நாட்டின் மதிய உணவுத் திட்டம், பிரதான் மந்திரி மாத்ரு வந்தனா யோஜனா, போஷான் அபியான், அண்மையில் நிறைவேற்றப்பட்ட 2013ஆம் ஆண்டின் தேசிய உணவுப் பாதுகாப்புச் சட்டம் போன்ற மத்திய மற்றும் மாநில அரசுகளின் பல்வேறு உணவுப் பாதுகாப்பு நடவடிக்கைகள் குறித்து அவர் கவனமான ஆய்வை மேற்கொள்கிறார். பின்னர் அவர் விடுபட்டுப்போனதாக அடையாளம் காணப்பட்ட விஷயங்களில் கவனம் செலுத்தும் முகமாகப் பல்வேறு குறுகிய கால மற்றும் நீண்ட காலக் கொள்கை நடவடிக்கைகளை வரையறுக்கிறார்.

வாசகர்களுக்கு

முன்னதாக ஆங்கிலத்தில் வெளியான இக்கட்டுரைகள் கல்விசார் சமூகத்திலும், பொது வாசகர்களிடமும் பரவலாக கவனம் பெற்றன. கல்விப்புலப் பேராசிரியர்களால் தொழில்நுட்பம் சாராத வழிகளில்

அனைத்துத் தரப்பு வாசகர்களும் புரிந்துகொள்ளும் வண்ணம் எழுதப்பட்டுள்ள இக்கட்டுரைகள், கொள்கை வகுப்பாளர்கள், பட்டதாரிகள், பொருளாதார மாணவர்கள், ஆசிரியர்கள் ஆகியோர்க்கும் பயனுள்ளதாக இருக்கும் என்ற நம்பிக்கையில் ஒரு முழு நூலாக வெளியிடப்படுகிறது.

பெருந்தொற்று காலத்தின்போது இக்கட்டுரைகள் அனைத்தும் எழுதப்பட்டிருப்பதால், பெருந்தொற்று விடைபெறும் வரை காத்திருக்கவோ அதற்கு இடையில் புதிய புலம் சார்ந்த அல்லது தரவு அடிப்படையிலான ஆராய்ச்சியை மேற்கொள்ளவோ, பொதுமுடக்கக் காலத்தில் நேரம் வாய்க்கவில்லை. இருப்பினும், கிடைத்த தரவு மற்றும் கட்டுரையாளர்களின் கடந்தகால ஆராய்ச்சிகளின் அடிப்படையில் குறுகிய, நீண்டகாலப் பரிந்துரைகளை உடனடியாகப் பிரதிபலிக்கும் ஒரு முயற்சியே இது. ஒரு வருடக் காலத்திற்குள் அல்லது இப்போதிலிருந்து ஆறு மாதங்களில்கூட உலகம் என்னவாக ஆகும் என்பதை நாம் முன்கூட்டியே கணிக்க முடியாத நிலையில் இருக்கிறோம். உண்மையிலேயே அடிப்படையானதும் தொலைநோக்கு உடையதுமான ஒரு மாற்றத்திற்கும் சிக்கலுக்கும் மத்தியில் நாம் இருக்கிறோம். மேலும் 1930களிலிருந்த பெரும் பொருளாதார மந்தநிலையை விடவும் ஆழமான வடுக்களை இப்பெருந்தொற்றுச் சூழல் விட்டுச்செல்லக்கூடும். 'ஒவ்வொரு நெருக்கடியும் ஒரு புதிய வாய்ப்புக்கான வழியைத் திறந்துவைக்கிறது' என்ற முதுமொழிக்கு கோவிட்–19ம் விதிவிலக்காக இருக்காது என்று நம்புவோம்.

குறிப்பு

[1] The data in this section come from the *World Economic Outlook* reports published by the International Monetary Fund (from October 2016) and the Pre Baseline Survey report prepared under the Tamil Nadu Household Panel Survey, which is an ongoing joint proj;.ect between Madras Institute of Development Studies, Department of Economics and Statistics of the Government of Tamil Nadu, and Survey Research Center of the University of Michigan's Institute for Social Research.

பகுதி 1

பேரியல் பொருளாதாரக் காட்சிப்புலம்

2

இந்தியாவில் பேரியல் பொருளாதாரக் காட்சிப்புலங்கள்
கோவிட்-19க்கு முன்பும் பின்பும்

சேஷாத்ரி பானர்ஜி

கோவிட்–19 பெருந்தொற்றுப் பரவலானது உலகம் நெடுக ஒரு பொது சுகாதார நெருக்கடியை ஏற்படுத்தியுள்ளது. 2019 டிசம்பர் மாதத்தில் சீனாவில் தோன்றிய இது, பெரும்பாலும் உலகின் அனைத்து நாடுகளுக்கும் ஒரு காட்டுத்தீ எனப் பரவியதுடன், இந்த நூற்றாண்டின் மிகப்பெரிய சுகாதார நெருக்கடியாக உருமாறியது.

மனிதகுல நாகரிக வரலாற்றில் பெருவாரியாகப் பரவும் தொற்றுநோய்களோ, பெருந்தொற்றுப் பரவல்களோ வழக்கத்திற்கு மாறானதல்ல என்றாலும், பெருந்தொற்றுப் பரவல் தொடர்ந்து நிகழ்வது மிகுந்த கவலை அளிப்பதாக உள்ளது (Fischer, 2020). 1918இல் ஸ்பானிஷ் ஃப்ளூ என்னும் சளிக் காய்ச்சல் பரவலின் அனுபவத்தில் தொடங்கி, கொரோனா வைரசின் எழுச்சியானது பொது சுகாதாரத்திற்கு மிகவும் தீவிரமான அச்சுறுத்தலாக மாறியுள்ளது (Ferguson et al., 2020). இது கடந்த 20 ஆண்டுகளில் நிகழ்ந்த ஐந்தாவது பெருந்தொற்றுப் பரவலும், கடந்த நூற்றாண்டில் ஏற்பட்ட ஒன்பதாவது பெருந்தொற்றும் ஆகும் (World Economic Forum, 2020). கோவிட்–19 அபாயகரமான இரண்டு பெரிய குணாம்சங்களைக் கொண்டுள்ளது. முதலாவதாக, இறப்பு விகிதத்தைப் பொறுத்தவரை குறிப்பிட்ட காலங்களில் வரும் இன்ஃப்ளுயன்சா என்னும் சளிக்காய்ச்சலை விட 3 முதல் 30 மடங்கு உயிருக்குப் பேராபத்து விளைவிக்கக் கூடியது; இரண்டாவதாக, சார்ஸ் (SARS) தொற்றைவிடக் குறைந்தபட்சம் 10 மடங்கு அதிகம் தொற்றும் தன்மை கொண்டது (World Bank, 2020).

பொது சுகாதாரத்திற்கு ஊறு விளைவிக்கும் ஆற்றல் வாய்ந்தது என்பதால், வளர்ந்த மற்றும் வளர்ச்சியடைந்துவரும் நாடுகள், சமூக விலகலின் கொள்கைச் செயல்பாடுகளுடன், கோவிட் பரவலைக் கட்டுப்படுத்தப் பாடுபட்டுவருகின்றன. இந்தக் கொள்கைகள், அளவுகடந்த சமூக பொருளாதார அம்சங்களுடன் முன்வைக்கப்பட்டுள்ளன. குறிப்பாக, பெருந்தொற்றுப் பரவல், வாழ்வுக்கும் வாழ்வாதாரத்திற்கும் இடையிலான வர்த்தக ஏற்ற இறக்கத்தைப் பொறுத்தமட்டில், ஆட்சியாளர்களுக்குச் சவாலை ஏற்படுத்தியுள்ளது. இத்தகைய வர்த்தக ஏற்றஇறக்கமானது, முன்னேறிய நாடுகளுடன் ஒப்பிடும்போது, வளர்ந்துவரும் மற்றும் வருமானம் குறைந்த நாடுகளுக்கு அவற்றின் சுகாதார உள்கட்டமைப்பின் பற்றாக்குறை, குறுகிய நிதி, தொழிலாளர் சந்தை, மோசமான நிர்வாகம் மற்றும் ஒருங்கிணைப்பில் நிலவும் நிச்சயமற்ற தன்மைகள் ஆகியவை காரணமாக மிகவும் கடுமையானதாக உள்ளது. பொருளாதாரம் வளர்ந்துவரும் நமது நாட்டில் இப்பெருந்தொற்றுப் பரவலின் தாக்கம் எந்த அளவுக்கானது என்பதை கண்டறியும் நோக்கத்தில் இக்கட்டுரை எழுதப்பட்டுள்ளது. கோவிட்–19 காலத்தில் பொருளாதார மேம்பாடுகள் குறித்த தரவுகள் துல்லியமாக காணக்கிடைக்காத நிலையில் அதிகாரப்பூர்வத் தரவுகளை மட்டுமே கொண்டு விவரிக்கிறது.

கோவிட்–19க்கு முன்பு இந்தியப் பொருளாதாரம்

பெருந்தொற்றுப் பரவலுக்கு முந்தைய காலகட்டத்தில் இந்தியாவில் பொருளாதார நிலை அவ்வளவு நம்பிக்கையளிக்கும் வகையில் இருக்கவில்லை. பேரியல் பொருளாதார (*macroeconomics*) மற்றும் நிதி ஆதாரங்கள் பற்றாக்குறையையே காட்டுகின்றன. மோசமடைந்துவரும் பேரியல் பொருளாதார மாறிகள் மேலும் வலுவிழந்து வர்த்தக வங்கிகளின் மந்தமான கடன் விரிவாக்கக் கொள்கை, வங்கியல்லாத பிற நிதி நிறுவனங்களின் கடன் வழங்கும் ஆற்றலில் ஏற்பட்டுள்ள சரிவு ஆகியவையால் மேலும் மோசமடைந்துள்ளன. வீழ்ச்சியடையும் தேவைகளால் உந்தப்பட்டு, நுகர்வோர் விலைக் குறியீட்டெண் பணவீக்கம் 2019–2020ன் இரண்டாவது காலாண்டு வரையில் தொடர்ந்து 13 மாதங்களாக இலக்கு நிலைக்குக் கீழேயே இருந்தது. எனினும், நுகர்வோர் விலைக் குறியீட்டெண் தொகுப்பில் உணவுக் கூறிலிருந்து பெறப்பட்ட, 2019–2020ன் மூன்றாவது காலாண்டில் ஓர் ஏறுமுக நிலையை அடைந்தது.

மொத்தத் தேவை மற்றும் அதன் முக்கியக் கூறுகள் பொருளாதார வீழ்ச்சியைக் காட்டுகிறது.[1] நுகர்வுக்கான தேவையானது நடுநிலையாக வரிசைப்படுத்தப்பட்டுள்ளது; மொத்த நிலையான முதலீட்டு உருவாக்கம் எதிர்மறை வளர்ச்சியைத் தெளிவாகத் தெரிவித்துள்ளது;

ஏற்றுமதி செய்யக் கூடிய மற்றும் இறக்குமதி செய்யக் கூடியவற்றுக்கான தேவையும் குறைந்துள்ளது. (படம் 1, அட்டவணை 1).

வேளாண்மைத் துறை அல்லாதவற்றை நோக்கி (படம் 2) வணிக நியதிகள் சென்றதால் விவசாயத் தொழிலாளர்களின் உண்மை ஊதியம் வீழ்ச்சி அடைந்ததன் காரணமாக கிராமப்புறத்

படம் 1
மொத்தத் தேவை மற்றும் கூறுகளின் வளர்ச்சி விகிதங்களை ஒப்பிடுவது

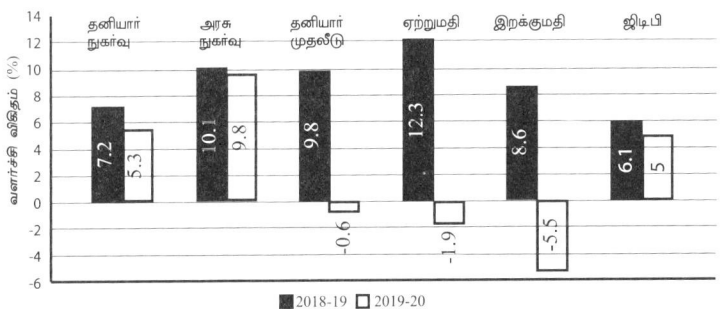

Source. Based on data from National Statistical Office, cited in RBI (2020), p. 30.

அட்டவணை 1
மொத்தத் தேவையின் முக்கியக்கூறுகள்: 2018–2019 மற்றும் 2019–2020 ஆண்டுகளில் வளர்ச்சி விகிதம்

மொத்தத் தேவையின் கூறு	முதல் காலாண்டு		2ஆம் காலாண்டு		3ஆம் காலாண்டு		4ஆம் காலாண்டு	
	2018–2019	2019–2020	2018–2019	2019–2020	2018–2019	2019–2020	2018–2019	2019–2020
தனியார் நுகர்வு	6.7	5	8.8	5.6	7	5.9	6.2	4.9
அரசு நுகர்வு	8.5	8.8	10.8	13.2	7	11.8	14.4	4.9
தனியார் முதலீடு	12.9	4.3	11.5	4.1	11.4	5.2	4.4	2.5
ஏற்றுமதி	9.5	3.2	12.5	2.1	15.8	5.5	11.6	2.8
இறக்குமதி	5.9	2.1	18.7	9.3	10	11.2	0.8	3

Note. Quarter-to-quarter comparison.
Source. RBI (2020), p. 30.

படம் 2
வேளாண்துறையின் உண்மை ஊதியத்திற்கு எதிர்நிலையில் வேளாண்துறை சாராத உண்மை ஊதியம் (%)

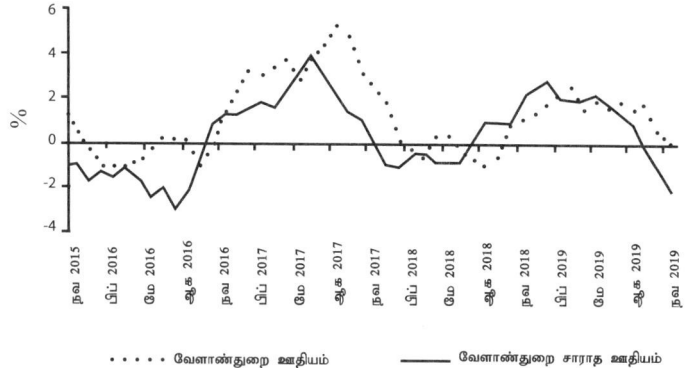

· · · · வேளாண்துறை ஊதியம்   ——— வேளாண்துறை சாராத ஊதியம்

Source. Reproduced from RBI (2020), p. 35.

தேவைகளை நிறைவேற்றிக்கொள்ள முடியவில்லை. கடந்த இரண்டு ஆண்டுகளுக்கும் மேலாக, வேளாண் பொருட்களின் அதிகப்படியான வழங்கலும் இருப்புகளின் குவிப்பும் வேளாண்பொருட்களின் விலைகளைக் குறைத்துவிட்டன. குறைந்த ஊதியம், கூலிவழங்கலில் ஏற்பட்ட தாமதம், மிகவும் குறைந்த நிதிநிலை ஒதுக்கீடுகள் ஆகியவற்றின் காரணமாக மகாத்மா காந்தி தேசிய ஊரக வேலைவாய்ப்பு உறுதித் திட்டம் ஊரக வருமானத்திற்கு அதிக அளவில் ஆதரவு வழங்கவில்லை. கூடவே, கட்டுமானத் துறையின் தொழில் மந்தமும் கிராமப்புற மக்களின் கூலியைக் குறைப்பதில் பெரும்பங்கு வகித்தது.

இதற்கு இணையாக, நுகர்வோர் சாதனங்கள், பயணியர் வாகனங்களின் விற்பனை, உள்நாட்டு விமானப்பயணம் போன்ற பல்வேறு உயர் அதிர்வெண் குறியீடுகள் நகர்ப்புற நுகர்வோரிடமிருந்த தேவை, அவற்றின் முக்கியத்துவத்தை இழந்துவிட்டது என்பதைக் காட்டுகிறது. சுருக்கமாகச் சொல்வதானால் நுகர்வோர்த் தேவை ஏற்றம் பெறவில்லை எனலாம்.

மொத்த நிரந்தர முதலீட்டு உருவாக்கத்தைப் பொறுத்தவரை, 2019–2020ஆம் ஆண்டுகளின் இரண்டாவது மற்றும் மூன்றாவது காலாண்டுகளில் வளர்ச்சி விகிதமானது எதிர்மறையாக மாறியுள்ளது. தனியார் பெருநிறுவனங்களால் திரட்டப்பட்ட நிதி ஆதாரங்கள் முதன்மையாக நிரந்தர உடைமை உருவாக்கம் மற்றும்

அவற்றை அளிப்பது ஆகியவற்றுக்குப் பயன்படுத்தப்பட்டுவந்தது. இசைவு பெறப்பட்ட திட்டங்களின் மொத்தச் செலவும் கூட 2018-2019ஆம் ஆண்டுகளைவிட 2019-2020ஆம் ஆண்டுகளின் இரண்டாவது அரையாண்டில் அதிகரிக்கப்பட்டது. மேலும், நிதி ஆதார வழிகளில் மொத்த உள்நாட்டு சேமிப்பு விகிதம் 2017-2018ஆம் ஆண்டுகளில் ஜிடிபி 32.4%ஆக இருந்த நிலையிலிருந்து, 2018-2019ஆம் ஆண்டுகளில் 30.1%ஆகச் சரிந்துள்ளது.[2]

நுகர்வு மற்றும் முதலீடு என இரண்டாலும் ஊக்கமிழந்ததைத் தொடர்ந்து, பொருளாதாரத்தின் மொத்த அளிப்பு சுருங்கிவிட்டது. துறைகள் நெடுக உற்பத்தியின் வளர்ச்சி விகிதங்களை அட்டவணை 2 காட்டுகிறது. அட்டவணையை ஆழ்ந்து நோக்கினால், ஒவ்வொரு துறையும், சுரங்கத்தொழில் தவிர, 2019ஆம் ஆண்டு மார்ச் மாதத்துடன் ஒப்பிடுகையில், 2020ஆம் ஆண்டு மார்ச் மாதத்தில் எதிர்மறை வளர்ச்சி விகிதத்தைப் பதிவுசெய்துள்ளன. குறிப்பாக, மூலதனப் பொருட்கள், நுகர்வுச் சாதனங்கள், கட்டுமானம் மற்றும் உற்பத்தித் துறைகள் குறிப்பிடத்தக்க வீழ்ச்சியை அடைந்திருக்கின்றன. உற்பத்தித் துறையில் திறன் பயன்பாடு, 2019-2020ஆம் ஆண்டுகளின் மூன்றாவது காலாண்டின்போது செங்குத்தாகச் சரிந்துள்ளதைப் படம் 3 காட்டுகிறது.

அட்டவணை 2

2018-2019 மற்றும் 2019-2020ஆம் ஆண்டுகளுக்கிடையில் இந்தியாவில் உற்பத்தியின் துறைசார் வளர்ச்சி விகிதங்கள் (%)

துறை	மார்ச் 2019	மார்ச் 2020
சுரங்கத் தொழில்	0.8	0
உற்பத்தி	3.1	-20.6
மின்சாரம்	2.2	-6.8
முதன்மைப் பொருட்கள்	2.6	-3.1
இடைநிலைப் பொருட்கள்	12.4	-18.5
மூலதனப் பொருட்கள்	-9.1	-35.6
கட்டுமானப் பொருட்கள்	5.1	-23.8
நுகர்வுச் சாதனங்கள்	-3.2	-33.1
நுகர்வுச் சாதனம் அல்லாதவை	1.4	-16.2
தொழிற்சாலை உற்பத்தியின் அட்டவணை	2.7	-16.7

Source. tamilnadustat.com.

படம் 3
இந்தியாவில் உற்பத்தித்துறையில் திறன் பயன்பாடு

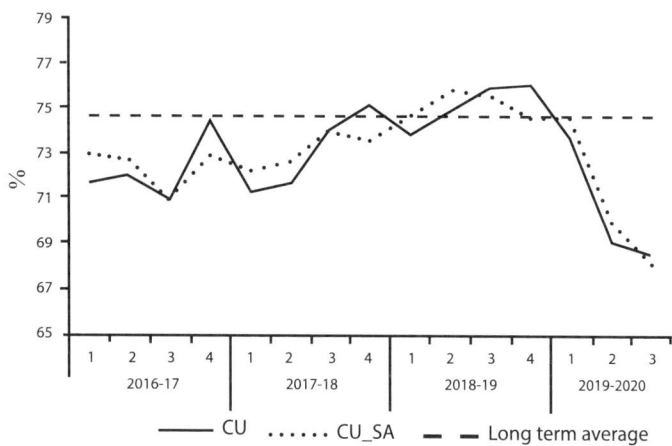

Notes. CU = capacity utilisation;
CU_SA = seasonally adjusted series of capacity utilisation.
Source. Reproduced from RBI (2020), p. 36.

உள்நாட்டு நிதிஆதாரச் சந்தைகள், ஒருபுறம் வர்த்தக வங்கிகள் மறுபுறம் பெருநிறுவனங்கள் என இரட்டை இருப்புநிலைக் குறிப்புகளால் பெரும் தாக்கத்துக்குள்ளானது. குறைந்த மூலதன நிலையில், வட்டியோ அசலோ செலுத்தப்படாத முன்பணத்தின் விளைவாக வங்கிகள் கடன் வழங்குவதில் இடர் எடுத்துக்கொள்ளாத நிலை அதிகரித்ததால் மந்தமான வளர்ச்சியே விளைந்தது. கடன் பெற்றவர்களின் கண்ணோட்டத்திலிருந்து பார்த்தால், சந்தைத் தேவையின் அதிக அளவிலான நிச்சயமற்ற தன்மை மற்றும் ஒழுங்குமுறையின் தலையீடுகள் காரணமாக, முதலீட்டாளர்கள் கடன் பெறவும் நிதி ஆதாரங்களைத் திரட்டவும் தயக்கம் காட்டினர். எனவே, வங்கி அடிப்படையிலான நிதி ஆதாரத் துறையானது கடன் வாய்ப்புகள் வாயிலாகப் பொருளாதாரச் செயல்பாடுகளை முறையாக நிறைவேற்றவில்லை. நிதி ஆதாரத் துறையின் பிற சந்தைப் பிரிவுகள் 2020ஆம் ஆண்டின் பிப்ரவரி மாதத் தொடக்கத்திலிருந்தே தொழில் வர்த்தகச் செயல்பாடுகளில் சுணக்கத்திற்கு வழிவகுத்த உயர்ந்த நிலையற்ற தன்மையைக் கண்டிருந்தது. இப்படிப்பட்ட தொழில் வர்த்தகச் சுணக்கம் பங்குச் சந்தைகளை இந்திய ரூபாயின் மதிப்பிழப்பை நோக்கித் தள்ளிய பெரிய அளவிலான மூலதன வெளியேற்றங்களில் சென்று முடிந்தது.

கொரோனா வைரசின் திடீர்ப் பரவல்: தேசிய மற்றும் தேசத்திற்குட்பட்ட காட்சிப்புலங்கள்

2020ஆம் ஆண்டு ஜனவரி மாதம் 30ஆம் நாளன்று இந்தியா தனது முதல் கொரோனா நோய்த் தொற்றைப் பதிவு செய்தது. அதிலிருந்து வைரஸ் பாதிப்புக்குள்ளானோர் எண்ணிக்கை சீராகவும் தொய்வில்லாமலும் அதிகரித்துக்கொண்டே இருந்தது. வைரஸ் பாதிப்புக்குள்ளானோரின் மொத்த எண்ணிக்கையின்படியான முதல் 10 நாடுகளின் பட்டியலில் இந்தியா இடம்பெற்றிருப்பதையும், கொரோனா வைரஸ் பாதிப்புக்குள்ளானோர் குறித்த பிற நாடுகளின் இறப்பு விகிதங்களையும் படம் 4 காட்டுகிறது.

பிற நாடுகளுடன் ஒப்பிடுகையில், இந்தியா பாதிக்கப்பட்டோர் எண்ணிக்கை அதைப்போல உயிரிழந்தோர் எண்ணிக்கையைக் குறைந்த அளவிலேயே பதிவு செய்துள்ளது. எனினும், நோயின் பரவல் உயர்ந்தே வந்துள்ளது. மோசமான பாதிப்பு எதிர்காலத்தில் இருக்கும் என்கிறார்கள் வல்லுநர்கள். ஏப்ரல் மாதம் 24ஆம் தேதி முதல் மே மாதம் 23ஆம் தேதி வரையிலான ஒரு மாதக் காலத்தில், தொற்றால் பாதிக்கப்பட்டோர் மற்றும் இறந்தோரின் எண்ணிக்கை ஐந்து மடங்கிற்கும் மேலாக உயர்ந்தது.

மாநிலங்கள் நெடுகத் தொற்றால் பாதிக்கப்பட்டோரின் மொத்த எண்ணிக்கையைக் கணக்கில் எடுத்துக்கொண்டால், மகாராஷ்டிரம், தமிழ்நாடு, குஜராத், டெல்லி, இராஜஸ்தான் ஆகியன முதல் ஐந்து மாநிலங்களாக இருந்தன. நாட்டிலேயே அதிக

படம் 4
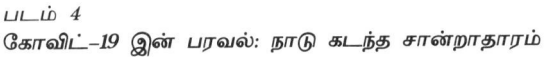
கோவிட்–19 இன் பரவல்: நாடு கடந்த சான்றாதாரம்

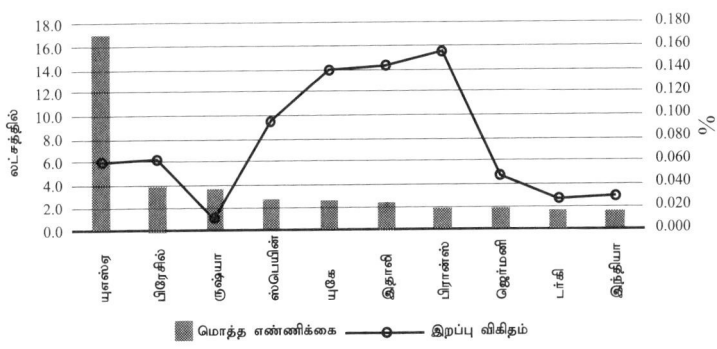

Source. Worldometer (https://www.worldometers.info/coronavirus/) and author's calculation

இறப்பு விகிதத்தால் பாதிப்படைந்த மாநிலமாக குஜராத் இருக்கும் நிலையில், மொத்தத் தொற்றுப் பாதிப்பைப் பொறுத்தவரையில், மகாராஷ்டிரம் மிக மோசமான பாதிப்புக்கு உள்ளாகியிருந்தது.

தென்மாநிலங்களுக்கிடையே, தொற்றால் பாதிக்கப்பட்டோரின் எண்ணிக்கை தமிழ்நாட்டில் அதிகமாகப் பதிவாகி, மகாராஷ்டிரத்துக்கு அடுத்து இரண்டாவது நிலையில் இருந்தது. மே மாதம் 25ஆம் தேதி நிலவரப்படி, தமிழ்நாட்டில் தொற்றால் பாதிக்கப்பட்டோர் 16,000க்கும் அதிகமாக இருந்தனர். அதில், அதிகமான தொற்றுப் பாதிப்பு இருப்பதாகக் கண்டறியப்பட்டவர்கள் உள்ள சென்னை 'சிவப்பு மண்டல'மாக அடையாளப்படுத்தப்பட்டது.

பிரச்சினையின் ஆழ அகலங்கள் மற்றும் நோயின் தீவிர இயல்பின் அடிப்படையில்[3] மத்திய, மாநில அளவில் இரு அரசுகளுமே சமூக விலகலை நடைமுறைப்படுத்துவது, வீட்டிலேயே சுயமாகத் தனிமைப்படுத்திக்கொள்வது, நிறுவனங்களையும் பொது இடங்களையும் மூடுவது, போக்குவரத்து மற்றும் கூட்டமாகக் கூடுவது ஆகியவற்றைக் கட்டுப்படுத்துவது, பொதுமுடக்கம், நாடு/மாநிலம் தழுவிய ஊரடங்கு போன்ற கொள்கைச் செயல்பாடுகள் உள்ளிட்ட பரவலைக் கட்டுப்படுத்துவதற்கான வழிகளை முன்மொழிந்தன. அத்தகைய கொள்கை நடவடிக்கைகளை நட்பு நாடுகளும் பின்பற்றி வந்தன.

இதுவரையில், இந்தியா அத்தியாவசியச் செயல்பாடுகளுக்கான தளர்வுகளுடன் கூடிய பொதுமுடக்கத்தை நான்கு கட்டங்களாக அறிவித்திருந்தது. மாநிலங்கள், மாவட்டங்கள், நகரங்கள் ஆகியவற்றிலுள்ள (கட்டுப்பாட்டுப் பகுதிகள் என்று அழைக்கப்படும்) சிவப்பு மண்டலங்களை அடையாளம் கண்டு அங்கெல்லாம் கடுமையான பொதுமுடக்கத்தை அமல்படுத்துவது என்பது பெரிதும் பொதுவான உத்தியாக இருந்தது. இந்தச் சிவப்பு மண்டலப் பட்டியலில் பெருநகரங்கள் உள்ளன.[4]

இந்தியாவில் தொற்றுப் பாதிப்பின் எண்ணிக்கை 70%ஆக இருப்பதாகத் தெரிய வந்துள்ளதால், 11 பெருநகரங்களை இலக்காகக்கொண்டு மத்திய அரசு அடுத்த இரு வாரங்களுக்குப் பொதுமுடக்கத்தை நீட்டிக்கக் கூடும் என்று என்டிடிவி அப்போது அறிவித்தது. கணிசமான செலவில் நாட்டின் பொதுமுடக்கம் நடைமுறைக்கு வந்தது. ஸ்டேட் பாங்க் ஆஃப் இந்தியா மேற்கொண்ட ஆய்வின்படி, முதல் பொதுமுடக்கத்தின் தொடக்கத்தில், பெயரளவு மொத்த உள்நாட்டு உற்பத்தியின் மதிப்பிடப்பட்ட வளர்ச்சிவிகிதம் 2.6% ஆக இருந்தது; பின்னர் அது எதிர்மறை (-4.7%) ஆகக் கீழிறங்கியுள்ளது.

உண்மையான மொத்த மதிப்புக் கூட்டின் மதிப்பிடப்பட்ட வளர்ச்சி விகிதம் மற்றும் மொத்த உள்நாட்டு உற்பத்தியின் வளர்ச்சி ஆகியன 21ஆம் நிதியாண்டில் முறையே 3.1% மற்றும் 6.8% என்கிற அளவில் எட்டக்கூடும். மொத்த மாநில உள்நாட்டு உற்பத்தியில் 13.5 இலட்சம் கோடி மற்றும் மத்திய அரசால் அறிவிக்கப்பட்ட கோவிட்-19 நிவாரணத் தொகுப்பை (ரூ. 20 இலட்சம் கோடி) விட 50%க்கும் அதிகமான அளவுக்கு அதாவது மாநில உள்நாட்டு உற்பத்தியில் 30.3 இலட்சம் கோடி இழப்பு மாநிலங்களுக்கு ஏற்படும்.

கொரோனா வைரஸ் தொற்றால் பாதிக்கப்பட்ட முதல் ஐந்து மாநிலங்கள் மொத்த உள்நாட்டு உற்பத்தியின் 44% அளவுக்கு மொத்த இழப்பைச் சந்தித்துள்ளதாக மாநில வாரியான பகுப்பாய்வு மேலும் புலப்படுத்தியது.

முதல் ஐந்து மாநிலங்களுக்கு, இழப்பின் பங்கைப் பிரித்தல் மற்றும் அதன் மண்டலங்கள் (சிவப்பு, ஆரஞ்சு மற்றும் பச்சை) ஊடாக அதன் பிரிப்பு ஆகியன படங்கள் 5அ மற்றும் 5ஆ-ல் தெரிவிக்கப்பட்டுள்ளன.

படம் 5அ
பொதுமுடக்கக் காலத்தின்போது மொத்த வெளியீட்டு இழப்பில் முதல் ஐந்து மாநிலங்களின் பங்குப்பிரிப்பு

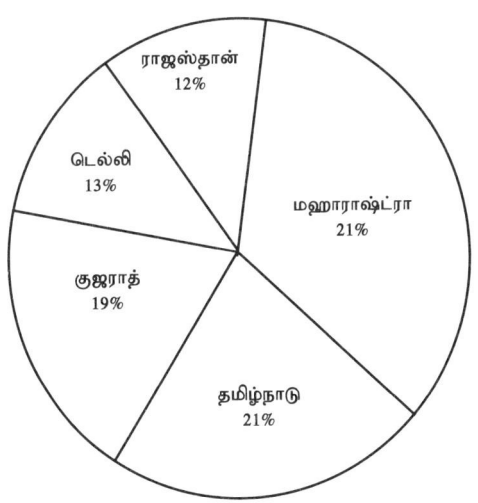

Source. State Bank of India (2020).

படம் 5ஆ
கொரோனாவால் பாதிக்கப்பட்ட மண்டலங்களின்படி வெளியீட்டு இழப்பின் கலவை (%)

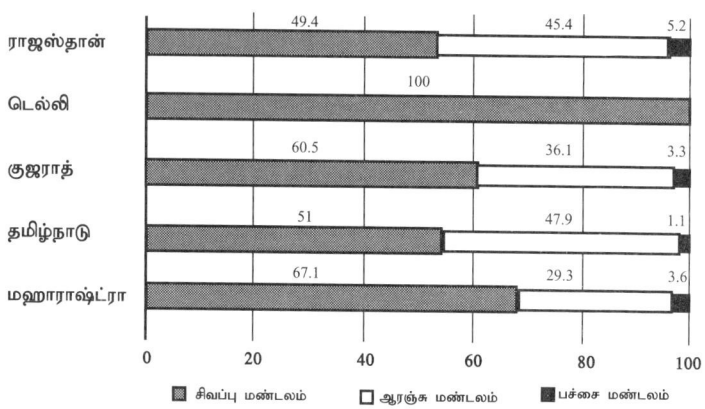

Source. State Bank of India (2020).

பெருந்தொற்றுப் பரவலுக்குப் பிந்தைய காலத்தின்போது கவனத்தில் கொள்ளப்பட வேண்டியவை

கோவிட்–19க்குப் பிந்தைய காலகட்டத்தில் மனிதவாழ்வு முன்பிருந்ததைப் போல இருக்காது என்பது தெள்ளத் தெளிவாகத் தெரிகிறது. நோயின் திடீர்ப் பரவலானது, பொதுச் சுகாதாரப் பராமரிப்பு முறையின் தேவைககளை உள்ளடக்குவதற்கு ஏற்ப அரசின் கருவூலத்திற்குப் பெரிய அழுத்தத்தைத் தந்துள்ளதுடன், கட்டுப்பாட்டுக் கொள்கைகளும் தனிநபர்கள் மற்றும் ஒட்டுமொத்த நாட்டின் பொருளாதார நல்வாழ்வு தொடர்புடைய பல பிரச்சினைகளையும் எழுப்பியது. பொது சுகாதாரம், பொருளாதார நெருக்கடி போன்ற சவால்களைப் பிரதிபலிக்கும் பெருந்தொற்றைச் சமன் செய்வதற்கு நாம் மூன்று முக்கியப் பிரச்சினைகளை கவனத்தில் கொள்ள வேண்டும். அவையாவன: (1) குறைந்த நிதி ஆதாரம், (2) முறைசாரா தொழிலாளர் சந்தை, (3) மீட்புக்கானப் பேரியல் பொருளாதாரக் கொள்கைகள்.

குறைந்த நிதிஆதாரம்

நிகழ்ந்துகொண்டிருக்கிற பெருந்தொற்றுச் சூழ்நிலையைக் கையாள்வதற்கு நிதிஆதாரப் பற்றாக்குறை மத்திய அரசுக்கும் மாநில அரசுகளுக்கும் முக்கியப் பிரச்சினைகளில் ஒன்றாக உள்ளது.

நிதி ஆதாரப் பொறுப்பு வழங்கப்பட்ட நிலையில் மற்றும் நிதிநிலை மேலாண்மைச் சட்டம் நிகழ்வில் இருக்கையில் மொத்த நிதி ஆதாரப் பற்றாக்குறைக்கான இலக்கைப் (மொத்த உள்நாட்டு உற்பத்தியில் 3%) பின்பற்றுவதற்கான தேவை உள்ளது. கொரோனாவுக்கு முந்தைய காலத்தில், மாநிலங்களின் இணைந்த வருவாய் மற்றும் நிதி ஆதாரப் பற்றாக்குறை ஆகியவை உயர்வுப்போக்கில் இருந்தது; ஆனாலும் நிதிஆதாரப்பொறுப்பு மற்றும் நிதிநிலை மேலாண்மைச் சட்டம் நிர்ணயித்த எல்லைக்குள் அடங்கியிருந்தது. வருவாய்ப் பற்றாக்குறை 2018–2019இல் 0.1%இலிருந்து நிதியாண்டு 2019–2020இல் 0.7% (திருத்தியமைக்கப்பட்ட மதிப்பீட்டின்படி) அளவுக்கு உயர்ந்திருந்தது. மொத்த நிதிஆதாரப் பற்றாக்குறை (மொத்த மாநில உள்நாட்டு உற்பத்தியின் ஒரு சதவிகிதமாக) 2018–2019இல் 2.4%, 2019–2020இன் நிதிநிலை அறிக்கை மதிப்பீட்டின்படி 2.5%, மற்றும் திருத்தப்பட்ட 2019–2020இன் திருத்தப்பட்ட மதிப்பீட்டின்படி 2.9% (RBI, 2020) எனக் கடந்த இரு நிதியாண்டுகளில் தொடர்ந்து உயர்ந்து வந்திருக்கிறது. இந்த நிதிஆதாரப் பற்றாக்குறை எண்கள் 3.5% அளவுக்கு நடப்பு நிதிஆதார 2020–2021இல் (*Business Today*, *3 April 2020*) நழுவிச் செல்லும் என எதிர்பார்க்கப்படுகிறது. எதிர்பார்த்தபடி, நிதிஆதாரப் பொறுப்பு மற்றும் நிதிநிலை அறிக்கை மேலாண்மைச் சட்டத்தின் விதிகளைத் தளர்த்துமாறு மத்திய அரசை மாநில அரசுகள் வேண்டத் தொடங்கியுள்ளன.

குறுகிய நிதிஆதாரம் தொடர்பாக, நடப்பு மருத்துவத் தேவைகளை எதிர்கொள்வதற்குப் பொதுஆரோக்கியத்திற்கான குறைந்த நிதிநிலை ஒதுக்கீடு என்பது இன்னொரு பிரச்சினையாக உள்ளது. பரந்த அளவில், 2019–2020இல் மொத்த முதலீட்டுச் செலவு இரண்டிலிருந்து நான்கு விழுக்காடு மருத்துவ மற்றும் பொது ஆரோக்கியச் செல்வினங்களுக்காக மாநிலங்களால் ஒதுக்கீடு செய்யப்பட்டிருந்தது. நிதிஆதாரப் பொறுப்பு மற்றும் நிதிநிலை அறிக்கை மேலாண்மைச் சட்டத்தின் படி, எந்த ஒரு மாநிலமும் பொது ஆரோக்கிய உள்கட்டமைப்பில் விகிதாச்சாரத்தைவிட அதிகமாகச் செலவிடாது. மருத்துவ மற்றும் பொதுஆரோக்கியத்தில் வருவாய்ச் செலவினத்தைப் பொறுத்தவரை, கேரளம் அதிகமாகச் செலவிட (மொத்தச் செலவினத்தில் 5.14%; ரூ. 6,389 கோடி), அதனைத் தொடர்ந்து தமிழ்நாடு (4.15%; ரூ. 8,814 கோடி), மகாராஷ்டிரம் (4.07%; ரூ. 13,636 கோடி), உத்தரப் பிரதேசம் (3.63%: ரூ. 13,247 கோடி) ஆகியவை செலவிட்டு வருகின்றன. கோவிட்–19 போன்ற பெரிய அளவிலான பெருந்தொற்று ஒன்றைப் பராமரிக்க நடப்பிலுள்ள பொது ஆரோக்கிய உள்கட்டமைப்பு போதுமானதல்ல. இவ்வாறு மந்தமான ஒரு பொருளாதாரத்தில், மருத்துவம் மற்றும் பொது

ஆரோக்கியத்தில் அதிகம் செலவிடுவது இதர துறைக்கான வளங்களை மாற்றுவது ஆகியவை சந்தையிலிருந்தோ மத்திய அரசிடமிருந்தோ கடன் பெற்று மூழ்குவதில் போய் முடியும். நிதியைத் திரட்டுவதன் ஒரு மாற்றுவாய்ப்பாக, மாநிலங்கள் தம் அவசரத் தேவைகளுக்காக ரிசர்வ் வங்கியிடமிருந்து உதவியை நாடலாம் அல்லது மத்திய வங்கியின் வழிவகைகள் மூலம் மிகைப்பற்று போன்ற வசதிகளைப் பயன்படுத்திக்கொள்ளலாம். இவ்வசதியின் கீழ் மாநிலங்களுக்கு ரிசர்வ் வங்கி தனது வரம்பை 30% அளவுக்கு (தற்போதைய வரம்பிலிருந்து) அதிகப்படுத்தியுள்ளது. மத்திய அரசின் நிதியளிப்பும் நீட்சி பெற்றிருக்கும் நிலையில், வரும் நாட்களில் மாநிலங்கள் அவற்றின் வருவாய் உருவாக்குவதற்கான வாய்ப்புவளங்களைக் கண்டறிய வேண்டும்.

முறைசாரா தொழிலாளர் சந்தை

முறைசாரா தொழிலாளர் என்பது இந்தியத் தொழிலாளர் சந்தையின் உள்ளார்ந்த அம்சங்களில் ஒன்றாகும். தொழிலாளர் சந்தையில் ஏறத்தாழ 92% இடத்தைப் பிடித்திருக்கும் அமைப்புசாரா துறையின் முறைசாரா தொழிலாளர்களைப் பொது முடக்கத்தின் வடிவத்தில் கட்டுப்படுத்துதல் கொள்கையானது கடுமையாகப் பாதித்துள்ளது.

சேவைத் துறை, போக்குவரத்து, பயணம் மற்றும் சுற்றுலாத் துறை, நாட்டின் பல்வேறு பகுதிகளிலுள்ள கட்டுமான இடங்கள் ஆகியவற்றில் வேலை செய்துகொண்டிருக்கும் பணியாளர்களில் பெரும்பாலானோரை நீக்கியது கடுமையான வேலையில்லாத் திண்டாட்டத்திற்கு (இந்தியப் பொருளாதாரத்தை கண்காணிக்கும் மைய மதிப்பீட்டின்படி, 2020 மே மாதத்தில் 24%) வழிவகுத்திருக்கிறது. பொதுமுடக்கத்தின் விளைவாக, கடந்த இருபது ஆண்டுகளில் ஒரு நீடித்த நகரமயமாதல் நிகழ்வுப்போக்கை மேற்கொண்ட அனைத்துப் பெருநகரங்களிலும் வீட்டுவசதி மற்றும் பெரிய வணிக வளாகங்கள் போன்ற உள்கட்டமைப்பு திட்டங்கள், பெரிய, சிறிய மற்றும் நடுத்தர அளவு வரையிலான புலம்பெயர் தொழிலாளர்களையும் உள்ளூர் தொழிலாளர்களையும் பாதித்துள்ளது. பெருந்தொற்றால் நிகழ்ந்துகொண்டிருக்கிற பாதகமான விளைவுகளை மட்டுப்படுத்துவது மத்திய அரசு, மாநில அரசுகள் மற்றும் உள்ளாட்சி அமைப்புகளுக்கான சவாலாக உள்ளது. கட்டுப்படுத்தல் கொள்கையின் மூலம் பெருந்தொற்றுப்பரவலைக் குறைக்க முடியும் என்று வாதிட்டாலும் கூட, பெருந்தொற்றின் பின்னடைந்த நிலையைக் குறைப்பதற்கான செலவு குறைந்த வழியைக் கண்டறிவது அத்தியாவசியமான ஒன்றாகும்.

அத்தகைய செலவு குறைந்த கட்டுப்படுத்தல் கொள்கை இந்தியாவுக்காக அல்லது புலம் பெயர் தொழிலாளர்களை அதிக அளவில் தம் வசம் கொண்டிருக்கும் தமிழ்நாடு போன்ற ஒரு மாநிலத்திற்காக விசாரித்தறிய வேண்டிய தேவையில் உள்ள நிலை ஒரு பெரிய தொழிலாளர் சந்தையின் இருப்பை கவனப்படுத்துகிறது. இது தொடர்பில், கட்டுப்படுத்துதல் கொள்கையானது சமூகக் கலந்துறவாடல் வரையறைக்குட்பட்டிருக்கும் நிலையில், வைரசுக்கு எதிராக நோய் எதிர்ப்பாற்றலை வழங்க மக்கள் திரளை அனுமதிக்கவில்லை என்பது கவனத்தில் கொள்ள வேண்டியதாகும். ஆகவே, தொற்றின் அடுத்தடுத்த அலைகள் ஏற்படுமேயானால், மக்கள்திரளினர் அதனால் பெரும் பாதிப்புக்குள்ளாவர்.

மீட்புக்கான பேரியல் பொருளாதாரக் கொள்கைகள்

கோவிட்–19இன் பேரியல் பொருளாதார மீட்புக்கான கொள்கை எதிர்வினையானது, பொருளாதார ஊக்குவிப்பு மற்றும் நிதி ஆதார ஊக்குவிப்பு ஆகிய இரு வடிவங்களிலும் ஒருங்கிணைந்த முயற்சிக்கு அவசியமானதாகும். நிதிச் சந்தை ஏற்ற இறக்கங்கள் காரணமாக, வட்டி விகித அடிப்படையிலான கொள்கை அணுகுமுறை சார்ந்த பரிமாற்றங்கள் பலவீனமாகிவிடும் என்று முந்தைய சான்றுகள் எச்சரிக்கின்றன (Banerjee et al., 2018).

எனவே, கொள்கை வகுக்கும் அதிகாரிகள் மொத்தத் தேவையைப் புதுப்பித்தலில் கூடுதல் நேரடி விளைவைக் கொண்ட மாறுபட்ட அளவுகோல் சார்ந்த நடவடிக்கைகளைத் தெரிவு செய்யக்கூடும் (Banerjee et al., 2019). இத்துடன் கூட, மாற்றுக் கொள்கை வழிமுறைகளைப் பயன்படுத்தும் விரிவாக்க நிதிக் கொள்கைகளின் பங்கை ஆழ்ந்து சிந்திக்க வேண்டும். வரம்புக்குட்பட்ட நிதி ஆதாரம் மற்றும் மரபார்ந்த சிறிய அளவிலான நிதிப்பெருக்கிகள், தேவை சார்ந்த கொள்கை மேலாண்மையின் செயல்திறன் ஆகியவை மறுமதிப்பீடு செய்யப்பட வேண்டும். நுகர்வுத்தேவையை மேலும் உயர்த்தும் வகையில், மக்கள்தொகையின் விளிம்புநிலைப் பிரிவினரின் ('கைக்கும் வாய்க்கும் போராடும்' குடும்பங்களின்) வாங்கும் சக்தி புத்தாக்கம் செய்யப்பட வேண்டிய அவசியம் உள்ளது. பொருளாதாரத்தில் தொழில்முனைவோரின் நம்பிக்கையை மீண்டும் நிலைநிறுத்துவதற்கும் முதலீட்டுத் தேவையை மீள்கட்டமைக்கவும் வலிமையான எதிர்பார்ப்புடன் கூடிய முதலீட்டாளர்களுக்கு இணக்கமான சூழல், தொகுத்தளித்தல், கொள்கை ஆதரவு ஆகியன அவசியமாகும். பெருந்தொற்றுக்கு முந்தைய காலத்தில் நிலவிய பொருளாதார மந்தநிலைக்குக் காரணம் ஒழுங்காற்று அமைப்புகளிடமிருந்த (IANS, 2019) கொள்கை நிலையாமையே. அந்தக் கண்ணோட்டத்திலிருந்து

பெருநிறுவனங்களின் நம்பிக்கையை மீட்டெடுப்பது மிகவும் அவசியம். கொரோனா வைரஸ் தாக்குதலுக்குப் பிறகு உருத்திரண்ட நிச்சயமற்ற நிலைமை சுகாதாரப் பராமரிப்புப் பணியாளர்களின் தொடர்ந்த ஆதரவு மூலம் தணிக்கப்பட வேண்டியதும் அவசியம். நட்பு நாடுகள் மத்தியில் பன்னாட்டுக் கொள்கை ஒருங்கிணைப்பு மேற்கொள்வதும், பெருந்தொற்றின் முதல் அலை அனுபவங்களைக் கொண்டு மாநிலங்கள் பயனடைய ஏதுவாக உள்ள வாய்ப்புகளை அளிக்கும் நேர்மறையான செயல் திட்டங்களும் தொடர்ச்சியான பாதகங்களைத் தடுப்பதற்கு உதவிகரமாக அமையும்.

குறிப்புகள்

1. A sentiment index based on the high-frequency data indicates a downturn in the aggregate output (RBI, 2020).
2. The saving rate of the household sector, which is a net supplier of funds to the economy, declined from 23.6% of GDP in 2011–2012 to 18.2% in 2018–2019 (RBI, 2020).
3. Transmissibility of a virus represents the average number of people to which a single infected person will transmit the virus. On 23 January 23 2020, WHO estimated the transmissibility of Covid-19 to be between 1.4 and 2.5. Other preliminary studies had estimated it to be between 1.5 and 3.5. Source: Worldometer.
4. In Chennai, the northern part of the city has reported the majority of cases (65%) owing to high population density and increased testing.

நூல் பட்டியல்

Adhikari, A., 'Coronavirus impact: Maharashtra, Kerala, Tamil Nadu, UP stare at big fiscal hole', *Business Today*, 3 April 2020, available at https://www.businesstoday.in/current/economy-politics/covid-19-impact-maharashtra-kerala-tamil-nadu-up-stare-at-big-fiscal-hole/story/400084.html, accessed on 23 September 2021.

Balajee, A., Tomar, S., and Udupa, G. 'Fiscal Situation of India in the Time of COVID-19', Indian School of Business,12 April 2020, available at https://ssrn.com/abstract=3571103 or http://dx.doi.org/10.2139/ssrn.3571103, accessed on 23 September 2021.

Banerjee, S., Basu, P., and Ghate, C., 'A monetary business cycle model for India', *Economic Inquiry*, 58(3), 2020, pg 1362–1386.

Banerjee, S., Behera, H., Bordoloi, S., and Kumar, R., *Role of financial frictions in monetary policy transmission in India* (Study No. 44), Department of Economic and Policy Research, Reserve Bank of India, 2018.

Ferguson, N. M., Laydon, D., Nedjati-Gilani, G., Imai, N., Ainslie, K., Baguelin, M., Bhatia, S., Boonyasiri, A., Cucunubá, Z., Cuomo-Dannenburg, G.,

Dighe, A., Dorigatti, I., Fu, H., Gaythorpe, K., Green, W., Hamlet, A., Hinsley, W., Okell, L. C., van Elsland, S., Thompson H., Verity R., Volz E., Wang H., Wang Y., Walker P. G. T., Walters C., Winskill P., Whittaker C., Donnelly C.A., Riley S., and Ghani, A. C., *Impact of non-pharmaceutical interventions (NPIs) to reduce COVID19 mortality and healthcare demand*, Imperial College, London, 16 March 2020, available at https://www.imperial.ac.uk/media/imperial-college/medicine/sph/ide/gida-fellowships/Imperial-College-COVID19-NPI-modelling-16-03-2020.pdf, accessed on 23 September, 2021.

Fischer, R. S. B., 'What's the difference between pandemic, epidemic, and outbreak?', *The Conversation*, 9 March 2020, available at https://theconversation.com/whats-the-difference-between-pandemic-epidemic-and-outbreak-133048, accessed on 23 September 2021.

IANS., 'Regulatory uncertainty played role in India's slowdown: IMF', *Outlook*, 20 December 2019, available at https://www.outlookindia.com/newsscroll/regulatory-uncertainty-played-role-in-indias-slowdown-imf/1690379, accessed on 23 September 2021.

ILO, 'COVID-19 in India: Labour market measures taken by the central and State governments', 6 June 2020, live document available at https://www.ilo.org/newdelhi/whatwedo/publications/WCMS_741923/lang--en/index.htm, accessed on 23 September 2021.

Loayza, N. V., and Pennings, S., *Macroeconomic policy in the time of Covid19: A primer for developing countries*, Research and Policy Brief No. 28, World Bank Malaysia Hub, 26 March 2020.

Pellegrino, G., E. Castelnuovo, and Caggiano G., 'Uncertainty and Monetary Policy During Extreme Events', CAMA Working Paper 80/2020, Centre for Applied Macroeconomic Analysis, Crawford School of Public Policy, September 2020, available at https://crawford.anu.edu.au/sites/default/files/publication/cama_crawford_anu_edu_au/2020-09/80_2020_pellegrino_castelnuovo_caggiano1.pdf, accessed on 23 September 2021.

Reserve Bank of India (RBI), *Annual Report: 2019–20*, 25 August 2020, available at https://m.rbi.org.in/scripts/AnnualReportPublications.aspx?Id=1296, accessed on 23 September 2021.

Reserve Bank of India, *Monetary policy report: April 2020*, available at https://rbidocs.rbi.org.in/rdocs/Publications/PDFs/MPRAPRIL2020E3D4AD8245734F27B6C5688F22B4FA2F.PDF, accessed on 23 September 2021.

Reserve Bank of India, *State Finances: A Study of Budgets of 2020–21*, October 2020, available at https://rbidocs.rbi.org.in/rdocs/Publications/PDFs/0SF_271020FCF77451F1DF744B2B244875C785B8EF3.PDF, accessed on 23 September 2021.

Roy, R., and Kotia, A., 'Should states target a 3 per cent fiscal deficit?', *Economic & Political Weekly*, 53(9), March 2018, pg 49.

Shanmugam, K. R., 'Tamil Nadu State Government Finances', *Madras School of Economics*, November 2018, available at https://fincomindia.nic.in/

writereaddata/html_en_files/fincom15/StudyReports/24.pdf, accessed on 23 September 2021.

State Bank of India, *Ecowrap*, Issue 14, FY21, 26 May 2020, available at https://bank.sbi/documents/13958/3312806/2605201152-Ecowrap_20200526.pdf, accessed on 23 September 2021.

World Bank, *World Bank East Asia and Pacific Economic Update, April 2020: East Asia and Pacific in the Time of COVID-19*, 2020, available at https://openknowledge.worldbank.org/handle/10986/33477, accessed on 23 September 2021.

World Economic Forum, *A visual history of pandemics*, 15 March 2020, available at https://www.weforum.org/agenda/2020/03/a-visual-history-of-pandemics/, accessed on 23 September 2021.

3

வேலைவாய்ப்பும் கோவிட்-19ம்
தமிழ்நாட்டில் நிலவும் போக்குகளும் பிரச்சனைகளும்

ப. கு. பாபு, விகாஸ் குமார், பூனம் சிங்

கோவிட்-19 பெருந்தொற்றானது உலகெங்கிலும் உள்ள பொருளாதாரங்களைச் சீர்குலைத்துள்ளது; மேலும் பொது முடக்கத்திற்கு இடையில் வேலைவாய்ப்பைத் தக்கவைத்துக்கொள்ளும் சவாலான பணியையும் ஆட்சியாளர்களுக்கு வழங்கியுள்ளது. நமது நாட்டின் மிகவும் தொழில்மயமாக்கப்பட்ட மாநிலங்களில் ஒன்றாகவும், அதே வேளையில் பெருந்தொற்றால் மிக மோசமாகப் பாதிக்கப்பட்ட மாநிலங்களில் ஒன்றாகவும் உள்ள தமிழ்நாடு எதிர்கொள்ளும் சவால்களை இந்தக் கட்டுரை ஆராய்கிறது.

பெருந்தொற்றுப் பரவலுக்கு முன்பாகவே, வேளாண்மை மற்றும் உற்பத்தித் துறைகளில் தேக்கத்திற்கு இடையில், வேலையின்மையின் அதிகரிப்பு குறித்து அறிவுப்புலம் சார்ந்த மற்றும் அரசியல் சார்ந்த தளங்களில் பரவலாக விவாதிக்கப்பட்டுள்ளன. இதன் விளைவாக, 2016ஆம் ஆண்டு நவம்பர் 8ஆம் நாள் மேற்கொள்ளப்பட்ட பண மதிப்பிழப்பு நடவடிக்கை, 2017ஆம் ஆண்டு ஜூலை மாதம் 1ஆம் நாள் விதிக்கப்பட்ட சரக்கு மற்றும் சேவை வரி (GST) போன்ற அண்மைக்காலத்தின் பொருளாதார அதிர்ச்சிகளை பெருந்தொற்றால் ஏற்பட்டுள்ள சீர்குலைவுடன் ஒப்பிட்டு மதிப்பீடு செய்வது பயனுள்ளதாக இருக்கும். பெரிய உற்பத்தித் துறைகளைக் கொண்டுள்ள அதிகமான புலம்பெயர்ந்தவர்களைப் பெறுகின்ற பிற மாநிலங்களுடன் ஒப்பிடுவதும் உண்மை நிலையை கண்டறிய வழிவகுக்கும். சிறிய உற்பத்தித் தளத்தை உடைய, ஆனால் நாட்டின் பிற பகுதிகளுக்குப் புலம்பெயர்வோரின் பெரும் ஆதாரமாக

விளங்கும் ஒரு பெரிய மாநிலமான உத்தரப் பிரதேசத்தையும் இந்த ஒப்பீட்டில் இணைத்துக் கொண்டுள்ளோம்.

தரவு

பெருந்தொற்றின் பரவலைக் கட்டுப்படுத்துவதற்காக போடப்பட்ட நீண்டகாலப் பொதுமுடக்கங்களால் இழந்ததை மதிப்பிடுவதற்கான (*Opportunity cost*) முயற்சிகள் மற்றும் முன்னோக்கிச் செல்ல வேண்டிய வழியைக் கண்டறிவது ஆகியவை அரசுத் தரவின் போதாமையால் தடைபடுகின்றன[1]. இந்தியப் பொருளியல் கண்காணிப்பு மையத்தின் (*CMIE*) வேலைவாய்ப்புத் தரவுத் தொடர் ஒப்பீட்டளவில் புதியது என்றாலும் அதன் தரவை நாம் நம்பியிருக்க வேண்டியுள்ளது; ஏனெனில் 2020ஆம் ஆண்டு மே மாதம் வரையிலான காலகட்டத்திற்கான தரவை அளிக்கும் வெகுகுறைந்த ஆதாரங்களில் அதுவும் ஒன்றாகும்[2]. வேலைவாய்ப்பின் மீதான பெருந்தொற்றின் தாக்கத்தைப் புரிந்துகொள்வதற்கு இந்தியப் பொருளியல் கண்காணிப்பு மையத்தின் இந்திய மாநிலங்கள் (மாதாந்திர) தரவுத்தளம் (*States of India*) பயன்படுத்தப்படுகிறது. இந்தத் தரவானது தமிழ்நாடு உள்ளிட்ட முக்கிய மாநிலங்களை உள்ளடக்கிய 2016ஆம் ஆண்டு ஜனவரி மாதம் முதல் 2020ஆம் ஆண்டு மே மாதம் வரையிலான காலகட்டத்திற்கான தொழிலாளர் பங்கேற்பு விகிதம் குறித்த மாதாந்திர தகவல்களை உள்ளடக்கியதாகும். பிராந்தியம் (நகர்ப்புறம் / கிராமப்புறம்), பாலினம் (ஆண் / பெண்), கல்வித்தகுதி உள்ளிட்ட திரட்டுகளின் தாழ்நிலையில் உள்ள வேலைவாய்ப்பு குறித்த தகவல்களையும் இந்தியப் பொருளியல் கண்காணிப்பு மையம் வழங்குகிறது.

பொதுமுடக்கத்தின் காரணமாக இந்தியப் பொருளியல் கண்காணிப்பு மையத்தின் கணக்கெடுப்புகளின் வரம்பு அளவு குறைந்துள்ளது. அத்துடன், மாதிரி அளவும் கணிசமாகக் குறைந்துள்ளது[3]. இது தொடர்பான சில விவரங்கள் கவனத்திற்குரியவை. முதலில், மாதிரி அளவு குறைந்திருப்பதன் காரணமாக மார்ச், ஏப்ரல், மே ஆகிய மாதங்களின் தரவுடன் முந்தைய காலகட்டங்களின் தரவுகள் ஒப்பிடக்கூடியதல்ல. இரண்டாவதாக, பெருந்தொற்றால் அதிகம் பாதிக்கப்பட்ட பகுதிகள் கணக்கெடுப்பிலிருந்து விடுபடும் வாய்ப்புள்ளதால், தொழிலாளர்களின் உண்மையான பங்கேற்பு விகிதம் இன்னும் மோசமாகலாம். மூன்றாவதாக, மார்ச் மற்றும் மே மாதங்களுக்கு இடையிலான வேலைவாய்ப்பு குறிகாட்டிகளில் ஏற்படும் மாற்றங்களில் மாதிரி ஆய்வு செய்யப்படாததால் ஏற்படும் மாற்றங்களின் தாக்கம் எந்த அளவிற்கு இருக்கும் என்பது தெளிவாகத் தெரியவில்லை. நான்காவதாக, வழக்கமான மாதிரி அளவைக்

காட்டிலும் சிறியது என்பதன் காரணமாகவும், ஆய்வுக்கு உட்படாத வகைகளில் உள்ள அறியப்படாத வேறுபாடுகள் காரணமாகவும், கிராமப்புற, கல்லூரிப் பட்டதாரிப் பெண்கள் போன்ற நுண்ணிய வகையினரின் மீதான தாக்கத்தைப் புரிந்துகொள்வதற்கு இந்தத் தரவைப் பயன்படுத்த முடியாது.

தொழிலாளர் பங்கேற்பு விகிதம், வேலையின்மை ஆகியவற்றில் நிலவும் போக்குகள்

குறுகிய காலப் போக்கு

தமிழ்நாட்டின் வேலையின்மை விகிதம்[4] 2020ஆம் ஆண்டு மார்ச் மாதத்தின் பிற்பகுதியிலும் ஏப்ரல் மாதத்திலும் நிலவிய கடுமையான பொதுமுடக்கத்தின்போது கணிசமாக வீழ்ச்சியடைந்தது. ஆனால், மே மாதத்தில் பொதுமுடக்கம் ஓரளவிற்குத் தளர்த்தப்பட்டபோது இந்நிலையில் பெருமளவு மாற்றம் பதிவானது. இருப்பினும், மே மாதத்தில் குறைந்த விகிதத்தில் என்றாலும் தொழிலாளர் பங்கேற்பு விகிதம் தொடர்ந்து சரிந்துவந்தது. பொதுமுடக்கம் தளர்த்தப்பட்டது, தொழிலாளர்களை வேலைக்குத் திரும்ப அனுமதித்தபோதிலும் அவர்கள் இன்னும் தயங்குகிறார்கள் அல்லது போக்குவரத்து மற்றும் தகவல் பற்றாக்குறை, நோய் அச்சம், தகவல் தொடர்பு சிக்கல்கள் ஆகியவற்றின் காரணமாக வேலைக்குத் திரும்ப இயலவில்லை என்பது இதன் மூலம் இது தெரிய வந்தது.

சமநிலையற்ற தாக்கம்

சாதி மற்றும் மதம் தொடர்பான தெளிவான போக்கு இல்லை. எனினும், நகர்ப்புறப் பகுதிகள், ஆண்கள், உயர்கல்வி பெற்றோர் விஷயத்தில் வேலையின்மை விகிதத்தின் சரிவு வேகமாக உள்ளது. கல்வியற்றவர்களின் விஷயத்தில் வேலையின்மை அதிகரிப்பதும் அதனைத் தொடர்ந்து குறைவதும் மிகப் பெருமளவு ஏற்பட்டுவருகிறது[5]. கல்லூரியில் படித்துப் பட்டம் பெற்றவர்களை விடவும், இடைநிலை அளவில் பள்ளிக்கல்வி பெற்றவர்களே அதிகம் பாதிக்கப்பட்டுள்ளனர். பொதுமுடக்கம் தளர்த்தப்பட்ட பின்னர் அவர்களின் விஷயத்தில் வேலையின்மை குறைவதும் மெதுவாகவே உள்ளது; அவர்களின் தொழிலாளர் பங்கேற்பு விகிதமும் தொடர்ந்து வீழ்ச்சியடைந்துகொண்டிருக்கிறது. கல்வியின் அளவினைத் திறனுக்கான மாற்றாகக் கருத முடியுமானால், திறமையான மற்றும் திறமையற்ற பணியாளர்களைக் காட்டிலும் முழுத்திறனில்லாப் பணியாளர்களையே பொதுமுடக்கம் பாதித்திருப்பதாகத் தரவு தெரிவிக்கிறது.

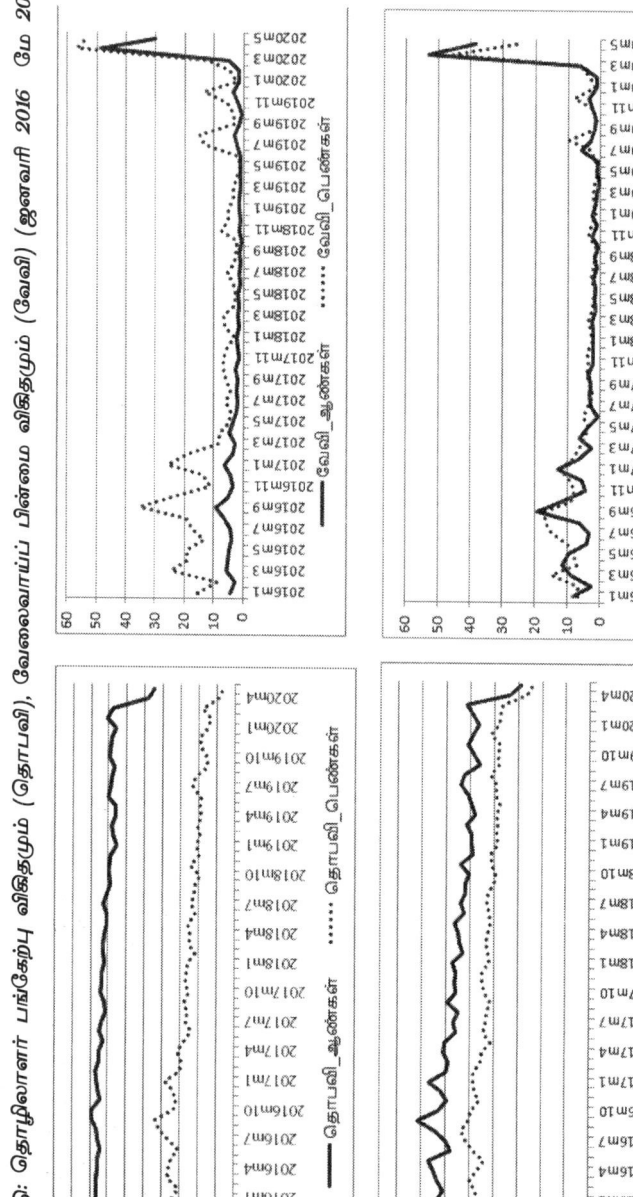

படம் 1

தமிழ்நாடு: தொழிலாளர் பங்கேற்பு விகிதமும் (தொபவி), வேலைவாய்ப் பின்மை விகிதமும் (வேவி) (ஜனவரி 2016 மே 2020)

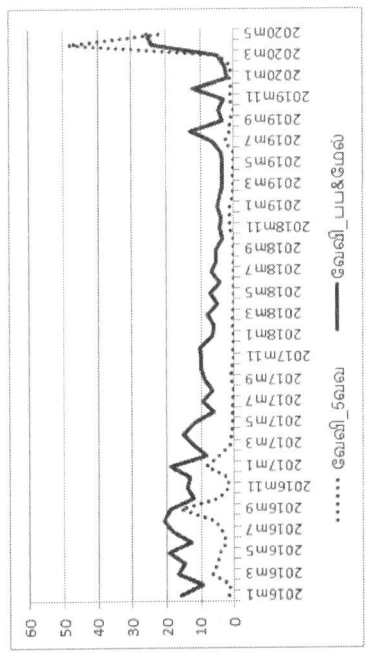
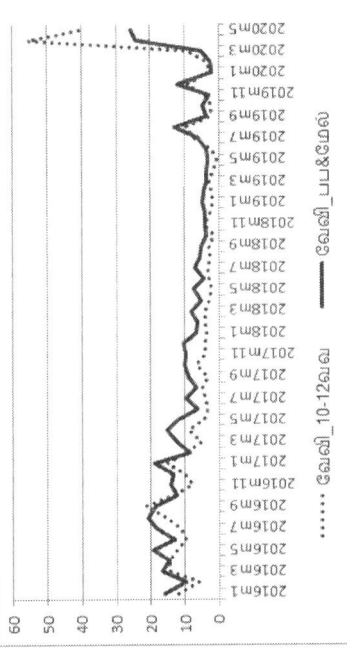
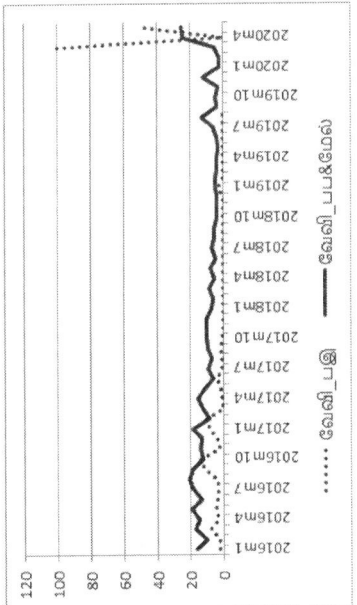
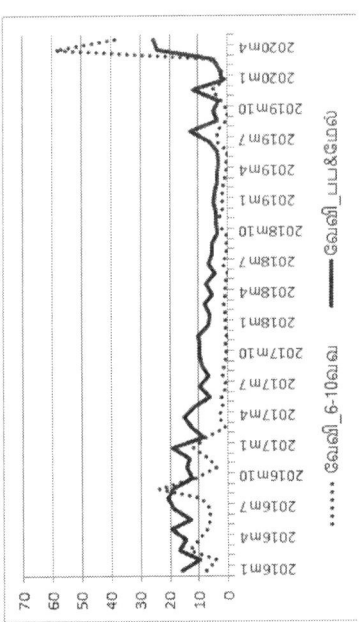

வேலைவாய்ப்பும் கோவிட்-19ம்

நீண்ட காலப் போக்கு

இந்தியப் பொருளியல் கண்காணிப்பு மையத்தின் (CMIE) தரவு, குறைந்தபட்சம் 2016ஆம் ஆண்டு ஜனவரி மாதத்திலிருந்து தொழிலாளர் பங்கேற்பு விகிதம் தொடர்ந்து சரிந்து வருவதாகத் தெரிவிக்கிறது[6] (படம் 1). இருப்பினும், தொழிலாளர் பங்கேற்பின் மீதான பண மதிப்பிழப்பின் விளைவு எதிர்மறையாக இருந்தும், கிராமப்புற மற்றும் நகர்ப்புறத் துறைகளில் தொழிலாளர் பங்கேற்பு விகிதத்தில் பண மதிப்பிழப்பு நடவடிக்கைக்குப் பின்னர் குறிப்பிடத்தக்க மாற்றம் எதுவும் நிகழவில்லை[7]. சரக்கு மற்றும் சேவைகள் வரி விஷயத்தில், நகர்ப்புறத் துறையில் மட்டும் தொழிலாளர் பங்கேற்பு விகிதத்தில் ஒரு குறிப்பிடத்தக்க சரிவு உள்ளது. ஆனால் தொழிலாளர் பங்கேற்பு விகிதத்தின் மீதான கோவிட்-19 பொதுமுடக்கத்தின் விளைவு உடனடியாக காணக்கிடக்கிறது[8].

தமிழ்நாடும் பிற மாநிலங்களும்

ஏப்ரல், மே ஆகிய இரு மாதங்களிலும் சராசரி நிலை கொண்ட மாநிலங்களுடன் ஒப்பிடும்போது தமிழ்நாட்டின் தொழிலாளர் பங்கேற்பு விகிதம் குறைவாகவும், வேலையின்மை விகிதம் அதிகமாகவும் இருந்தது (அட்டவணை 1). முக்கிய மாநிலங்கள் நெடுக வேலையின்மை விகிதம் மிகப் பெரிய வீழ்ச்சியைப் பதிவு செய்தபோதிலும், சராசரி நிலை கொண்ட மாநிலத்துடன் ஒப்பிடும்போது தமிழ்நாட்டின் வேலையின்மை விகிதம் தொடர்ந்து அதிகமாகவே உள்ளது. பெருந்தொற்றின் தொடக்கத்திற்குப் பின்னர் பிற மாநிலங்களை விடத் தமிழ்நாட்டின் வேலைவாய்ப்புக் குறிகாட்டிகள் மோசமாகவே இருந்துவந்துள்ளன எனலாம். மேலும் குறிப்பாக, தொழிலாளர் பங்கேற்பு விகிதத்தின் போக்குப் பிற தென்னிந்திய தொழில்மயமாக்கப்பட்ட மாநிலங்களிலிருந்தும் தமிழ்நாடு வேறுபடுகிறது (படம் 2). நகர்ப்புறத் தமிழ்நாடு தன்னையொத்த குஜராத், மகாராஷ்டிரம் ஆகிய மாநிலங்களோடு ஒப்பிடுகையில், தொழிலாளர் பங்கேற்பு விகிதம் மே மாதத்தில் தொடர்ந்து வீழ்ச்சியடைந்தது. குஜராத், மகாராஷ்டிரம் ஆகிய மாநிலங்களைப்போல் தமிழ்நாடும் மிகப் பெரியதோர் உற்பத்தித் துறையைக் கொண்டிருப்பதும் இந்த மாநிலங்கள் கோவிட்-19 பெருந்தொற்றால் பெரிதும் பாதிக்கப்பட்ட நான்கு முக்கிய மாநிலங்களில் அடங்கும் என்பதும் தற்செயலானதல்ல. நகர்ப்புறத் தமிழ்நாட்டில் வேலையின்மை விகிதம் கணிசமாகக் குறைந்தபோது, குஜராத், மகாராஷ்டிரம் ஆகிய மாநிலங்களில் அது தொடர்ந்து உயர்ந்தது குறிப்பிடத்தக்கது[9]. கர்நாடகம், ஹரியானா, தெலுங்கானா போன்ற மென்பொருள் மற்றும் புதிய

அட்டவணை 1
தமிழ்நாட்டில் தொழிலாளர் பங்கேற்பு விகிதம் மற்றும் வேலையின்மை விகிதம்

தொழிலாளர் பங்கேற்பு விகிதம்		மே	
		குறைவு	அதிகம்
ஏப்ரல்	குறைவு	கேரளா, டெல்லி, ஒடிசா, **தமிழ்நாடு**, ஆந்திர பிரதேசம், உத்தரகாண்ட், மகாராஷ்டிரா#	இமாச்சல் பிரதேசம், பஞ்சாப், அஸ்ஸாம், ராஜஸ்தான்
	அதிகம்	மத்திய பிரதேசம்,## குஜராத், சத்தீஸ்கர், ஜார்கண்ட்	பீகார், உத்தர பிரதேசம், மேற்கு வங்கம், தெலுங்கானா, கர்நாடகா, ஹரியானா

வேலையின்மை விகிதம்		மே	
		குறைவு	அதிகம்
ஏப்ரல்	குறைவு	சத்தீஸ்கர், உத்தரகாண்ட், அஸ்ஸாம், மேற்கு வங்கம், ராஜஸ்தான்#	இமாச்சல் பிரதேசம், பஞ்சாப், தெலுங்கானா, மத்திய பிரதேசம், டெல்லி, கேரளா
	அதிகம்	குஜராத், ஆந்திர பிரதேசம், மகாராஷ்டிரா, உத்தர பிரதேசம்,## ஒடிசா, கர்நாடகா	ஹரியானா, ஜார்கண்ட், **தமிழ்நாடு**

Notes. (i) The table covers 21 major states/union territories. (ii) # indicates median state in April, whereas ## and ### indicate median state in May and July respectively. (iii) Low (high) indicates that the state falls below (above) the median state. In each case, the median state has been included in the category 'Low.'
Source. Prepared using CMIE (2020a).

பொருளாதார மையங்கள் தொழிலாளர் பங்கேற்பு விகிதத்தில் மிகக் கணிசமான சரிவைக் காணவில்லை என்பது குறிப்பிடத்தக்கது. முக்கியமாக கர்நாடகம், ஹரியானா அதிகரிப்பையே கண்டிருந்தன. பெரும்பாலான மாநிலங்களில், கிராமப்புறத் தொழிலாளர் பங்கேற்பு அதிகரித்ததற்கு அறுவடை காலம் காரணமாக இருக்கலாம் மற்றும் கிராமப்புறங்களில் கோவிட்–19 பெருந்தொற்று குறைவாக இருந்ததும் நகர்ப்புறப் புலம்பெயர் தொழிலாளர்கள் வெளியேறித் திரும்பிவந்ததும் காரணமாக இருக்கலாம். இருப்பினும், ஏப்ரல், மே ஆகிய மாதங்களில் கிராமப்புறத் தொழிலாளர் பங்கேற்பில் தமிழ்நாடு வீழ்ச்சியைச் சந்தித்தது.

படம் 2: கிராமப்புற மற்றும் நகர்ப்புற தொழிலாளர் பங்கேற்பு விகிதங்களும் (தொபவி) வேலையின்மை விகிதங்களும் (வேவி)

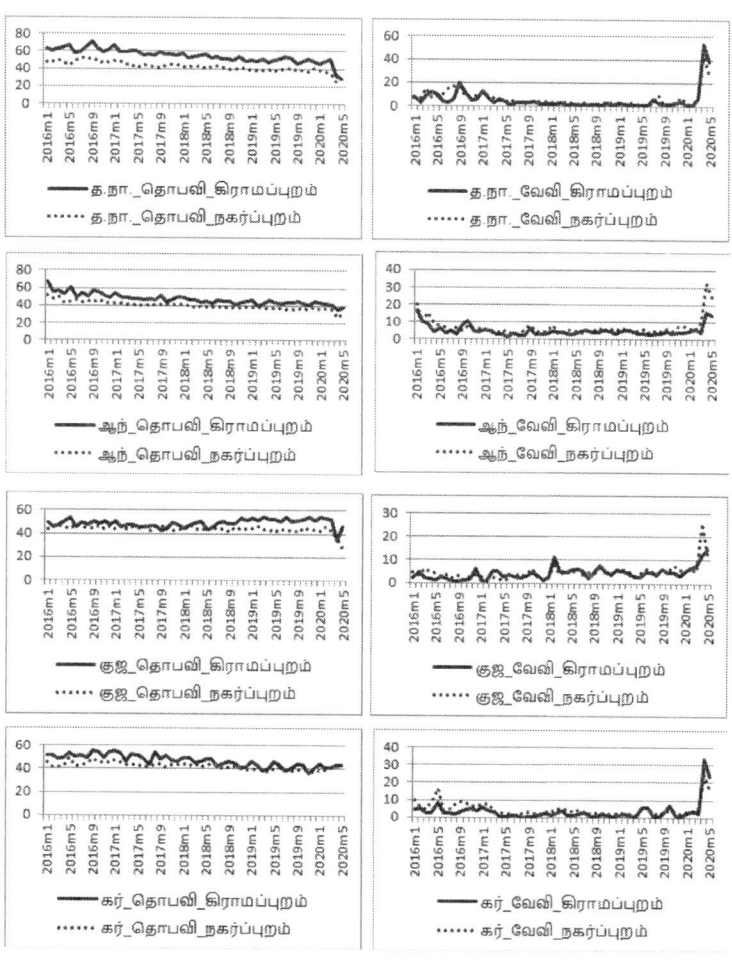

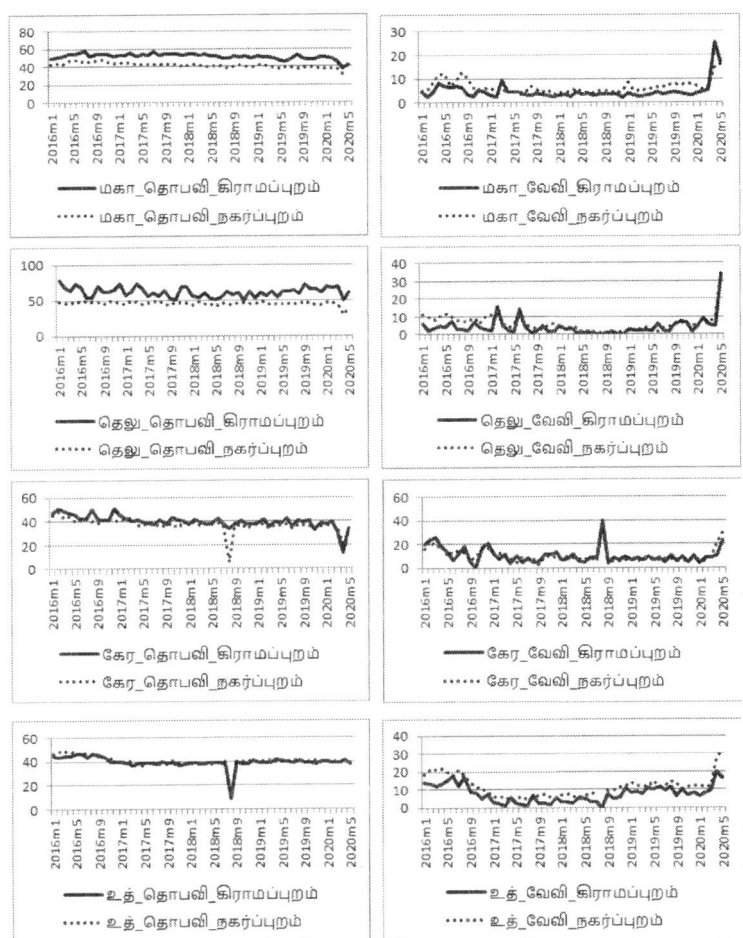

Source. Prepared using Centre for Monitoring Indian Economy. States of India (Monthly).

தமிழ்நாட்டில் தொழில்கள் எதிர்கொள்ளும் சவால்கள்

இந்தியப் பொருளியல் கண்காணிப்பு மையம் தெரிவித்துள்ளபடி, 2016ஆம் ஆண்டிலிருந்தான தமிழ்நாட்டின் தொழிலாளர் பங்கேற்பு விகிதத்தின் நீண்ட காலச் சரிவுக்கு ஒருபுறத்தில் பண மதிப்பிழப்பு, சரக்கு மற்றும் சேவை வரியின் அறிமுகம் போன்ற பொதுவான பொருளாதார அதிர்ச்சிகளும், மறுபுறத்தில் மாறிவரும் விருப்பங்கள், கடினமான ஒழுங்குமுறைச் சூழலும், அதிகரித்துவரும் பன்னாட்டுப் போட்டி போன்ற தொழிற்துறை சார்ந்த பிரச்சினைகள் காரணமாக இருக்கலாம்.

பணமதிப்பிழப்பு நடவடிக்கை, சரக்கு மற்றும் சேவை வரியின் அறிமுகம் ஆகியவை ஏராளமான குறு, சிறு, நடுத்தரத் தொழில்நிறுவனங்களைக் கொண்ட சிவகாசியின் பட்டாசுத் தொழில், திருப்பூரின் ஜவுளித் தொழில் போன்றவற்றை மிக மோசமான பாதிப்புக்கு உள்ளாக்கியிருக்கின்றன. மின்சாரப் பிரச்சினைகள், ஒன்றிய அரசு மாநில அரசுகளுக்கு மானியம் வழங்குவதில் நேரிட்ட தாமதம் ஆகியவற்றுடன் பணமதிப்பிழப்பு நடவடிக்கை, சரக்கு மற்றும் சேவைகள் வரி ஆகியனவும் இணைந்து 2017–2018ஆம் ஆண்டில் ஏறத்தாழ 50,000 குறு, சிறு, நடுத்தர நிறுவனங்கள் மூடப்படுவதற்குக் காரணமாகின என்று கூறப்படுகிறது.

அவ்வப்போது பற்பல அதிர்ச்சிகளைக் கடந்துவரும் பட்டாசுத் தொழில், சவால்களின் பல பரிமாணத் தன்மையை எடுத்துக்காட்டுகிறது. நாட்டின் பட்டாசு உற்பத்தியில் 90% சிவகாசி நகரத்தில் நடைபெறுகிறது; இது மிகப் பெரிய வேலைவாய்ப்பு உருவாக்கும் இடங்களில் ஒன்றாகும்; இது நேரடியாகவோ மறைமுகமாகவோ லட்சக்கணக்கான நபர்களுக்கு வேலைவாய்ப்பைத் தருகிறது; அதில் பலரும் படிப்பறிவற்ற பெண்கள் ஆவார்கள். இந்தத் தொழில் குறைந்தது மூன்று சவால்களை எதிர்கொள்கிறது. முதலாவதாக, மாசுபடுத்தும் தொழில்களைப் புறக்கணிக்கக் கோரும் பிரச்சார இயக்கங்களால் அது பாதிக்கப்பட்டுள்ளது. இரண்டாவதாக, ஒழுங்குமுறைச் சூழலில் ஏற்பட்ட மாற்றத்தின் காரணமாக அது பெரிய சவால்களை எதிர்கொள்கிறது. 2018ஆம் ஆண்டு அக்டோபர் மாதம் உச்சநீதிமன்றம் வழங்கிய தீர்ப்பானது பசுமைப் பட்டாசுகளுக்கும் மேம்படுத்தப்பட்ட பட்டாசுகளுக்கும் மட்டுமே அனுமதி வழங்கியது; மேலும், பட்டாசுத் தயாரிப்பில் ‘பேரியம் சல்பேட்’ என்னும் வேதிப்பொருள் பயன்படுத்துவதற்கும் தடை விதித்தது. மூன்றாவதாக, பட்டாசுத் தொழிலானது, சீனாவிலிருந்து விலைமலிவான பட்டாசுகளைச் சட்டத்திற்குப் புறம்பாக இறக்குமதி செய்யும் சவாலையும் எதிர்கொள்கிறது.

எனவே, இத்தொழிற்துறை மாறிவரும் ரசனை, விதிமுறைகள், நாளும் வளரும் பன்னாட்டுப் போட்டி ஆகியவற்றுக்கும் ஈடு கொடுக்க வேண்டியுள்ளது. இது திருப்பூர், ஈரோடு, கரூர் தொழிற்பேட்டைகள் போன்ற பிற தொழிற்தொகுப்புகளுக்கும், அதைப்போல இராணிப்பேட்டை, வேலூர் ஆகிய தொழிற்பேட்டைகளுக்கும் பொருந்தும்.

தமிழ்நாட்டின் பிற தொழில்களும் பெருந்தொற்றுக்கு அப்பாற்பட்ட சுற்றுச்சூழல் சவால்களை எதிர்கொண்டுள்ளன. தொழிற்சாலையால் ஏற்பட்ட கடுமையான சுற்றுச்சூழல் பாதிப்பு காரணமாக, தூத்துக்குடியிலுள்ள ஸ்டெர்லைட் காப்பர் உருக்காலையானது மாசுக் கட்டுப்பாட்டு வாரியத்திடமிருந்து தேவையான ஒப்புதல்களைப் பெறத் தவறிவிட்டது. 2018ஆம் ஆண்டில், சுற்றியுள்ள பகுதிகளில், மக்கள் முன்னெடுத்த கடுமையான போராட்டங்களைத் தொடர்ந்து, அந்தத் தொழிற்சாலையைத் தமிழ்நாடு அரசு மூட வேண்டியிருந்தது. அதே போல வேலூரில் உள்ள தோல் பதனிடும் தொழிற்சாலைகளும், திருப்பூர், கரூர், ஈரோடு ஆகிய இடங்களிலுள்ள ஜவுளி (மற்றும் பின்னலாடை) தொழிற்சாலைகளும் அதிகரித்துவரும் மாசுக் கட்டுப்பாட்டுப் பிரச்சினைகளை எதிர்கொள்கின்றன. ஜவுளித் தொழில் காரணமாக அதிக அளவில் தண்ணீர் பயன்படுத்தப்படுவதாலும், தொழிற்சாலைக் கழிவுகள் வெளியேற்றப்படுவதாலும் திருப்பூர் சுற்றுச்சூழல் நிலைமை பலப் பிரச்சனைகளை கொண்ட இடமாக கருதப்படுகிறது. தொழிற்துறை மாசுபாடானது விவசாயம் மற்றும் அதனுடன் தொடர்புடைய செயல்பாடுகளில் உற்பத்தியின் சாத்தியத்தை மோசமாகப் பாதித்தது மட்டுமல்லாமல், தொழிற்துறையில் பொருளாதார வாய்ப்புகளையும் கணிசமாகக் குறைத்துவிட்டது.

முன்னோக்கிய பாதை

கோவிட்-19 பெருந்தொற்றின் பொருளாதாரத் தாக்கத்தைப் பற்றிய முறையான ஆய்வுக்குத் தொற்றுநோயியல், இடப்பெயர்வு, பொருளாதாரச் செயல்பாடு ஆகியவற்றை இணைக்கும் மாதிரிகள் தேவைப்படும். இந்தச் சுருக்கமான குறிப்பு ஆரம்பக்காலப் போக்குகளில் சிலவற்றை முன்னிலைப்படுத்த முயற்சித்துள்ளது. இரண்டு தொடர்ச்சியான மாதங்களில் தொழிலாளர் பங்கேற்பானது நகர்ப்புற மகாராஷ்டிரத்திலும், குஜராத்திலும் குறைந்துள்ளது தமிழ்நாட்டின் போக்குகளுடன் ஒத்துப்போவதாக இந்தியப் பொருளியல் கண்காணிப்பு மையத்தின் தரவு தெரிவிக்கிறது. கோவிட்-19ஆல் பெரிதும் பாதிக்கப்பட்ட மாநிலங்களில் இந்த மூன்றும் உள்ளன என்பதோடு, நாடு

முழுவதிலும் பெருந்தொற்றால் பாதிக்கப்பட்டவர்களில் பாதிக்கும் மேற்பட்டோர் இம்மாநிலங்களில்தான் உள்ளனர் என்பதும் குறிப்பிடத்தக்கதாகும்.

பெருமளவில் உற்பத்தியைச் சார்ந்திருக்கும் தமிழ்நாடு போன்ற மாநிலங்கள், பணியை வீட்டிற்கு மாற்றுவதற்கான இயலாமை மற்றும் பணியிடத்தில் சமூக விலகலுக்கான தேவைகள் காரணமாக, கோவிட்–19க்கு முந்தைய பொருளாதாரச் செயல்பாடுகளின் நிலைகளுக்கு மீண்டும் திரும்புவதில் தாமதம் ஏற்படலாம். அத்துடன், உள்ளூர்த் தொழிலாளர்களில் பெரும்பாலானவர்கள் படித்தவர்களாகவும் திறமை தேவைப்படாத வேலைகளில் ஈடுபட விரும்பாதவர்களாகவும் இருப்பதால், தமிழ்நாட்டின் தொழில் துறைகளும் வேளாண் துறையும் புலம்பெயர் தொழிலாளர்களையே பெரிதும் சார்ந்துள்ளன. எடுத்துக்காட்டாக, திருப்பூர் மற்றும் தேசியத் தலைநகர் பிராந்தியத் தொழில் பேட்டைகளைப் பற்றிய ஆய்வுகள் 70 முதல் 100 சதவீதத் தொழிலாளர்கள் பீகார், உத்தரப்பிரதேசம் மற்றும் பிற ஏழ்மையான மாநிலங்களிலிருந்து புலம்பெயர்ந்து வந்தவர்கள் என்று காட்டுகின்றன. இந்தப் பெருந்தொற்றுச் சூழலில் இது இரட்டைச் சவாலை முன்வைக்கிறது: ஒருபுறம், புலம்பெயர் தொழிலாளர்கள் தங்கள் சொந்த மாநிலத்திற்குத் திரும்புவதால், திறன்குறைந்த தொழிலாளர்கள் பற்றாக்குறையை மாநிலம் எதிர்கொள்கிறது; மறுபுறம், திறன் மிகுந்த தொழிலாளர்கள் வேலைதேடி அலையும் சூழல் உள்ளது. எனவே, குறைந்தபட்சம், குறுகிய கால அளவில், அரசு ஒரு திறன் பொருத்தமின்மை பிரச்சினையை எதிர்கொள்கிறது. திறன் குறைந்த புலம்பெயர் தொழிலாளர்களை ஈர்ப்பதற்கும், தொழில்களை மீண்டும் தொடங்குவதற்கும் உகந்த சூழலை அரசு உருவாக்க வேண்டும். அவ்வாறில்லாமல் திறன் கொண்ட தொழிலாளர்களையும், திறனற்ற தொழிலாளர்களையும் மீண்டும் பணியமர்த்த முடியாது.

சமூக வேறுபாடுகளை உணர்திறனுடன் கூடியதாக அரசு கையாள வேண்டியுள்ளது. மே மாதத்தில், பொதுமுடக்கம் தளர்த்தப்பட்ட பின்னர், ஆண்களிடையேயும் நகர்ப்புறங்களில் வசிப்பவர்களிடையேயும் வேலையின்மை வேகமாகக் குறைந்தது. மேலும், உயர்கல்வி பெற்றவர்கள் மத்தியில் வேலையின்மை மிகக் குறைவாக இருந்தது. பெண்கள் மற்றும் கல்லூரிக் கல்வி பெறாதவர்களை மீண்டும் தொழிலாளர் வளத்திற்குள் கொண்டுவருவதில் அரசு சிறப்புக் கவனம் செலுத்த வேண்டும்.

எனினும், தமிழ்நாட்டின் தொழிற்துறை துயரங்கள் பெருந்தொற்றுக்கு முந்தையவை என்றும் பெருந்தொற்றுக் காலத்தைக் கடந்தும் அவை தொடரும் என்பதையும் நாம்

நினைவில் இருத்திக்கொள்ள வேண்டும். தமிழ்நாட்டிலுள்ள நடுத்தர மற்றும் சிறிய அளவிலான தொழில்கள் அனைத்தும் மாறிவரும் ரசனைகள், ஒழுங்குமுறைச் சூழல் கட்டுப்பாடுகள், அதிகரித்துவரும் பன்னாட்டுப் போட்டி ஆகிய சவால்களை சந்தித்துக்கொண்டிருக்கின்றன. சுற்றுச்சூழல் சவால்களுக்கான தீர்வு, குறு, சிறு, நடுத்தர நிறுவனங்களை முழுமையாக இழுத்துமூடுவது அல்ல. பிரச்சினைகளை வெல்வதற்கான வழிகளைக் கண்டறிவதற்குத் தொழிற்பேட்டைகள், ஆராய்ச்சி மற்றும் மேம்பாடு அமைப்பில் முதலீடு செய்ய வேண்டும் அல்லது ஒட்டுமொத்தச் சமூக நலனை மனதில் கொண்டு, சுற்றுச்சூழல் நெருக்கடிகளையும் தொழில்நுட்ப நெருக்கடிகளையும் கடந்துசெல்ல உதவும் வகையில் அரசாங்கமே பொது ஆராய்ச்சி மற்றும் மேம்பாடு அமைப்பில் முதலீடு செய்ய முன்வர வேண்டும்.

ஒரு மக்கள் நல அரசில், பொருளாதாரச் செயல்பாடுகள் மீதான மொத்தத் தடைகள் பெரிதும் எதிர்விளைவை ஏற்படுத்தக் கூடியவை. எடுத்துக்காட்டாக, நம்மைப் போன்ற நாடுகளில் குழந்தைத் தொழிலாளர் முறை மீதான முழுமையான தடை என்பது குழந்தைகளையும் அவர்களது வறிய குடும்பங்களையும் கொத்தடிமை உழைப்பு, மிகக் குறைந்த ஊதியங்கள், அல்லது குழந்தை விபச்சாரம் போன்ற கடை நிலை உழைப்பு வடிவங்களுக்குத் தள்ளிவிடக்கூடும் என்ற உண்மையை அரசு மறுக்க முடியாது. அரசுகளும் நீதிமன்றங்களும் விரும்பத்தகாத, ஆனால் தவிர்க்க முடியாத வர்த்தகப் பரிமாற்றங்களையும் தொடர்புகளையும் மனதில் கொள்ள வேண்டும். திண்டுக்கல் போன்ற இடங்களில் தோல் பதனிடும் தொழிற்சாலைகள் மூடப்படுவதைக் கவனத்தில் கொள்ள வேண்டும். உள்ளூர்ப் பொருளாதாரம், சுற்றுச்சூழல் ஆகியவற்றின் மீதான தடையின் விளைவு ஒருதலைப்பட்சமான தீர்வுகளின் தாக்கத்தை விளக்குகிறது. இழந்த வேலைவாய்ப்பு, தீர்க்கப்படாத சுற்றுச்சூழல் பாதிப்புகள் ஆகிய இரண்டையும் மீட்டெடுக்க முடியாத நிலையை எட்டுவதற்கு முன்னதாகவே சாத்தியமான தணிப்பு உத்திகளை ஆராய்ந்திருக்கலாம்.

ஒட்டுமொத்தப் பொருளாதாரக் காட்சிப்புலம் இருண்டதாக இருக்கையில், தற்போதைய நெருக்கடியானது ஒரு முன்னேற்றப் பாதைக்கான வழிவகுத்துக் கொடுக்கவும் முயற்சி கொண்டிருக்கலாம். பலவிதமான பொருட்களுக்காக இந்தியா பிற நாடுகளை, குறிப்பாகச் சீனாவைத் தொடர்ந்து சார்ந்திருப்பதை வெளிப்படுத்தியுள்ளதுடன், வெளிநாடுகளை அவ்வளவாகச் சார்ந்திராத வழங்கல் சங்கிலிகளை விரைந்து கட்டமைக்குமாறு அரசை தூண்டிவிட்டிருக்கிறது. இணையானதொரு வளர்ச்சிப் போக்கில், லடாக்கில் கெடுவாய்ப்பாக நடைபெற்ற எல்லை

மோதலானது, சீனப்பொருட்களைப் புறக்கணிப்பதற்கான மக்களின் தீர்மானத்தை வலுப்படுத்தியுள்ளது. தொடர்ச்சியான பொருளாதார அதிர்ச்சிகளால் பாதிக்கப்பட்ட உள்நாட்டுத் தொழில்கள் மீண்டும் உயிர்தெழுவதற்குத் தேவைப்படும் நேரத்தை இந்த வளர்ச்சிகள் வழங்கக்கூடும். வேகமாக உருவாகிவரும் புதிய பொருளாதாரச் சூழல் குறித்த விழிப்புணர்வுடன் இருக்கும் மாநிலங்கள் வேகமாக மீண்டெழுந்துவிடும். புதிது புதிதாக உருவாகிவரும் சவால்களைச் சமாளிப்பதற்கு மரபுக் கொள்கை அணுகுமுறைகளுக்கு அப்பாற்பட்டுப் புதுமையான தீர்வுகளை மாநில அரசுகள் பின்பற்ற வேண்டும். இதற்கு மாறிவரும் பொருளாதார சூழல்களுக்கு ஏற்ப விரைவாக அவை தம்மைத் தகவமைத்துக்கொள்ள வேண்டும். அறிக்கைகள் வெளியீட்டில் நீண்ட இடைவெளிகளுடன் கூடிய பெரிய அளவிலான தேசியக் கணக்கெடுப்புகளுக்காகக் காத்திருப்பதைக்காட்டிலும், குறைவான துல்லியம் கொண்டதாயினும், கொள்கை வகுப்பதில் தவறாமல் ஊட்டமளிக்கக்கூடிய முடிவுகளை மையப்படுத்தி தேவையின் அடிப்படையிலான ஆய்வுகளை மாநில அரசுகள் மேற்கொள்ள வேண்டும்.

குறிப்புகள்

1 Policymakers in India have hitherto depended upon the following for information on employment (last year for which data are available is indicated within parentheses): decennial population census (2011), quinquennial employment–unemployment surveys conducted by the National Sample Survey Office (2011–2012), annual employment–unemployment surveys of the Labour Bureau (2015), and Labour Bureau quarterly employment surveys (2017). None of these sources provide information for the recent years. The Periodic Labour Force Survey (PLFS) conducted by the National Sample Survey Office in 2017 is, therefore, the only government source of information on employment for the period after demonetisation. However, the PLFS provides only one observation, and even that is not comparable with the 68th Round of the National Sample Survey (National Statistical Office, 2019, pp. 1–5).

2 The CMIE has published monthly information on employment since 2016 and is perhaps one of the very few sources for the most recent period in which the economy has suffered multiple shocks. Since the CMIE sampling frame and methodology has not changed after September 2017 (CMIE, 2020b, p. 194), we can possibly use their data to infer the direction of change notwithstanding concerns, if any, about the accuracy of its estimates of the level of, say, labour participation rate.

3 Bertrand et al. (2020) note that 'CPHS has continued to run through the lockdown with roughly 45 percent of its usual sample.' While the latest CMIE reports provides further information in this regard, it is not enough

to infer the impact of non-coverage on estimates (CMIE, 2020c). Vyas (2002: 15) notes that 'the larger states, Maharashtra and Tamil Nadu saw their share in total responses decline during the lockdown period compared to the responses accepted during the pre-lockdown period. Maharashtra saw its share fall from 11.7 per cent to 10.7 and Tamil Nadu from 5.7 to 4.8 per cent. Interestingly, both are largely urban and industrial states'. The urban-rural distribution of the sample in Tamil Nadu also varied sharply due to lockdown. So, the Tamil Nadu sample was severely affected, but we do not have sufficient information about the geography and socio-economic distribution of non-coverage to be able to understand the impact of lockdown on the survey. The contribution of reverse migration to the patterns and trends observed in CMIE data is not clear either. Other data collection exercises have also been affected by the pandemic (Press Trust of India, 2020).

4   The unemployment rate is computed as the number of persons who are 'unemployed who are willing to work and are actively looking for a job', expressed as a percent of the labour force' (CMIE, 2020b, p. 191).

5   This seems to be an artefact of the idiosyncrasies of samples as there is no data in February and the data for later months swing wildly from 100% to zero unemployment.

6   The labour force used as the base to calculate employment indicators includes persons aged 15 years and above, who fall into either of the two categories (a) persons employed and (b) persons unemployed, who are willing to work and actively looking for a job (CMIE, 2020b, p. 190).

7   Interestingly, in Uttar Pradesh, the decline in labour participation that began ahead of demonetisation continued until after the introduction of GST and has remained low since then.

8   We regressed Tamil Nadu's rural and urban labour participation rate (LPR) on demonetisation, GST, and Covid-19 lockdown dummies after controlling for year- and month-specific effects. We ran two separate regressions, one covering the period up to July 2020 and the other restricted to the period 2016–2019. The results suggest demonetisation did not significantly impact either rural or urban LPR. GST, on the other hand, had a significant negative effect on urban LPR. The immediate impact of Covid-19/lockdown on both rural and urban LPRs are negative and significant.

9   States with low unemployment rates are not necessarily better off if their labour participation rates have dropped sharply.

நூல் பட்டியல்

Agence France-Presse, '$800 million firecracker industry in Tamil Nadu's Sivakasi hit by anti-pollution drive', *NDTV*, 25 October 2019, available athttps://www.ndtv.com/india-news/800-million-firecracker-industry-in-tami-nadus-sivakasi-hit-by-anti-pollution-drive-2122542, accessed on 24 September 2021.

Basu, K., 'Child labor: Cause, consequence and cure, with remarks on international labor standards', *Journal of Economic Literature*, 37(3), September 1999, pg 1083–1119, available at https://doi.org/10.1257/jel.37.3.1083, accessed on 24 September 2021.

Bertrand, M., Krishnan, K., and Schofield, H, 'How are Indian households coping under the Covid-19 lockdown? 8 key findings', *Rustandy Center for Social Sector Innovation*. The University of Chicago, 11 May 2020, available at https://www.chicagobooth.edu/research/rustandy/blog/2020/how-are-indian-households-coping-under-the-covid19-lockdown, accessed on 24 September 2021.

Centre for Monitoring Indian Economy (CMIE). *States of India* [Data set], 2020a, available at https://statesofindia.cmie.com/, accessed on 7 August 2021.

_____. *Unemployment in India: A statistical profile, January–April 2020*, 2020b.

_____. *Unemployment in India: A statistical profile, May–August 2020*, 2020c.

Deshingkar, P., 'Faceless and dispossessed: India's circular migrants in the times of COVID-19', *Down To Earth*, 16 June 2020, available at https://www.downtoearth.org.in/blog/economy/faceless-and-dispossessed-indias-circular-migrants-in-the-times-of-covid-19-71782, accessed on 24 September 2021.

Deshpande, N., 'India's textile city of Tiruppur is an environmental dark spot', *The Wire*, 12 February 2020, available at https://thewire.in/environment/australian-open-tiruppur-dyeing-bleaching-groundwater-contamination-agriculture-noyyal-river, accessed on 24 September 2021.

Dreze, Jean and Anmol Somanchi. '"Bias it is": CMIE chief's defence of CPHS survey elicits fresh critical response from Jean Drèze, Anmol Somanchi', *The Economic Times*, 06 July 2021, available at https://economictimes.indiatimes.com/opinion/et-commentary/bias-it-is-cmie-chiefs-defence-of-cphs-survey-elicits-fresh-critical-response-from-jean-drze-anmol-somanchi/articleshow/83889707.cms, accessed on 21 July 2021.

Krishnakumar, P. K., 'Future of matchbox industry worth Rs 1,500 crore fading away with time', *Economic Times*, 11 July 2015, available at https://retail.economictimes.indiatimes.com/news/food-entertainment/personal-care-pet-supplies-liquor/future-of-matchbox-industry-worth-rs-1500-crore-fading-away-with-time/48030617, accessed on 24 September 2021.

Mondal, N. C., and Singh, V. P., 'Hydrochemical analysis of salinization for a tannery belt in Southern India', *Journal of Hydrology*, 405(3–4), 5 August 2011, pg 235–247, available at https://doi.org/10.1016/j.jhydrol.2011.05.058, accessed on 24 September 2021.

Nahata, Pallavi. 'CMIE Survey Limitations May Bias Unemployment Data, Says Pronab Sen', *Bloomberg Quint*, 29 June 2021, available at https://www.bloombergquint.com/economy-finance/cmie-survey-limitations-may-bias-unemployment-data-says-pronab-sen, accessed on 21 July 2021.

National Statistical Office, *Annual report, periodic labour force survey (July 2017—June 2018)*, Ministry of Statistics and Programme Implementation, Government of India, May 2019, available at http://mospi.nic.in/publication/annual-report-plfs-2017-18, accessed on 24 September 2021.

Press Trust of India, 'Govt holds back full IIP data for April', *Outlook*, 12 June 2020, available at https://www.outlookindia.com/newsscroll/govt-holds-back-full-iip-data-for-april/1864266, accessed on 24 September 2021.

Rajagopal, K., 'Supreme Court refuses blanket ban on firecrackers', *The Hindu*, 23 October 2018, available athttps://www.thehindu.com/news/national/supreme-court-refuses-blanket-ban-on-firecrackers/article25294444.ece, accessed on 24 September 2021.

Rajagopal, L., 'Centre, Tamil Nadu blamed for 50,000 industries shutting down', *The New Indian Express*, 9 June 2018, available athttps://www.newindianexpress.com/states/tamil-nadu/2018/jun/09/centre-tamil-nadu-blamed-for-50000-industries-shutting-down-1825739.html, accessed on 24 September 2021.

Saravanan, M.P., 'Garment makers of Tirupur seek solution to housing woes', *The New Indian Express*, 07 March 2021, available athttps://www.newindianexpress.com/states/tamil-nadu/2021/mar/07/garment-makers-of-tirupur-seek-solution-to-housing-woes-2273289.html, accessed on 21 December 2021.

Vaitheesvaran, B., and Mazumdar, R., 'Tuticorin protest: Tamil Nadu government orders permanent closure of Sterlite plant', *The Economic Times*, 29 May 2018, available at https://economictimes.indiatimes.com/news/politics-and-nation/tamil-nadu-government-orders-permanent-closure-of-sterlite-plant-in-tuticorin/articleshow/64355730.cms, accessed on 24 September 2021.

Venkatachalam, L., 'Environmental implications of the manufacturing sector: A case study of textile manufacturing in Tiruppur, Tamil Nadu, India', *Review of Development and Change*, XX (2), 19 June 2019, pg 165–175, available at https://doi.org/10.1177/0972266120150208, accessed on 24 September 2021.

Vyas, Mahesh, 'CPHS execution during the lockdown of 2020', Working Paper, Centre for Monitoring Indian Economy, 2020.

பகுதி 2

விவசாயக் கொள்கைச் சீர்திருத்தங்கள்

4

வேளாண்மைத் துறையில் கோவிட்-19க்குப் பிந்தைய சீர்திருத்தங்கள்

லி. வெங்கடாசலம்

கோவிட்–19 என்ற கொடிய அரக்கன் நமது பொருளாதாரத்தைச் சிதைத்துவிட்ட போதிலும், இதை நாம் ஒரு வாய்ப்பாகப் பயன்படுத்தி கோவிட்–19க்குப் பிந்தைய பொருளாதாரத்தை எழுச்சியுடன் மீட்டெடுக்க வேண்டும்! இந்த கொள்கைச் சுருக்கக் கட்டுரையில், வேளாண் தொழிலை மீட்டெடுக்க என்னென்ன வகையான குறுகிய மற்றும் நீண்டகாலச் சீர்திருத்தங்களை மேற்கொள்ளலாம் என்பதைப் பற்றி ஆராயலாம்.

குறுகிய காலச் சீர்திருத்தங்கள் (1 வருடத்திற்குள்)

கோவிட்–19 விவசாயம் மற்றும் அதன் உப தொழில்களைக் கடுமையாக பாதித்துள்ளது! இதனால், வேளாண்பொருட்களின் அளிப்பில் உள்ள தொடர்புகள் துண்டிக்கப்பட்டுள்ளன! போக்குவரத்து மற்றும் சந்தைப் படுத்துதலில் உள்ள பல்வேறு இடையூறுகளினால், விவசாயிகள் தங்களுடைய பொருள்களை அறுவடை செய்யாமல் வயலிலேயே அழிய விடுகின்றனர் அல்லது அறுவடை செய்த பொருள்களை சாலை மற்றும் திறந்த வெளிகளில் கொட்டி அழிக்கும் அவல நிலைக்குத் தள்ளப்படுகின்றனர்.

வாங்கும் சக்தியை அதிகரித்தல்

விவசாய பொருட்கள் அளிப்பில் மட்டுமன்றி, அப்பொருட் களுக்கான தேவையிலும் தற்போது பெரிய தொய்வு ஏற்பட்டுள்ளது. ஊரடங்கின்போது ஏற்பட்ட வேலை மற்றும் வருவாய் இழப்பு மக்களின் வாங்கும் சக்தியை வெகுவாகப் பாதித்ததே இதற்கு

முக்கிய காரணம். மேலும், ஊரடங்கைப் பயன்படுத்தி மிக அத்தியாவசியப் பொருட்களுக்கு செயற்கைப் பற்றாக்குறை மற்றும் தேவையற்ற விலையேற்றத்தை தோற்றுவிப்பதும் மக்களின் வாங்கும் திறனை சுருக்குகின்றன. விவசாய இடு பொருட்களை உற்பத்தி செய்யும் மற்றும் விவசாயத்திலிருந்து உள்ளீட்டுப் பொருட்களைப் பயன்படுத்தும் பெருவாரியான தொழிற்சாலைகள் தங்கள் இயக்கங்களை நிறுத்திக்கொண்டதால், இவற்றை நம்பியுள்ள தொழிலாளர் குடும்பங்கள் மறைமுகமாக பாதிப்புள்ளாகி தேவையில் தொய்வு ஏற்படுகின்றது! மேலும் பல ஆயிரக்கணக்கான விவசாயம் சார்ந்த, குறிப்பாக போக்குவரத்து மற்றும் விற்பனையில் ஈடுபடும் அமைப்புசாரா தொழிலாளர்களும் மற்றும் இடைச் சேவகர்களும் தங்கள் வாழ்வாதாரத்தை இழந்து தவிக்கின்றனர். எனவே, மக்கள் கையில் பணப் புழக்கத்தை அதிகரித்து, வாங்கும் சக்தியைப் பெருக்குவதற்கான நடவடிக்கைகளை மேற்கொள்வது விவசாயத்திற்கு பயனுள்ளதாக அமையும்.

முறையான மற்றும் துரிதமான கொள்முதலை மேற்கொள்ளுதல்

ஊரடங்கு சமயத்தில் விவசாயிகளிடம் உரையாடிய பொழுது அவர்கள்படும் பல்வேறு இன்னல்களை நம்மிடம் பகிர்ந்து கொண்டனர். தாங்கள் உற்பத்தி செய்த விளைபொருட்களை அரசாங்கம் சரியான முறையில் கொள்முதல் செய்யவில்லை என்பது அவற்றில் ஒன்று. ஊரடங்கினால் வெளிச்சந்தையில் விளைபொருட்களை வாங்க ஆளில்லை. அறுவடை செய்த பொருட்களை விற்றே ஆகவேண்டிய கட்டாயத்தில் உள்ளதால் பெருவாரியான விவசாயிகளுக்கு அரசாங்க மண்டிகளே விடிவுகாலம். ஆனால், அதிகப்படியான பொருள் வரத்துக் காரணமாக அரசாங்கம் கொள்முதல் செய்வதில் கால தாமதமாகிறது. இதனால் ‘பரிமாற்றச் செலவு’ அதிகமாகிறது. உதாரணமாக, தாமதமாகும் நாட்களில் விவசாயிக்கு ஏற்படும் அதிகப்படியான அன்றாட செலவுகள், அந்த நாட்களில் அவர்கள் வேறு வேலைகளை செய்யமுடியாமல் ஏற்படும் இழப்பு, மண்டியில் பொருளைப் பாதுகாக்க கொடுக்கப்படும் ஆட்கூலி, விவசாயி கடன் வாங்கியிருந்தால் காலதாமதத்திற்காக செலுத்தும் அதிகப்படி வட்டி மற்றும் விற்றுமுதல் தாமதமாவதால் அடுத்த பயிரை சரியான நேரத்தில் சாகுபடி செய்ய இயலாமல் ஏற்படும் இழப்புகள் பரிமாற்றச் செலவில் அடங்கும்! ஊரடங்கினால் முன்னரே சொல்லொணாத்துயர்படும் விவசாயிகளுக்கு, இந்த அதிகப்படியான பரிமாற்றச்செலவு வெந்த புண்ணில் வேலைப் பாய்ச்சுவதேயன்றி வேறல்ல! இதை நிவர்த்தி செய்ய ஒரே வழி, அரசாங்கம் விளைபொருட்களை சரியான விலையில் உடனுக்குடன் கொள்முதல் செய்வதேயாகும்!

நேரடிக் கொள்முதல் செய்வது

ஊரடங்கு கடுமையாக உள்ள இடங்களில் போக்குவரத்து மற்றும் கொள்முதல் தடைப்பட்டுள்ளதால், எளிதில் அழுகும் காய்கறி மற்றும் பழங்களை பயிரிடும் விவசாயிகள் நஷ்டத்தை எதிர்கொள்கின்றனர். இவ்வாறான இடங்களில் அரசே இப்பொருட்களை நேரடியாகக் கொள்முதல் செய்ய துரித நடவடிக்கை எடுக்க வேண்டும் என்பது விவசாயிகளின் கருத்து. அதுமட்டுமன்றி, போதிய குளிர் சேமிப்புக் கிடங்குகளை பெரிய சந்தைகளில் அமைப்பதோடல்லாமல், அவற்றின் எண்ணிக்கையை அதிகப்படுத்தி அவற்றை கிராமப் புறங்களுக்கும் விரிவுபடுத்துவதன்மூலம் விவசாயிகள் மிக்கப் பயன்பெறுவர்.

சந்தைப்பரவலை மேற்கொள்வது

சென்னை போன்ற பெரு நகரங்களில் விவசாய சந்தைகளை பரவலாக்குவதன் மூலம் விவசாய உற்பத்தியாளர்கள் மட்டுமன்றி நுகர்வோருக்கும் ஏனைய பயன்களைக் கிடைக்கச் செய்யலாம். உதாரணமாக, கோயம்பேடு சந்தைக்கே அனைத்துப் பொருட்களையும் கொண்டுவருவதை விட, சென்னையில் உள்ள 15 மண்டலங்களில் ஒவ்வொரு மண்டலத்திலும் சந்தைகளை ஏற்படுத்தி சரக்குகளை நேரடியாக இந்த சந்தைகளுக்கு அனுப்புவதன்மூலம் நுகர்வோருக்கு தங்கள் அருகாமையிலேயே பொருட்கள் கிடைப்பதோடு மட்டுமன்றி, சில்லறை வியாபாரிகளின் போக்குவரத்து செலவும் குறைந்து அவற்றின் சில்லறை விலையும் குறையும். மேலும், சந்தையை விரிவுபடுத்தும்போது உற்பத்தியாளர்கள் தங்களுடைய பொருட்களை நேரடியாக கொண்டு வந்து விற்கக் கூடிய சாத்தியக்கூறுகள் உள்ளன. இதன்மூலம், உற்பத்தியாளரும் நுகர்வோரும் நேரடியாக இணைக்கப்படுவதனால் இடைச்சேவகர்களின் ஆதிக்கம் குறைந்து விலை குறைந்து அனைவரும் பயன்பெறுவர்.

உற்பத்தியாளர் மற்றும் நுகர்வோர் குழுக்களை அமைத்தல்

விவசாயச் சந்தையில் இடைச்சேவகர்களின் பங்கு எப்போதும் எதிர்மறையாகவே பார்க்கப்படுகிறது. ஆனால், விவசாயிகள் தங்களுடைய விளைபொருட்களை நேரடியாக சந்தைப்படுத்த போதுமான வசதி இல்லாத பட்சத்தில், இடைச்சேவகர்களை தவிர்ப்பது விவசாயிகளுக்குத் தீங்காகவே முடியும். உதாரணமாக, புதுச்சேரி மற்றும் கடலூர் சுற்று வட்டாரப் பகுதிகளில் ஒரு இளநீர் ரூ. 10க்கு வாங்கப்பட்டு அது சென்னையில் சுமார் ரூ. 30க்கு விற்கப்படுகிறது. இதில், இளநீர் உற்பத்தியாளருக்கும் நுகர்வோருக்கும் இடையில் உள்ளவர்களே பெருவாரியான லாபத்தை

அடைகின்றனர். ஆனால், இளநீர் உற்பத்தியாளரே சென்னைக்கு நேரடியாக கொண்டுவந்து விற்பனை செய்யமுடியுமா என்றால் அதில் ஏகப்பட்ட சிரமங்கள் உள்ளன. உற்பத்தியாளர்களுக்கு ஏற்படும் பரிமாற்றச்செலவை வெகுவாகக் குறைப்பதன்மூலம், இடைச்சேவகர்களின் பங்கு நேர்மறையானதே! சரியான சந்தை வசதி ஏற்படுத்தும் வரை, இடைச்சேவகர்களிடையே போட்டியை ஏற்படுத்தி உற்பத்தியாளர்களின் பேரம் பேசும் சக்தியை அதிகரிப்பதன்மூலம் விளைபொருட்களின் கொள்முதல் விலையை அதிகரிக்க முடியும். இதற்கு, விவசாய உற்பத்தியாளர்களை ஒன்றிணைத்து குழுக்களை ஏற்படுத்தி இக்குழுக்கள் விவசாயிகளிடமிருந்து நேரடியாக கொள்முதல் செய்ய ஏற்பாடு செய்யலாம். தமிழ்நாட்டில் அரசாங்கத்தால் ஏற்கனவே உருவாக்கப்பட்ட விவசாய உற்பத்தியாளர்கள் சங்கம் இதற்கு ஒரு சிறந்த எடுத்துக்காட்டு. இதே போன்று நுகர்வோர்கள் சங்கங்களை ஏற்படுத்தி அவை உற்பத்தியாளர் சங்கங்களுடன் நேரடித் தொடர்பை ஏற்படுத்திக் கொள்ள வழிவகை செய்யலாம். இனி வரும் காலங்களில் இவ்வாறான சங்கங்கள் அல்லது குழுக்களை அதிகப்படுத்தி நெறிமுறைப் படுத்துவதன்மூலம் விவசாயத்தில் இடைச்சேவகர்களின் ஆதிக்கத்தை வெகுவாகக் குறைக்க முடியும்.

விவசாய உள்ளீட்டுப்பொருட்களை எளிதில் கிடைக்கச்செய்வது

இந்த இக்கட்டான காலகட்டத்தில், விவசாயிகளுக்கு தேவைப்படும் அனைத்து இடுபொருட்களும் குறைந்த விலையில் தங்குதடையின்றிக் கிடைக்கத் தேவையான நடவடிக்கை மேற்கொள்வது அவசியம். விவசாயக் கருவிகளை போதுமான அளவுக்கு கிடைக்கச்செய்வதும் அரசாங்கத்தின் கடமை ஆகும். இதில் சிறு மற்றும் குறு விவசாயிகளுக்கு முன்னுரிமை அளிப்பது அவசியம்.

சமீப காலங்களில் விவசாய வேலைக்கு ஆட்கள் கிடைப்பதில் சிக்கல் நிலவுகின்றது. இதனால் ஒடிஷா போன்ற மாநிலங்களிலிருந்து வந்த புலம்பெயர் தொழிலாளர்களை விவசாயிகள் வேலைக்கு அமர்த்தி வந்தனர். பெரும்பாலான இத்தொழிலாளர்கள் ஊரடங்கு தளர்வின்போது சொந்த ஊருக்கே சென்று விட்டதால், இவர்கள் மீண்டும் திரும்பி வருவார்களா என்பதும் நிச்சயமில்லை. அதே சமயத்தில், நமது மாநிலத்திலேயே உள்ள புலம்பெயர் தொழிலாளர்கள் தங்கள் கிராமத்திற்கு திரும்பியுள்ளபோதிலும் அவர்கள் விவசாய வேலைகளில் ஈடுபடுவார்களா என்பது சந்தேகமே! இதை சரி செய்வதற்கு, மகாத்மா காந்தி தேசிய வேலைவாய்ப்புத் திட்டத்தின் மூலம் வேலையாட்களை

விவசாயிகளுக்கு ஒதுக்கி அவர்களுடைய பிரச்சினையைத் தீர்க்கலாம்.

தற்போது பயிர்க் கடன்களை மிகக் குறைந்த வட்டியில், குறைந்த அளவு நிபந்தனைகளுடன் விவசாயிகளுக்கு வழங்குவது அவசியம். விவசாயிகள் கூறும்போது, பயிர்செய்வதற்காக வழங்கப்படும் நகைக்கடன் கடந்த காலங்களில் 4 சதவீத வட்டிக்கு வழங்கப்பட்டதாகவும், அந்த வட்டி நாளடைவில் 8 சதவீதம் அளவிற்கு அதிகரித்து விட்டதாகவும் அதை தற்போது 3 அல்லது 4 சதவீதம் அளவுக்கு வழங்கினால் மிக பயனுள்ளதாக இருக்கும் என்று விவசாயிகள் கூறுகின்றனர். இது சம்பந்தமாக அரசு மற்றும் வங்கிகள் உடனடியாக ஆவன செய்ய வேண்டுகின்றனர்.

நீண்டகாலச் சீர்திருத்தங்கள் (15 வருடங்கள்)

ஒப்பந்த விவசாயத்திற்கான சூழலை ஏற்படுத்துதல்

ஊரடங்கை முன்னிட்டு மத்திய அரசு அறிவித்த விவசாயத்திற்கான ஊக்க நடவடிக்கைகளில், ஒப்பந்த விவசாயத்திற்கு முன்னுரிமை அளிக்கப்பட்டுள்ளது! தமிழக அரசும் ஒப்பந்த விவசாயத்தை மேலும் விரிவுபடுத்த அனைத்து நடைவடிக்கைகளையும் உடனடியாக செயல்படுத்தவேண்டும். முறையான ஒப்பந்த விவசாயம் உற்பத்தியாளரையும் நுகர்வோரையும் ஒருங்கிணைத்து இருவருக்குமே நன்மை பயக்கக்கூடியது. இருப்பினும், எந்த ஒரு ஒப்பந்தமும் எல்லாவிதமான சாதக பாதகங்களையும் உள்ளடக்குவதில்லை என்பதால் உற்பத்தியாளரோ அல்லது நுகர்வோரோ வாய்ப்பு வரும்போது ஒப்பந்தத்தில் உள்ள சில உட்கூறுகளை மீற நேரலாம். உதாரணமாக, ஒப்பந்த விலையைவிட வெளிச்சந்தையில் பொருளின் விலை குறைவாக இருக்கும்பட்சத்தில் நுகர்வோர் ஒப்பந்தத்தை மீறி பொருளை வெளிச்சந்தையிலேயே வாங்கும்படி நேரலாம். அதேபோல், நுகர்வோர் அதிகாரம் படைத்தவராகவோ அல்லது பலம் வாய்ந்த பெருநிறுவனமாகவோ இருந்தால், உற்பத்தியாளருக்கு ஒப்பந்தம் பாதகமாக அமையலாம்! இவ்வாறான பிரச்சினைகளைத் தவிர்க்க, சரியான சட்டங்களும் மற்றும் பிரச்சினைகளுக்கு நேரடி மற்றும் உடனடி தீர்வுகாணும் அமைப்புகளையும் ஏற்படுத்த வேண்டும். தமிழ்நாட்டில் ஒப்பந்த விவசாயத்தை விரிவுபடுத்த சாதகமான சூழ்நிலை நிலவுகின்றபோதிலும், அதில் சில அடிப்படைச் சிக்கல்கள் நிலவுகின்றன. உதாரணமாக, சென்னையில் செக்கில் ஆட்டிய நல்லெண்ணெய் ஒரு லிட்டர் ரூ.380க்கு விற்கப்படுகிறது. ஆனால், நெய்வேலிக்கு அருகில் உள்ள எனது எள் பயிரிடும் நண்பர் சுத்தமான செக்கில் ஆட்டிய ஒரு

லிட்டர் நல்லெண்ணையை ரூ.200க்கு தர முடியும் என்கிறார். ஆனால், இதில் உள்ள சிக்கல் என்னவெனில் சென்னையில் இந்த நல்லெண்ணைக்கான தேவை எவ்வளவு உள்ளது, இதை எந்த நுகர்வோர் வாங்குவர், அவர் சென்னையில் எங்கே இருக்கிறார், அவரை எப்படி அணுகுவது, நுகர்வோர் அதிகப்படியாக என்ன விலை தருவார், நுகர்வோரின் நம்பிக்கைத் தன்மை போன்ற முக்கியமான தகவல்கள் கிராமத்தில் உள்ள உற்பத்தியாளர்களுக்கு கிடைப்பதில்லை. அதே போல், நுகர்வோருக்கும் பொருள்களின் தரம் மற்றும் நம்பகத் தன்மை, விலை மற்றும் உற்பத்தியாளர் பற்றிய தகவல்கள் எளிதில் கிடைப்பதில்லை. அரசாங்கம் முறையான தரச்சான்றிதழ் வழங்குவதன்மூலம் நுகர்வோரின் நம்பகத் தன்மையை நிலை நாட்ட முடியும். நாம் முன்னரே கூறியவாறு, உற்பத்தியாளர் மற்றும் நுகர்வோர் குழுக்களை உருவாக்கி அவற்றை ஒன்றிணைப்பதன்மூலம் ஒப்பந்த விவசாயத்திற்கான சாதகமான சூழ்நிலையை உருவாக்கலாம்.

தேவை சார்ந்த விவசாயத்தை ஊக்குவித்தல்

விவசாயத்தை பொறுத்தவரை, விலை நிலையற்ற தன்மையே தலையாய பிரச்சினையாக உள்ளது. இதற்கு முக்கிய காரணம், விளைபொருட்களுக்கான தேவை மற்றும் அளிப்பில் உள்ள சமநிலையின்மையே. இதற்கும் ஓர் அடிப்படைக் காரணம் உண்டு. அது தேவை மற்றும் அளிப்பு பற்றிய சரியான தகவல் இல்லாமையே! உதாரணமாக, சந்தையில் வெங்காயத்தின் வரத்துக் குறையும்போது அதன் சில்லறை விலை அபரிதமாக அதிகரிக்கின்றது. வருங்காலங்களிலும் இதே விலை நிலவும் என்ற கணிப்பில் விவசாயிகள் வெங்காயத்தை அதிகமாக சாகுபடி செய்கின்றனர். ஆனால், அறுவடை காலத்தில் வரத்து அதிகரித்து விலை வீழ்ச்சியடைகின்றது! இப்போது பெரும் நஷ்டத்தைச் சந்திக்கும் விவசாயிகள் வெங்காயம் பயிர் செய்வதை கைவிடுகின்றனர். அடுத்த அறுவடை சமயத்தில் வரத்து குறைவதால் இப்போது மீண்டும் விலையேற்றம்! இது ஒரு சுழற்சி! விலை உள்ளபோது விற்பனைக்குப் பொருள் இல்லை; பொருள் உள்ளபோது சரியான விலை இல்லை! இதுதான் விவசாயிகளை நீண்ட துன்பத்தில் ஆழ்த்துவது. விலை ஏற்ற இறக்கத்தினால் நுகர்வோரும் பெரிதாகப் பாதிக்கப்படுகின்றனர். இதைச் சரி செய்ய, தேவைக்கேற்ற விவசாயத்தைப் பின்பற்ற வேண்டும்! அதாவது, ஒவ்வொரு முக்கிய விளைபொருளுக்கும் உள்நாட்டு மற்றும் வெளிநாட்டு (வருங்காலத்) தேவையை அவ்வப்போது கணக்கிடவேண்டும். இதை, சமீப காலத்தில் நிலவிய தேவை சார்ந்த புள்ளி விவரங்களைக் கொண்டு கணக்கிடலாம். இதேபோல்,

இப்பொருட்களின் வருங்கால அளிப்பையும் கணக்கிடலாம். ஒவ்வொரு பருவத்துக்கும் குறைந்தது இரண்டு மாதங்கள் முன்னரே விவசாயிகளிடம் அடுத்த பருவத்துக்கு என்ன பயிர் மற்றும் அப்பயிரை எவ்வளவு நிலப்பரப்பில் சாகுபடி செய்ய உள்ளனர் என்பதைக் கேட்டுக் கணக்கிடலாம். வருகாலங்களின் தேவை மற்றும் அளிப்பைக் கணக்கிட்ட பின், எந்தப் பயிர் தேவைக்கு அதிகமாகவும் எது தேவைக்கு குறைவாகவும் பயிரிடப்படுகிறது என்பதை அறிய முடியும். இதன்மூலம், அறுவடையின்போது எந்தப் பயிருக்கு விலை வீழ்ச்சியும், எந்தப்பயிருக்கு விலையேற்றமும் இருக்கும் என்பதைக் கணிக்க முடியும். இத்தகவலின் அடிப்படையில், விவசாயிகளை சரியான பயிர்களை தேவையான நிலப்பரப்பில் பயிரிட ஊக்கப்படுத்துவதன்மூலம் தேவை மற்றும் அளிப்பில் சமநிலையை ஏற்படுத்தி, விலையில் நிலைத்த தன்மையைக் கொணர்ந்து விவசாயிகளையும் நுகர்வோரையும் ஒருசேரக் காக்க முடியும்!

'சூழல் சார்ந்த' விவசாயத்தை ஊக்குவித்தல்

வேளாண் பொருட்களின் தேவை மற்றும் அளிப்பில் ஏற்படும் சமநிலையற்ற தன்மைக்கு மற்றொரு முக்கிய காரணம் மாற்றுப் பயிர்களை சாகுபடி செய்யாமல் ஒரு குறிப்பிட்ட பயிரையே தொடர்ந்து பயிர் செய்வதே ஆகும். இதற்கு விவசாயிகளின் தொன்று தொட்ட பயிர்செய்யும் முறையைத் தொடர்ந்து கடைப்பிடிக்கும் மனப்போக்கு ஒரு காரணம். அரசின் குறைந்த ஆதார விலை நிர்ணயிக்கப்பட்ட பயிர்களையே பயிரிட விழைவது மற்றொரு முக்கிய காரணமாகும். குறைந்த ஆதார விலை 22 பயிர்களுக்குப் பொருந்தும் என்றபோதிலும், பெருவாரியான விவசாயிகள் நெல், கரும்பு போன்ற ஒரு சில பயிர்களையே அதிகப்படியாக தொடர்ந்து பயிர் செய்வதனால் சந்தையில் பாதகமான சூழ்நிலை நிலவுகிறது. மேலும், இத்தகைய பயிர்கள் நீர் செறிந்த பயிர்கள் என்பதால் நிலத்தடி நீரை அதிகமாக உறிஞ்சி நாளடைவில் சுற்றுச்சூழல் பாதிப்பை ஏற்படுத்துகின்றன. இதனால், விவசாயிகள் மட்டுமல்லாமல் மொத்த சமுதாயமே பாதிக்கப்படும் அபாயம் உள்ளது. 'சூழல் சார்ந்த விவசாயம்' இதற்கான தீர்வாக அமையும். இதன்படி, சுற்றுச்சூழல் சேவைகளைத் தருவிக்கும் பயிர்களை ஊக்குவிக்க இப்பயிர்களை பயிர்செய்யும் விவசாயிகளை இனங்கண்டு அவர்கள் விளைவித்த பொருள்களுக்கு சந்தை விலையைவிட அதிகப்படியான ஊக்கத் தொகை வழங்குவதே ஆகும். உதாரணமாக, இயற்கை விவசாயம் செய்வோர், பல்லுயிர் பெருக்கத்தை அதிகரிக்கும் பயிர்களை பயிரிடுவோர், நீரை சேமிக்கும் பயிர்களை மற்றும் பயிர் முறைகளை பின்பற்றுவோர்

மற்றும் கரியமில வாயுவை உறிஞ்சும் மரப்பயிர்களைப் பயிரிடும் விவசாயிகளுக்கு இந்த முறை பொருந்தும். ஒவ்வொரு பயிரும் அல்லது பயிர் முறையும் ஒவ்வொரு விதமான சுற்றுச்சூழல் சேவைகளை விளைவிப்பவை. இச்சேவைகளின் மதிப்பைக் கணக்கிட்டு அதற்கேற்றவாறு ஊக்கத் தொகையை நிர்ணயிக்கலாம். ஆராய்ச்சியாளர்களின் சமீபத்திய கணக்கீட்டின்படி, ஒரு இந்திய விவசாயி சூழல் சார்ந்த விவசாயத்தை மேற்கொள்ளும் பட்சத்தில் ஒரு ஆண்டுக்கு ரூ.20,000லிருந்து ரூ.52,000வரை கூடுதல் வருவாய் ஈட்டமுடியும் என்பது தெரியவருகிறது! இந்தத் திட்டம் ஒரு புதிய முயற்சி என்பதால், இதில் மேலும் ஆராய்ச்சிகளை மேற்கொண்டு மாநிலத்திற்கு ஏற்ப இதை நடைமுறைப்படுத்தலாம்.

மதிப்புக்கூட்டப்பட்ட பொருள் உற்பத்தியை ஊக்குவித்தல்

தமிழகத்தில் விவசாய உற்பத்தித்திறன் மற்ற மாநிலங்களைக் காட்டிலும் அதிகம் என்ற போதிலும், விவசாயிகளுக்கு வருவாய் என்பது போதுமானதாக இல்லை. இதற்கு முக்கிய காரணம், விளைவிக்கப்படும் பொருட்களின் பெரும்பகுதி நேரடி நுகர்வுக்கு மட்டுமே பயன்படுத்தப்படுகிறதே தவிர, மதிப்புக் கூட்டப்பட்ட பொருட்களை உற்பத்திசெய்யப் பயன்படுத்தப்படுவதில்லை. வழக்கமான பயிர்களைப் பயிரிடும் விவசாயிகள் பல்வேறு பிரச்சினைகள் காரணமாக தென்னை, மா, போன்ற தோட்டக்கலைப் பயிர்களுக்கு மெதுவாக மாறிவருகின்றனர். ஆனால், இவற்றின் உற்பத்திப் பொருட்கள் பொதுவாக நேரடி நுகர்வுக்கே, அதுவும் மாநிலத்திற்குள்ளேயே, பயன்படுத்தப்படுகிறது. விவசாயம் சார்ந்த தொழில்களை ஊக்குவிப்பதன்மூலம் இவற்றின் மதிப்புக் கூட்டப்பட்டு வேறு மாநிலங்களுக்கும், நாடுகளுக்கும் ஏற்றுமதி செய்வதற்கான சாத்தியக்கூறுகள் ஏராளமாக உள்ளன. உதாரணமாக, தமிழ்நாட்டில் நிறைய விவசாயிகள் ஏராளமான தென்னை மரங்களை சாகுபடி செய்கின்றனர். தேங்காய்ப்பூ, இளநீர், பதநீர், தென்னை நார் பொருட்கள் போன்ற பொருட்களை பதப்படுத்தி மற்றும் தயார் செய்து அவற்றின் மதிப்பைக் கூட்டி ஏற்றுமதி செய்வதன்மூலம் தொழில் பெருகும், வேலைவாய்ப்பு மற்றும் வருவாய் பெருகும், விவசாயிகளும் மற்றும் நுகர்வோரும் பயன்பெறுவர். இதேபோல், பனைப் பொருட்களுக்கு குறிப்பாக, பனை வெல்லம், பனங்கற்கண்டு, நுங்கு, பனங்கிழங்கு, போன்றவற்றிற்கு மிகுந்த மருத்துவ குணங்கள் இருப்பதால் இவற்றிற்கான தேவையை பெருவாரியாக அதிகரித்து பலன் பெற முடியும்.

மாற்று மதுவிலக்குக் கொள்கையும் விவசாயமும்

இத்தருணத்தில், தென்னை விவசாயிகளின் பலநாள் கோரிக்கையான கள்ளுக்கடைகளை அனுமதிப்பது பற்றி அரசு பரிசீலிக்கலாம். முழு மதுவிலக்கு சாத்தியமில்லாத பட்சத்தில், கள்ளுக்கடைகளை அனுமதிப்பதன்மூலம் தென்னை விவசாயிகளின் வருவாய் அதிகரிக்கும், கள் இறக்கும் தொழிலாளர்களுக்கும் அவர்கள் குடும்பத்தாருக்கும் வாழ்வாதாரம் பெருகும் மற்றும் கள் இறக்குவதன்மூலம் தென்னை மகசூல் அதிகரிக்கும். எல்லாவற்றிற்கும் மேலாக, இந்தியாவில் தயாரிக்கப்படும் வெளிநாட்டு மதுவை ஒப்பிடும்போது கள் அருந்துவோரின் செலவு சற்று குறைவதோடு அவர்களின் உடல் நலன் அவ்வளவாக பாதிக்கப்படாது என்பது பரவலான கருத்து.

மாற்று மருத்துவமும் விவசாயமும்

கோவிட்-19ஐ எதிர்கொள்ள நமது பாரம்பரிய மருந்துகள் மிக்க பயனை அளிப்பதைக் காண்கிறோம். சித்த, ஆயுர்வேதா போன்ற மருந்துகளின் பயன்களை உலகுக்கு உரக்கச்சொல்வதன்மூலம் அவற்றிற்கான தேவை அதிகரித்து, அது சார்ந்த தொழில்களை பெருக்க முடியும். உதாரணமாக, பாரம்பரிய மருந்துகளை மாத்திரை மற்றும் கேப்ஸ்யூல் வடிவில் தயாரிக்கும் தொழிற்சாலைகள் பெருகும். இவற்றிற்கான மூலப்பொருட்களான மூலிகைகளின் தேவை அதிகரித்து விவசாயிகள் அவற்றைப் பயிரிட விழைவர். மனித இனம் கோவிட்-19 உடன் வருங்காலங்களிலும் போராடவேண்டி உள்ளதால் உடலுக்கு தீங்கு விளைவிக்காத பாரம்பரிய மருந்துகளை ஊக்குவிப்பதன் மூலம் நாம் விவசாயத்திலும் நல்ல மாற்றங்களைக் கொண்டுவர முடியும். இதன்மூலம், வருவாய், வேலைவாய்ப்பு மற்றும் அன்னியச் செலாவணி ஈட்டுதல் போன்ற பயன்களும் விளையும்.

நூல் பட்டியல்

Kumar, L., Manjula, M., Bhatta, R., Venkatachalam, L., Kumar, D. S., Devi, P. I., and P. Mukhopadhyay, 'Doubling India's farm incomes: Paying farmers for ecosystem services, not just crops!' *Economic and Political Weekly*, 54(23), 2019, pp 43–49.

5

தமிழ்நாட்டில் நீர்ப்பாசனம்
கோவிட்-19 காலத்துக்கு முன்பும் பின்பும்

கி. சிவசுப்பிரமணியன்

தமிழ்நாட்டின் வேளாண் வளர்ச்சியில் கோவிட்–19 பெருந்தொற்று காலத்தில், குறிப்பாக, நீர்ப்பாசனத் துறையைக் கருத்தில் கொண்டு, பின்வரும் உள்ளீடுகளை—அவற்றில் சில ஏற்கெனவே செயல்பாட்டில் இருக்கின்றன—இலாபகரமான முறையில் நடைமுறைப்படுத்தலாம்.

கோவிட்–19க்கு முன்னர் வேளாண்துறையின் போக்குகள்

தமிழ்நாட்டில், மொத்த மாநில உள்நாட்டு உற்பத்தியில் வேளாண்மையின் பங்களிப்பானது காலப்போக்கில் படிப்படியாகக் குறைந்துவருகிறது. 1970இல் 35% ஆக இருந்த அது 2000இல் 17% ஆகக் குறைந்து, 2011இல் 14.5% ஆகச் சரிந்து, 2016இல் 11.5% ஆக மேலும் குறைந்தது (பொருளாதார மற்றும் செயலாக்க ஆராய்ச்சித் துறை). எனவே, வேளாண்மைக்குப் புத்துயிரூட்டுவதற்கு ஒரு பெரும் உந்துவிசை, குறைந்தது 5 வருடக் காலத்திற்காவது, தேவைப்படுகிறது.

வேளாண்மை செழிப்பதும், சிறந்த பயிர்ச் சாகுபடியைக் கடைப்பிடிப்பதும், கிடைக்கக்கூடிய நீர்ப்பாசன ஆதாரங்களின் அளவைப் பொறுத்தது. தமிழ்நாட்டில் தற்போது பத்து இலட்சம் ஹெக்டேருக்குச் சற்று அதிகமாக இருக்கும் நிலநீர்ப்பாசனத்தை (*surface irrigation*) அதன் அதிகப்பட்ச அளவான இருபது இலட்சம் ஹெக்டேர்களாக உயர்த்துவதற்கு கால்வாய், குளங்கள், ஏரிகள், ஆறுகள் ஆகியவற்றைப் புதுப்பித்துப் பாசன வசதியைப்

பெருக்குவதை ஒரு செயல்திட்ட இலக்காகக் கொள்ள வேண்டும் தமிழ்நாட்டின் பல்வேறு நீர்ப்பாசன ஆதாரங்களின் தற்போதைய நிலை என்ன?

கால்வாய்ப் பாசனம்

கால்வாய்ப் பாசனத்தின் பதிவு செய்யப்பட்ட பாசனப் பரப்பளவு ஏறத்தாழ பத்து இலட்சம் ஹெக்டேர்கள் ஆகும். ஆனால், இந்த மொத்தப் பரப்புக்கும் நீர்ப்பாசனம் செய்வது என்பது வழக்கமான மழைப்பொழிவு அல்லது ஆறுகள் சார்ந்த கால்வாய்களில் நீர்வரத்து இருந்த ஆண்டில் கூடச் சாத்தியப்பட்டதில்லை (அட்டவணை 1). எனவே, ஆற்றுப்படுகைகளில் (மொத்தப் பாசனப் பகுதியை இரு பாதியாக, மண்டலங்களாகப் பிரித்து ஒவ்வொரு நீர்ப்பாசனம் அளிப்பதான) 'மாற்றுப் பாசன முறையுடன் கூடிய கால்வாய்ப் பாசனப் பகுதியை அதிகரிக்க வேண்டியதன் தேவை ஒரு சிறந்த விருப்பத்தேர்வாகும். எடுத்துக்காட்டாக, காவிரி ஆற்றுப்பாசனம் திருவாரூர், தஞ்சாவூர், நாகப்பட்டினம், திருச்சிராப்பள்ளி, அரியலூர், புதுக்கோட்டை, கரூர், நாமக்கல், சேலம் ஆகிய தமிழ்நாட்டின் ஒன்பது மாவட்டங்களிலுள்ள மொத்தக் கால்வாய்ப்பாசனப் பகுதியின் மூன்றில் இரண்டு பங்கிற்கும் மேல் பாசனம் செய்தாலும், இந்தப் பாசனப்பரப்பு படிப்படியாகக் குறைந்துவருகிறது. 6.7 இலட்சம் ஹெக்டேர் நிகரப் பாசனப் பரப்பு கொண்ட, உறுதி செய்யப்பட்ட காவிரி ஆற்றுப் பகுதியை ஈடு செய்யவும் அதிகரிக்கவும், ஒவ்வொரு மண்டலத்திற்கும் ஒன்றுவிட்ட ஆண்டில் நீர்ப்பாசனம் செய்யக்கூடிய வகையில், காவிரி ஆயக்கட்டை இரு மண்டலங்களாகப் பிரிப்பதன் மூலம் அதன் பயன்பாட்டுப் பாசனப்பகுதியை இரட்டிப்பாக்க வேண்டிய அவசியம் உள்ளது. (இதற்கான முதன்மையான காரணம் என்னவென்றால், இந்தக் காவிரிப் பாசன மாவட்டங்கள் ஒன்பதில், ஆறு மாவட்டங்களின் நிகரச் சாகுபடிப் பரப்பில் 48% இன்னும் நீர்ப்பாசனம் பெறாமலேயே உள்ளது). ஏற்கெனவே பரம்பிக்குளம்–ஆழியாறு திட்டப் பாசனப் பகுதி, கீழ் பவானி திட்டப் பாசனப் பகுதி ஆகியவற்றில் ஒன்றுவிட்ட பாசனமுறை நடைமுறையில் உள்ளதுபோல் இந்தப் பணியைச் செய்துவிட முடியும்.

முதன்மையான காவிரி டெல்டா மாவட்டங்களில் தற்போதைய நீர் பயன்பாட்டுத் திறன் மற்றும் உற்பத்தித்திறன் மாநில / தேசிய சராசரியை விட மிகக் குறைவாக உள்ளது; இது படுகையில் நீர் பயன்பாட்டுத் திறன் மிகக் குறைவு என்பதைக் குறிக்கிறது. தற்போது நடைமுறையில் இருந்துவரும் திறனைப் பயன்படுத்தும்போக்கில், மாற்றுப்பாசனம் வெற்றிகரமாக மேற்கொள்ளப்பட்டால், இது தாமிரபரணி போன்ற பிற நதிப்

அட்டவணை **1**

1950-51 முதல் **2014-15** வரை இந்தியா மற்றும் தமிழ்நாட்டின் நீர் ஆதாரங்களால் பயன்பெறும் நிகர நீர்ப்பாசனப் பரப்பு (லட்சம் ஹெக்டேர்)

ஆதாரம்	1950-1951 to 1959-1960		1960-1961 to 1969-1970		1970-1971to 1979-1980		1980-1981 to 1989-1990		1990-1991to 1999-2000		2000-2001 to 2009-2010		2010-2011 to 2014-2015	
	Area	% to NIA	Area	% to NIA	Area	% to NIA	Area	% to NIA	Area	% to NIA	Area	% to NIA	Area	% to NIA
இந்தியா														
கால்வாய்கள்	91. 9	41. 2	111.9	41.9	137.7	40.1	163.1	38.3	173.4	32.7	156.9	26.4	159.6	24.0
குளங்கள்	41.5	18.6	44.5	16.6	38.1	11.1	29.9	7.0	31.1	5.9	19.8	3.3	18.4	2.8
கிணறு+ஆழ்துளைக்கிணறுகள்	66.3	29.8	87.1	32.6	144.1	41.9	207.8	48.7	292.5	55.2	364.1	61.2	412.8	62.1
மற்றவை*	23.2	10.4	23.9	8.9	23.8	6.9	25.4	6.0	33.1	6.2	53.9	9.1	73.5	11.1
நி.பா. ப. மொத்தம்	222.9	100.0	267.3	100.0	343.6	100.0	426.3	100.0	530.1	100.0	594.7	100.0	664.3	100.0
தமிழ்நாடு														
கால்வாய்கள்	8. 0 (8.7)	37.6	8.8 (7.9)	35.6	8.9 (6.5)	33.2	8.2 (5.0)	33.0	8.3 (4.8)	29.3	7.3 (4.7)	26.8	6.8 (4.3)	24.4
குளங்கள்	7.8 (18.7)	36.8	9.1 (20.5)	36.8	8.5 (22.3)	31.5	6.2 (20.6)	24.7	6.3 (20.4)	22.4	5.1 (25.6)	18.6	4.2 (22.8)	14.9
கிணறு+ஆழ்துளைக்கிணறுகள்	5.0 (7.5)	23.5	6.5 (7.4)	26.0	9.2 (6.4)	34.1	10.4 (5.0)	41.6	13.5 (4.6)	47.7	14.8 (4.1)	54.2	16.9 (4.1)	60.5
மற்றவை*	0.5 (2.0)	2.2	0.4 (1.6)	1.6	0.4 (1.5)	1.3	0.2 (0.7)	0.8	0.2 (0.5)	0.6	0.1 (0.2)	0.4	0.07 (0.1)	0.2
நி.பா. ப. மொத்தம்	21.2 (9.5)	100.0	24.8 (9.3)	100.0	27.0 (7.8)	100.0	25.0 (5.9)	100.0	28.4 (5.4)	100.0	27.3 (4.6)	100.0	28.0 (4.2)	100.0
நி.சா. ப. மொத்தம்	55.45		60.26		61.35		56.22		56.33		50.22		48.04	

Notes. Figures in parentheses indicate source-wise percentage compared to India. NIA = Net Irrigated Area. NSA = Net Sown Area. * indicates anicuts, *bhandaras*, springs, *kuttai*, *thangal*, small diversion networks, and so on.

Sources. Centre for Monitoring Indian Economy (various years); Directorate of Economics and Statistics (1993 and 2000); Department of Evaluation and Applied Research (various years); IndiaAgristat (n.d.).

படுகைகளிலும் பின்பற்றப்படலாம். எனவே, இது கால்வாய் நீர்ப்பாசனப் பகுதியைக் கணிசமாக மேம்படுத்தலாம், இதனால் வேளாண் உற்பத்தியும் வேலைவாய்ப்புகளும் அதிகரிக்கும்.

ஏரிப் பாசனம்

ஏரிப்பாசனத்தின் முக்கியத்துவம் பன்முகப்பட்டதாகும். மாநில அரசின் தரவின்படி, தமிழ்நாடு 40 ஹெக்டேருக்கும் குறைவான 33,142 சிறிய ஏரிகள் மற்றும் 40 ஹெக்டேருக்கும் அதிகமான 7,985 பெரிய ஏரிகள் ஆகியவற்றின் மூலம் பாசனம் பெறும் 41,127 மொத்த ஏரிகளின் ஆயக்கட்டுகளைக் கொண்டுள்ளது. அனைத்து ஏரிகளின் பதிவு செய்யப்பட்ட ஆயக்கட்டு பத்து இலட்சம் ஹெக்டேருக்கும் சற்றுக் கூடுதலாகும்.

பெரும்பாலான ஏரிகளுக்கு அவற்றுக்கே உரிய நீர்ப்பிடிப்புப் பரப்பு உள்ளது. மேலும், குறைந்த எண்ணிக்கையிலான பெரிய ஏரிகள் மட்டுமே ஆறுகள் மற்றும் அணைக்கட்டுகளுடன் இணைக்கப்பட்ட கால்வாய்கள் வழியாகப் பெறப்படும் அவற்றின் பரந்துபட்ட நீர்ப்பிடிப்புப் பரப்பினைக் கொண்டுள்ளன. ஏரிப் பாசனம் தொடர்பாக மாநிலங்களுக்கு இடையிலான பிரச்சினைகள் பெரும்பாலும் எழுவதில்லை. ஏரிப்பாசனத்தை மேம்படுத்துவதற்கு, தமிழ்நாடு ஒவ்வொரு ஆற்றின் குறுக்கேயும் குறைந்த உயரத்திலான பல தடுப்பணைகளை அடிப்படையாகக் கொண்ட சிறிய அணைக்கட்டுகளைக் கட்டி அவற்றின் மூலமாக முடிந்த அளவில் ஏரிகளை இணைக்க வேண்டும். இப்படி அமைக்கப்படும் ஏரிகளே ஒழுங்குபடுத்தப்பட்ட ஏரிகள் (*system tanks*) எனக் குறிப்பிடப்படுகிறது.

வேளாண்மையில், 1960கள் வரை, தமிழ்நாட்டில் ஏரிப்பாசனமே முதன்மையான நீராதாரமாக இருந்தது. 1960களின்போது அதிகப்பட்சமாக 9.1 இலட்சம் ஹெக்டேர் நிலங்கள் ஏரிகளின் வழியாகப் பாசனம் பெற்றன. தமிழ்நாட்டில் அதிகபட்சமாக 1966–67இல் 9.66 இலட்சம் ஹெக்டேர் நிலங்களும், 1967–68இல் 9.90 இலட்சம் ஹெக்டேர் நிலங்களும் பாசனம் பெற்றதாகப் பதிவாகியுள்ளது. ஆனால் தற்போது ஏரிப்பாசனம் தனது பழம்பெருமையை இழந்துநிற்கிறது. ஏரிகள் மூலம் பாசனம் பெற்றுவந்த நிலப்பகுதி 2016–2017இல் படிப்படியாக 2,58,207 ஹெக்டேர் அளவாகக் குறைந்துபோனது. இது தோராயமாக, ஏரிப்பாசனப் பகுதிகளின் கீழ்ப் பதிவு செய்யப்பட்டதில் 25% (இது பத்து இலட்சம் ஹெக்டேருக்கும் அதிகம்) ஆகும். இத்தகைய சரிவிற்குப் பொறுப்பாக பல காரணிகளைக் கூறலாம்: பொதுவாக வெளிப்படையாகப் புலனாகுபவை, நிறுவன

ரீதியிலான (எடுத்துக்காட்டு: பாசனச் சங்கங்களின் உறுதியற்ற நிலை), தொழில்நுட்பம் சார்ந்த காரணிகள் (எடுத்துக்காட்டு: கிணற்றுப்பாசனத்தால் ஏரி மற்றும் கால்வாய்ப் பாசனம் அடைந்த வீழ்ச்சி) என வகைப்படுத்தலாம். நடைமுறையில் காணப்படுகின்ற இந்தக் காரணிகள் அனைத்தும் ஏரிப்பாசன முறைமைக்குப் புத்துயிரூட்டுவதில் கவனம் கொள்ளத்தக்கவையாகும்.

தண்ணீரைத் திறம்படப் பயன்படுத்துவதற்காகக் கவனத்துடன் செயல்பட்டு ஆறுகளின் குறுக்கே சிறிய அணைக்கட்டுகளை அமைத்து நேரடிப் பாசனம் செய்யவும் ஏரிகளுடன் இணைப்பதற்கான சாத்தியக்கூறுகளைக் கண்டறிந்து செயல்படுவதையும் தற்போதைய நிலை காட்டுகிறது. மேலும், நீண்ட காலமாகப் புறக்கணிக்கப்பட்ட ஏரிப்பாசன ஆதாரங்களை மேம்படுத்துவதைத் தவிரவும், வேளாண்மையின் மூலம் குறுகிய மற்றும் நடுத்தரக் கால வேலைவாய்ப்பை உருவாக்கவும் இந்தச் சாத்தியக்கூறு உதவுகிறது. அத்துடன், இம்முன்னேற்ற நடவடிக்கைகள், ஒருமுறை புத்துயிரூட்டப்பட்டால், வேளாண்மையின் மூலம் குறு, சிறு விவசாயிகளுக்கு நீண்ட கால வருவாய் உருவாவதையும் அது இயல்வதாக்கும்.

“நீர் கிடைப்பது என்பது ஒரு முக்கிய அம்சம் என்பதோடு, வேளாண்மைத் துறையில் உற்பத்தி மற்றும் உற்பத்தித் திறனைப் பாதிக்கும் ஒரு வரையறைக்குட்பட்ட காரணியாகும்; வேளாண் நிலங்களைத் திறம்படப் பயன்படுத்துவதற்கு உரிய காலத்தில் நீர்ப்பாசனம் வழங்குவது அத்தியாவசியமானதாகும்; எனவே, தமிழ்நாடு அரசால் தயாரிக்கப்பட்ட தமிழ்நாடு முன்னோக்குத் திட்டம் 2023இன் கீழ் அடுத்த பத்து ஆண்டுகளில் அனைத்துச் சாகுபடி நிலங்களுக்கும் நீர்ப்பாசனம் கிடைக்கச் செய்வது ஒரு முக்கியக் குறிக்கோளாக அடையாளம் காணப்பட்டுள்ளது” என்று தமிழ்நாட்டின் மீது கவனம் குவிக்கும் வேளாண்மை மற்றும் ஊரக மேம்பாட்டுக்கான தேசிய வங்கி தனது அண்மைக்கால ‘மாநிலக் கவனக் குவிப்பு அறிக்கை’யில் குறிப்பிட்டுள்ளது.

நில நீர்ப்பாசனத்துறையில் பெருந்தொற்றின் தாக்கம்

சிறுபாசனத் துறையில் கோவிட்–19இன் தாக்கத்திற்கு மூன்று பரிமாணங்கள் உள்ளன.

முதலாவது, தமிழ்நாட்டின் பெருந்தொற்றுக் காலகட்டத்துடன் தொடர்புடையது. அந்தக் காலகட்டம் 2020ஆம் ஆண்டின் மார்ச் மாதத்தின் இறுதி வாரத்திலிருந்து தொடங்கியது. வழக்கமாகக் கோடைக்காலம் (ஏப்ரல்–மே மாதங்கள்) வேளாண்மைக்கு முக்கியமானதாகும்; ஏனெனில் இந்தக் காலகட்டத்தின்போது,

கோடை உழவு, நிலப் பராமரிப்பு மற்றும் குறுவை பயிர்ச் சாகுபடிக்கான குடிமராமத்து மூலம் சிறுபாசனக் கட்டமைப்புகளை மேம்படுத்துதல் போன்ற அடுத்த பருவத்திற்கான வேளாண் ஆயத்தப் பணிகளை முறையே தனித்தனியாகவும் கூட்டாகவும் விவசாயிகள் மேற்கொள்வார்கள். இந்தப் பணிகள் ஜூன் மாதத்தில் தொடங்கும் தென்மேற்குப் பருவமழைக்காலம் வரையிலும் அத்தியாவசியமானவை. (தமிழ்நாட்டிலுள்ள ஏரிகள் வடகிழக்குப் பருவமழையின் போதுதான் நீர்வரத்தை அதிகமாகப் பெறும் என்பதால், தென்மேற்குப் பருவமழைக்கு முன் பின் காலகட்டங்களில் முறையே கால்வாய்ப் பராமரிப்புக்கும், ஏரி உள்கட்டமைப்பு தொடர்பான பராமரிப்புக்கும் குடிமராமத்துப் பணி அவசியமாகும். (குடிமராமத்து என்பது அந்தந்த ஊர்மக்கள் தங்களின் சொந்த உடல் உழைப்பைப் பயன்படுத்தி மழை நீர் மற்றும் ஆற்று நீரை அவர்களின் கிராமங்களுக்குக் கொண்டுசெல்ல, சிரமம் பாராமல் கால்வாய்களையும் வாய்க்கால்களையும் பராமரிக்க மக்கள் தாமாக முன்வந்து கொடுக்கும் உடல் உழைப்பே ஆகும்). இந்த அடிப்படையான பண்ணை வேலைகளை உரிய காலத்தில் கவனிக்காவிட்டால், தாமதமான விதைப்பு, அதிக நீர் விரையம், பலவீனமான ஏரிக்கரை, ஆற்றங்கரை மற்றும் பிற உள்கட்டமைப்புப் பிரச்சினைகளால் ஏற்படும் வெள்ளப்பெருக்கு ஆகிய சிக்கல்கள் தீவிரமாகி, அவை பயிர்ச் சாகுபடியை மோசமாகப் பாதிக்கும். கடந்த 2020ஆம் ஆண்டில், கோவிட்-19இன் காரணமாக, உற்பத்தித்திறனை அதிகரிப்பதற்கு அனைத்துப் பண்ணை உள்ளீடுகளையும் திறம்படப் பயன்படுத்தித் திட்டமிட்ட சாகுபடியைச் செயல்திறனுடன் மேற்கொள்ள இயலவில்லை.

இரண்டாவது பரிமாணம் கோவிட்-19 காலகட்டத்தின்போது பண்ணைத் தொழிலாளர்கள் கிடைப்பது தொடர்பானது. வழக்கமான விவசாய வேலைகளிலும் குடிமராமத்து போன்ற சிறுபாசனம் தொடர்பான வேலைகளிலும் ஈடுபட்டுவந்த வேளாண் தொழிலாளர்கள், பொதுமுடக்க நடவடிக்கைகள் நடைமுறைப்படுத்தப்பட்டதால் தங்கள் பணிகளிலிருந்து நீங்கி, அவரவர் வீடுகளில் பாதுகாப்பாகத் தங்கியிருந்தனர். இது வழக்கமான சிறு பாசனப் பராமரிப்பு மற்றும் அது தொடர்பான விவசாய வேலைகளை மோசமாகப் பாதித்தது. மேலும் வேளாண் துறையில் அத்தியாவசியப் பணிகளை மேற்கொள்வதற்குச் சில தளர்வுகள் அனுமதிக்கப்பட்டிருந்தபோதிலும், பொதுமுடக்க விதிமுறைகள் காரணமாக வேளாண் துறையில் வேலையாட்கள் மாவட்டங்களுக்குள்ளும் மாவட்டங்களுக்கு இடையேயும் இடம்பெயர நேரிட்ட நிகழ்வு தொழிலாளர் பற்றாக்குறையை மோசமாக்கியது. நீர்ப்பாசன வசதிகளிலிருந்து நல்ல பலனைப்

பெறுவதற்கும், கால்வாய் மற்றும் ஏரிகளின் உள்கட்டமைப்பைப் பராமரிப்பதற்கும், விவசாயிகளுக்கு அதிக வருமானத்தை உறுதி செய்வதற்கும் கோவிட்-19க்குப் பிந்தைய காலகட்டத்தில் சிறந்த முறையில் பயன்படுத்தப்பட வேண்டும்.

மூன்றாவது பரிமாணம் கிராமப்புறங்களில் பண்ணைத் துறையில் உள்ள மக்களின் நலப்பராமரிப்புடன் தொடர்புடையது. சமூக விலகல், முகக்கவசம் அணிதல், கைகளைக் கழுவுதல் ஆகிய தனிநபர் அளவிலான கட்டாய நோய்த்தடுப்பு விதிமுறைகளைப் பற்றிய விழிப்புணர்வு இல்லாமையும், அவற்றைப் பின்பற்றுவதில் அக்கறையின்மையும் சமூக அளவில் விதிகளை பெரிதாக மீறுவதில் சென்று முடிகின்றன. இவ்வாறு கோயம்பேடு சந்தையின் மூலம் ஏற்பட்ட தொற்றுப் பரவல் பாதிப்பின் தீவிரம் கிராமப்புறங்களையும் எட்டியது. இவ்வாறான போக்குகள் வேளாண் துறையில், குறிப்பாகத் தோட்டக்கலைத் துறையில், அளிப்பு மற்றும் தேவை மதிப்புச் சங்கிலித் தொடரை முடக்குவதன் மூலம் சுற்றுச்சூழல் அமைப்பைத் தீவிரமாகப் பாதிக்கின்றன. கோடைக்காலத்தில் ஏற்பட்ட கடுமையான புயல், பலத்த மழை ஆகியவையும் கூட, பயிர்களின் இழப்பிற்கும் பண்ணை வருமான இழப்பிற்கும் வழிவகுத்தன.

குறுகியகாலக் கொள்கை நடவடிக்கைகள்

1. பொதுப்பணித்துறை அதிகாரிகளின் மேற்பார்வை மற்றும் மேலாண்மையின் கீழ் ஏரிகளின் மேலாளர்களாகப் பயன்பாட்டு விவசாயிகளுக்கு ஆற்றல் வழங்கும் வகையில், செயலற்றிருக்கும் தமிழ்நாடு விவசாயிகள் நீர்ப்பாசன முறைமை மேலாண்மைச் சட்டம், 2000 *(TNFMIS Act - 2000)* புதுப்பிக்கப்படலாம். மிக முக்கியமாக, இந்தச் சட்டம் ஏரிகளைப் புதுப்பிப்பதற்காக மட்டுமல்லாமல், கால்வாய்ப் பாசன மேலாண்மையை வலுப்படுத்துவதற்காகவும் உருவாக்கப்பட்டது. இந்தச் சட்டம் தண்ணீரைப் பயன்படுத்துவோர் சங்கங்களைப் *(WUAs)* பாதுகாத்தும் வருகிறது. இந்தச் சட்டம் நடைமுறைப்படுத்தப் படுமானால், கோவிட்-19 காலகட்டத்தில் மட்டுமல்லாமல் மற்ற காலங்களிலும், சிறந்த பயிர் வளர்ச்சிக்குப் போதிய நீரைப் பெறுவதற்காக ஏரி அல்லது கால்வாய் அமைப்பைப் பாதுகாப்பதிலும் பராமரிப்பதிலும் விவசாயிகள் விழிப்புடன் இருப்பார்கள். இந்தச் சட்டத்தின் வாயிலாக நீர்ப்பாசனச் சங்கங்கள் ஒருமுறை சிறப்பாக உருவாக்கப்பட்டுவிட்டால், வேளாண் மற்றும் நீர்ப்பாசன உற்பத்தித் திறன் மேம்படும்; மேலும், விவசாயிகளின் வருமானமும் உயரும். கடந்த சில பதிற்றாண்டுகளாக இது நடைபெறவில்லை. எனவே, இதனைத் தற்போதாவது நிறைவேற்றுவது அரசின் முக்கியக் கடமையாகும்.

2. இயன்ற இடங்களில் எல்லாம், ஏரிகளின் மீன்பிடிப்பு வருமானத்தைத் தமிழ்நாடு விவசாயிகள் நீர்ப்பாசன முறைமை மேலாண்மைச் சட்டம், 2000 (TNFMIS Act - 2000), வரையறுத்தபடி, தண்ணீரைப் பயன்படுத்துவோர் சங்கங்கள் (WUAs) மற்றும் தமிழ் நாடு அரசு ஆகியவை 50:50 அடிப்படையில், பகிர்ந்துகொள்ளலாம்.

3. ஏரிகளில் படியும் வண்டல்மண்ணை, தேவையானபோது, கட்டணம் இன்றி அகற்றி எடுப்பதற்கு விவசாயிகள் அனுமதிக்கப்பட வேண்டும். வண்டல் மண்ணை அகற்றுவதற்கு அரசு அனுமதி அளித்திருந்தாலும், அது தற்போது அரசியல் சார்புடையதாக ஆகிவிட்டதால், சர்ச்சைகள் எழுந்தவண்ணம் இருக்கின்றன. தமிழ்நாடு விவசாயிகள் நீர்ப்பாசன முறைமை மேலாண்மைச் சட்டம், 2000 நடைமுறைப்படுத்தப்படுவதன் மூலம் இதற்குத் தீர்வு காணலாம்.

4. ஏரிகள், கால்வாய்கள் அனைத்திற்கும் தண்ணீரைப் பயன்படுத்துவோர் சங்கங்கள் உருவாக்கப்பட்டு, அவற்றை முறையாகச் செயல்பட வைக்கவேண்டும். ஏரிகளின் குடிமராமத்து, கால்வாய்ப் பராமரிப்பு ஆகியவற்றைக் கவனித்துக்கொள்ளவும், வயல்களின் நீர் விநியோகத்தைத் திறம்பட விவசாயிகளே மேலாண்மை செய்யவும் இந்தச் சங்கங்களுக்கு ஆற்றல் அளிக்கப்பட வேண்டும். இதைச் செய்வதற்கும் கூட, தமிழ்நாடு விவசாயிகள் நீர்ப்பாசன முறைமை மேலாண்மைச் சட்டம், 2000இன் அறிந்தேற்பு அடிப்படையானதாகும்.

5. தமிழ்நாடு விவசாயிகள் நீர்ப்பாசன முறைமை மேலாண்மைச் சட்டம், 2000இன் படி, பொதுப்பணித் துறை அலுவலர்களுக்கு, கால்வாய்கள், வாய்க்கால்கள் மற்றும் நீர்நிலைகளிலுள்ள ஆக்கிரமிப்புகளை அகற்ற வேண்டிய பணிகள் மற்றும் அவை தொடர்பான பிரச்சினைகளை இயன்ற அளவு விரைவில் தீர்க்கப்பட வேண்டிய கடமைகள் உள்ளன. இதுவரை இது சரி செய்யப்படவில்லை; இதனாலேயே பல ஏரிகளில் பதிவு செய்யப்பட்ட பாசனப்பரப்பை அடைய இயலவில்லை. இந்த நிலைமை சரிசெய்யப்பட வேண்டும்.

6. மேட்டூர் அணையிலிருந்து பாசனத்திற்கான நீர் 12 ஜூன் 2020 அன்று திறந்துவிடப்பட்டுள்ளதால், காவிரி நீர்ப்பாசனப் பகுதி முழுவதுமுள்ள கால்வாய்கள் மற்றும் வாய்க்கால்களின் பராமரிப்பை முறையாக மேற்கொள்ள வேண்டிய காலம் இது. இந்த நோக்கத்திற்காக, விவசாயிகள் தண்ணீரைப் பயன்படுத்துவோர் சங்கங்கள் மூலம் தங்கள் கிராம எல்லைக்குள் முறையான கால்வாய்ப் பராமரிப்புப் பணிகளை விவசாயிகள் அவர்களாகவே மேற்கொள்ள வேண்டும் என்பதைக் குறிக்கும் ஓர் ஆணையை அரசு

வெளியிட வேண்டும்; இது இயலாத இடங்களில் திறமையான முறையில் காவிரி நீர் பயன்படுத்தப்படுவதை உறுதிப்படுத்துவதற்கு உரிய நேரத்தில் நீர்வழிப் பராமரிப்புப் பணிகளை மேற்பார்வை செய்வதற்கான நடவடிக்கைகளை அரசு எடுக்கவேண்டும். மாநில அரசு மேற்சொன்ன நோக்கங்களுக்காகச் (ஐ.ஏ.எஸ். நிலையிலான) சில சிறப்பு அதிகாரிகளைப் பணிநியமனம் செய்திருந்தாலும், காவிரியின் கடைமடைப்பகுதிகள் போதுமான நீர் வரத்தைப் பெறுகின்றனவா என்பதுதான் தற்போது முக்கியமான எதிர்பார்ப்பாக உள்ளது. அவை தேவையான நீர் வரத்தைப் பெற்றால் மட்டுமே, பராமரிப்பு முறை சிறப்பாகச் செயல்பட்டுக்கொண்டிருக்கிறது என்று நாம் சொல்ல முடியும். இது பல பதிற்றாண்டுகளாகச் சாத்தியப்படாமலேயே இருக்கிறது.

7. உழவர் உற்பத்தியாளர் அமைப்புகள், உழவர் ஊக்குவிப்புக் குழுக்கள் போன்ற கூட்டுச் சந்தைப்படுத்தல் கட்டமைப்பைத் தீவிரமாக ஊக்குவிப்பதன் மூலம் ஒவ்வொரு மாவட்டத்திலும் உற்பத்திக்குப் பிந்தைய காலகட்டத்தில் அளிப்பு சங்கிலித் தொடர் வலுப்படுத்தப்பட வேண்டும். கிராம மற்றும் கோட்ட அளவிலான (block-level) சந்தைப்படுத்தல் வசதிகள் போதுமானதாக இல்லை என்பதுடன் அது விவசாய விளைபொருட்களைச் சந்தைப்படுத்துதலில் பெரும் இழப்புக்கும் இட்டுச்செல்கிறது. கோட்ட அளவிலான 'உழவர் சந்தை' கொரோனா நுண்கிருமிப் பரவலைத் தடுப்பதற்குத் தேவையான கை கழுவும் நீர், கிருமிநாசினி, முகக்கவசம், சமூக விலகல் போன்ற ஏற்பாடுகளைக் கொண்டிருக்க வேண்டும்.

8. மாநில வரவுசெலவுத் திட்டத்திற்கு இணைப்பாக, ஊரக உள்கட்டமைப்பு மேம்பாட்டு நிதியத்தின் கீழ், சிறுபாசனப் பணிகளுக்கு நிதியளிப்பதில் கவனம் குவிப்பதை வேளாண்மை மற்றும் ஊரக மேம்பாட்டுக்கான தேசிய வங்கி (NABARD) கருத்தில்கொள்ளலாம். தடுப்பணைகள், ஆறுகளை ஆதாரமாகக் கொண்ட அணைக்கட்டுகள் ஆகியவற்றின் கட்டுமானங்கள் மீதும், ஏற்கெனவே நிதியளிக்கப்பட்டு தற்போது நடைபெற்றுக் கொண்டிருக்கும் சிறுபாசனப் பணிகளின் பராமரிப்பு நிலையை நேரடியாகக் கண்காணிப்பதிலும் மிகுந்த கவனம் செலுத்தப்படலாம். அனைத்துச் சிறுபாசன ஏரிகளின் நீர்வரத்து வாய்க்கால்களையும் முழுமையாகப் புதுப்பிக்க வேண்டிய தேவையிருக்கிறது.

9. தெரு நாடகங்கள், நாட்டுப்புறப் பாடல்கள், கிராமியக் கூத்து, பொம்மலாட்டம் போன்ற பண்பாட்டு அறிவின் அடிப்படையில் உருவாக்கப்பட்ட பல்வேறு கலாச்சார நிகழ்ச்சிகள் மூலமும் குடிசைப் பகுதிகள், கோயில் வளாகங்கள் போன்ற பொது

இடங்களில் கோவிட்–19 பற்றிய பரப்புரைகளைப் பதாகைகளாக்கி வைப்பதன் மூலமும் நோய்த்தடுப்பு விதிகளின் முக்கியத்துவம் குறித்துத் தீவிர விழிப்புணர்வை ஊட்டுவது அவசியமாகும். இந்தச் செயல்பாட்டை, நல்வாழ்வுத் துறை, பொதுப்பணித்துறை, வேளாண் துறை, மீன்வளத் துறை, வனத் துறை போன்ற பல்வேறு துறைகள் மூலம் நடைமுறைப்படுத்தி, கண்காணிக்க வேண்டியது அவசியமாகும். மேலும் பங்கேற்பு அணுகுமுறையின் கீழ் மக்களை அவற்றில் ஈடுபடுத்த வேண்டும். கோவிட்–19 தடுப்பு குறித்த செய்திகளைத் தவிரவும், தமிழ்நாடு விவசாயிகள் நீர்ப்பாசன முறைமை மேலாண்மைச் சட்டம், 2000, அதன் முக்கியத்துவம், பயன்கள் ஆகியவை குறித்த பரப்புரைகளையும் செய்யலாம். இந்த நோக்கங்களுக்காக, சுயஉதவிக் குழுக்கள், தண்ணீரைப் பயன்படுத்துவோர் சங்கங்கள், விவசாயிகள் சங்கங்கள், கூட்டுப் பொறுப்புக் குழுக்கள் போன்ற சமூக மூலதனங்களைக் கிராம அமைப்புகளுடன் இணைத்துப் பயன்படுத்த வேண்டியது அவசியமாகும்.

நடுத்தரக்காலக் கொள்கை நடவடிக்கைகள் (3 முதல் 5 ஆண்டுகள் வரை)

1. வேளாண்மை மற்றும் ஊரக மேம்பாட்டுக்கான தேசிய வங்கியால் (NABARD), ஊரக உள்கட்டமைப்பு மேம்பாட்டு நிதியத்தின் (RIDF) கீழ், சிறுபாசனப் பணிகளுக்கு உள்கட்டமைப்பு வசதிகளை வழங்குவதற்கு, கொரோனா சிறப்பு ஐந்தாண்டு முன்னோக்குத் திட்டம் (2020–2021 முதல் 2024–2025 வரை) தேவைப்படுகிறது. பெருந்தொற்றால் வழங்கல் சங்கிலியில் ஏற்பட்டுள்ள இடையூறுகளைக் கடந்துசெல்ல தமிழ்நாட்டின் அனைத்து மாவட்டங்களிலுமுள்ள பண்ணைத்துறை தொடர்பான ஊரக உள்கட்டமைப்புப் பணிகளின் முன்னுரிமைத் தேவைகளை அடையாளம் காண்பதற்கு வேளாண்மை மற்றும் ஊரக மேம்பாட்டுக்கான தேசிய வங்கியால் தீட்டப்பட்ட, ஊரக உள்கட்டமைப்பு மேம்பாட்டு நிதியத்தின் தற்போதைய திட்டம் புதுப்பிக்கப்பட வேண்டியது அவசியமாகும். (இத்திட்டங்களின் சில குறைபாடுகள் 2016ஆம் ஆண்டின் வேளாண்மை மற்றும் ஊரக மேம்பாட்டுக்கான தேசிய வங்கியின் மதிப்பீட்டு அறிக்கையில் சுட்டிக்காட்டப்பட்டுள்ளன. அவற்றில் 16 நிழற்படங்கள் பார்வைக்காகக் கீழே கொடுக்கப்பட்டுள்ளன). எடுத்துக்காட்டாக, தோட்டக்கலை உற்பத்திப் பொருட்கள் உள்ளிட்ட, விளைப்பொருட்களுக்குப் போதுமான சேமிப்பு மற்றும் குளிரூட்டும் வசதியை உறுதி செய்வதற்காக, பெரும்பாலான வருவாய்க் கிராமங்களில், கிடங்குகள் போன்ற தனியார் முதலீட்டு அடிப்படையிலான சேமிப்பகக் கட்டமைப்புகள் முறையான

மானியக்கூறுகளுடன் ஊக்குவிக்கப்பட வேண்டும். ஒவ்வொரு மாவட்டத்திலும் கோட்ட அளவில் சேமிப்பு அல்லது குளிரூட்டும் மையத்திற்கான ஆற்றல் வாய்ந்த தேவை அடிப்படையிலான சிறப்புத் திட்டத்தை வேளாண்மை மற்றும் ஊரக மேம்பாட்டுக்கான தேசிய வங்கி ஆய்வு செய்யலாம் மற்றும் இது ஊரக உள்கட்டமைப்பு மேம்பாட்டு நிதியத்தின் ஒதுக்கீட்டின்கீழ் மாநில வரவுசெலவுத் திட்டத்திற்குத் துணைபுரியும் என்பதால் அவற்றின் ஆற்றல் வாய்ந்த இணைக்கப்பட்ட கடன் திட்டத்தில் (*potential linked credit plan*) சேர்க்கலாம். மேலும், ஒன்றிய நிதியமைச்சரால் அறிவிக்கப்பட்ட தொகுப்புநிதி போதாது; நீர்ப்பாசனத் துறையின் பிரச்சினை முற்றிலும் வேறுபட்டது.மேலும், முற்றிலும் புறக்கணிக்கப்பட்ட கால்வாய், ஏரி ஆகிய நிலநீர்ப்பாசன (*surface irrigation*) அமைப்புகளின் உள்கட்டமைப்பு வசதிகளை மேம்படுத்தித் தரமுயர்த்த வேண்டும் என்பதே நமது இப்போதைய பரிந்துரை. மேலும், கிராம மற்றும் கோட்ட அளவில், பண்ணை உற்பத்தி அடிப்படையிலான (எடுத்துக்காட்டு: கிட்டங்கிகள்) சேமிப்பு வசதிகளை மேம்படுத்த வேண்டிய அவசியம் உள்ளது.

2. பெருந்தொற்றால் ஏற்பட்டுள்ள கடன்வசதி இடைவெளியை எதிர்கொள்வதற்கு, பண்ணைத்துறையின் அடிப்படைத் தேவைகளை அடையாளம் காண நான்கு முன்னணி வங்கிகள் (பாரத ஸ்டேட் வங்கி, இந்தியன் ஓவர்சீஸ் வங்கி, இந்தியன் வங்கி, கனரா வங்கி ஆகியவை) வேளாண்மை மற்றும் ஊரக மேம்பாட்டுக்கான தேசிய வங்கியுடனும், அந்தந்த மாவட்ட ஆலோசனைக் குழுக்களுடனும் கலந்தாலோசித்துப் பிரத்தியேக மூன்று ஆண்டு (2020–2021 முதல் 2022–2023 வரையிலான) முன்னோக்கு கொரோனா சிறப்புக் கடன் திட்டத்தைத் தயாரிக்கலாம். மாநில அளவிலான வங்கியாளர் குழு (*SLBC*) இது குறித்துத் திட்டமிடும் முன்முயற்சியை மேற்கொள்ளலாம். இந்திய ரிசர்வ் வங்கியின் முன்னணி வங்கித் திட்டத்தின் (*LBS*) கீழ், இந்த ஆற்றல் வாய்ந்த கடன் திட்டம் (வங்கி சாராத நிதிச் சேவை நிறுவனங்கள், நுண்கடன் வழங்கும் நிதி நிறுவனங்கள் மற்றும் அரசு சாரா அமைப்புகளின் மூலமாக) கூட்டுறவு வங்கிச் சேவைகளையும் நுண்நிதிநிறுவனச் சேவைகளையும் உள்ளடக்கியதாக உள்ளது. காப்பீட்டு நிறுவனங்களும் முன்னணி வங்கித் திட்டத்தின் வரையறைக்குள் வருகின்றன. எனவே, முன்னணி வங்கித்திட்டத்தின் கீழ் (கால்நடை வளர்ப்பு, மீன் வளர்ப்பு உள்ளிட்ட) பண்ணைத் துறையில் காப்பீடுடன் இணைக்கப்பட்ட ஆற்றல் வாய்ந்த கடன் திட்டங்களை உள்ளடக்கும் ஒரு விரிவான கொரோனா சிறப்பு மூன்று ஆண்டுத் திட்டத்தைப் பரிசீலிக்கலாம். இந்தப் பரிந்துரைகளின்படி, மாநில அளவிலான வங்கியாளர் குழு,

வேளாண்மை மற்றும் ஊரக மேம்பாட்டுக்கான தேசிய வங்கி, இந்திய ரிசர்வ் வங்கி ஆகியவை தமிழ்நாட்டிற்கான விரிவான கொரோனா சிறப்புத் திட்டத்திற்கான வழிகாட்டுதல்களைத் தயாரிக்க வேண்டியது அவசியமாகும்.

3. மண்ணின் தர வரைபடம், பயிர் மற்றும் நீரின் உற்பத்தித்திறன் ஆகியவற்றின் அடிப்படையில், ஒரு குறிப்பிட்ட பயிரின் மகசூலை அதிகப்பட்சம் உயர்த்துவதற்கு உரிய நடவடிக்கைகளை விவசாயிகள் எடுக்க வேண்டிய அவசியம் உள்ளது. இதற்காக, போதுமானதும், உரிய நேரத்தில் கிடைக்கக்கூடியதுமான விரிவாக்கச் சேவைகளை, அனைத்து விவசாயிகளும் பெறும் வகையில் வேளாண் பல்கலைக்கழகங்களும் அதைப்போல விவசாயம் தொடர்பான துறைகளும் ஏற்பாடு செய்யலாம்.

4. நீர்ப்பற்றாக்குறை எங்குக் காணப்பட்டாலும், அதிக நீர் தேவைப்படுகிற பயிர்ச் சாகுபடி நிறுத்தப்பட வேண்டும். அதற்குப் பதிலாக, அதிக நீர் தேவைப்படாத பருவக்காலப் பயிர்கள் வளர்க்கப்படலாம். அந்தப் பகுதிகளில் நவீனத் தொழில்நுட்ப அடிப்படையிலான சொட்டு நீர், தெளிப்பு நீர், நீர்ப் பீய்ச்சுக்குழல் மற்றும் மேம்பட்ட துல்லிய நீர்ப்பாசன முறைகளைப் பின்பற்றலாம். இதற்காக, நிலத்தடி நீர்மேம்பாட்டுத் திட்டங்கள், நதி நீர் மேம்பாட்டுத் திட்டங்கள் ஆகியவை தீவிரமாக மேற்கொள்ளப்பட வேண்டும். ஒரு வருடத்தில் குறைந்தபட்சம் ஒரு பருவத்திற்காவது புதிய விரிவாக்கப் பகுதிகள் உள்ளிட்ட அனைத்து ஆற்றுப் படுகைகளுக்கும் நதிநீர் கிடைத்திட வழிவகை செய்திட வேண்டும். தண்ணீர் தொடர்ந்து கிடைக்குமா என்ற சந்தேகம் பெரும்பாலான பகுதிகளில் நிலவுவது, தொழில்நுட்பம் சார்ந்த சிறந்த நீர்ப்பாசன முறைகளைப் பின்பற்றாமல் போவதற்கு வழி வகுக்கிறது. கிணறுகளில் ஓரளவு தண்ணீர் கிடைக்கும்வரை, இந்த நவீனத் தொழில்நுட்பத்தின் பயன்பாடு ஒரு பிரச்சினை அல்ல. தண்ணீர் கிடைப்பது மட்டுமே பிரச்சினை.

5. விவசாயத்தில், உள்ளீட்டுச் செலவுகள் அதிகரிப்பதால் சாகுபடிச் செலவும் சீராக அதிகரித்துவருகிறது. தொழிலாளர்களின் கூலி, வேளாண் உற்பத்திச் செலவில் விவசாயிகளால் தாங்க முடியாத அளவில் பெரும்பங்கு வகிக்கிறது. கூடவே, பல இடங்களில் விவசாய வேலைகளுக்குத் தொழிலாளர்கள் எளிதில் கிடைப்பதில்லை. வெளி மாவட்ட, வெளி மாநிலத் தொழிலாளர்களைப் பயன்படுத்த வேண்டிய சூழ்நிலை நிலவுகிறது. அத்தகைய சூழ்நிலைகளைத் தவிர்ப்பதற்கும் விவசாயிகளுக்கு உதவுவதற்கும், விவசாயிகள் தங்கள் பண்ணை வேலைகளைச் செய்யும்பொழுது, மகாத்மா காந்தி தேசிய ஊரக வேலைவாய்ப்பு உத்தரவாதச் சட்டத்தின்

கீழ் வேலை செய்யும் தொழிலாளர்களைப் பயன்படுத்த வழிவகை செய்ய வேண்டும். வேளாண் தொழிலாளர்களின் கூலியில் 50% பயனடையும் விவசாயிகள் மூலமும், மீதமுள்ள 50% கூலி, மகாத்மா காந்தி தேசிய ஊரக வேலைவாய்ப்பு உத்தரவாதச் சட்டத்தின் நிதியிலிருந்தும் அந்தந்த ஊராட்சிகள் வழியாக வழங்கலாம்.

6. அரசு உதவி பெறும் பல திட்டங்களில், பயனாளர்களின் ஈடுபாடு முற்றிலும் புறக்கணிக்கப்பட்டுள்ளது. அதன் விளைவாக, அவர்களின் பங்கேற்பு இல்லாமல், செயல்படுத்தப்படும் திட்டத்தின் பொறுப்புடைமையும் வெற்றியும் கேள்விக்குள்ளாகிறது. உலக வங்கியின் உதவியுடன் அண்மையில் செய்துமுடிக்கப்பட்ட பாசனம் செய்யப்பட்ட வேளாண் நவீனமயமாக்கல் மற்றும் நீர்நிலைகளின் புதுப்பித்தல், மேலாண்மைத் திட்டத்தின் (IAMWARM) முதல் கட்டச் செயல்பாடு இதற்கு ஒரு சிறந்த எடுத்துக்காட்டு ஆகும். ஒவ்வொரு துளி நீரிலிருந்தும் அதிக வருமானம் பெறுதல் என்பதை இந்தத் திட்டம் அடிப்படை நோக்கமாகக் கொண்டுள்ளது.

இந்த நோக்கத்தை அடைவதற்காக (வேளாண்மை, வேளாண் பொறியியல், கால்நடை வளர்ப்பு, வேளாண் உற்பத்தியைச் சந்தைப்படுத்துதல், தோட்டக்கலை, மீன்வளம், தமிழ்நாடு வேளாண் பல்கலைக்கழகம், பொதுப்பணித்துறை ஆகிய) எட்டு அரசுத் துறைகள் ஈடுபடுத்தப்பட்டு, நிதி நல்கை வழங்கிய உலக வங்கியின் வழிகாட்டு நெறிமுறைகளின் படி அற்புதமாக அமைந்தது. இருப்பினும், பெரிதும் மேம்பாட்டு நடவடிக்கைகளில் பயன் பெறும் விவசாயிகளை முற்றிலும் விலக்கியதன் காரணமாக, இந்தத் திட்டத்தின் எதிர்பார்க்கப்பட்ட விளைவுகளான, பயிர்களுக்கு உறுதியளிக்கப்பட்ட நீர் வழங்கல் மற்றும் பயிர் செய்யப்படும் மற்றும் பயிர் செய்யத்தக்க பரப்பு ஆகியவை நிறைவேற்றப்படவில்லை.

அட்டவணை 1இல் கண்டபடி, இத்திட்டம் 2007 முதல் 2014 வரை செயல்பட்ட போதிலும், 2010களில் கூட ஏரிகளால் பாசனம் பெற்ற பரப்பு படிப்படியாகக் குறைந்துள்ளது (தமிழ்நாட்டில் பத்து இலட்சம் ஹெக்டேருக்கு மேல்பதிவு செய்யப்பட்ட ஆயக்கட்டுப் பரப்பளவுடன் ஒப்பிடும்பொழுது, 4.2 இலட்சம் ஹெக்டேர் மட்டுமே ஏரிப் பாசனம் பெற்றுள்ளது).

அரசு, தற்போதைய இரண்டாம் கட்டத்திலாவது, தமிழ்நாட்டில் போதுமான சாகுபடிக்காக ஏரிஆயக்கட்டுப்பகுதியை உயர்த்துவதற்குக் குறைந்தபட்சம் இத்திட்டத்தின் இலக்குகளை நிறைவேற்றுவதற்கான நடவடிக்கைகளை எடுக்க வேண்டும். விவசாயத்தின் மூலம் விவசாயிகளின் வருமானம் எப்போதுமே சொல்லிக்கொள்ளத்தக்க வகையில் அதிகமாக இருப்பதில்லை;

மேலும், நீர்ப்பாசனத் துறை மோசமாகச் செயல்படுகிறது என்பதால், பெருந்தொற்றுக் காலகட்டமும், அதற்குப் பிந்தைய காலகட்டமும் பாதிப்புக்குள்ளாகக்கூடிய இந்தத் துறையை மேம்படுத்துவதற்குத் திறம்படப் பயன்படுத்தப்பட வேண்டும்.

ஒன்றோடொன்று தொடர்புடைய துறைகள் / பிரச்சினைகள் உடனான இணைப்புகள்

தமிழ்நாட்டில் விவசாயத்தை மேம்படுத்துவதற்கான பிற நடவடிக்கைகள்

1. மகாத்மா காந்தி தேசிய ஊரக வேலைவாய்ப்பு உத்தரவாதச் சட்டத்தின் திட்டம் செயல்பாட்டில் இருப்பதால், பாசனத் துறையின் விரிவாக்கத்தின் மூலம், இந்தத் தொழிலாளர்களை விவசாயத்திற்கு, குறிப்பாக அவர்களின் விவசாயச் செயல்பாடுகளுக்கு உதவ விவேகத்துடன் பயன்படுத்த வேண்டும். இதற்காக, ஊதியத்தில் பாதியை மகாத்மா காந்தி தேசிய ஊரக வேலைவாய்ப்பு உத்தரவாதச் சட்டத் திட்டத்தின் நிதி மூலமும், மீதியைப் பயனாளி விவசாயிகள் மூலமும் அரசுடன் பகிர்ந்துகொள்ள வேண்டும்.

2. விவசாயிகளின் கடன் பிரச்சினைகளைத் தீர்ப்பதற்கு, அவர்களின் நில உரிமைகளின் அடிப்படையில், தாராளமாகக் கடன் வழங்க அனைத்து வங்கிகளுக்கும் கண்டிப்பான அறிவுறுத்தல்கள் வழங்கப்பட வேண்டும். வட்டி ஆண்டுக்கு 4% ஆக விதிக்கப்படலாம். நடுத்தரக்காலக் கொள்கையின் கீழ் விவாதிக்கப்பட்டபடி, முன்னணி வங்கிகளின் கொரோனா சிறப்பு மூன்று ஆண்டுக் கடன் திட்டத்தில் பண்ணைத் துறைக்கான கடன் கோரிக்கை சேர்க்கப்பட வேண்டிய அவசியம் உள்ளது.

3. நீர்ப் பற்றாக்குறை பிரச்சினைகளைக் குறிப்பாக விவசாயத்தில் தீர்க்க, தென் தீபகற்ப நதிகளை இணைப்பதற்கான திட்டமிடல் செயல்முறைக்கு, ஒன்றிய அரசும் மாநில அரசுகளும் முன்னுரிமை கொடுக்க வேண்டும். அடுத்து, இவற்றின் மூலம் பெரிய ஏரிகள் இணைக்கப்பட வேண்டும். ஏரிகளின் நீர்வரத்துக் கால்வாய்கள் மற்றும் பிற சேமிப்பு நீர்த்தேக்கங்களின் பராமரிப்பு சரிவர இல்லாததாலும், முறையாகப் பயன்படுத்தப்படாததாலும் கிடைக்கும் மழைநீரையும் ஆற்றுநீரையும் முறையாகச் சேமிக்க முடியவில்லை. எனவே, மழைப்பொழிவு சிறப்பாக இருக்கும் காலத்தில், நீர்ப் பற்றாக்குறையால் எப்போதும் பாதிக்கப்படும் பகுதிகளுக்குக் கூடுதல் பாசனம் கிடைக்க முயற்சிகள் மேற்கொள்ளப்பட வேண்டும். விளைவாக, விவசாயிகள் தங்கள் வருமான அளவை உயர்த்திக்கொள்வதற்கு, பருவமழைக் காலத்தின்போது, குறைந்தபட்சம் ஒருமுறையாவது சாகுபடி செய்யலாம்.

தண்ணீரைப் பயன்படுத்துவோர் சங்கங்கள் உருவாக்கப்பட்டு, அவை வலுவூட்டப்படலாம். மேலும், தமிழ்நாட்டில் 42.3% நிகர விதைக்கப்பட்ட பகுதி இன்னும் மானாவாரியாகத்தான் இருந்துவருகிறது (2010–2011 முதல் 2016–2017 வரையிலான சராசரி).

தமிழ்நாட்டில், ஒவ்வொரு கிராமத்திலும் கிராம ஊராட்சியால், ஒரு கிராம மேம்பாட்டுத் திட்டம் தயாரிக்கப்படலாம்; கிராம அளவில் வளர்ச்சிப்பணிகளைத் திட்டமிடுவதற்கும், செயல்படுத்துவதற்கும், கிராமப் பணிக்குழு, கிராமத் திட்டக்குழு, மகாத்மா காந்தி தேசிய ஊரக வேலைவாய்ப்பு உத்தரவாதச் சட்டத் திட்டத்தை மேற்பார்வையிடுவதற்கான குழு போன்றவற்றை அமைக்கலாம். கிராமப்புறங்களில் கடைக்கோடி மனிதனையும் பாதுகாக்கும் பொருட்டு, சமூக விலகலைப் பின்பற்றுதல், முகக் கவசம் அணிதல், கைகளைக் கழுவுதல் போன்ற பெருந்தொற்றுத் தடுப்பு விதிமுறைகளைக் கடைபிடிக்க வேண்டிய அவசியம் நிலவும் சூழலில், 'கொரோனா நலப்பராமரிப்புக் குழு'வை அமைத்துத் தனிநபர் அளவிலும் சமூக அளவிலும் மேற்பார்வையிட்டு, பங்கேற்பு அணுகுமுறையின் கீழ், விழிப்புணர்வூட்டும் பொறுப்பை ஒப்படைக்கலாம்.

நூல் பட்டியல்

Centre for Monitoring Indian Economy, *Agriculture* (Various years).

Department of Economics and Research. *Quick study on Farmers' Clubs Programme in Tamil Nadu for redesigning the policy guidelines on Farmers' Club Programme*, Unpublished manuscript, December 2017.

Department of Economics and Statistics, *Statistical handbook of Tamil Nadu*. Government of Tamil Nadu, 2018 and various years.

_____. *Season and crop report*. Government of Tamil Nadu, various years.

Department of Evaluation and Applied Research, *Tamil Nadu: An economic appraisal*, Government of Tamil Nadu, 2011–2013 and various years.

Directorate of Economics and Statistics, *Indian agricultural statistics, 1985–86— 1989–90*, Vol. I, Department of Agriculture & Cooperation, Ministry of Agriculture, Government of India, 1993.

_____. *Indian agriculture in brief*, Department of Agriculture & Cooperation, Ministry of Agriculture, Government of India, January 2000.

Indiastatagri (n.d.), available at https://www.indiastatagri.com/, accessed on 27 September 2021.

National Bank for Agriculture and Rural Development (NABARD), *State Focus Paper 2020–21: Tamil Nadu*, Tamil Nadu Regional Office, 2020, available at https://www.nabard.org/auth/writereaddata/tender/1802201021Tamil%20Nadu-SFP.pdf, accessed on 26 September 2021.

_____. *Impact evaluation study on agriculture (irrigation) and connectivity (roads & bridges) sector projects supported under RIDF in Tamil Nadu*, unpublished, October 2016.

Sivasubramaniyan, K., *Performance of irrigation in Tamil Nadu: A macro perspective* (Working Paper No. 224). Madras Institute of Development Studies, December 2016, available at http://www.mids.ac.in/assets/doc/WP_224.pdf, accessed on 27 September 2021.

Tamil Nadu—Irrigated Agriculture Modernisation and Water-Bodies Restoration and Management (TN–IAMWARM), *Final impact evaluation report*, Submitted to Multi-Disciplinary Project Unit, Water Resources Organisation, Public Works Department, Government of Tamil Nadu, June 2014.

Vaidyanathan, A., and Sivasubramaniyan, K., 'Tank irrigation in south India: An overview', in A. Vaidyanathan (ed.) *Tanks of south India*, Centre for Science and Environment, 2001, pg. 5–30.

6

வேளாண் சந்தைகளில் சீர்திருத்தங்கள்
ஒரு சமநோக்குப் பார்வை

ப. கு. பாபு, ஏ. கணேஷ்குமார், சந்தன் குமார்

சிறந்த விலை ஈடேற்றம் மூலம் உற்பத்தித்திறனை அதிகரிக்கவும் ஒரு நிலையான வருமானத்திற்காக ஒப்பந்த வேளாண்மையைக் கடைப்பிடிக்க விவசாயிகளை ஊக்குவிக்கவும் வேளாண் சந்தைச் சீர்திருத்தங்களை முன்னெடுக்க இந்திய அரசால் செப்டம்பர் 2020–ல் மூன்று அவசரச் சட்டங்கள்[1] நிறைவேற்றப்பட்டிருக்கின்றன (இம்மூன்று சட்டங்களும் 2021–ல் திரும்பப் பெறப்பட்டன). வேளாண்மைச் சந்தைப்படுத்தலில் நீண்ட காலமாகப் பெரிதும் எதிர்பார்க்கப்பட்ட சீர்திருத்தங்களான அவை, நுகர்வோர்களின் சந்தையாக இருந்த நிலையிலிருந்து விவசாயிகள் தங்கள் விளைபொருட்களை எங்கிருந்தும் எவருக்கும் விற்கக் கூடிய கட்டற்ற திறந்த சந்தையாக ஆக்கியுள்ளது. 'ஒரே தேசம், ஒரே சந்தை' என்ற கருதுகோள் மாநிலங்களுக்குப் புதிய வாய்ப்புகளைத் திறந்துவிட்டுள்ளதுடன், புதிய சவால்களையும் முன்வைத்துள்ளது. இந்த வாய்ப்புகள், சரியான நேரத்தில் பயன்கொள்ளப்பட்டால், பொருளாதார மந்தநிலையைக் கடந்துவர தமிழ்நாட்டிற்கு உதவுவது மட்டுமல்லாமல், அதன் நன்மைகளைப் பெறவும், நாளடைவில் வேளாண் சந்தையில் ஒரு தலைமையிடம் பெறுமாறு உயரவும், வேளாண் பொருட்களுக்கான ஓர் ஏற்றுமதி மையமாக ஆகவும் இயலும். எனினும். அந்த விழைவு ஆழ்ந்து வேரூன்றிய அமைப்பு ரீதியிலான மற்றும் ஒழுங்குமுறையிலான சவால்களுக்கு எதிராகச் சீரானதாக இருக்க வேண்டியுள்ளது.

வாய்ப்புகள்: சில நுகர்வோர் சந்தையிலிருந்து ஒரு போட்டிச் சந்தைக்கு

(விற்பனையாளர்கள் பலராகவும் வாங்குவோர் ஒருசிலராகவும் இருக்கும்) சந்தையிலிருந்து (விற்பனையாளர்கள் பலராகவும் வாங்குவோரும் பலராக இருக்கும்) ஒரு போட்டிச் சந்தைக்கு மாறுவது, இதுவரை, வரையறைக்குட்பட்ட அனுமதிகள், உரிமங்கள் மற்றும் பல்வேறு ஒழுங்குமுறை இயல்புகளின் கட்டுப்பாடுகள் காரணமாகக் கட்டுப்படுத்தப்பட்டிருந்த பல பங்கேற்பாளர்கள் மற்றும் முதலீட்டாளர்கள் சந்தையின் உள்ளே வருவதற்கு அனுமதிக்கும். அது விவசாயிகள் தங்கள் விளைபொருட்களுக்கு நல்ல விலை பெறுவதற்கு உதவும் என்பது மட்டுமல்லாமல், சரியான கொள்கைத் தொகுப்புகள், விதிமுறைகள், நிறுவன ஆதரவு ஆகியவற்றுடன் நடைமுறைப்படுத்தப்பட்டால், வேளாண் தொழிலை அடுத்த கட்டத்திற்குக் கொண்டுசெல்வதையும் சாத்தியமாக்கும். ஆகவே, நாம் தற்போதைய சந்தை இயங்குமுறையில் அல்லது செயல்திறன் நோக்கி சந்தையை இட்டுச்செல்லக்கூடிய புதுமையான யோசனைகளால் இயக்கப்படும் சந்தை உபாயங்களில் மாற்றங்களை எதிர்பார்க்கலாம். இந்த மாற்றங்கள் பல அடுக்குப் போட்டியிலிருந்து தோன்றலாம்.

போட்டியின் படிநிலைகள்

பாரம்பரிய மண்டிகள் – கட்டற்ற திறந்த சந்தைகள் மற்றும் புதிதாகச் செயல்படுவோர்

போட்டியின் முதலாவது அடுக்கானது, பாரம்பரிய மண்டிகளுக்கும் (அதாவது வேளாண் விளைபொருள் சந்தைக் குழுக்கள் *Agricultural Produce Market Committees-APMCs*) மற்றும் புதிதாகச் செயல்படுவோர் அல்லது கட்டற்ற திறந்த சந்தைகளுக்கும் இடையிலானதாகும். பாரம்பரிய மண்டிகள் தகுதியான நன்மைகளை விவசாயிகளுடன் பகிர்ந்துகொள்வதன் மூலம் வியாபாரத்தில் தாக்குப்பிடித்திருப்பதற்கான செயல்திறனுடன் இருக்க வேண்டிய கட்டாயத்தைக் கொண்டிருக்கும். இந்தப் போட்டியானது, விவசாயிகள் அவர்களின் விளைபொருட்களுக்குச் சிறந்த விலைகளைப் பெறுவதற்கு உதவலாம்.

வணிகர்களுக்கும் முதலீட்டாளர்களுக்கும் இடையிலான போட்டி

அடுத்தகட்டப் போட்டியானது, இந்தச் சந்தைக்குள் நுழைவதற்காக அல்லது அவர்களுடைய சந்தைப் பங்கை அதிகரிக்கும் (பெரிய அளவில் திரட்டுவோர், செயல்படுத்துவோர், ஒழுங்கமைக்கப்பட்ட

சில்லறை விற்பனையாளர்கள் போன்ற) வணிகர்கள், (உள்ளூர்வாசிகள் மற்றும் அயல்நாட்டினர் உள்ளிட்ட) முதலீட்டாளர்கள் மற்றும் பிறருக்கும் இடையிலானதாக இருக்கும். முறையான கட்டுப்பாடுகளுடன் கூடிய இந்தப் போட்டியானது, வேளாண் தொழில், உணவுப் பதப்படுத்தும் தொழில், பிற இணைந்த துறைகள் ஆகியன செழிப்பதற்கு உதவலாம்.

குளிர்ப்பதனக் கிடங்குகள், சேமிப்புக் களஞ்சியங்கள், தளவாடங்கள் போன்ற தேவையான உள்கட்டமைப்பை மேம்படுத்தவும்கூட அது உதவிகரமாக அமையலாம். இதில் செயல்படுவோர் அவர்களுடைய நிபுணத்துவம் அல்லது வணிகத் திட்டங்களின்படி, அவர்களுடைய களங்கள் அல்லது துணைத்துறை ஆகியனவற்றைத் தேர்ந்தெடுக்கலாம். அது வேளாண் சந்தைகளுக்கும் பிறதுறைகளுக்கும் இடையிலான இணைப்புகளையும் கூட வலுப்படுத்தலாம். மின்னணுத்தளங்கள் அல்லது புதுமையான தகவல்தொழில்நுட்பத் தீர்வுகளானது, சந்தைகளையும் துறைகளையும் ஒருங்கிணைக்கும் அல்லது ஒன்றிணைக்கும் செயல்முறையை மேலும் விரைவுபடுத்தலாம்.

மாநிலங்களுக்கு இடையிலான போட்டி

அடுத்தகட்டப் போட்டியானது, 'ஒரே தேசம், ஒரே சந்தை' என்னும் காட்சிப்புலத்தில், போட்டிகளின் இந்த இரண்டு நிலைகளையும் இணைப்பதற்கு, மாநிலங்களுக்கிடையிலானதாக அவற்றின் விவசாயிகளுக்கும் மாநிலப் பொருளாதாரத்திற்கும் அதிகப்பட்ச நன்மைகளைப் பெரிய அளவில் பெற்றுத்தருவதற்கானதாக இருக்கும். புதிய பிராந்திய மற்றும் தேசியச் சந்தைச் செயல்பாட்டாளர்களை, குறிப்பாக விவசாயிகளுக்கும் நுகர்வோர்களுக்கும் இடையிலான இணைப்பை மேம்படுத்தக் கூடிய முறைசார்ந்த துறையினரை ஈர்ப்பது என்பது மாநிலக் கொள்கைகளைப் பொறுத்தது ஆகும். தற்போதுள்ளவர்கள் மற்றும் உள்ளே வர சாத்தியமுள்ளவர்கள் உள்ளிட்ட செயல்பாட்டாளர்கள் அனைவருக்கும் சமமான வெற்றி வாய்ப்புள்ள சூழலை உருவாக்கும் வகையிலான கொள்கைகளை வகுக்கும் பொறுப்பினை மாநிலங்கள் கொண்டிருக்கும்.

மாநிலத்தின் இன்னொரு முக்கியமான பொறுப்பு என்பது, தரமான சாலைகள் மற்றும் நிலங்கள் வழியாகப் பண்ணைகளுக்குச் செல்லக்கூடிய வகையில் சிறந்த இணைப்புக்குத் தேவையான உள்கட்டமைப்பை அளிப்பது ஆகும். குறைவான ஆவணங்கள், குறைந்த அனுமதிகள் மற்றும் ஒப்புதல்கள் ஆகியவை மூலம் வணிகம் செய்வதை எளிதாக்குவது புதிதாகச் செயல்படுவோரின் நுழைவைச் சுமுகமாக்குவதுடன் விரைவுபடுத்தவும் செய்கிறது.

ஆரோக்கியமான போட்டியை ஊக்குவிப்பதற்கும் சந்தைப் பிடிப்பு அல்லது ஆதிக்கத்தைத் தவிர்ப்பதற்கும் போட்டிக் கொள்கைகளுக்கு மாநிலங்கள் சிறப்புக் கவனம் தர வேண்டியது அவசியமாகும்.

முதல் தொடங்குநர் நன்மை

தேசத்தை ஓர் ஒற்றைச் சந்தையாகக் கருத்தில்கொண்டால்,[2] முதலில் தொடங்கும் மாநிலங்கள் ஒரு பெரிய சந்தைப் பங்கை ஈட்டுவதன் மூலம் கூடுதல் நன்மைகளைப் பெறுகின்றன. போட்டியானது மாநிலத்தில் முதலீடு செய்வதற்கு அதிகமான அளவில் செயல்படுவோரை ஈர்க்கும் வகையில் இருக்கும்; ஆகவே, முதல் தொடங்குநர் நன்மையை ஈட்டுவதற்கு, மாநிலங்கள், பங்கேற்பாளர்கள் அனைவரையும் பாதுகாப்பதற்குச் சரியான ஒழுங்குமுறைக் கொள்கைகளின் தொகுப்பு மற்றும் சந்தைக் கோட்பாடுகளுடன் செயல்படுவதற்குத் திறந்து அனுமதிக்கும் கொள்கைகளை அல்லது கட்டமைப்பை வகுப்பதற்கு முன்னுணர்ந்து செயல்பட வேண்டியது அவசியமாக உள்ளது. இந்தப் போட்டியின் மிகச் சிறந்த பகுதியாக வரையறுக்கப்பட்ட, மாநில நிதிக் கடமைகளாக இருக்கும். அது மாநிலங்கள் தம் நிதி வலிமைகளை வெளிப்படுத்துவதற்கு மாறாக, போட்டியை அரசியல் உறுதியையும் திறன்களையும் காட்டுகிற ஒன்றாக மாற்ற வாய்ப்புள்ளது.

சவால்கள்

கடந்தகாலம் ஏதேனும் ஒரு வகையில் வழிகாட்டியாக இருந்தால், அவ்வரலாற்றிலிருந்து படிப்பினைகளைப் பெற வேண்டும். இந்தியாவில் பசுமைப்புரட்சியின் வெற்றியானது, கவனம் குவிக்கப்பட்ட ஆராய்ச்சி மற்றும் தொழில்நுட்ப மேம்பாடு, நீர்ப்பாசன விரிவாக்கம், முறையான தகவல் பரவல், தேவையான ஊரக உள்கட்டமைப்பு போன்ற பொதுக் கொள்கையின் பல்வேறு பிரிவுகளிலிருந்து கிடைக்கும் அதன் ஒருங்கிணைந்த மற்றும் விரிவான ஆதரவுடன் பிணைக்கப்பட்டதாகும். அதைப்போல, இந்த வாய்ப்பைப் பயன்படுத்தி, முதல் தொடங்குநர் அனுகூலத்தைப் பெறுவது ஒரு மாநிலத்தின் பன்முகச் செயல்பாடுகளைக் குறிக்கும். ஓர் அரசு, திட்டங்களையும் கொள்கைக் கட்டமைப்புகளையும் வடிவமைக்கும்பொழுது, சரியான ஊக்குவிப்புகள், பொருத்தமான விதிமுறைகள், வலிமையான ஆதரவு அமைப்பு என்னும் மூன்று முக்கியமான சவால்களைச் சந்திக்கக் கூடும்.

இலக்குச் சலுகைகளுக்கான விரிவான திட்டம்

முதலீட்டாளர்களை ஈர்ப்பதற்கு, மாநிலங்கள் சலுகைத்

திட்டங்களை வடிவமைக்க வேண்டிய தேவை உள்ளது. அதன் குறிக்கோள்களுடன் அல்லது துறைக்கான திட்டத்துடன் பொருந்தக்கூடிய இலக்குச் சலுகைகளை வடிவமைப்பதே சவாலாக உள்ளது. எடுத்துக்காட்டாக, ஒரு குறிப்பிட்ட துறைக்கு அல்லது பிராந்தியத்திற்கு அதிகப்பட்ச முதலீடுகளை ஈர்ப்பது குறிக்கோளாக இருந்தால், எங்கு அதிகப்படியான முதலீடு செய்யப்படுகிறதோ அங்கு பெரிய அளவிலான சலுகைகளும் கிடைக்கும் என்பதாக வளர்ந்துவரும் சலுகைத் திட்டம் பொருத்தமானதாக இருக்கும். ஆனால், ஒரு குறிப்பிட்ட துணைத்துறைக்கு அல்லது பிராந்தியத்திற்கு முதலீட்டைக் கொண்டுவருவது குறிக்கோளாக இருந்தால், அந்தக் குறிக்கோளை நிறைவேற்றுவதற்குச் சலுகைகளும் துணைத்துறை அல்லது பிராந்தியத்தை நோக்கி இலக்கு கொண்டதாக ஆகலாம். எனவே, அது சந்தையை மேம்படுத்துவதற்கு ஒரு நீண்டகாலத் திட்டத்தையும் உபாயத்தையும் வகுத்துக்கொள்வது அவசியமாகும். அதன்படி விரிவான திட்டத்திற்கு இசைவாக சலுகைகளை வடிவமைக்கலாம்.

சந்தைகள், தகவல், ஒப்பந்த வேளாண்மை, சுற்றுச்சூழல், உணவுப் பாதுகாப்பு ஆகியவற்றுக்கான ஒழுங்குமுறைக் கட்டமைப்பு

பொருத்தமான ஒழுங்குமுறைக் கட்டமைப்பு ஒன்றை உருவாக்குவது ஒரு சவாலான பணியாகும். சமூகத்திற்குப் பொருத்தமான, வெளிப்படையான விதிமுறைகளை கட்டமைக்க கவனம் நிறைந்த விவாதங்கள் அவசியமாக இருக்கின்றன.

சந்தைகள்

குறிப்பிட்ட பொருட்களுக்கான வேளாண் சந்தையில் தற்போதைய அரசு தலையீட்டின் கருவிகளாக இருக்கிற அரசு வேளாண் முகமைகள் மற்றும் சந்தைப்படுத்தல் குழுக்கள் உள்ளிட்ட புதிய மற்றும் நடப்பு செயல்பாட்டாளர்களுக்கான சமமான வெற்றி வாய்ப்புள்ள சூழலுடன் கூடிய போட்டியை ஊக்குவிப்பது சந்தை ஒழுங்குமுறைக்கு முக்கியமானதாகும். சமமான வெற்றி வாய்ப்புள்ள சூழலைக் கொண்டுவருவதன் ஒரு பகுதியாக, அரசு முகமைகளும் சந்தைப்படுத்தல் குழுக்களும் பெறும் மலிவான கடன் வசதிக்கான எளிதான அணுகல், (நிர்ணயிக்கப்பட்ட சந்தை விலைகளுக்கு மாறாக) அரசு அறிவித்த விலைகளில் கொள்முதல் செய்யும் உரிமை போன்ற முன்னுரிமைகள் அளிக்கப்படுவதை நிறுத்துவது அல்லது குறைந்தபட்சம் வரையறைப்படுத்துவது முக்கியமாகும். இதில் சீர்திருத்தத்தைக் கொண்டுவருவது மற்றவர்களிடையே அரசியல் பொருளாதாரப் பரிசீலனைகள்

காரணமாகச் சவாலானதாக இருக்கும் அரசு முகமையிலுள்ள அமைப்புரீதியிலான மற்றும் தொழிற்சங்கப்படுத்தப்பட்ட தொழிலாளர்கள் தாங்கள் சலுகைகளை அனுபவித்துவரும் நிலையை அவை அரித்துவிடும் என்பதால் இந்த மாற்றங்களை எதிர்ப்பார்கள்.

ஒழுங்குமுறையானது போட்டியை ஊக்குவிப்பது மட்டுமல்லாமல், நிறுவனங்கள் தேசியச் சந்தையில் போட்டி யிடுவதற்கும் அதைப்போல உலகச்சந்தையில் தங்கள் ஏற்றுமதிகளைத் தக்கவைத்துக் கொள்வதற்குரிய செயல்பாடுகளை உயர்த்தும் அளவிலான பொருளாதார அளவுகளை அடைவதற்கும் அனுமதிக்க வேண்டும். எவ்வாறாயினும், பொருத்தமான ஒழுங்குமுறை இல்லாத போட்டியானது, சமூகத்திற்கு உகந்ததாக இல்லாத ஒரு சிதைந்த வடிவத்தை எடுக்கலாம். ஒழுங்குமுறை கட்டமைப்பிற்கான மற்றொரு கடுமையான சவால், விவசாயிகளின் பெயரால் ஒரு சில பெருநிறுவனங்கள் அவர்களுக்கு ஆதரவாகச் சந்தையில் செல்வாக்கு செலுத்தும்வகையில், விவசாயம் பெருநிறுவன மயமாவதைத் தவிர்ப்பது, அல்லது குறைந்தபட்சம் கட்டுப்படுத்துவது ஆகும்.

கோவிட்-19 காட்சிப்புலத்திற்குப் பொருந்தும்வகையிலான ஒரு நம்பத்தகுந்த கண்ணோட்டத்தைப் பொருளாதார அறிஞர் எட்மண்ட் பெல்ப்ஸ் (2013) எழுதிய 'வெகுஜனச் செழிப்பு' குறித்த நூலில் இருந்து திரட்டலாம். அதில், அவர் முன்வைக்கும் பல யோசனைகளில், 'பெருநிறுவன மயமாதல்', 'செழிப்பு' ஆகிய இரண்டு யோசனைகள் வெளிப்படையாகத் தனித்து நிற்கின்றன. நிறுவனங்கள், தொழிற் சங்கங்கள் அல்லது தேர்ந்தெடுத்த நுகர்வோர் போன்ற தங்களைச் சிறப்பாக ஒழுங்கமைக்கக் கூடிய குழுக்களுக்குத் தேசிய அரசாங்கங்கள் வரிவிலக்கு அல்லது மானியங்கள் அல்லது வெறுமனே இலவச சேவையின் வடிவத்தில் நன்மைகளை வழங்க வேண்டும் என்ற கருத்தின் அடிப்படையில் 'நவீனப் பெருநிறுவனக் கோட்பாடு' நிறுவப்பட்டுள்ளது என அவர் வாதிடுகிறார் (Phelps, 2016). பணி, ஊதியத்தின் தன்மை, கண்ணியம் ஆகியவற்றின் அடிப்படையில் 'சுயமரியாதை' வழங்கும் வேலைகளில் மட்டுப்படுத்தப்பட்ட அணுகலைக் கொண்ட குறைந்த நன்மை பயக்கும் நபர்களைச் சேர்ப்பதற்கான ஆரம்பநிலைப் பற்றாக்குறையை இது மேலும் மோசமாக்குகிறது.

பெல்ப்ஸின் கூற்றுப்படி 'நல்வாழ்வு' என்ற கருத்தில் செழிப்பும்கூடத் தத்துவத் தோற்றுவாயைக் கொண்டுள்ளதான, புதிய வழிகளை உற்பத்தி செய்வதை அல்லது புதிய விஷயங்களை உருவாக்குவதைக் கண்டறிவதில் ஒருவரின் கற்பனையையும் படைப்பாற்றலையும் ஆழமாக ஈடுபடுத்தும் வகையிலான

ஓர் அனுபவமாகும். சுருக்கமாகச் சொல்வதானால், இது சமூக வர்க்கநிலை என்பதற்கும் அப்பால் 'ஒருவரின் மனதைப் பயன்படுத்தும் அனுபவம்' ஆகும். இந்தியாவில் பசுமைப் புரட்சி, ஒருவேளை, முன்மொழியப்பட்ட விவசாயச் சீர்திருத்தங்கள் விரும்பக்கூடிய 'உயர் ஊதியத்துடன்' கூடிய 'ஒரு சிறந்த பொருளாதாரத்தை' உருவாக்கி, குறைந்த அளவிலான வேலை யின்மையையும் வேலையில் ஈடுபடுவதற்கான பரந்த அணுகலையும்' உருவாக்கிய 'வெகுஜனச் செழிப்பு' என்பதன் ஓர் எடுத்துக்காட்டாக இருக்கலாம் (Phelps, 2016, p.6).

தகவல்

ஒரு சந்தையின் சீரான செயல்பாடானது, தகவலின் தடையற்றுக் கிடைக்கும் தன்மையை, அதாவது சமச்சீரான தகவலைச் சார்ந்துள்ளது. தகவல்பகிர்தலில் அல்லது தகவல் கிடைப்பதில் ஏதேனும் தடைகள் ஏற்பட்டால் சந்தைத் தோல்விகள் ஏற்படலாம்; அதையொட்டி, தகவல்களை வைத்திருக்கும் செயல்பாட்டாளர்களால் சந்தை தவறான பயன்பாட்டுக்கு கொண்டுசெல்லப்படலாம், அதாவது, சமச்சீரற்ற தகவலின் ஒரு வகைமாதிரியாக. இந்தியாவில் பசுமைப் புரட்சி வெற்றி பெற்றதற்குப் பங்கேற்பாளர்களிடம், குறிப்பாக விவசாயிகளிடம் (தொலைக்காட்சி, வானொலி மற்றும் உள்ளூர் ஊடகங்கள் போன்ற பல்வேறு தகவல்தொடர்புச் சாதனங்கள் வாயிலாக) மேற்கொள்ளப்பட்ட தகவல் பரப்புதலின் விரிவான உபாயத்திற்கு ஓரளவு பங்குண்டு (*Varshney,1995*). இன்னொரு புறத்தில், எதிர்பார்த்த நன்மைகளின் தகவல் பரவலின் தோல்விகளாலும், மரபணு மாற்றப்பட்ட (Bt) பருத்திவகைகள் குறித்த தவறான தகவல்களை நம்பியதன் விளைவாக மரபணு மாற்றப்பட்ட பருத்திவகைகளின் சக்தி வாய்ந்த படுகுழிகளில் விழுந்த பல விவசாயிகள், கடுமையான கடன்சுமைகளின் அழுத்தத்திற்கு ஆட்பட்டு, மகாராஷ்டிரத்திலும், (தற்போதைய தெலங்கானாவின் பகுதிகள் உள்ளிட்ட) ஆந்திரப் பிரதேசத்திலும் இன்னலுக்கு உள்ளாகித் தங்கள் உயிரை மாய்த்துக் கொள்வதைத் தவிர வேறு வழியில்லை என்ற நிலைக்குத் தள்ளப்பட்டனர் (*Gruere & Sengupta, 2011; Stone, 2011*). எவ்வாறாயினும், மரபணு மாற்றப்பட்ட பருத்தி வகைகளின் ஆதரவாளர்கள், கறுப்புச் சந்தையில் விற்கப்படும் (மரபணு மாற்றப்பட்ட பருத்தி விதைகளின் ஆரம்பநிலை அதிக விலை காரணமாக வேகமாக வளர்ந்துள்ள) போலி விதைகளே பயிர்த் தோல்விக்கு காரணம் என்று வாதிட்டனர்; அதிகரித்துவரும் விதை வகைகள் குறித்த போதிய தகவல்கள் இன்மையும் விவசாயிகளை மேலும் குழப்பமடையச் செய்தன (*Gruere & Sengupta, 2011; Herring,*

2007). வெற்றிகரமான கொள்கை அமலாக்கத்திற்கான தகவலின் முக்கிய பங்கை மரபணு மாற்றப்பட்ட பருத்தி வகையின் வரலாறு எடுத்துக்காட்டுகிறது.

மேலும், எந்தவொரு சந்தைப் பரிவர்த்தனையும் பரிவர்த்தனைச் செலவுகளின் ஒரு பகுதியான தகவல் தேடலை உள்ளடக்கியது, எனவே பரிவர்த்தனைச் செலவுகளைக் குறைப்பதற்குத் தகவல் அணுகலை எளிதாக்குவது முக்கியமாகும். விவசாயிகள் மிகக் குறைந்த செலவில் தகவலை அணுக முடியுமானால், அது அவர்கள் தங்கள் பரிவர்த்தனைச் செலவுகளைக் குறைப்பதன் மூலம் அதிகப் பலன்களைப் பெற உதவும். எனவே, எளிதாகவும் குறைந்த செலவிலும் தகவல்களைக் கிடைக்கச் செய்வதற்கான ஒழுங்குமுறை நிறுவனங்களை உருவாக்க மாநில அரசு கூடுதல் முயற்சிகளை மேற்கொள்ள வேண்டும். விவசாயிகளிடையே கைபேசித் தொடர்புகள் அதிகரித்திருப்பதைத் தொடர்ந்து, இந்த இடைவெளியை நிரப்புவதற்கான கருவிகளாக மின்தளங்கள், மின்சந்தைகள் மற்றும் பிற புதுமையான தகவல் தொழில்நுட்ப தீர்வுகள் அமையலாம். டிஜிட்டல் இயங்குதளங்கள் மூலமான தகவல், கண்காணிக்கப்படாமற்போனால், அது வழங்குநர்கள் பல்கிப்பெருகும் நிலையை ஏற்படுத்துவதுடன்; அதைத்தொடர்ந்து, ஏராளமான பிரச்சினைகளை அது கொண்டுவரவும் செய்யும். எனவே, தகவல் வழங்குநர்களுக்கும் தகவலைத் தேடுபவர்களுக்கும் இடையிலான சமநிலையைத் தக்கவைத்துக்கொள்வதற்கும் நம்பகமான தகவல்களின் ஆதாரவளத் தொகுப்பைக் கொண்டிருப்பதற்கும் அரசின் ஒரு கவனிப்புக் கட்டுப்பாடு அல்லது மேற்பார்வை அவசியமானதாக இருக்கும்.

ஒப்பந்த வேளாண்மை

மூன்றாவது அவசரச் சட்டத்தின் மூலமான தற்போதைய சீர்திருத்தங்கள் ஒப்பந்த வேளாண்மையைச் சட்டபூர்வமானதாக ஆக்குவதுடன் அதனை வலியுறுத்தவும் செய்கின்றன. மாநில அளவிலான ஓர் அதிகார அமைப்பு மூலம் ஒப்பந்த வேளாண்மையைக் கட்டுப்படுத்துவது மாநில அரசின் பொறுப்பு ஆகும். ஒப்பந்த முகமைகள் என்பன வழக்கமாக ஒழுங்கமைக்கப்பட்ட மற்றும் பெரிய நிறுவனங்களாக உள்ளன, அதேசமயம் விவசாயிகளோ வரையறுக்கப்பட்ட அறிவு, மனிதவளங்கள் மற்றும் ஒப்பந்த அனுபவத்துடன் தனிப்பட்ட திறன் கொண்டவர்களாக உள்ளனர்; எனவே விவசாயிகள் தனித்தனியாகவும் கூட்டாகவும் பெரிய ஒப்பந்த நிறுவனங்களின் பேரம்பேசும் சக்திக்கு ஈடு கொடுப்பது கடினமாக உள்ளது. மேலும், கண்காணிக்கப்படாவிட்டால், முறைசார்ந்த அல்லது பெரிய

செயல்பாட்டாளர்கள் ஒன்றுதிரளவும் வாய்ப்பு உள்ளது, இது ஒப்பந்த விவசாயிகளுக்குப் பயன்களைப் பங்கிட்டுத் தருவதைச் சிதைக்கவும் தவிர்க்கவும் செய்யலாம். எனவே, இரு தரப்பிலும் சமநிலையை ஊக்குவிக்க அரசாங்கம் ஒப்பந்த வேளாண்மை ஒழுங்குமுறைக்குக் கூடுதல் முயற்சி மேற்கொள்ள வேண்டியது அவசியமாகும்.

இந்தியாவில் ஒப்பந்த வேளாண்மை குறித்த ஆய்வுகள் இடர் இல்லாத விவசாயம் மற்றும் விவசாயிகளுக்கு நிலையான வருமானம் ஆகியவற்றின் அடிப்படையில் வெற்றியை எடுத்துக்காட்டுகின்றன, அங்கு ஒப்பந்த நிறுவனம் (எடுத்துக்காட்டாக, பெப்சி நிறுவனம் ஒப்பந்த வேளாண்மை மூலம் உருளைக்கிழங்குகளைக் கொள்முதல் செய்கிறது) இறுதி விளைபொருட்களை முன்கூட்டியே நிர்ணயிக்கப்பட்ட விலையில் வாங்குகிறது மற்றும் பண்ணை வாசலில் கொள்முதல் செய்கிறது, மேலும் பண்ணை மற்றும் பயிர் உள்ளீடுகள், தொழில்நுட்பம் மற்றும் அறிவுப் பரிமாற்றம், கடன் வசதி மற்றும் பயிர்க் காப்பீடு போன்ற கூடுதல் சேவைகளையும் வழங்குகிறது (*Dutta, Dutta, & Sengupta, 2016*). எனினும், இந்தக் கட்டுரை ஒப்பந்த விவசாயத்தின் கவனிக்கத் தவறிய அல்லது காணத் தவறிய அம்சங்களின் அடிப்படையிலான நேர்மறையான விளைவுகள் குறித்து எச்சரிக்கிறது.

இதுவரை இந்தியாவில் ஒப்பந்த வேளாண்மை பெரும்பாலும் நடுத்தர மற்றும் பெரிய பண்ணைகளுக்கு மட்டுமேயாகக் கட்டுப்படுத்தப்பட்டு வந்திருக்கிறது என்று சான்றுகள் வெளிப்படுத்துகின்றன; வேளாண்மைச் சமூகத்தின் பெரும்பான்மையரான சிறு மற்றும் குறு விவசாயிகள் ஒப்பந்த வேளாண்மையின் சாதகமான பயன்களைப் பெற முடியவில்லை (*Singh, 2002*). ஒப்பந்த வேளாண்மையின் பயன்களைச் சமமற்றுப் பங்கிடுவதன் மூலம் விவசாயச் சமூகத்திற்குள் சமத்துவமின்மையை அதிகப்படுத்தும் கிராமப்புறச்சமுதாயத்திற்குள்ளான ஆற்றல் சமன்பாடுகளின் சிக்கலான தன்மையையும் இது எடுத்துக்காட்டுகிறது (*Vicol, 2017*). பெரிய அளவிலான பொருளாதார மற்றும் சமூகத் தாக்கத்தை ஏற்படுத்த ஒரு சிந்தனை மிக்க ஒழுங்குமுறைக் கட்டமைப்பின் மூலம் இந்தப் பிரச்சினைகளுக்குத் தீர்வு காண வேண்டியது அவசியமாகும்.

ஒப்பந்த வேளாண்மை தொடர்பான பல்வேறு அம்சங்களை உள்ளடக்கிய ஒரு மாறுபட்ட ஆதரவு அமைப்பு வகுக்கப்பட வேண்டியது அவசியமாகும். ஒப்பந்த வேளாண்மை என்பது பல விவசாயிகளுக்கு ஒரு புதிய கருத்தாக்கமாக இருக்கக்கூடும்; ஆகவே, அது அதிக வருமானத்தைத் தரக்கூடியதாக இருந்தாலும், நிலையான

வருமானத்தை வழங்கினாலும் அதை ஏற்றுக்கொள்ள அவர்கள் தயங்கக்கூடும். ஒப்பந்த வேளாண்மையைப் புரிந்துகொள்வதற்கு விவசாயிகளைத் தயார்படுத்தவும், ஒப்பந்தங்களை மதிக்க அவர்களின் கடமைகள் மற்றும் ஆய்வு, நிறைவுமுறைகள் போன்ற பலவற்றின் வழக்கமான நடைமுறைகளுக்கு இணங்கச் செய்யவும் ஓர் உதவிக்கர அமைப்பு அல்லது அதிகார அமைப்பு உதவும். மேலும், பல விருப்பத்தெரிவுகளுக்கிடையே சரியான பங்கேற்பாளரை எவ்வாறு தேர்ந்தெடுப்பது என்பதை விவசாயிகள் அறிந்துகொள்ள இத்தகைய நடுநிலை முகமைகள் உதவ வேண்டும். விவசாயிகளிடையே (வணிகர்களிடையேயும் கூட) ஒப்பந்த வேளாண்மையின் சாதக அம்சங்களையும் பாதக அம்சங்களையும் குறித்த விழிப்புணர்வை மேம்படுத்த, பரவலான கருத்துப் பரவலுக்கான பிரச்சார முறையை அல்லது பரப்புரை ஏற்பாட்டை அல்லது அதற்கான ஓர் இயக்கத்தை அரசு பின்பற்றலாம்.

ஒப்பந்த வேளாண்மை நடைமுறைக்கு வந்ததும், ஒப்பந்தத்தைச் செயல்திறனுடனும் திறமையாகவும் அமல்படுத்துவது என்பதே அடுத்த சவாலாக இருக்கும். ஒப்பந்த அமலாக்கத்தில் மூன்றாவது தரப்பாளர் ஒருவரின் பங்கு ஒப்பந்தக் கோட்பாட்டுப் பிரசுரத்தில் பரவலாக ஒப்புக் கொள்ளப்படுகிறது. சச்சரவுகள் நேரிடுவதைக் குறைக்க, எளிதில் சான்றளிப்பதற்காகத் தர அளவீடுகளைத் தரப்படுத்துவதற்காக அல்லது சரிபார்ப்பதற்காக அல்லது தரத்தை மற்றும் பிற அளவீடுகளைப் பரிசீலிப்பதற்காக, ஓர் அரசு அமைப்பு அல்லது அதிகார அமைப்பு மூன்றாவது தரப்பின் பங்கை ஆற்றலாம். எடுத்துக்காட்டாக, காலம் தவறிய மழை அல்லது பூச்சித் தாக்குதல் காரணமாக ஒப்பந்தத்தை நிறைவேற்ற முடியாத நிலையில், பரிசீலிப்பது அவசியமாகும் அல்லது மூன்றாவது தரப்பினரின் சான்றளிப்பு பெறுவது அவசியம். ஆகவே, அதற்கு நன்கு பயிற்சி பெற்ற, வள ஆதாரம் மிக்க, போதுமான ஆற்றல் வாய்ந்த, சுயேச்சையான மூன்றாவது தரப்பு நிறுவனம் தேவைப்படுகிறது.

நன்கு வடிவமைக்கப்பட்ட ஒப்பந்த அமலாக்க முறைமையால் கூட, ஒப்பந்தங்களிலிருந்து எழும் சச்சரவுகளைத் தவிர்ப்பது கடினம். இது குறிப்பிட்ட காலத்திற்குள் சச்சரவுகளைத் தீர்க்கக் கூடிய, செலவு குறைந்த முயற்சியுடனான, ஒரு வலுவான சச்சரவுகளைத் தீர்க்கும் முறையை உருவாக்குவதற்கான சவாலுக்கு இட்டுச்செல்கிறது. அத்தகைய நிவாரணமுறையை அணுகும் வாய்ப்பு விவசாயிகளுக்கும் பிற பங்கேற்பாளர்களுக்கும் நீண்ட கால நன்மைகளை உருவாக்கித் தருகிறது.

சூழலியல் பாதுகாப்புகள்

அதிகரித்த போட்டியானது விவசாயிகளுக்கும் நுகர்வோருக்கும் பல்வேறு நன்மைகளைத் தரும் அதேவேளையில், வர்த்தகர்கள், தனியார் செயல்பாட்டாளர்கள், விவசாயிகள் ஆகியோர் நீண்டகால வள நிலையான பண்ணை நடைமுறைகளின் பெயரில் குறுகியகால இலாபத்தைத் தீவிரமாகத் தொடர்ந்தால், தடையற்ற மற்றும் கட்டுப்பாடற்ற போட்டி, இயற்கை வளங்களை அழிக்கும். தமிழ்நாடு மற்றும் ஆந்திரப் பிரதேசப் பகுதிகளில் மீன் வளர்ப்புப் பண்ணைகளின் அனுபவத்தை இது தொடர்பான ஒரு உதாரணமாகக் கொள்ளலாம் (Kagoo & Rajalakshmi, 2002). உண்மையில், இரசாயன உரங்கள், தண்ணீர், மின்சாரம் போன்ற உள்ளீடுகளுக்கு மானியம் அளிக்கும் அரசின் கொள்கைகள் கூட, நாட்டின் பல வடமேற்கு மாநிலங்களில் காணப்படுவதைப்போல, விவசாயத்திற்குத் தேவையான இயற்கை வளத் தளத்திலும் இதே போன்ற மோசமான விளைவுகளை ஏற்படுத்தலாம் (*International Food Policy Research Institute, 2007*). குறுகியகால வாழ்வாதாரத் தேவைகள், விவசாயத்தின் நீண்டகால நிலைத்தன்மை ஆகியவற்றுக்கு இடையில் ஒரு சமநிலையை ஏற்படுத்த மாநில அரசுகளால் அரசு உள்ளீட்டு மானியக் கொள்கைகள் உட்பட உள்ளூர் நிலைமைகளின் அடிப்படையிலான இயற்கைவள மேலாண்மைக்கான ஒரு பொருத்தமான ஒழுங்குமுறைக் கட்டமைப்பு உருவாக்கப்பட வேண்டும்.

உணவுப் பாதுகாப்புத் தரநிலைகளும், சுகாதாரம் மற்றும் தாவரச் சுகாதார நடவடிக்கைகளும்

வூகானில் (சீனம்) உள்ள பெரிதும் ஒழுங்குப்படுத்தப்படாத உணவுச் சந்தைகளில் கோவிட்–19 வைரஸ் கண்டறியப்பட்டதும், அதைப்போல தமிழ்நாட்டின் அனுபவமாகக் கோயம்பேடு காய்கறிச் சந்தையானது வைரஸ் பரவலைத் தொடர்ந்து நோய்த் தொற்றுப் பகுதியாக மாறியதும் உணவுப் பாதுகாப்புத் தரநிலைகளின், சுகாதாரம் மற்றும் தாவரச் சுகாதார நடவடிக்கைகளின் முக்கியத்துவத்தை வெளிப்படுத்துகின்றன. இத்தகைய தரநிலைகளும் நடவடிக்கைகளும் தயாரிப்புகள் மற்றும் அவற்றின் உற்பத்தியில் பயன்படுத்தப்படும் உள்ளீடுகள் மட்டுமல்லாமல், கையாளுதல், சேமித்தல், செயல்படுத்துதல், பண்ணையிலிருந்து இறுதி நுகர்வோருக்குப் போக்குவரத்து மூலம் உற்பத்தியைக் கொண்டு செல்லல் ஆகிய வகையில் முழு உணவு வழங்கல் சங்கிலியையும் உள்ளடக்கியது ஆகும். இந்தியா, பொதுவாக, தெற்குஆசியாவிலும் உலகின் பிற பகுதிகளிலும் உள்ள பல வளர்ந்துவரும் நாடுகளைப் போலவே, உணவுப் பாதுகாப்பு மற்றும் அதனுடன் தொடர்புடைய

சுகாதாரம் மற்றும் தாவரச் சுகாதார நடவடிக்கைகள் குறித்த ஒரு வலுவான ஒழுங்குமுறைக் கட்டமைப்பைக் கொண்டிருக்கவில்லை. இது குறித்து நாடு கவனம் செலுத்த வேண்டிய நேரம் இது, ஏனெனில் இந்த விஷயத்தில் நேரிட்ட தோல்விகள் பெருந்தொற்று மற்றும் அதனைத் தொடர்ந்த ஊரடங்கு நடவடிக்கைகளால் பெருத்த பொருளாதார இழப்பை ஏற்படுத்தியுள்ளது. அதன் பெரிய காய்கறிச் சந்தைகள் ஒன்றில் இந்தச் சிக்கலை எதிர்கொண்ட தமிழ்நாடு, முன்னிலை வகித்து, விவசாயத்தில் தனியார் துறை முதலீடுகளை ஊக்குவிப்பதற்கான அதன் கட்டமைப்பில் உணவுப் பாதுகாப்பு, சுகாதாரம் மற்றும் தாவரச் சுகாதார நடவடிக்கைகளின் ஒழுங்குமுறைகளை ஒருங்கிணைக்கலாம். அத்தகைய ஒழுங்குமுறைகளை நடைமுறைப்படுத்துவது என்பது, முறையாகப் பயிற்சி அளிக்கப்பட்ட மனித வளங்கள், பரிசோதனை செய்வதற்கான ஆய்வகங்கள், உற்பத்திப் பொருட்களுக்கான சான்றளிப்பு போன்றவற்றிற்கான முதலீடு உள்ளிட்ட சில நிதிச் செலவுகளையும் கொண்டது.

எவ்வாறாயினும், குடிமக்களின் சிறந்த ஆரோக்கிய நிலை, மற்றும் அவை பாதுகாப்பான உள்ளீடுகள் எனச் சான்றளிக்கப்பட்டதன் அடிப்படையிலும் கையாளுதல், சேமித்தல், செயல்படுத்துதல், போக்குவரத்து ஆகியவை காரணமாகவும் தேவைப்படும் உற்பத்திப்பொருட்கள் ஆகியவற்றுக்கான அத்தகைய முதலீடுகள் சமூகத்திற்கு பெரிய நன்மைகளை அளிக்கும். உணவுப் பாதுகாப்புத் தரநிலைகள் மற்றும் சுகாதாரத்தையும் தாவரச் சுகாதார நடவடிக்கைகளையும் செயல்படுத்துவதில் ஏற்படும் நிதிச் செலவுகளை எளிதில் விஞ்சும் வகையில் இருக்கும்.

முன்னோக்கிச் செல்லும் வழி

புதிய சீர்திருத்தத் தொகுப்புடன், நுகர்வோர் சிலரின் சந்தையை ஒரு கட்டற்ற போட்டிச் சந்தையாக மாற்ற இலக்கு வைக்கப்பட்டுள்ளது. இந்தச் சீர்திருத்தங்களின் இலக்கு தெளிவாக உள்ளது (கட்டற்ற போட்டிச் சந்தை), ஆனால் பாதை இன்னதென்று தெரியவில்லை. இருப்பினும், இதுவரை தொடங்கப்பட்ட சீர்திருத்தங்கள் இந்த இலக்கை நோக்கிப் பாதிவழிதான் சென்றுள்ளன. நாட்டில் விவசாயத்தில் தனியார் துறையினரின் அதிக முதலீடுகள் மற்றும் பங்களிப்புக்கான ஒரு முக்கியத் தடுப்பு, யூனியன் மற்றும் மாநில மட்டங்களில் விரிவான நிறுவனத் தொகுப்புகள் மற்றும் அரசு நிறுவனங்களின் மூலம் நிதிஉதவி அளிக்கப்பட்டுச் செயல்படுத்தப்படும் நிர்வாக ரீதியாக அறிவிக்கப்பட்ட குறைந்தபட்ச ஆதரவு விலைகளில் பொதுக் கொள்முதல் செய்யும் கொள்கையாகும். நிர்வாக ரீதியாக நிர்ணயிக்கப்பட்ட குறைந்தபட்ச

ஆதரவு விலைகளில் (அரிசி, கோதுமை முதலிய) குறிப்பிட்ட பொருட்களைப் பொதுக் கொள்முதல் செய்வது, பல்வேறு வேளாண் பொருட்களின் இடர் வருவாய் விவரத்தைச் சிதைத்து, அதனைத் தொடர்ந்து விவசாயிகளின் உற்பத்தி முடிவுகளைப் பாதிக்கிறது. இது சந்தையில் சாத்தியமான நுழைவோர் எதிர்கொள்ளும் இடர்களை உயர்த்தக்கூடும், முதலீடுகளைக் குறைக்கும், எனவே, வேளாண் சந்தைகளில் அதிகப் போட்டியில் பங்கு பெறுவதற்கான நோக்கத்திற்கு இது உதவி புரியாது. ஆகவே, பல்வேறு ஆய்வுகள் சுட்டிக்காட்டியுள்ளபடி பொதுக் கொள்முதல் முறை மற்றும் குறைந்தபட்ச ஆதரவு விலைகளைச் சீர்திருத்தி அமைப்பது முக்கியமாகும் (*See for instance, Ganesh Kumar et al. 2009*).

வேளாண் விளைபொருட்கள் சந்தைப்படுத்தல் குழுக்களைத் தவிர்த்து, தமிழ்நாடு (உழவர் சந்தை), ஆந்திரப் பிரதேசம் (ரய்து பஜார்), கர்நாடகம், மகாராஷ்டிரம் எனப் பல மாநிலங்கள் நகர்ப்புற மையங்களில் வேளாண்பொருட்களை, குறிப்பாகத் தோட்டக்கலைப் பொருட்களை விவசாயிகள் நேரடியாக விற்பனை செய்ய அனுமதிக்கின்றன. இந்தச் சோதனை முயற்சிகளுக்கு பல்வேறு மாநிலங்களில் இப்படியும் அப்படியுமாக வேறுபட்ட விளைவுகள் கிடைத்துள்ளன.

இந்த உழவர் சந்தைகளின் ஒரு குறைபாடு என்னவென்றால், விவசாயிகளுக்கு இணக்கமாக இருக்க வேண்டியிராத பல்வேறு நகராட்சி விதிமுறைகளுக்கு அவை உட்பட்டவை என்பதுதான். அவை பெரும்பாலும் குறிப்பாக உற்பத்திப் பொருட்களின் காலாவதி காலம் வரை பாதுகாப்பதில் முதலீட்டுப் பற்றாக்குறையுடன் இருக்கின்றன. இதனால் அதிக விரயம் ஏற்படுகிறது, அந்த இழப்பை விவசாயிகள் தாங்க வேண்டியதாகிறது. பல சந்தர்ப்பங்களில், இந்த உழவர் சந்தைகளும் மோசமான உணவுப்பாதுகாப்பு நடைமுறைகளால் பாதிக்கப்படுகின்றன. இந்தச் சந்தைகளை அனைத்து நகர்ப்புற மையங்களிலும் நிறுவனமயமாக்குவதன் மூலமும், கடன்வசதியை எளிதாக அணுக வழிவகை செய்தும், இந்த உழவர் சந்தைகளில் உணவுப் பாதுகாப்புத் தரங்களைப் பற்றி அதிக விழிப்புணர்வைக் கொண்டுவருவதற்கான திட்டங்களைக் கொண்டிருப்பதன் மூலமும் மாநில அரசாங்கங்கள் இந்த சந்தைகளை வலுப்படுத்த முடியும்.

சந்தையின் வளர்ந்துவரும் இயல்பு எப்போதும் புதிய யோசனைகளை ஏற்றுக்கொள்வதற்கான புதுமைக்கும் திறந்த தன்மைக்கும் நன்கு எதிர்வினை ஆற்றுகிறது. அது சோதனை முயற்சிகளுக்கான சுதந்திரத்தையும் வழங்குகிறது. எனவே, சந்தையை அதன் இலக்கான கட்டற்ற போட்டிச் சந்தைக்கு

கொண்டுச்செல்லும் சாத்தியமுள்ள எந்தவொரு யோசனையையும் அல்லது கொள்கையையும் பரிசோதனை செய்து, நடைமுறைப்படுத்த மாநிலங்கள் தயங்கக் கூடாது. சிறப்புப் பொருளாதார மண்டலங்கள் (SEZs) வடிவில் பண்ணையை ஒட்டி தனியார் சந்தைகளை அமைப்பதுதான் இதற்குச் சாத்தியமான ஒரு விருப்பத் தேர்வாக இருக்கிறது.

இந்தச் சிறப்புப் பொருளாதார மண்டலங்கள் ஒரு திறந்த சந்தையாகச் செயல்படல், வேளாண் தொழில் தொடர்பான செயல்பாட்டாளர்களைத் திரட்டுதல், வழங்கல் சங்கிலித் தளவாடமாக இருத்தல் எனப் பாத்திரங்களை வகிக்கலாம். இந்தச் சிறப்புப் பொருளாதார மண்டலங்கள் பாரம்பரியச் சந்தைகளுக்கு (வேளாண் விளைபொருட்கள் சந்தைப்படுத்தல் குழுக்களுக்கு) ஒரு மாற்றாக இருக்கும்; எனவே, சந்தையில் போட்டியை ஊக்குவிக்கும். இந்தச் சிறப்புப் பொருளாதார மண்டலங்கள் வேளாண் துறையில் ஈடுபட்டுள்ள மற்ற சந்தைச் செயல்பாட்டாளர்களான குளிர்ப்பதனக்கிடங்கின் வழங்கல் சங்கிலிச் செயல்பாட்டாளர்கள், பேக்கேஜிங் மற்றும் காமா மறு கதிர்வீச்சு போன்றவற்றின் செயல்பாட்டாளர்களுக்கும் இடம் தரலாம். அது வேளாண் தொழிலுக்கான ஓரிடத் தீர்வு போல இருக்கக் கூடும். அது தளவாட முயற்சிகளையும் செலவுகளையும் குறைப்பதற்கு உதவலாம்.

அத்தகைய சிறப்புப் பொருளாதார மண்டலங்களை ஊக்குவிப்பது வேளாண் தொழிலுக்கான ஆழ்ந்து அகன்ற உள்கட்டமைப்பை அளித்து மற்ற துறைகளுடன் உள்ள இணைப்புகளை மேலும் வலுவூட்டும். ஆகவே, ஒவ்வொரு வட்டத்திலும் ஒரு சிறிய சிறப்புப் பொருளாதார மண்டலத்தையும், மாவட்ட அளவில் ஒரு பெரிய சிறப்புப் பொருளாதார மண்டலத்தையும் அமைப்பது விவசாயிகளுக்கும், வணிகத்திற்கான அளவிலான பொருளாதாரங்களுக்கும் அதிகபட்ச முன்னேற்றத்தை அளிக்கக்கூடும்.

சிறப்புப் பொருளாதார மண்டலங்களுக்கு நல்ல தரமான சாலைகள் மற்றும் நிலம் போன்ற அடிப்படையான உள்கட்டமைப்பை அளிப்பதைத் தவிரவும், அரசு வரையறுக்கப்பட்ட நிதிக் கடமைகளைக் கொண்டிருக்கும். இந்தச் சிறப்புப் பொருளாதார மண்டலங்களை அரசிடமிருந்து சில தொடக்கநிலைச் சலுகைகளைப் பெறுவதன்றி, பெரிதும் தனியார் நிதி மூலமே மேம்படுத்துவர். வெளிநாட்டு நேரடி முதலீடுகளையும் இந்தச் சந்தைக்குள் அயல் முதலீட்டாளர்களையும் ஈர்க்க மாநில அரசுகள் அவர்களின் கொள்கைகளில் மாற்றம் செய்யக் கூடும்.

மாநிலங்களுக்கான ஒரு புதிய பயணம்:
வாய்ப்புகள் மற்றும் ஒரு புதிய புதிர்

சமீபத்திய அவசரச் சட்டங்கள் வேளாண் சந்தையைத் திறந்துவிட்டு விவசாயிகளுக்கு (எங்கும் எவருக்கும் விற்பனை செய்யும்) வாய்ப்புகளை உருவாக்கி, (அவர்களின் விருப்பத் தேர்வு மற்றும் நிபுணத்துவத்திற்கு ஏற்ப) சந்தையில் நுழைய, மாநிலங்கள் (பெரிய சந்தைப் பங்கிற்கான புவியியல் எல்லைகளுக்கு அப்பாலும் செல்ல) வேளாண்துறையில் பல அடுக்குப்போட்டியைக் கட்டவிழ்த்துவிட்டுள்ளன. ஓர் அரசு தனது விவசாயிகளுக்கும், பெருமளவில் நாட்டுக்கும் பயன் அளிக்கும்வகையில் முன்னுணர்ந்து செயல்படும் நடவடிக்கைகள் மூலம் முதல் தொடங்குநர் அனுகூலத்தை பெறலாம். இந்தப் போட்டியின் சிறந்த பகுதியாக வரையறுக்கப்பட்ட மாநில நிதிக் கடமைகள் இருக்கும். இது மாநிலங்களின் நிதி பலத்தை விட அவற்றின் அரசியல் உறுதியையும் ஆற்றலையும் வெளிப்படுத்தும் போட்டிகளில் ஒன்றாக மாற்ற வாய்ப்புள்ளது.

எவ்வாறாயினும், பலவிதமான சவால்களைக் கொண்ட கொள்கைக் கட்டுமானத்தை உருவாக்குவதற்கான ஒரு புதிய புதிரை மாநிலங்கள் கொண்டிருக்கும். தற்போதைய செயல்பாட்டாளர்கள் மற்றும் சாத்தியமான உள்நுழைவோர் உள்ளிட்ட ஒவ்வொருவரும் வெற்றி பெற வாய்ப்புள்ள ஒரு தளத்தை அனைவருக்குமாக உருவாக்குவதே முதல் சவாலாக இருக்கிறது. தரமான சாலைகள், நிலம் ஆகியவற்றின் வழியாகப் பண்ணைகளுக்குச் சிறந்த இணைப்பின் அடிப்படையில் தேவையான உள்கட்டமைப்பை அளிப்பது அரசின் இன்னொரு முக்கியப் பொறுப்பாகும். வாங்குபவர்களுக்கும் விற்பவர்களுக்கும் (அதாவது வணிகங்களுக்கும் விவசாயிகளுக்கும்) இடையில் சமநிலையைப் பேணுவது அடுத்த சவால் ஆகும் அது மிகவும் முக்கியமானதும் கூட. போட்டியை அதிகரிப்பதாகவும், (மற்றும் ஆற்றல் வாய்ந்த 'மாநிலத்திற்குள்ளான' வேரூன்றிய ஆர்வக்குழுக்கள் மற்றும் கூட்டமைப்புகளின் செல்வாக்கு கொண்ட) கூட்டாண்மையைக் குறைப்பதாகவும், பாதிப்படைந்தவர்களைப் (விவசாயிகளைப்) பாதுகாப்பதாகவும், சந்தையைத் துஷ்பிரயோகம் செய்வது அல்லது சந்தைப்பிடிப்பு ஆகியவற்றைக் குறைப்பதாகவும் கொள்கைக் கட்டமைப்பு இருக்க வேண்டும்.

திட்டமிடல் மற்றும் சரியான சலுகைகளை உருவாக்குதல் மற்றும் சந்தைகளை ஒழுங்குபடுத்துதல், தகவல், ஒப்பந்த வேளாண்மை, சுற்றுச்சூழல், உணவுப்பாதுகாப்பு ஆகியவற்றுக்கு மாநிலங்கள் சிறப்பு முயற்சிகளை மேற்கொள்ள வேண்டிய அவசியம்

உள்ளது. துறைக்கான விரிவான மேம்பாட்டுத் திட்டத்துடன் பொருந்தக்கூடிய ஊக்கக் கட்டமைப்புகளை வடிவமைப்பது துறை வளர்ச்சிக்கு முக்கியமானதாக இருக்கும். விவசாயிகளுக்குத் தகவல் அணுகலை எளிதாக்குவது அவர்களுக்கு நன்மைகளை வழங்குவதற்கும் அவர்களின் பரிவர்த்தனைச் செலவுகளைக் குறைப்பதற்கும் முக்கியமாகும். டிஜிட்டல் சகாப்தத்தில், மின் தளங்கள், மின்-சந்தைகள், பிற புதுமையான தகவல்-தொழில்நுட்பத் தீர்வுகள் இருப்பது இந்த இடைவெளியை நிரப்பும் கருவியாக அமையும். இருப்பினும், தகவல் வழங்குநர்களின் பரவல் ஏராளமான சிக்கலைக் கொண்டுவரும். இதேபோல், ஒப்பந்த வேளாண்மை விவசாயிகளுக்கு நிலையான மற்றும் அதிக வருமானத்தை வழங்கும் ஆற்றலைக் கொண்டுள்ளது, ஆனால் ஒப்பந்த நிறுவனத்திற்கும் விவசாயிகளுக்கும் இடையிலான சமச்சீரற்ற ஆற்றல் உறவுகள் முறையான ஒழுங்குமுறை மற்றும் வலுவான ஆதரவு அமைப்பு மூலம் சமப்படுத்தப்பட வேண்டும். சிறப்புப் பொருளாதார மண்டலங்களின் வடிவத்தில் தனியார் திறந்த சந்தைகள் போட்டிச் சந்தைகளின் திசையில் ஒரு நல்ல தொடக்கப் புள்ளியாக இருக்கும். சிறப்புப் பொருளாதார மண்டல உள்கட்டமைப்பை நிர்மாணிப்பதன் மூலம் மாநிலப் பொருளாதாரத்தில் வேலைவாய்ப்பு மற்றும் தேவை அதிகரிக்கும்.

தற்போதைய சீர்திருத்தங்கள் மூன்று சட்டங்களை அடிப்படையாகக் கொண்டவை, அவை ஒரு வருடம் வரை அல்லது நாடாளுமன்றத்தால் இறுதிச் சட்டம் நிறைவேற்றப்படும்வரை, எது முந்தையதோ அது வரை செல்லுபடியாகும். உண்மையான சட்டம் மற்றும் அதன் பிரிவுகள் பொதுமக்கள் மற்றும் பங்குதாரர்களின் ஆலோசனைகள் மற்றும் பாராளுமன்ற ஆய்வுகள் மூலம் இன்னும் வரைவு செய்யப்பட்டு தெளிவுறுத்தப்படவில்லை. இருப்பினும், இறுதிச் சட்டமானது விதிகள் மற்றும் நடைமுறைகளில் வேறுபடலாம், ஆனால் இது நுகர்வோர் சிலரின் சந்தையை ஒரு கட்டற்ற போட்டிச் சந்தையாக மாற்றுவதற்கான உணர்வைக் கொண்டிருக்க வாய்ப்புள்ளது.

குறிப்புகள்

1. Essential Commodities (Amendment) Ordinance, 2020; Farmers' Produce Trade and Commerce (Promotion and Facilitation) Ordinance, 2020; Farmers (Empowerment and Protection) Agreement on Price Assurance and Farm Services Ordinance, 2020.
2. We can consider the export market too for the competition among states.

நூல் பட்டியல்

Dutta, A., A. Dutta, and S. Sengupta, 'A Case Study of Pepsico Contract Farming For Potatoes', *IOSR Journal of Business and Management*, 2016, pg.75–85, available at http://www.iosrjournals.org/iosr-jbm/papers/ICSE%20Conference/14.75-85.pdf, accessed on 28 September 2021.

Ganesh-Kumar, A., A. Gulati, and Jr. R. Cummings, 'Reforming foodgrains management: Achieving food security with cost-effectiveness', in Surjit Singh and V. Ratna Reddy (eds), *Changing contours of Asian agriculture: Essays in honour of Prof. V.S. Vyas*, Academic Foundation, 2016, pg. 475–478.

Gruère, G., and D. Sengupta, 'Bt cotton and farmer suicides in India: An evidence-based assessment', *The Journal of Development Studies*, 47(2), 27 January 2011, pg. 316–337, available at https://doi.org/10.1080/00220388.2010.492863, accessed on 28 September 2021.

Herring, R. J., 'Stealth seeds: Bioproperty, biosafety, biopolitics', *The Journal of Development Studies*, 43(1), 31 Jan 2007, pg. 130–157, available at https://doi.org/10.1080/00220380601055601, accessed on 28 September 2021.

International Food Policy Research Institute. *Withering Punjab agriculture: Can it regain its leadership?* March 2007, available at https://pdf.usaid.gov/pdf_docs/Pnadk223.pdf, accessed in July 2020.

Kagoo, I. E., and N. Rajalakshmi, 'Environmental and Social Conflicts of Aquaculture in Tamilnadu and Andhra Pradesh', *Journal of Social and Economic Development*, 4(1), 14 February 2002, pg. 13–26, available at http://www.isec.ac.in/JSED/JSED_V4_I1_13-26.pdf, accessed on 28 September 2021.

Phelps, E. S., *Mass flourishing: How grassroots innovation created jobs, challenge, and change.* Princeton University Press, 2013, available at https://doi.org/10.2307/j.ctt32bbrz, accessed on 28 September 2021.

Phelps, E. S., 'What is wrong with the West's economies?', *Homo Oeconomicus*, 33(1–2), 29 June 2016, pg. 3–10, available athttps://doi.org/10.1007/s41412-016-0006-3, accessed on 28 September 2021.

Sahai, S., 'Bt cotton: Confusion prevails', *Economic and Political Weekly*, 37(21), 25 May 2002, pg. 1973–1974, available at https://www.epw.in/journal/2002/21/commentary/bt-cotton-confusion-prevails.html, accessed on 28 September 2021.

Singh, S., 'Contracting out solutions: Political economy of contract farming in the Indian Punjab', *World Development*, 30(9), September 2002, pg. 1621–1638, available at https://doi.org/10.1016/S0305-750X(02)00059-1, accessed on 28 September 2021.

Stone, G. D., 'Field versus farm in Warangal: Bt cotton, higher yields, and larger questions', *World Development*, 39(3), March 2011, pg. 387–398, available at https://doi.org/10.1016/j.worlddev.2010.09.008, accessed on 28 September 2021.

Varshney, A., *Democracy, development, and the countryside: Urban-rural struggles in India*, Cambridge University Press, 1995, available at https://doi.org/10.1017/CBO9780511609367, accessed on 28 September 2021.

Vicol, M., 'Is contract farming an inclusive alternative to land grabbing? The case of potato contract farming in Maharashtra, India', *Geoforum*, 85, October 2017, pg. 157–166, available at https://doi.org/10.1016/j.geoforum.2017.07.012, accessed on 28 September 2021.

பகுதி 3

சுற்றுச்சூழல் கொள்கையும் சந்தைகளும்

7

தமிழகத்தில் கோவிட்-19க்குப் பிந்தைய சுற்றுச்சூழல் சீர்திருத்தங்கள்

பெ. துரைராசு, லி. வெங்கடாசலம்

கோவிட்–19 பெருந்தொற்றும் அதைத் தொடர்ந்த ஊரடங்கும் இந்தியாவின் சுற்றுச்சூழல் துறையில் பல விரும்பத்தக்க, நேர்மறையான மாற்றங்களை விளைவித்துள்ளன. முக்கிய நகரங்களில் காற்றின் தரம் உயர்தல், அநேகமான நதிகளில் நீரின் தன்மை அதிகரித்தல் மற்றும் நகர்ப்புறங்களில் திடக்கழிவுகளின் உற்பத்தி குறைதல் போன்ற முக்கியமான சில மாற்றங்கள் இதில் அடங்கும். இவை குறுகியகால மாற்றங்களேயாயினும், இவற்றில் சில மகத்தானவை. உதாரணமாக, கங்கை நதியின் மாசுபட்ட நீரை குடிநீரின் தரத்திற்கு உயர்த்தியது ஊரடங்கின் ஒரு முக்கிய சாதனையாகும். இது 1987ம் ஆண்டிலிருந்து 2017ம் ஆண்டு வரையிலான காலகட்டத்தில் ரூ. 4800 கோடி செலவில் மத்திய மற்றும் மாநில அரசுகளால் எடுக்கப்பட்ட கங்கையை தூய்மைப்படுத்தும் பல்வேறு வகைப்பட்ட நடவடிக்கைகளால் கூட சாதிக்க இயலாத ஒரு சாதனையாகும்.

உலகச் 'சுற்றுச்சூழல் செயலாக்க குறியீட்டின்' படி பெருந்தொற்றுக்கு முன்னர் இந்தியாவில் சுற்றுச் சூழலின் தரம் மிகமோசமான நிலையிலேயே (அதாவது 180 நாடுகளில் இந்தியா 168வது இடத்தில்) இருந்துள்ளது. 2017ம் ஆண்டில் மட்டும், சுற்றுச்சூழல் மாசுபாட்டினால் இந்தியாவில் சுமார் 23.7 லட்சம்பேர் இறந்துள்ளனர். 2013ம்ஆண்டில், சுற்றுச்சூழல் பிரச்சினைகளால் ஏற்பட்ட மொத்தப் பொருளாதார இழப்பு ரூ. 3.7 லட்சம் கோடியாகக் கணக்கிடப்பட்டது. இது, 2009ம் ஆண்டிற்கான நாட்டின் மொத்த தேசிய வருவாயில் சுமார் 5.7 சதவீதமாகும்.

ஆனால், எளிதில் அளவிட இயலாத ஏனைய பொருளாதார (உதாரணம், நோய்க்கான செலவு) மற்றும் பொருளாதாரம் சாராத (உதாரணம், சூழல் சீர்கேட்டால் ஏற்படும் மனம் சார்ந்த பாதிப்பு) இழப்புக்கள் பன்மடங்காகும். சுற்றுச்சூழல் பிரச்சினைகளால் ஏற்படும் இரண்டாம்கட்ட பாதிப்புகள் மக்களுக்கு கடுமையான தாக்கங்களை ஏற்படுத்துகின்றன. உதாரணமாக, கிராமங்களிலிருந்து நகர்ப்புறங்களுக்குப் புலம்பெயர்தல் அவற்றில் ஒன்று. அவ்வாறான புலம்பெயர்தல் கிராமப்புறங்களில் போதுமான அளவுக்கு வருவாய் மற்றும் வேலைவாய்ப்பை உருவாக்குவதில் விவசாயம் பொய்த்துப் போவதனாலேயே ஏற்படுகின்றது. விவசாயம் பொய்ப்பதே நிலத்தடி நீர் உறிஞ்சப்படுவது மற்றும் நீர்நிலைகள் அழிவது போன்ற சுற்றுச்சூழல் பிரச்சினைகளால் நேர்வதால், பெருவாரியான புலம்பெயர் மக்கள் 'சுற்றுச்சூழல் அகதிகளாகவே' கருதப்படுகின்றனர். இதிலிருந்து பெருந்தொற்றின்போது நிகழ்ந்த பின்னோக்குப் புலம்பெயர்தலுக்கு அடிப்படைக் காரணம் சுற்றுச்சூழல் பிரச்சினைகளே என்பதை அறியலாம். நகர்ப்புறங்களிலிருந்து திரும்பிய பெரும்பாலான மக்கள் பெருந்தொற்றுக்குப் பின்னரும் கிராமங்களிலேயே தங்கிவிடக்கூடும் என்பதால், முன்னரே பாதிப்புக்களான சூழலில் அது மேலும் அழுத்தத்தை ஏற்படுத்தும். எனவே, இனிவரும் காலங்களில் 'தற்சார்புப் பொருளாதாரம்' என்பது கொரோனாவுக்குப் பிந்தைய 'புதிய நடைமுறையாக' இருக்குமாதலால், சுற்றுச்சூழலை மேம்படுத்துவதே அவ்வாறான பொருளாதாரத்தை பலம் வாய்ந்ததாகவும் மற்றும் நிலைப்படுத்துவதாகவும் அமையும்.

பொதுவாக, பொருளாதார வளர்ச்சியும், சூழல் மேம்பாடும் எதிரெதிர் திசையில் நகர்வதால், ஊரடங்கின்போது சூழலில் ஏற்பட்ட நேர்மறை மாற்றங்களை பொருளாதார இழப்பு என்ற பெரும்விலையைக் கொடுத்தே பெற்றோம்! ஆகவே, ஊரடங்கை விலக்கிக் கொள்ளும்போது உற்பத்தி மற்றும் நுகர்வில் ஏற்படும் நேர்மறை மாற்றங்கள் மீண்டும் சூழல்சீர்கேட்டைத் தோற்றுவிக்கும்! இச்சீர்கேடு மக்களின் உடல்நலத்திற்குத் தீங்கு விளைவிப்பதால், பெருந்தொற்று அவர்களை எளிதில் ஆட்கொள்ளும். எனவே, சுற்றுச்சூழல் மேம்பாடு என்பது மக்களின் உடல்நலத்தைப் பேணி பெருந்தொற்றிலிருந்து அவர்களை இப்போது மட்டுமின்றி எப்போதும் காப்பதாகும்; மேலும், கிராமப்புறங்களில் வாய்ப்புக்களை அதிகரித்து, புலம்பெயர்தலை கணிசமாகக் கட்டுப்படுத்தி, மக்களின் நல்வாழ்வையும் மேம்படச் செய்யும் தன்மைகொண்டது.

தமிழகம் சிறந்த இயற்கை வளங்களை தன்னகத்தே கொண்டுள்ள போதிலும், தொழிற்சாலைகள் மற்றும் நகர்ப்புறங்களிலிருந்து வரும் மாசு, திடக் கழிவு, நிலத்தடி நீர் உறிஞ்சப்படுதல், நிலம்பாழ்படுதல், கடல்அரிப்பு, கடல்நீர் உட்புகுதல் மற்றும் பல்லுயிர்ப் பெருக்கம்

அழிவது போன்ற மிகச்சீரிய சுற்றுச்சூழல் பிரச்சினைகளால் கடுமையாக பாதிக்கப்பட்டுள்ளது. சுற்றுச்சூழலால் கடுமையாக பாதிக்கப்பட்ட ஒரு சில இடங்களில் நிகழ்த்தப்பட்ட கள ஆய்வின்படி, தொழிற்சாலைகளிலிருந்து வரும் மாசுக்களின் தாக்கத்தினால் அப்பிராந்தியத்தின் நிலைத்த பொருளாதார வளர்ச்சியே கடுமையாக பாதிக்கப்படுகிறது என்பது தெளிவு. சூழல் மாசுபாட்டால் நமது மாநிலம் முழுவதிலும் ஏற்படும் பொருளாதாரத் தாக்கத்தை இதுவரை நாம் அளவீடு செய்யவில்லை என்பதனால், தற்போது நடைமுறைப்படுத்தப்படும் பொருளாதாரக் கொள்கைகளின் சுற்றுச்சூழல் தாக்கத்தின் தன்மை மற்றும் அளவு கொள்கைகளை நடைமுறைப்படுத்துவோர் கவனத்திற்கு வராமலேயே போய்விடுகிறது. தற்போது மாநிலத்தின் பெருவாரியான வளர்ச்சி மற்றும் உள்கட்டமைப்பு சார்ந்த திட்டங்கள் சூழல் பிரச்சினைகளால் கடுமையாக பாதிக்கப்பட்டுள்ளன. உதாரணமாக, ஆம்பூர், வாணியம்பாடி மற்றும் திண்டுக்கல்லில் உள்ள தோல் தொழிற்சாலைகள்; திருப்பூர், கரூர் மற்றும் ஈரோட்டில் உள்ள பின்னலாடை நிறுவனங்கள்; சிவகாசியில் உள்ள பட்டாசுத் தொழிற்சாலைகள்; தூத்துக்குடியில் உள்ள தாமிர ஆலை; சேலம்–சென்னைக்கிடையே முன்மொழியப்பட்ட எட்டு வழிச்சாலை; தஞ்சாவூரின் காவேரிப் படுகையில் நிறுவப்படும் எரிவாயுக் கிணறுகள்; தேனியில் நிறுவப்படும் நியூட்ரினோ திட்டம்; கன்னியாகுமரியில் வர இருக்கும் இனயம் துறைமுகம் போன்றவை இதில் அடங்கும். எனவே, வருங்காலங்களில் தமிழ்நாட்டின் ஒட்டு மொத்த வளர்ச்சி என்பது அரசாங்கம் சுற்றுச்சூழல் பிரச்சினைகளை எவ்வாறு தகுந்த நடவடிக்கைகள் மூலம் செவ்வனே கையாள்கிறது என்பதைப் பொறுத்தே அமையும். எனவே, மாநில அரசு இந்த பெருந்தொற்றுக் காலத்தை ஒரு வாய்ப்பாகப் பயன்படுத்தி சுற்றுச்சூழலில் சீர்திருத்தங்களைக் கொண்டு வருவதன் மூலம் மாநிலத்திலுள்ள மக்களை மட்டுமின்றி ஒட்டுமொத்த தேச நலனையே மேம்படுத்த இயலும். இதனடிப்படையில், இந்தக் கட்டுரையின் மூலம் சுற்றுச்சூழலை மேம்படுத்தி நிலைத்த பொருளாதாரத்தை வளப்படுத்த நாங்கள் கீழ்க்கண்ட நடவடிக்கைகளை முன்மொழிகிறோம்.

குறுகிய கால நடவடிக்கைகள்

மாநிலத்தில் ஒதுக்கப்பட்ட மற்றும் பாதுகாக்கப்பட்ட வனங்களை உள்ளடக்கிய பகுதிகளில் பெருந்தொற்று காரணமாக போடப்பட்ட தடைகளை குறைந்தது இந்த ஆண்டு இறுதி வரையாவது நீட்டிப்பதன் மூலம் வனம் மற்றும் பல்லுயிர்ப் பெருக்கத்தின் புத்துயிர் பெறும் நிகழ்வு மேலும் சிலகாலம் தொடர ஏதுவாகும். மாநிலஅரசு

2020ஆம் ஆண்டு இறுதிக்குள் அனைத்து மாவட்டங்களிலும் முன்னுரிமை அளிக்கப்பட வேண்டிய ஈர நிலங்களுக்கான அறிவிப்பை வெளியிட வேண்டும். இதன் மூலம், மாநிலத்தின் விலைமதிப்பற்ற ஈர நிலங்களைப் பாதுகாக்க தனிக்கவனம் செலுத்த இயலும். நகர்ப்புறங்களில் பசுமைப் போர்வையை விரிவாக்குவதனால் காற்று மற்றும் ஒலி மாசுபடுதலை வெகுவாகக் குறைக்க முடியும். ஆகவே, மாநகராட்சி மற்றும் நகராட்சிகளில் பசுமை மரங்களின் எண்ணிக்கையை அதிகரிக்கவும் மற்றும் அதைக் கண்காணிக்கவும் அலுவலர்களை நியமித்து நடவடிக்கை மேற்கொள்ள வேண்டும்.

நீண்டகால நடவடிக்கைகள்

பசுமை ஜிடிபி

மொத்த தேசிய வருவாய் (ஜிடிபி) என்பது நாட்டின் பொருளாதார நலனை வெளிப்படுத்தும் ஒரு குறியீடாகும். ஆனால், சுற்றுச் சூழலில் ஏற்படும் மாற்றங்களைக் கணக்கில் கொள்ளாததனால், தற்போது அளவிடப்படும் தேசிய வருவாயானது மாநிலத்தின் பொருளாதார நலனை பரிமளிக்கும் ஒரு குறியீடாகக் கருதமுடியாது. மானுடம் மற்றும் சூழலுக்கிடையே கீழ்கண்ட மூன்றுவித தொடர்புகள் உள்ளன:

அ) மனிதர்கள் தங்கள் நுகர்வு மற்றும் உற்பத்தி சார்ந்த பல்வேறு நடவடிக்கைகளில் சுற்றுச்சூழலிலிருந்து கிடைக்கும் எண்ணிலடங்காத விலையற்ற சேவைகளைப் பயன்படுத்துகின்றனர்.

ஆ) நுகர்வு மற்றும் உற்பத்தியால் விளைவிக்கப்படும் மாசு போன்ற எதிர்மறை வெளிப்பாடுகள் மேற்சொன்ன சூழல் சேவைகளைக் குலைப்பதனால் ஏற்படும் பொருளாதார இழப்புக்களை மனிதர்கள் சுமக்க நேரிடுகிறது; மேலும்,

இ) எதிர்மறை வெளிப்பாடுகளிலிருந்து தங்களைக் காத்துக்கொள்ள மனிதர்கள் ‘சூழல் பாதுகாப்பு செலவை’ மேற்கொள்ள வேண்டியுள்ளது.

ஒருபக்கம், எண்ணற்ற சூழல் சேவைகளின் பண மதிப்பை மாநில தேசிய வருவாயில் சேர்ப்பதில்லை. எனவே, மாநில ஜிடிபி குறைத்து மதிப்பிடப்படுகிறது. மறுபக்கம், சூழல் பாதிப்பினால் ஏற்படும் பொருளாதார இழப்புக்களையும் மற்றும் சூழல் பாதுகாப்பு செலவையும் மாநில ஜிடிபியில் கழிக்காமல் கணக்கிடுவதில் அது மிகைப்படுத்தப்பட்ட மதிப்பீடாகிறது. உதாரணமாக, திருப்பூரில் இயங்கும் பின்னலாடை தொழிற்சாலைகள் 2018–19ம் ஆண்டு சுமார் ரூ. 50,000 கோடி

வருவாய் ஈட்டின. இது மாநில ஜிடிபியில் வருவாயாகக் காட்டப்படுகிறது. ஆனால், இந்தத் தொழிற்சாலைகளிலிருந்து வரும் தீங்கு விளைவிக்கக் கூடிய கழிவுகளினால் ஏற்படும் பல ஆயிரம் கோடி மதிப்புள்ள பொருளாதார இழப்பு (உதாரணமாக, உடல்நலம் பாதிப்படைவதனாலும், விவசாயம் மற்றும் அது சார்ந்த தொழில்கள் பாதிக்கப்படுவதனாலும், மற்றும் பல்லுயிர்ப் பெருக்கம் அழிவதனாலும் ஏற்படும் இழப்புக்கள்) மற்றும் சூழல் பாதுகாப்புச்செலவு (உதாரணமாக, நோய்த் தடுப்பு மருத்துவச்செலவு, மண்வளப் பாதுகாப்புச் செலவு போன்றவை) சரியான முறையில் கணக்கிடப்பட்டு மாநில ஜிடிபியிலிருந்து கழிக்கப்படுவதில்லை. எனவே, தற்போதைய மாநில ஜிடிபி இயற்கைவளம் சார்ந்த நிலைத்த வளர்ச்சியையோ அல்லது உண்மையான பொருளாதார நலனையோ வெளிப்படுத்தும் சரியான குறியீடாக அமைவதில்லை. ஆகவே, விலையற்ற சூழல் சேவைகளின் பணமதிப்பையும், சூழல் சார்ந்த பொருளாதார இழப்பு மற்றும் சூழல் பாதுகாப்பு செலவு ஆகியவற்றை முறையாக அவ்வப்போது கணக்கிட்டு பசுமை ஜிடிபியைத் தயாரிக்கும் பட்சத்தில் மாநிலத்தில் முறையான சூழல்கொள்கைகளை வகுப்பதோடு, மாநிலத்தின் நிலைத்த வருவாயை உறுதிசெய்து சமூகத்தின் பொருளாதார நலனையும் மேம்படுத்த முடியும்.

சூழல் கணக்கீட்டு அமைப்பு

சூழல் கணக்கீட்டு அமைப்பு என்பது பசுமை ஜிடிபியைக் கணக்கிடவும் மற்றும் மாநில வருவாயின் நிலைத்த தன்மையைக் கண்காணிக்கவுமான ஒரு முன்நிபந்தனையாகும். இவ்வமைப்பு நீர்வளம், காட்டுவளம் மற்றும் பல்லுயிர்ப் பெருக்கம் ஆகிய இயற்கை வளங்களைக் கணக்கிடவும் மற்றும் பொருளாதாரத்திற்கும் சூழலுக்கும் உள்ள தொடர்பைக் கண்காணிக்கவும் பயன்படுகிறது. இவ்வமைப்பை இயற்கை வளங்களின் இருப்பு மற்றும் அதிலிருந்து பெறப்படும் சூழல்சேவைகளின் அளிப்பு ஆகியவற்றை தொடர்ந்து அளவிடப் பயன்படுத்தவேண்டும். இவ்வமைப்பு இருபகுதிகளைக் கொண்டது: ஒன்று, வளங்களின் இருப்பு மற்றும் சேவைகளின் அளிப்பைத் திண்மை அலகுகளில் கணக்கிடுவது; மற்றொன்று, அவற்றைப் பணமதிப்பின் மூலம் கணக்கிடுவது. ஒரு ஆற்றுப்படுகையை எடுத்துக்கொண்டால், அதில் கணக்கீடு தொடங்கும் நாளில் கிடைக்கக்கூடிய மொத்த நீர் இருப்பின்அளவு, இருப்பில் தொடர்ச்சியாக ஏற்படக்கூடிய மழைநீர், பயன்பாட்டுக்குப் பிறகு திரும்பி வரும்நீர், துணை ஆறுகளிலிருந்து வரும்நீர், மற்ற ஆற்றுப்படுகைகளிலிருந்து கொண்டுவரப்படும் நீர் போன்றவற்றால் ஏற்படும் 'அதிகரிப்பு' மற்றும் பயன்பாட்டுக்காக எடுக்கப்படும்

நீர், வடிநீர், மற்ற ஆற்றுப்படுகைகளுக்கு எடுத்துச்செல்லப்படும் நீர், ஆவியாதல் போன்றவற்றால் இருப்பில் ஏற்படும் 'குறைவு' ஆகியவற்றைக் கணக்கிடுவதன் மூலம் கணக்கீட்டு ஆண்டின் இறுதியில் கிடைக்கும் நீரின் அளவை அறியலாம். ஆண்டின் தொடக்க இருப்பையும், இறுதி இருப்பையும் சமன்செய்து, நீரின் இருப்பு மிகையாகவோ அல்லது பற்றாக்குறையாகவோ உள்ளதை அறிந்து, நீரின் பகிர்ந்தளிப்பில் தகுந்த மாற்றங்களைக் கொண்டுவர முடியும். அதேபோல், விவசாயத்திற்கு எவ்வளவு நீர் செலவாகிறது, பயன்படுத்தப்படும் நீர் சிக்கனமாகப் பயன்படுத்தப்படுகிறதா, விவசாயத்தைப் பாதிக்காமல் அதில் பயன்படும் உபரி நீரை வேறு நடவடிக்கைகளுக்குப் பகிர்ந்தளிக்க முடியுமா என்பது போன்ற முக்கிய முடிவுகளை எடுக்க திண்மை அலகில் மேற்கொள்ளப்படும் கணக்கீடு சிறந்தது. இருப்பினும், இம்முறை சில பிரச்சினைகளை உள்ளடக்கியது. உதாரணமாக, சூழல் சேவைகளை வேறுபட்ட அலகுகளினால் (நீரை லிட்டரிலும், சுற்றுலாப் பயனை பயணிகள் எண்ணிக்கை அடிப்படையிலும்) கணக்கிடும் போது அவற்றின் கூட்டுமதிப்பை கணக்கிடுவதில் சிக்கல் ஏற்படுகிறது. அதேபோல், பல சூழல் சேவைகள் (கலாச்சாரம் போன்றவை) 'தரம்' சார்ந்தவை என்பதால் அவற்றை திண்மை அலகில் கணக்கிட இயலாது. எனவே, இயற்கை வளங்களையும் சூழல் சேவைகளையும் 'பண மதிப்பில் கணக்கிடும் முறை' சிறந்ததாகக் கருதப்படுகிறது. இயற்கை வளங்களின் இருப்பு அதிகரிக்கும் போதிலும், மாசு போன்ற பிரச்சினைகளால் இருப்பிலிருந்து பெறக்கூடிய சூழல் சேவைகளின் தரம் மோசமடையும். ஆற்றில் நீர் கரைபுரண்டோடும் போதிலும், அது மாசுபட்ட நீராயின் அதை எதற்கும் பயன்படுத்த முடியாதல்லவா? எனவே, திண்மை அலகுக் கணக்கீட்டு முறையை, மாசு மற்றும் பல்லுயிர் பெருக்கத்தில் ஏற்படும் தாக்கம் போன்றவற்றிக்கேற்றவாறு மாற்றியமைக்கும் பட்சத்தில் சுற்றுச்சூழல் சார்ந்த கொள்கைகளை சிறப்பான முறையில் வடிவமைக்க முடியும். அரசாங்கம் இதற்கான முயற்சியை மேற்கொள்வது இன்றியமையாதது.

பல்லுயிர்ப் பெருக்கக் கணக்கீட்டு முறை

ஒவ்வொரு இயற்கை வளத்திற்கும் சூழல் கணக்கீட்டு முறையை அறிமுகப்படுத்துவதன் மூலம், அவ்வளத்தின் தரத்திற்கும் அதனால் பல்லுயிர்ப் பெருக்கத்தில் ஏற்படும் மாற்றங்களுக்கும் உள்ள முக்கியமான தொடர்பைப் பகுப்பாய்வு செய்யமுடியும். சமீபத்தில், சலீம் அலி மையத்தினால் ஆவணப்படுத்தப்பட்ட தகவல்களின் அடிப்படையில் ஈர நிலங்களில் ஏற்படும் மாற்றங்களுக்கும் அதனால் ஈர நிலம் சார்ந்த பல்லுயிர்ப் பெருக்கத்தில் நிகழும்

தாக்கங்களுக்கும் உள்ள நெருங்கிய தொடர்பை அறிய முடியும். கீழ்க்கண்ட மூன்று விதமான காரணிகளைப் பயன்படுத்தி, ஈர நிலத்தின் தரக்குறியீட்டை மதிப்பிடுகின்றனர்: அ) ஈர நிலப் பயன்பாட்டில் ஏற்படும் மாற்றங்கள்; ஆ) ஈர நிலத்திற்கு ஏற்படும் (சூழல் சீர்கேடு போன்ற) அச்சுறுத்தல்கள்; இ) ஈர நிலத்தின் தாவர வளம் மற்றும் விலங்கினத் தொகுப்பின் அடிப்படையிலான பல்லுயிர்ப் பெருக்கத்தின் மதிப்பு. இம்மூன்றையும் இணைத்து ஈர நிலங்களின் ஆரோக்கியம் மதிப்பிடப்படுவதால், ஈர நிலங்களை மேம்படுத்துதல் மற்றும் அது சார்ந்த பல்லுயிர்ப் பெருக்கத்தைப் பேணுதல் போன்ற முக்கிய முடிவுகளை சரியான தகவல்களின் அடிப்படையில் மேற்கொள்ள ஏதுவாகிறது.

ஈர நிலங்களின் ஆரோக்கியத்தை தொடர்ந்து அளவிடுவதன் மூலம் ஈர நிலங்களுக்கும் அது சார்ந்த பல்லுயிர்ப் பெருக்கத்திற்கும் உள்ள தொடர்பை தொடர்ந்து கண்காணித்து அதற்குத் தக்க நடவடிக்கைகளை மேற்கொள்ள இயலும் (அட்டவணை 1).

சூழல் சேவைகளின் பொருளாதார மதிப்பீடு

இயற்கை வளங்களிலிருந்து பெறப்படும் பெருவாரியான சூழல்சேவைகள் அங்காடிகளில் பணப்பரிவர்த்தனைகளுக்கு உட்படுத்தப்படுவதில்லை என்பதால், அவற்றின் பொருளாதார மதிப்பு பொதுமக்களுக்கோ அல்லது கொள்கை வகுப்பவர்களுக்கோ தெரியாமலேயே போய்விடுகிறது. இதனால் கொள்கையளவில் இயற்கை வளங்களின் முக்கியத்துவம் குறைத்து மதிப்பிடப்பட்டு, சமூக நலனில் பேரிழப்பு ஏற்பட வாய்ப்பு உண்டாகிறது. இயற்கை வளங்களை பாதுகாக்க வகுக்கப்படும் கொள்கை முடிவுகள் எந்த அளவுக்கு சூழல்சார்ந்த பயன்களை விளைவிக்கின்றன என்கின்ற தகவல் மிக முக்கியமானது. உதாரணமாக, காற்று மாசுபடுதலைக் கட்டுப்படுத்தும்போது அது மனிதர்களின் உடல் நலத்தில் எந்த அளவு விரும்பத்தக்க மாற்றங்களை ஏற்படுத்துகிறது என்பது முக்கியம். எனவே, சூழல்சார்ந்த பயன்களின் பண மதிப்பீடு பசுமை ஜிடிபியைக் கணக்கிடவும் மற்றும் கொள்கைகளின் நன்மை தீமைகளை மதிப்பிடவும் போன்ற பல்வேறு வகைப்பட்ட நடவடிக்கைகளுக்கு உதவுகிறது. இருப்பினும், சந்தை மதிப்பு இல்லாதபட்சத்தில் சூழல் சார்ந்த நன்மை தீமைகளின் பணமதிப்பை எவ்வாறு கணக்கிடுவது என்பது கேள்விக்குரிய ஒன்று. கிடைக்கக்கூடிய புள்ளிவிவரங்களைக் கொண்டு, தமிழ்நாட்டின் 141 முன்னுரிமை பெற்ற ஈர நிலங்களின் சூழல் சேவைகளை எவ்வாறு பணமதிப்பீடு செய்தோம் என்பதை இங்கு தந்துள்ளோம். ஒரு ஹெக்டர் ஈர நிலம் சராசரியாக எவ்வளவு மதிப்புள்ள சூழல் சேவைகளை அளிக்கும் என்பதை ஒவ்வொரு

அட்டவணை 1
முன்னுரிமை பெற்ற 141 ஈர நிலங்களின் ஆரோக்கியக் குறியீடு

வ. எண்	ஈரநில ஆரோக்கியக் குறியீடு	ஈர நிலத்தின் எண்ணிக்கை	நிலைமை	தேவையான நடவடிக்கை
1	-0.75–0.00	04	மிக நெருக்கடியான மற்றும் சீரியத் தன்மை	மிக அவசரமான உடனடி நடவடிக்கை
2	0.001–0.500	19	மிக நெருக்கடியான மற்றும் சீரியத் தன்மை	அவசரமான உடனடி நடவடிக்கை
3	0.501–1.00	21	சீரியத் தன்மை	உடனடி நடவடிக்கை
4	1.001–1.500	40	முற்றிய நிலை	முன்னுரிமை அடிப்படையில் தீர்க்க வேண்டிய அச்சுறுத்தல்
5	1.501–2.00	25	ஆரம்ப நிலை அச்சுறுத்தல்	பாதுகாப்பு நடவடிக்கைகளை மேற்கொள்ளல்
6	2.000 மேல்	32	நிலையான தன்மை	பாதுகாப்பு நடவடிக்கைகளை நடைமுறைப்படுத்தல்

Source. Salim Ali Centre for Ornithology and Natural History (2019).

விதமான ஈர நிலத்திற்கும் ஆராய்ச்சியாளர்கள் முன்னரே பணமதிப்பில் கணக்கிட்டுள்ளனர். இந்த உலகளாவிய சராசரி மதிப்பைக்கொண்டு 141 முன்னுரிமை பெற்ற ஈர நிலங்களை முழுமையாகப் பாதுகாத்தால் கிடைக்கக்கூடிய உச்ச பயன்களை பணமதிப்பில் கணக்கிட்டோம். அதாவது, 141 ஈர நிலங்களின் மொத்த நிலப்பரப்பை ஒரு ஹெக்டரின் உலகளாவிய சராசரி மதிப்புடன் பெருக்கும்போது கிடைக்கும் பணமதிப்பு ஆண்டுக்கு ரூ. 11,283.09 கோடியாகும் (அட்டவணை 2).

இருப்பினும், நடைமுறையில் ஈர நிலங்கள் சரியான முறையில் பாதுகாக்கப்படுவதில்லை என்பதால் அவற்றிலிருந்து கிடைக்கக்கூடிய சூழல் சேவைகளின் எண்ணிக்கை மற்றும் தரம் மிகக் குறைவே. எனவே, 141 ஈர நிலங்களின் சேவைகளின் தற்போதைய பணமதிப்பு ஆண்டுக்கு ரூ. 1,343.32 கோடியே ஆகும். இந்தத் தொகையை, உச்ச பயன்கள் மதிப்பிலிருந்து (ரூ. 11,283.09 கோடி) கழிக்கும்போது நமக்கு கிடைப்பது ரூ. 9,940 கோடி மதிப்புடைய இழப்பே! இதை வேறுவிதத்தில் கூறுவதெனில், 141 முன்னுரிமை பெற்ற ஈர நிலங்களை முழுமையாக பாதுகாக்கத் தவறியதால் நமது மாநிலத்திற்கு ஆண்டிற்கு ரூ. 9,940 கோடி இழப்பு ஏற்படுகிறது! இச்சிறிய எண்ணிக்கையிலான (141) ஈர நிலங்களைக்

அட்டவணை 2

முன்னுரிமை பெற்ற 141 ஈர நிலங்களின் சூழல் சேவைகளின் மதிப்பீடு

ஈர நிலத்தின் வகை (எண்ணிக்கை)	மதிப்பீட்டு முறை	சூழல் சேவைகளின் மொத்த மதிப்பு (ரூ. கோடிகளில்)
கடலோர ஈர நிலங்கள் (5)	66,017 ஹெக்டர் x ₹16,15,922.94 (ஹெக்டருக்கு)	10,336.89
உள்நாட்டு ஈர நிலங்கள் (135)	45,294.14 ஹெக்டர் x ₹2,14,089.26 (ஹெக்டருக்கு)	944.00
நீர்த்தேக்கம் (1)	633 ஹெக்டர் x ₹34,617.62 (ஹெக்டருக்கு)	2.20
மொத்தம் (141)		11,283.09

Source. Authors' study.

காப்பதாலேயே இவ்வளவு பெரிய நன்மையை ஈட்டலாமெனில், நம் மாநிலத்திலுள்ள *41000*க்கும் மேற்பட்ட ஈர நிலங்களைக் காப்பதால் வரும் நன்மைகள் பலமடங்கு அதிகரிக்கும் என்பது திண்ணம். இத்துடன், காடுகள், நிலம் மற்றும் பல்லுயிர்ப் பாதுகாப்பதினால் ஏற்படும் நன்மைகளைக் கணக்கிடும்பட்சத்தில் அது மாநில ஜிடிபியை பல லட்சம் கோடிகளாக உயரச்செய்யும். இதிலிருந்து நாம் அறியவேண்டியது என்னவெனில், பொருளாதார வளர்ச்சி என்பது தொழில் மற்றும் சேவைத் துறையை ஊக்குவிப்பதோடு மட்டுமன்றி சுற்றுச்சூழல் துறையை செம்மைப்படுத்துவதனாலும் சாத்தியமே! எனவே, சூழல் சேவைகளின் பொருளாதார மதிப்பீடு முன்னுரிமை பெறும்பட்சத்தில் தமிழகத்தின் இயற்கை வளங்களைப் பாதுகாக்கவும் நிலைத்த வளர்ச்சியை அடையவுமான கொள்கைகளை வகுப்பதற்கு அது இன்றியமையாததாகத் திகழும்.

சூழல் சேவைகளின் பரிவர்த்தனை முறை

தமிழகத்தில் பன்னெடுங்காலமாக இருந்துவந்த குடிமராமத்து என்ற மரபு சமூகத்திற்கு முழுமையான அதிகாரம் அளித்து நீர்நிலைகளை, குறிப்பாக, பாசன ஏரிகளை செம்மையாகப் பாதுகாக்க வழிவகுத்தது. அரசாங்கம் நீர்நிலைகள் பராமரிப்பைத் தன்னகத்தே எடுத்துக்கொண்டதாலும், விவசாயிகள் ஏரிப்பாசனத்திலிருந்து நிலத்தடி நீர்பாசனத்திற்கு மாறிவிட்டதனாலும் அச்சீரிய மரபு நாளடைவில் மறைந்து போனது. கடந்த சில காலங்களாக தமிழக அரசு குடிமராமத்து முறையை மீட்டெடுக்க நடவடிக்கைகளை மேற்கொண்டு வருகிறது. ஆனால் பிரச்சினை என்னவெனில், சமூகத்தின் ஈடுபாடின்றி அரசாங்கமே பெருவாரியான நீர் மேலாண்மை நடவடிக்கைகளை குடிமராமத்து என்றபெயரில்

மேற்கொள்ளுவது தான். மக்கள் பங்கேற்பற்ற அவ்வாறான நடவடிக்கை சமூகநலனை உயர்த்தாது. மாறாக, அரசாங்கத்தின் பரிமாற்றச் செலவுகளை அதிகரித்து, வரி செலுத்தும் பொதுமக்களின் சுமையை அதிகரிக்கச் செய்யும். மக்கள் பங்கேற்பை சரியான ஊக்க நடவடிக்கைகளை மேற்கொள்வதன் மூலம் அதிகரிக்க முடியும். இங்கேதான் நீருக்கான 'பரிவர்த்தனை முறை' கைகொடுக்கிறது!

மேற்கண்ட பரிவர்த்தனை முறைப்படி, சூழல் சேவைக்கான பயன்பாட்டு உரிமை சமூகத்திற்கு அளிக்கப்பட்டு அவர்கள் நீர்நிலைகளை பராமரிப்பதோடு அதிலிருந்து பெறப்படும் சேவைகளை மற்றவர்களுக்கு உடன்படிக்கை மூலம் பரிவர்த்தனை செய்ய வழிவகுக்கிறது. உதாரணமாக, சென்னை பெருநகர நீரளிப்பு மற்றும் கழிவு நீர் கழகம் வீராணம் ஏரியிலிருந்து ஒவ்வொரு நாளும் சுமார் 150 மில்லியன் லிட்டர் நீரை சென்னையின் குடிநீர் தேவையை பூர்த்தி செய்வதற்காகக் கொண்டு வருகிறது. ஏரியின் நீர் இருப்புக் குறையும்போது, நீரை குடிநீருக்காக எடுப்பது சென்னை மக்களின் நலனை அதிகரித்தாலும் ஏரிப்பாசனத்தை நம்பியுள்ள விவசாயிகளை கடுமையாகப் பாதிக்கிறது.

இப்பிரச்சினையை எவ்வாறு தீர்க்கலாம்? ஏரியினால் பயன்பெறும் அனைத்து கிராம மக்களுக்கும் ஏரியை மேலாண்மை செய்யும் உரிமையை முழுமையாக அளித்துவிட்டு, சென்னை நீரளிப்புக் கழகம் அவர்களிடமிருந்து நீரை பேரம்பேசி வாங்குவதன் மூலம் இப்பிரச்சினையை தீர்க்கலாம். ஆய்வுகளின்படி, சென்னை மக்கள் 2017ம் ஆண்டில் சந்தையில் நீர்வாங்கச் செய்த செலவுமட்டும் சுமார் ரூ. 1250 கோடியாகும். இது எதைக்காட்டுகிறதென்றால், அரசு சிறந்த முறையில் நீர்வழங்கும் பட்சத்தில் சென்னை மக்கள் சந்தை நீருக்குக் கொடுக்கும் பணத்தை அரசுக்கு கொடுக்க விழைவார்கள் என்பதையே காட்டுகிறது. இதில் ஒரு கணிசமான தொகையை வீராணம் ஏரியைப் பராமரிக்கும் கிராம மக்களுடன் பகிர்ந்துகொள்வதன் மூலம் அனைவருக்கும் பயன்கிடைக்கும். இதில் ஏரியை பராமரிக்கும் அனைத்து கிராம மக்களின் பிரதிநிதிகளையும், மற்றும் அரசாங்கம், பெருநிறுவனங்கள், அரசு சாரா நிறுவனங்கள் மற்றும் அங்காடியிலுள்ள முக்கிய அம்சங்களை இணைப்பதன் மூலம் சீரிய மாற்றங்களைக் கொண்டுவர முடியும்.

தமிழக அரசு சூழல் சேவைகளின் பரிவர்த்தனை முறையை நீர்வளங்களை மட்டுமன்றி, காடுகள் மற்றும் பல்லுயிர் பெருக்கத்தை மேம்படுத்தவும் செம்மையாகப் பயன்படுத்தலாம். உதாரணமாக, சூழல் சேவைகளை உற்பத்தி செய்யும் நீண்டகால மரப்பயிர்களைப் பயிரிடுவதற்கும் மண்வளத்தையும், நிலத்தடி நீரையும் மற்றும் பல்லுயிர்ப் பெருக்கத்தையும் பேணும் பாரம்பரிய விவசாயத்தை

ஊக்குவிக்கவும் விவசாயிகளுக்கு அதிகப்படியான ஊக்கத்தொகை வழங்கலாம்.

பரிமாற்றத்தக்க நீர் உரிமைகள்

நீர் பற்றாக்குறையின்போதும், நீர் உபயோகிப்பாளர்களிடையே மோதல் உருவாகும்போதும் நீரை எவ்வாறு பகிர்ந்தளிப்பதென்பது ஒரு பெரும்பிரச்சினையாக உருவெடுத்துள்ளது. 'பரிமாற்றத்தக்க நீர் உரிமைகள்' என்ற கருவி இதற்கு தலையாய தீர்வை உறுதி செய்கிறது. தற்போதைய நடைமுறைப்படி, பவானி ஆற்றில் உள்ள பழைய மற்றும் புதிய கால்வாய்ப் பாசனதாரர்களுக்கிடையே நீர்ப் பகிர்ந்தளிப்பு சம்பந்தமாக தீராத மோதல் தொடர்கிறது. சமீபத்திய சோதனை ஆய்வு முடிவுகளின்படி, பரிமாற்றத்தக்க நீர் உரிமைகள் அடிப்படையில் தற்போதய மோதல்களுக்குத் தீர்வு காண்பதோடல்லாமல் நீர்ப் பரிவர்த்தனை மூலம் கிடைத்தற்கரிய நீரை மென்மேலும் செம்மையாக பயன்படுத்தலாம் என்பது தெளிவாகிறது.

மேற்கண்ட ஆய்வின்படி, நீர்ப் பரிவர்த்தனையை அறிமுகப்படுத்தும் பட்சத்தில் பழைய கால்வாய்ப் பாசனதாரர்கள் நீரை சேமித்து அதைப் புதிய கால்வாய்ப் பாசனதாரர்களுக்கு தங்களுடைய விருப்பப்படி விற்கவும், புதிய கால்வாய் பாசனதாரர்கள் அந்த நீருக்கு ஒரு குறிப்பிட்ட விலைகொடுத்து வாங்கவும் முன்வருகின்றனர். நீர் பரிவர்த்தனை சுமார் 63 சதவீத விவசாயிகளிடையே சாத்தியமாவதோடு மட்டுமின்றி, நீரை விற்பதன் மூலம் பழைய கால்வாய் விவசாயத்தில் எந்த இழப்பும் ஏற்படப் போவதில்லை என்பதும் ஆய்வின் மூலம் உறுதியாகிறது.

தமிழக அரசு இம்முறையை நடைமுறைப்படுத்தும் பட்சத்தில், நீர் உரிமைகளை அனைத்து விவசாயிகளுக்கும் தற்போதுள்ள பாசன உரிமைகளின் அடிப்படையிலேயே பகிர்ந்தளிக்க வேண்டும். உதாரணமாக, ஒரு விவசாயி தற்போது ஒரு போகத்திற்கு 90 பாசனங்களை பயன்படுத்துகிறாரெனில் அவருக்கு 90 நீர் உரிமை அலகுகளைப் பகிர்ந்தளிக்க வேண்டும். அவர் 80 பாசனங்களை மட்டுமே பயன்படுத்தி 10 பாசன உரிமை அலகுகளை மற்றவர்க்கு விற்றுப் பயன்பெற முடியும். அடுத்த போகத்திற்கு, மறுபடியும் பழைய பாசன உரிமைகைள் அடிப்படையிலேயே நீர் உரிமைகளைப் பகிர்ந்தளிக்கலாம். நீர் உரிமைகள் பரிமாற்றம் விவசாயிகளுக்கு ஊக்கம் தந்து நீரை செம்மையாகப் பயன்படுத்தவும், விற்போர் வாங்குவோர் நலனை ஒருசேர அதிகரித்து அதன்மூலம் சமூக நலனை அதிகரிக்கவும் வழிவகுக்கிறது. விவசாயத்திற்குள் மட்டுமின்றி, விவசாயத்திற்கும் மற்றும் விவசாயமல்லாத

துறைகளுக்குமிடையே கூட நீர் பகிர்ந்தளிப்பை இம்முறை செம்மைப்படுத்துகிறது. உதாரணமாக, தொழிற்துறையைச் சார்ந்தவர்கள் விவசாயிகளிடமிருந்து நீர் உரிமைகளை வாங்கும்போது பயன்படுத்தப்படாத பாசன நீர் தொழிற்துறையில் பயன்பட ஏதுவாகிறது. தொழிற்துறையில் பயன்படுத்தப்படும் நீர் மொத்த நீர் உபயோகத்தில் 19 சதவீதமாகவும், சுமார் 15 சதவீத பாசன நீரை விவசாயத்தில் எந்தவிதப் பாதிப்புமின்றி மற்ற துறைகளுக்கு பகிர்ந்தளிக்க முடியும் என்பதாலும் இந்த நீர் உரிமைகள் முறை பயன்பாடுகளுக்கிடையேயான நீர் பகிர்ந்தளிப்பில் மிக்க பயனை அளிக்கிறது. தமிழக அரசு இந்த புதுமையான பொருளாதாரக் கருவியை பயன்படுத்தி அரிய நீரை பல்வேறு பயன்களுக்கிடையே சிறப்பாகப் பகிர்ந்தளிக்க இயலும்.

நதிப்படுகைக் கழகம்

ஒருங்கிணைந்த நீர் மேலாண்மைத் திட்டம் சிறந்த நீர் மேலாண்மைக்கு ஆற்றுநிலத்தை அடிப்படை அலகாகக் கொண்டு எடுக்கப்படும் முடிவுகளை முன் நிபந்தனையாகப் பரிந்துரைக்கிறது. நதிப்படுகைக் கழகங்களை ஏற்படுத்துவதன் மூலம் நீர் மேலாண்மை மற்றும் பகிர்ந்தளிப்பில் சீரிய சீர்திருத்தங்களைக் கொண்டுவர முடியும். நீர்வளக் கணக்கீடு, சூழல் சேவைகளின் பொருளாதார மதிப்பீடு, நீர் உரிமைகளின் பரிமாற்றம் மற்றும் அமைப்புவாத ஏற்பாடுகள் போன்ற நீர் மேலாண்மைக்குத் தேவையான நடவடிக்கைகளை இந்தக் கழகங்கள் செம்மையாக ஒருங்கிணைக்க முடியும். இந்தக் கழகங்கள், நதி நீர் சம்பந்தப்பட்ட அனைத்துப் பிரதிநிதிகளையும் உள்ளடக்கி அனைத்து முடிவுகளும் அனைவருக்கும் ஒத்துக்கொள்ளக் கூடியதாக இருப்பதை உறுதிசெய்ய வேண்டும். நீர் சம்பந்தப்பட்ட பிரச்சினைகள் அந்தந்தத் தளம் சம்பந்தப்பட்டதென்பதால், தமிழகத்தில் உள்ள 17 நதிகளுக்கும் தனித்தனிக் கழகங்களை ஏற்படுத்துவது சாலச்சிறந்தது.

மாசுக் கட்டுப்பாட்டுக் கொள்கைகளைப் புதுப்பித்தல்

தமிழ்நாட்டில், தொழிற்சாலை மற்றும் நகர்புறங்களிலிருந்து வரும் கழிவுகள் பெரும்பிரச்சினையாக உருவெடுத்துள்ளன. எவ்வளவோ முயற்சிகள் எடுத்தும், தொடர்ந்து அதிகரித்து வரும் தொழிற்சாலைக் கழிவுகள் விவசாயம் மற்றும் சுற்றுச்சூழலுக்கு மட்டுமன்றி அந்தத் தொழிற்சாலைகளுக்கே பெரும் அச்சுறுத்தலாகத் திகழ்கின்றன. தற்போதுள்ள 'கட்டளையும் கட்டுப்பாடும்' சார்ந்த மாசுக் கட்டுப்பாட்டுக் கொள்கையே தற்போதய பிரச்சிகனைகளுக்குத் தலையாய காரணமாகும். தற்போதய கொள்கை மாசினைக் கட்டுப்படுத்துவதற்கான

போதுமான ஊக்கத்தை அளிப்பதில்லை. எனவே, தற்போதய கொள்கையிலிருந்து அதிக ஊக்கம் அளிக்கக் கூடிய சந்தை சார்ந்தக் கொள்கைகளுக்கு உடனடியாக மாறவேண்டும். இப்போதைய கொள்கை அனைத்து தொழிற்சாலைகளும் மாசுவைக் கட்டுப்படுத்துவதைக் கட்டாயமாக்கியுள்ளதால் மாசுக் கட்டுப்பாட்டிற்கான செலவில் உள்ள வேறுபாடுகளின் அடிப்படையில் மாசு கட்டுப்படுத்தப்படுவதை உறுதி செய்வதில்லை. இதனால், குறைந்த செலவில் மாசுவைக் கட்டுப்படுத்துபவர் அதிக செலவில் கட்டுப்படுத்த நேர்வதால் மாசுக் கட்டுப்பாட்டில் ஊக்கம் குறைந்து பிரச்சினை தொடர்கதையாகிறது. ஆனால், பரிவ'ர்த்தனை செய்யக்கூடிய மாசு உரிமைகளை அறிமுகப்படுத்தும்போது குறைந்த செலவில் மாசுவைக் கட்டுப்படுத்துபவர் அதிக அளவு மாசுவையும் அதிக செலவுள்ளவர் குறைந்த அளவு மாசுவையும் கட்டுப்படுத்தி வரைமுறைக்குட்பட்ட மொத்த மாசுவையும் மிகக்குறைந்த செலவில் மிகுந்த ஊக்கத்தோடு கட்டுப்படுத்த வழிவகுக்கிறது. குஜராத் போன்ற மாநிலங்களில் இம்முறை மிகச் சிறப்பாக செயல்படுவதால், இதை நமது மாநிலத்திலும் காற்று மற்றும் நீர் மாசுபாட்டை செவ்வனே கட்டுப்படுத்தப் பயன்படுத்தலாம்.

சுற்றுச்சூழல் தரவுத்தளத்தை ஏற்படுத்துதல்

தமிழ்நாடு மாசுக்கட்டுப்பாட்டு வாரியம், சுற்றுச் சூழல்துறை, வனத்துறை, நீர்வள அமைப்பின் பிராந்திய சுற்றுச்சூழல் கூடங்கள், நீர் ஆராய்ச்சி நிறுவனம், தமிழ்நாடு நீரளிப்பு மற்றும் கழிவுநீர் நிறுவனம் போன்ற தமிழகத்தின் பல்வேறுபட்ட அரசு அமைப்புகள் சுற்றுச்சூழல் சார்ந்த தரவுகளைத் தொடர்ந்து திரட்டி வருகின்றன. இருப்பினும், இந்தத் தரவுகள் சுற்றுச்சூழல் கணக்கீடு, சூழல் சேவைகளின் பொருளாதார மதிப்பீடு, சுற்றுச்சூழல் தாக்க மதிப்பீடு, சமூக வரவுசெலவு மதிப்பீடு போன்ற முக்கியமான நோக்கங்களுக்கு உகந்ததாக இல்லை. மேலும், பல்வேறு அமைப்புகள் ஒரே விதமான தரவுகளை திரட்டுகின்றன.

உதாரணமாக, நீரின் தரம் சார்ந்த தரவுகளைத் திரட்ட தமிழ்நாடு மாசுக்கட்டுப்பாட்டு வாரியம், பிராந்திய சுற்றுச்சூழல் கூடங்கள், நீர் ஆராய்ச்சி நிறுவனம் ஆகிய ஒன்றுக்கு மேற்பட்ட அமைப்புகள் ஈடுபடுவதால் எந்தக் கூடுதல் பயனும் விளைவதில்லை. வருங்காலங்களில், சூழல் சார்ந்த தரவுகளை திரட்டும் பணியை ஒருங்கிணைத்து அத்தரவுகள் குறிப்பிட்ட கொள்கை முடிவுளுக்கு ஏற்றவாறு திரட்டப்பட வேண்டும். திரட்டப்படும் தரவுகள் அதற்காக ஒதுக்கப்பட்ட குறிப்பிட்ட அமைப்பினால் மட்டுமே பராமரிக்கப்பட வேண்டும்.

திறன் மேம்பாடு

நாம் முன்னரே பார்த்ததுபோல், தமிழகத்தில் பல கட்டமைப்பு மற்றும் வளர்ச்சி சார்ந்த பணிகள் சுற்றுச்சூழல் பிரச்சினைகளால் முடங்கியுள்ளன. அவ்வாறான முடக்கம், மாநிலத்தின் வளர்ச்சியை பாதித்து வேலைவாய்ப்பு மற்றும் வருவாய் ஈட்டுதலையும் கடுமையாக பாதிக்கும். அதுபோலவே, கட்டுப்பாடற்ற பொருளாதார வளர்ச்சி சுற்றுச்சூழலைக் கெடுத்து அதன் மூலம் வேலைவாய்ப்பு மற்றும் மக்களின் வாழ்வாதாரங்களை பாதிப்படையச் செய்யும். தற்போதைய 'சுற்றுச் சூழலுக்கு எதிரான வளர்ச்சி' என்ற அணுகுமுறையை விடுத்து, வருங்காலங்களில் 'சுற்றுச்சூழல் சார்ந்த வளர்ச்சி' என்ற அணுகுமுறையை கடைப் பிடிக்க வேண்டும். சுற்றுச்சூழல் சம்பந்தமான சமூகத்தின் விருப்பங்களை சுற்றுச்சூழல் தாக்க மதிப்பீட்டில் சரியான முறையில் கையாள்வதில்லை என்பதன் காரணமாக வளர்ச்சிப் பணிகள் தடைபடுகின்றன. பெரும்பாலும், மக்கள் வளர்ச்சிப் பணிகளை எதிர்ப்பது சுற்றுச்சூழல் சார்ந்த தகவல்கள் போதுமான அளவு இல்லை என்பதாலும், அவை உண்மைக்குப் புறம்பாக இருப்பதாலும்தான். எனவே, சுற்றுச்சூழல் சார்ந்த திறன் மேம்பாட்டை அனைத்துப் பிரிவுமக்களுக்கும், அரசாங்க ஊழியர்களுக்கும், வழக்கறிஞர்களுக்கும், நீதியரசர்களுக்கும், அரசுசாரா அமைப்பினருக்கும், சுற்றுச்சூழல் ஆர்வலர்களுக்கும், விவசாய சங்கத்தினருக்கும், பெருநிறுவனங்களின் பிரதிநிதிகளுக்கும், நுகர்வோர் சங்கங்களுக்கும், ஆசிரியர் மற்றும் பஞ்சாயத்து அமைப்பினருக்கும் முறையாக அளிப்பதன் மூலம் வளர்ச்சிக்கு எதிரான சுற்றுச்சூழல் சார்ந்த எதிர்ப்புகளை சரி செய்யமுடியும். அவ்வாறான முயற்சி வருங்காலங்களில் மேன்மையான பொருளாதார மற்றும் சுற்றுச்சூழல் கொள்கைகளை வகுக்கவும் நிலைத்த வளர்ச்சியைப் பேணவும் உறுதுணையாக அமையும்.

நூல் பட்டியல்

Centre of Excellence in Environmental Economics, *State of environment report for Tamil Nadu*, Madras School of Economics, January 2016, available at http://www.tnenvis.nic.in/WriteReadData/LatestNewsData/SoERTN_MSE_Final_Jan_27_2016%20(1).pdf, accessed on 30 September 2021.

de Groot, R., Brander, L., van der Ploeg, S., Costanza, R., Bernard, F., Braat, L., Christie, M., Crossman, N., Ghermandi, A., Hein, L., Hussain, S., Kumar, P., McVittie, A., Portela, R., Rodriguez, L. C., ten Brink, P., andvan Beukering, P., 'Global estimates of the value of ecosystems and their services in monetary units', *Ecosystem Services*, 1(1), July 2012, pg. 50–61, available at https://doi.org/10.1016/j.ecoser.2012.07.005, accessed on 30 September 2021.

Fuller, R., K. Sandilya, and D. Hanrahan, *Pollution and health metrics: Global, region, and country analysis*, Global Alliance on Health and Pollution, December 2019, available at http://www.indiaenvironmentportal.org.in/files/file/PollutionandHealthMetrics.pdf, accessed on 30 September 2021.

Gopal, S., 'Gujarat pilots emissions trading programme to tackle air pollution', *Mongabay*, 4 September 2019, available at https://india.mongabay.com/2019/09/gujarat-pilots-emissions-trading-programme-to-tackle-air-pollution/, accessed on 30 September 2021.

Goswami, K., 'Covid-19: 4 unbelievable environmental changes seen in India since lockdown', *India Today*, 2 May 2020, available at https://www.indiatoday.in/education-today/gk-current-affairs/story/covid-19-4-vital-environmental-changes-evidenced-in-india-since-lockdown-1673726-2020-05-02, accessed on 30 September 2021.

Mani, M. S. (ed.), *Greening India's growth: Costs, valuation and trade-offs*, Earthscan, 2013, available at https://openknowledge.worldbank.org/bitstream/handle/10986/22048/Greening0India0tions0and0trade0offs.pdf?sequence=1&isAllowed=y, accessed on 30 September 2021.

Press Trust of India, 'Ganga action plan: Over Rs. 4800 crore spent since 1986, says Ministry of Environment and Forests', *NDTV*, 11 July 2017, available at https://swachhindia.ndtv.com/ganga-action-plan-over-rs-4800-crore-spent-since-1986-says-ministry-of-environment-and-forests-9829/, accessed on 30 September 2021.

Rajagopal, A., and N. Jayakumar, 'Equity, Access and Allocation: Conflict in the Bhavani', *Economic and Political Weekly*, 41(7), 18 February 2006, pg. 581–582, available at https://www.epw.in/journal/2006/07/water-conflicts-india-special-issues-specials/equity-access-allocation-conflict, accessed on 30 September 2021.

Ravichandran, R., 'Tirupur garment exports grow 8% in FY19 to Rs 26k crore', *Financial Express*, 18 April 2019, available at https://www.financialexpress.com/industry/tirupur-garment-exports-grow-8-in-fy19-to-rs-26k-crore/1551567/, accessed on 30 September 2021.

Salim Ali Centre for Ornithology and Natural History (SACON), *Criteria for prioritisation and framework for wetland monitoring in the state of Tamil Nadu* (Report). Submitted to State Planning Commission, Government of Tamil Nadu, 2019, available at https://drive.google.com/file/d/1XxsDu8bwj-P910LlZFC9qjMIMy8q7U3Y/view?usp=sharing, accessed February 2022.

Schneider, K., 'The story behind the $180-million industry fuelled by Chennai water crisis', *Citizen Matters*, 17 May 2017, available athttps://chennai.citizenmatters.in/chennai-water-crisis-180-million-dollar-bottled-water-industry-2058, accessed on 30 September 2021.

The Economics of Ecosystems and Biodiversity (TEEB), *Mainstreaming the economics of nature: A synthesis of the approach, conclusions and recommendations of TEEB* (Report), 2010, available at http://www.teebweb.org/wp-content/uploads/Study%20and%20Reports/Reports/Synthesis%20report/TEEB%20Synthesis%20Report%202010.pdf, accessed on 30 September 2021.

Venkatachalam, L., 'Damage assessment and compensation to farmers: Lessons from verdict of loss of ecology authority in Tamil Nadu', *Economic and Political Weekly*, 40(15), 9 April 2005, pg. 1556–1560, available at https://www.epw.in/journal/2005/15/special-articles/damage-assessment-and-compensation-farmers.html, accessed on 30 September 2021.

Venkatachalam, L., and K. Balooni, 'Water transfer from irrigation tanks for urban use: Can payment for ecosystem services produce efficient outcomes?', *International Journal of Water Resources Development*, 34(1), 3 July 2017, pg. 51–65, available at https://doi.org/10.1080/07900627.2017.1342610, accessed on 30 September 2021.

Venkatachalam, L., and A. Narayanamoorthy, 'Estimating economic value of irrigation water through contingent valuation method: Results from Bhavani river basin, Tamil Nadu', *Indian Journal of Agricultural Economics*, 67(3), July-September 2012, pg. 308–315, available at https://ageconsearch.umn.edu/record/204814/files/03-Venkat-%20Narayanamoorthy-Final.pdf, accessed on 30 September 2021.

Warrier, S. G., 'India's Covid-19 relief package has environmental consequences', *Quartz India*, 28 May 2020, available at https://qz.com/india/1861793/indias-covid-19-relief-package-has-environmental-consequences/, accessed on 30 September 2021.

Wendling, Z. A., J. W. Emerson, A. de Sherbinin, D. C. Esty, et al., *2020 environmental performance index: India*, Yale Center for Environmental Law & Policy, 2020, available at https://epi.yale.edu/epi-results/2020/country/ind, accessed on 30 September 2021.

World Health Organization, *Protecting nature protects health – lessons for the future from COVID-19*, 5 June 2020, available at https://www.euro.who.int/en/health-topics/environment-and-health/pages/news/news/2020/6/protecting-nature-protects-health-lessons-for-the-future-from-covid-19, accessed on 30 September 2021.

8

தமிழ்நாட்டின் கடல்சார் மீன்வளத் துறையும் கோவிட்-19ம்

அஜித் மேனன், மார்ட்டின் பாவிங்க்

கோவிட்–19 பெருந்தொற்றும் அதைத் தொடர்ந்த பொதுமுடக்கமும் தமிழ்நாட்டில் கடல்சார் மீன்வளத் துறையை மோசமாகப் பாதித்துள்ளன. இந்தக் கட்டுரை மீன்வளத்துறைக்குள் உள்ள பல்வேறு செயல்பாட்டாளர்களின் மீது விதிக்கப்பட்ட ஒட்டுமொத்த, மாநில மற்றும் உள்ளூர் நிறுவனக் கட்டுப்பாடுகளின் தாக்கங்களை விவாதிக்கிறது. கிடைக்கக்கூடிய நிவாரண வகையைப் பரிசீலிப்பதோடு, எதிர்காலத்தில் இதுபோன்ற அவசரநிலைகள் ஏற்பட்டால் அவற்றைச் சமாளிக்கத் தீர்வு மற்றும் மறுவாழ்வு நடவடிக்கைகளையும் பரிந்துரைக்கிறது. கூடுதலாக, இந்தத் துறையின் பரந்த பாதிப்புகளைக் கருத்தில்கொண்டு, நீண்டகாலத் திட்டமிடல் பற்றியும் கருத்து தெரிவிக்கிறது.

தமிழ்நாட்டு மீன்வளத் துறையின் நிலை

2019ஆம் ஆண்டில் வருடாந்திர மீன்உற்பத்தியைப் பொறுத்தவரை தமிழ்நாடு கடல்சார் மீன்வளத்துறை நாட்டில் முதலிடத்தைப் பிடித்தது. 2019–2020ஆம் ஆண்டில் 10.48 இலட்சம் கடல்சார் மீனவர்களை அரசு கணக்கிடுவது (கால்நடை வளர்ப்பு, பால் பண்ணை மற்றும் மீன்வளத் துறை, 2020), கடினமானது எனினும், மீன்பிடித்தலுக்குப் பிந்தைய துறையில் இதே போன்ற எண்ணிக்கையிலான மக்கள் ஈடுபட்டுவருகின்றனர்.[1] மீன்பிடித்தலுக்குப் பிந்தைய செயல்பாடுகளில் ஈடுபட்டுள்ளவர்களில் 50%க்கும் அதிகமான பெண்கள் உள்ளனர். குறிப்பாக மீன்களைக்

கையாளுதல், வகை பிரித்தல், தரம் பிரித்தல், உலர்த்துதல், சில்லறை விற்பனையாகச் சந்தைப்படுத்துதல் போன்ற வேலைகளில் அவர்கள் முதன்மையாகச் செயல்படுகிறார்கள் (Sudhakara et al., 2003).

தமிழ்நாட்டின் மீன்வளத் துறை இயந்திரமயமாக்கப்பட்ட, சிறிய அளவிலான[2] (மோட்டார் பொருத்தப்பட்ட மற்றும் மோட்டார் பொருத்தப்படாத) என இருவகையிலான மீன்பிடிக் கலங்களைக் கொண்டது. 5,893 மீன்பிடிக் கலங்களைக் கொண்ட இயந்திர மயமாக்கப்பட்ட துறை, 2019ஆம் ஆண்டில் வந்திறங்கிய 7.75 இலட்சம் டன்களில் 83.3 சதவீதம் அளவுக்கு உள்ள, அதேசமயம் மோட்டார் பொருத்தப்பட்ட மற்றும் மோட்டார் பொருத்தப்படாத சிறிய அளவிலான துறைகள் இரண்டும் சேர்ந்து 38,779 மீன்பிடிக் கலங்களைக் கொண்டதாக முறையே 16.3% மற்றும் 0.4% அளவுக்கு உள்ளன (Sivadas et al., 2019, p.10).

எவ்வாறாயினும், மாநிலத்தில் கடலுக்குச் செல்லும் சிறிய அளவிலான மீனவர்கள் பெரும்விகிதத்தில் உள்ளனர். இதனைச் சிறிய அளவிலான மீன்பிடிக் கலங்களின் எண்ணிக்கை மிகுதியால் தெளிவாக அறியலாம். அதிகாரப்பூர்வப் புள்ளிவிவரங்களின்படி, மீனவர் எண்ணிக்கையில் ஏறத்தாழ 90% பேர் வறுமைக்கோட்டிற்குக் கீழ், மீன் பிடித் தொழிலைச் சார்ந்து வாழ்கின்றனர் (மீன்வளத் துறை, 2019) என்ற போதும், அவர்கள் பிற ஊரக வாழ்வாதாரங்கள் பலவற்றுடன் ஒப்பிடுகையில் ஒப்பீட்டளவில் நல்ல வருவாய் இருப்பதால் இடம்பெயர்ந்து சென்று மீன் பிடித்தலைத் தொடர்கின்றனர் (Bavinck, 2014).

தமிழ்நாட்டில் உள்ள மீன்வளத் துறை பிராந்தியக் கடலில் உள்ள குறைந்துவரும் வளங்களைப் பெரிதும் சார்ந்துள்ளது (12 கடல் மைல் வரை) (கால்நடை வளர்ப்பு, பால்பண்ணை மற்றும் மீன்வளத் துறை, 2017). கூடுதலாக, மீனவர் குழுக்களுக்கு இடையிலான மோதலால் மீன்வளத்துறை அடிக்கடி முடங்கிவிடுகிறது. ஆளுகை கட்டமைப்புகள் மற்றும் செயல்முறைகள் பொதுவாகப் பலவீனமானதாகவும் மேலும் வலுவூட்டல் தேவைப்படுவதாகவும் கருதப்படுகின்றன.

சூறாவளிகள், வெள்ளப்பெருக்குகள், அவ்வப்போது ஏற்படும் ஆழிப்பேரலை (சுனாமி) உள்ளிட்ட பேரிடர்களால் தமிழ்நாடு மீன்வளத் துறை அடிக்கடி பாதிக்கப்படுகிறது. கோவிட்–19 நெருக்கடி என்பது ஒரு புதிய வகை பேரழிவு ஆகும்; அதற்குக் குறுகிய கால நிவாரண நடவடிக்கைகளும் நீண்டகாலச் சீரமைப்பு மற்றும் மறுவாழ்வுச் செயல்பாடுகளும் அவசியமாகும்.

மீன்வளத் துறையின் மீதான கோவிட்–19இன் தாக்கங்கள்

2020 மார்ச் 24ஆம் தேதி முதல் 2020 ஏப்ரல் 14ஆம் தேதி வரை இந்தியா பொதுமுடக்கத்தால் முடக்கப்பட்டபோது, பெரும்பாலான மாநில அரசுகளைப்போலவே தமிழ்நாடு அரசும் மீன்வளத் துறை மீது முழுத்தடையை விதித்தது. மீன்வளம், விவசாயத்தைப் போலன்றி, ஓர் அத்தியாவசியச் சேவையாகக் கருதப்படவில்லை. மீனவர்கள் குரல் எழுப்பிய பின்னர், இந்திய அரசு கட்டுப்பாடுகளைத் தளர்த்தி, அதற்குப் பதிலாக 2020 ஏப்ரல் 10 அன்று, கடல்சார் மீன்வளம் மற்றும் மீன்வளர்ப்பு, மீன்களின் இயக்கம் மற்றும் மீன்வள மதிப்புச் சங்கிலியுடன் தொழிலாளர்களின் இயக்கம் மற்றும் அவற்றைத் தொடர்ந்து 2020 ஏப்ரல் 15 முதல் உள்நாட்டு மீன்வளம் ஆகியவற்றை உள்ளடக்கிய மாதிரி நிலையான இயக்க நடைமுறைகளை (*Standard Operating Procedures*) வெளியிட்டது.

நிலையான இயக்க நடைமுறைகள் நான்கு கட்ட மீன்பிடிச் செயல்பாடுகளுக்குமான அறிவுறுத்தல்களைக் கொண்டிருந்தன: புறப்படுவதற்கு முன், மீன்பிடித்தலின்போது, வருகையின்போது மற்றும் மீன்பிடித்தலுக்குப் பிந்தைய மற்றும் போக்குவரத்து. நிலையான இயக்க நடைமுறைகள் மீனவர் பாதுகாப்பு, சிறந்த சுகாதாரம் ஆகியவற்றை நோக்கமாகக் கொண்டிருந்தன (மீன்வளத் துறை, 2020). நெருக்கடி மேலாண்மைக் குழுக்கள், மீனவர் சங்கங்கள் மற்றும் மீன்வளக் கல உரிமையாளர் சங்கங்களின் உறுப்பினர்கள் ஆகியோரின் வழிகாட்டுதலின் கீழ், மீன்பிடித்தல் மீண்டும் தொடங்கப்பட்டது. உள்ளூர் நிறுவனங்கள் (ஊர் பஞ்சாயத்துகள் மற்றும் மீனவர் சங்கங்கள்)[3] தங்களது சொந்தக் கட்டுப்பாடுகளின் தொகுப்புகளை விதித்தன.

இந்த நடவடிக்கைகள் மேற்கொள்ளப்பட்டபோதிலும், மீன்வளப் பொருளாதாரம் பல்வேறு வழிகளில் பாதிக்கப்பட்டது:

அ) மீன்வளத் துறை அதன் திறனில் மூன்றில் ஒரு பங்கிற்கும் குறைவாகவே செயல்பட்டுவந்ததால், ஒட்டுமொத்தமாக இந்தியாவில் மீன்வள உற்பத்தியில் ஏற்பட்ட இழப்பு மாதந்தோறும் 6,700 கோடி ரூபாய் (ஏப்ரல் மாதத் தரவுகளின் அடிப்படையில்) என மதிப்பிடப்பட்டுள்ளது (Kurien,2020).[4]

ஆ) அனைத்து மீனவர்களின் (இயந்திரமயமாக்கப்பட்ட மற்றும் சிறிய அளவிலான) வாழ்வாதாரங்களும் பொதுமுடக்கம் காரணமாகவும், பின்னர் மீன்பிடிக்க அனுமதிக்கப்பட்டபோது போக்குவரத்து தடைகள் மற்றும் பாதுகாப்புக் கவனம்

காரணமாகவும் மோசமாக பாதிக்கப்பட்டன (*Vohra, 2020*). இரண்டு மாத மீன்பிடித் தடை காரணமாக (15 ஏப்ரல் முதல் 14 ஜூன் வரை) இழுவைக் கல மீன்பிடித்தல் மீண்டும் ஜூன் மாதம் வரை தொடங்கப்படவில்லை.[5]

இ) இயந்திரமயமாக்கப்பட்ட மீன்பிடிக் கலங்களின் மீனவர்களுக்கு ஜூன் மாதம் வரை வேலைவாய்ப்பு இல்லை, ஏனெனில் மீன்பிடித்தல் மீண்டும் தொடங்கிய நேரத்தில், இரண்டு மாத மீன்பிடித் தடை தொடங்கியது.

ஈ) இந்தியாவின் பிற பகுதிகளில் மீன்பிடிக் கலங்களில் பணிபுரியும் புலம்பெயர்ந்த மீனவர்கள், கிழக்குக் கடலோரப் பகுதியிலும் வளைகுடா நாடுகளிலும் வாய்ப்பு குன்றிய மீன்பிடிப் பருவத்தில், ஊதியம் இல்லாமல் மீன்பிடிக் கலங்களில் சிக்கித் தவித்தனர்.

உ) மீன்பாடுக்குப் பிந்தைய துறையும் சம அளவில் பாதிக்கப்பட்டது. ஏற்றுமதியாளர்கள், வர்த்தகர்கள், ஏலதாரர்கள் மற்றும் சிறிய அளவிலான மீன் விற்பனையாளர்கள் குறைந்து வரும் சந்தைகள் மற்றும் போக்குவரத்து வசதிகள் காரணமாக வாய்ப்பிழந்தனர்.

ஊ) மீன்களின் தட்டுப்பாடு, அதிகமான உள்ளூர் விலைகள், உள்ளூர் கிராம நிறுவனங்களால் அவர்கள் மீது சுமத்தப்பட்ட நடமாட்டங்களுக்கான கட்டுப்பாடுகள் ஆகியவை காரணமாக மீன் விற்பனை செய்யும் பெண்மணிகள் குறிப்பாகப் பாதிக்கப்பட்டனர்.

எ) மீன் கொண்டு சென்றவர்கள், பனிக்கட்டித் தொழிற் சாலைகளில் பணிபுரிந்தவர்கள், படகுகளைப் பழுதுபார்ப்போர் போன்ற மீன்பிடித் தொழில் சார்ந்த பிற தொழிலாளர்களுக்குக் கிட்டத்தட்ட வேலை இல்லை.

ஏ) இதேபோன்ற தாக்கங்கள் உலகின் பல பகுதிகளிலும் உள்ள மீன்பிடித் தொழிலாளர்களைப் பாதித்தன (*Bennett et al., 2020*).

உடனடியான நிவாரண நடவடிக்கைகள்

பொதுமுடக்கம், உள்ளூர் கட்டுப்பாடுகள் ஆகியவற்றின் தாக்கம் ஓரளவிற்கு அரசாங்க நிவாரண நடவடிக்கைகள் மற்றும் கிராம நிறுவனங்கள், மீனவர் அமைப்புகள், தனிப்பட்ட மீன்பிடிக் கல உரிமையாளர்களால் எடுக்கப்பட்ட நடவடிக்கைகள் ஆகியவற்றால் மெருகூட்டப்பட்டது. இவை பின்வருவனவற்றை உள்ளடக்கியது:

அ) மீனவர் குடும்பங்கள், குடும்ப அட்டைகள் வைத்திருக்கும் அனைத்துக் குடும்பங்களையும் போலவே, தமிழ்நாடு அரசு வழங்கிய 1,000 ரூபாய் நிவாரணத் தொகைக்கு உரிமை பெற்றன. தமிழ்நாடு மீனவர் நல வாரியத்தில் பதிவுசெய்த மீனவர்களுக்குப் பொதுமுடக்கத்தின்போது கூடுதலாக 1,000 ரூபாய் வீதம் (அதாவது 2,000 ரூபாய்) இரண்டு தவணையாக பணம் வழங்கப்பட்டன. அனைத்து மீனவர்களும் இரண்டு மாத மீன்பிடித் தடைக்காலத்தில் 5,000 ரூபாய் வீதம் பெற்றனர்.

ஆ) உள்ளூர் நிறுவனங்கள் (ஊர் பஞ்சாயத்துகள் மற்றும் மீனவர் அமைப்புகள்) சில கிராமங்களிலும் சுற்றுப்புறங்களிலும் உணவுப்பங்கீட்டை (rations) வழங்கின, அதேசமயம் மற்றவற்றில் மீன் வழங்குவதற்கு உள்ளூர் வீடுகளுக்கு முன்னுரிமை அளிக்குமாறு அவர்கள் மீனவர்களை வலியுறுத்தினர்.

இ) மீன்பிடிக் கல உரிமையாளர்கள் தங்கள் கலங்களில் பணியில் ஈடுபடும் மீனவர்களுக்கு உணவுப்பங்கீட்டை (rations) வழங்கினர், பெரும்பாலும் அவர்களாகவே கடனாகப் பெறுவதன் மூலம்.

எவ்வாறாயினும், இந்த நடவடிக்கைகள் மீனவர்களின் கூற்றுப்படிப் போதுமானதாக இல்லை. மீனவர்கள் மற்றும் மீன்பிடித் தொழிலாளர்களின் சராசரி வருமானத்தை அரசின் நிவாரணத் தொகுப்புகள் ஈடு செய்யவில்லை. மேலும், தமிழ்நாடு மீனவர் நல வாரியம் வழங்கிய வழக்கமான ஆதரவிலிருந்து மீன் விற்பனை செய்யும் பெண்கள் போன்ற மிகவும் பாதிப்புக்குள்ளான பிரிவினர் விலக்கப்பட்டிருந்தனர்.

குறுகிய கால மற்றும் நடுத்தரக் கால எதிர்வினைகளை மேம்படுத்துவதற்கான ஆலோசனைகள்

கோவிட்–19 பெருந்தொற்றின் முதல் மாதங்களிலிருந்து நாம் என்ன கற்றுக்கொண்டோம்? வருங்காலத்தில் தமிழ்நாட்டில் நிவாரண நடவடிக்கைகளை எவ்வாறு மேம்படுத்தலாம்? வலுவான பொதுச் சுகாதாரம் மற்றும் வாழ்வாதாரப் பரிமாணங்களைக் கொண்ட இந்த வகையான பெருந்தொற்றுகளை மீன்வளப் பொருளாதாரம் எதிர்கொள்ள என்ன நடவடிக்கைகள் எடுக்கலாம்? இந்தப் பிரச்சினைகளைக் கவனத்தில் கொள்வதற்குப் பின்வரும் நடவடிக்கைகள் உதவும்:

அ) போதுமான பாதுகாப்பு முன்னெச்சரிக்கைகள் எடுக்கப்படும்பொழுது, மீன்பிடித்தல் குறிப்பாக தீவிரமற்ற மீன்பிடிச் செயல்பாடுகள் பொதுவாக இதுபோன்ற நெருக்கடிகளின்போது

அனுமதிக்கப்பட வேண்டும். மீன் சந்தைகளில், முறையான சுகாதார நடவடிக்கைகளும் சமூக விலகலும் கொண்ட பாதுகாப்பு நடவடிக்கைகள் உறுதி செய்யப்பட வேண்டும்.

ஆ) நிவாரண நடவடிக்கைகள் நெருக்கடி நீடிக்கும் காலத்தைப் பொறுத்தது. மீன்பிடிக்கும்போது, அண்டை நாடுகளால் கைது செய்யப்படுகிற உறவினர்களைக் கொண்ட மீனவர் குடும்பங்களுக்கு அரசு நாள் ஒன்றுக்கு 250 ரூபாய் கொடுக்கலாம். அனைத்துப் பணப்பரிமாற்றங்களும் பணவடிவில் மட்டுமே இருக்க வேண்டுமா அல்லது அது சமூகக் காப்பீட்டு வடிவத்திலும் கூட இருக்கலாமா என்பது குறித்து மேலும் விவாதங்கள் நடைபெற வேண்டும்.

இ) இயங்கிக்கொண்டிருக்கிற மீனவர்கள் மட்டும் என்று பட்டியலை வரையறைப்படுத்தாமல், பயன்களைப் பெறத் தகுதியுள்ளவர்கள் அனைவரும் முறையாகப் புதுப்பிக்கப்பட வேண்டும். எடுத்துக்காட்டாக, மீன் விற்பனையாளர்களான பல பெண்கள், வாரியத்தின் நிவாரணம் பெறுவதிலிருந்து விலக்கப்பட்டனர். மீன் மதிப்புச் சங்கிலியில் ஈடுபட்டுள்ள மீனவர்களிலிருந்து, சுமைஏற்றுவோர் மற்றும் இறக்குவோர் வரையிலான மற்றும் பனிக்கட்டித் தொழிற்சாலைகளிலும் அதனுடன் தொடர்புடைய தொழிற்சாலைகளிலும் உள்ள புலம் பெயர்ந்த தொழிலாளர்களும் விலக்கப்பட்டுள்ளனர்.

ஈ) மீன் விற்பனையாளர்களான பெண்களுக்கு முன்னுரிமை அளித்து அவர்களுக்குப் போக்குவரத்து வசதிகளை மேம்படுத்தும் வகையிலான இலக்கு நிர்ணயிக்கப்பட்ட கொள்கைகளைச் செயல்படுத்துவது அருகிலுள்ள பகுதிகளில் அவர்கள் தங்கள் மீன்களை விற்பதற்கு உதவக்கூடும். உழைக்கும் பெண்களுக்கான அம்மா இருசக்கர வாகனங்களை வழங்கும் திட்டத்திற்கு இணையான ஒரு திட்டத்தை அரசு பரிசீலிக்கலாம்.

உ) பேரழிவுகள் மற்றும் நெருக்கடிகளின்போதான நிவாரணம் மற்றும் நலத்திட்டச் சலுகைகள் உள்ளிட்ட, பிற முறைசாராத் துறை தொழிலாளர்கள் பெறும் அரசின் சலுகைகளுக்குத் தகுதியுள்ளவர்களாக உட்புறப் புலம்பெயர்ந்த மீனவர்கள் மற்றும் மீன் தொழிலாளர்கள் பதிவு செய்யப்படுவதை அரசு உறுதி செய்ய வேண்டும்.

ஊ) நாட்டின் முக்கிய துறைமுகங்களுக்கு அருகிலுள்ள புலம்பெயர்ந்த மீனவத் தொழிலாளர்கள் மேலதிகப் பாதுகாப்பை அணுகும்வகையில் அரசு பாதுகாப்பான மற்றும் நியாயமான விலையில் வீடுகளை வழங்க வேண்டும்.

எ) மிகவும் திறமையான மீனவர்களில் கிட்டத்தட்ட 10% அளவுக்கானவர்கள், குறிப்பாகத் தமிழ்நாட்டின் தெற்கு மாவட்டங்களைச் சேர்ந்தோர், வளைகுடா நாடுகளுக்கு மீன்பிடிக்கச் செல்கின்றனர். புலம் பெயர்ந்த மீனவத் தொழிலாளர்கள் அனைவருக்கும் அவர்களின் நிலையைப் (குடியேற்ற அனுமதி தேவை அல்லது குடியேற்ற அனுமதி தேவையில்லை) பொருட்படுத்தாமல் அரசு 'பிரவாசி பாரதிய பீமா யோஜனா' காப்பீட்டைக் கட்டாயமாக்க வேண்டும் மற்றும் இந்தக் காப்பீடு (புதுப்பித்தல் மற்றும் உரிமைகோரல் செயல்முறை) பற்றிய விழிப்புணர்வை ஏற்படுத்த வேண்டும். இந்தக் காப்பீடு எதிர்பாராத மரணம் அல்லது நிரந்தர ஊனம் ஏற்பட்டால் காப்பீட்டுப் பயன்களை வழங்குகிறது, மருத்துவரீதியாகத் தகுதியற்ற அல்லது ஆட்குறைப்பு செய்யப்பட்ட நிலையில் குடியேறியவர்களைத் திருப்பி அனுப்புவதை உள்ளடக்கியது, மேலும் குடும்பத்தினருக்கான மருத்துவமனை அனுமதிக் காப்பீடு மற்றும் மகப்பேற்றுச் சலுகைகளையும் அனுமதிக்கிறது.

ஏ) புலம்பெயர்ந்த தொழிலாளர்கள் தொடர்பான அனைத்து நடவடிக்கைகளுக்கும் புலம்பெயர்ந்த மீனவத் தொழிலாளர்களின் நிலை குறித்த சிறந்த தரவு தேவைப்படும். தற்போதுள்ள தரவுத் தொகுப்புகள் மீன்பிடித்தலுக்கு வெளியேயான இடம்பெயர்வு அல்லது தொழிலாளர் இயக்கம் ஆகியவற்றை உள்ளடக்குவதில்லை. முழுநேர மீனவர்களின் எண்ணிக்கை குறைந்துவருவதை வைத்துக் கொண்டு ஒருவர் இதை அனுமானிக்கலாம். 2007–2008ஆம் ஆண்டில் தேசிய மாதிரிக் கணக்கெடுப்பின் 64ஆவது சுற்று ஓர் இடம்பெயர்வுக் கணக்கெடுப்பை உள்ளடக்கியது (தேசிய மாதிரிக் கணக்கெடுப்பு அலுவலகம், 2010); இருப்பினும், தேசிய மாதிரிக் கணக்கெடுப்பில் மண்டலத்தின் வரையறையைப் பொறுத்தவரை, இதை மீன்பிடிக் கிராமங்கள் / வாழ்விடங்களுடன் பொருத்துவது கடினம். 2011ஆம் ஆண்டில், முதன்முறையாக, மக்கள் தொகைக் கணக்கெடுப்பு, இடம்பெயர்வு (டி–தொடர்) பற்றிய தரவுகளைச் சேகரித்தது. அலகு அளவிலான தரவு இன்னும் கிடைக்கவில்லை, இதனால் மீன்பிடிக் குப்பங்களுக்கும் பெரிய அளவிலான வருவாய் கொண்ட கிராமத்திற்கும் இடையில் வேறுபாடு காண்பது கடினம்.

ஐ) மீனவர்களுக்கு கிசான் கடன் அட்டைகள் வழங்கலைச் சிறப்பாகச் செயல்படுத்துவதை அரசு உறுதி செய்ய வேண்டும், மேலும், வங்கிகள் தங்களது உரிமத்தின் பேரில் மீனவர்களுக்குத் தேவைப்படும் போதெல்லாம் கடன் வழங்க வேண்டும். மீனவர்கள், தற்போது அதிக வட்டிவிகிதங்களில் கடன் வழங்கும் லேவாதேவிக்காரர்களைச் சார்ந்திருக்கிறார்கள்.

ஒ) சமீபத்திய தமிழ்நாடு அரசின் *மீன்வளத்துறை: கொள்கைக் குறிப்பு 2020–2021*இல் குறிப்பிடப்பட்டுள்ளபடி, சிறிய அளவிலான மீன்பிடிக்கலங்களின் உரிமையாளர்களுக்கான மையப்படுத்தப்பட்ட ஒரு காப்பீட்டுத் திட்டத்தை அரசு மேற்கொண்டு செயல்படுத்த வேண்டும். தமிழ்நாடு மாநில உச்ச மீன்வளக் கூட்டுறவுக் கூட்டமைப்பு (வரையறுக்கப்பட்டது), மீனவர்கள் காப்பீட்டு நிறுவனங்களுடன் தொடர்பு கொள்ளவும் காப்பீடு செய்யவும் உதவும்.

மீன்வளத் துறையின் பின்னடைவை மேம்படுத்துவதற்கான கொள்கை நடவடிக்கை

சமூக சுற்றுச்சூழல் நெருக்கடிகளின் உடனடி விளைவுகளைக் கவனத்தில் கொள்வதில், கொள்கையானது மீன்வளப் பொருளாதாரத்தை நடுத்தரக் காலத்திற்குள் வலுப்படுத்துவதையும் நோக்கமாகக் கொள்ள வேண்டும், இதனால் எதிர்காலத்தில் இதுபோன்ற நெருக்கடிகளைச் சமாளிப்பதில் மிகவும் வலுகொண்டதாக ஆகும். பின்வரும் நடவடிக்கைகள் பின்னடைவை வலுப்படுத்துவதில் சில வழிகளில் முன்னோக்கிச் செல்லக்கூடும்:[6]

அ) மீனவர்களுக்கு நியாயமான விலை கிடைப்பதை உறுதி செய்வதற்காக, முக்கியப் பயிர்களுக்கான குறைந்தபட்ச ஆதரவு விலையைப் போலவே, சந்தைத் தரவுகளின் அடிப்படையில், சிறிய அளவிலான மீன்வளத்திற்கான அனைத்து மீன்களுக்கும் மீன்வளத் துறை குறைந்தபட்சத் தள விலை ஒன்றை நிர்ணயிக்க வேண்டும். தொலைக்காட்சி, வானொலி, செய்தித்தாள்கள் ஆகியவை மூலம் இந்த அடிப்படை விலைகளை அரசு மக்களுக்குப் பரவலாக அறியச் செய்ய வேண்டும்.

ஆ) தேவைப்பட்டால், குளிர்ப்பதன வசதி உள்ளிட்ட சந்தை உள்கட்டமைப்பு மற்றும் உள்ளூர் கிராமத்தின் கட்டுப்பாட்டில் கூட்டுறவு, அமைப்புகள், ஊர்பஞ்சாயத்துகள் அல்லது பிற உள்ளூர் நிறுவனங்களை உள்ளடக்கிய பல கூட்டு அமைப்புகளுக்கு அரசு ஆதரவை வழங்கலாம். உள்கட்டமைப்பு மேம்பாட்டுடன் கூடிய பெண்கள் அதிகாரமளிப்பை ஒருங்கிணைப்பதற்கான ஒரு வழியாக முன்னிலை வகிக்க மகளிர் சிறுகடன் குழுக்களை அரசு ஊக்குவிக்கலாம். மீனவர்களுக்குக் கடன் வழங்குபவர்களுக்கு மீனவர்களின் மீன்கள் மீது முதல் உரிமை இல்லை என்பதை இது உறுதி செய்யும்.

இ) சிறிய அளவிலான மீன்வளத் துறை மீன்பிடித்தல் மற்றும் சந்தைப்படுத்துதலின்போது தொழில்நுட்பத்தைப் பயன்படுத்த வேண்டும். மீன்களின் தடமறிதல், வானிலைத் தகவல், விலைத்

தகவல் போன்றவற்றை அறிய சிறிய மீன்பிடிக் கலங்களில் புவிக்கோள இருப்பறி அமைப்பு மற்றும் திறன்பேசிகள் பொருத்தப்பட வேண்டும். தயாரிப்பாளர்கள், விநியோகஸ்தர்கள், நுகர்வோர் ஆகியோருக்கு இடையேயான புதிய வடிவ இணைப்புகளை இணையவழிச் சந்தைப்படுத்துதல், புலனக் (வாட்ஸ்ஆப்) குழுக்கள் மற்றும் ஆன்லைன் பரிவர்த்தனைகள் போன்ற டிஜிட்டல் தளங்கள் மூலம் உருவாக்க முடியும். *(Kurien, 2020)*.

சவால்களும் முன்னோக்கிச் செல்லும் வழிகளும்: தமிழ்நாட்டில் கடல்சார் மீன்வளத்தை வலுப்படுத்துதல்

கோவிட்–19 பெருந்தொற்றானது, கடல்சார் மீன்வளத் துறை மற்றும் கடல்சார் மீன்பிடி வாழ்வாதாரங்களின் நீண்டகால நிலையைக் கண்டறிவதற்கான ஒரு வாய்ப்பை எங்களுக்கு வழங்கியுள்ளது. இருப்பினும், குறிப்பிட்டுள்ளபடி, கடல்சார் மீன்வளத் துறை இதுவரை உற்பத்தியைப் பொறுத்தவரை சிறப்பாகச் செயல்பட்டுவந்தாலும், அது பல்வேறு நீண்டகாலச் சவால்களை எதிர்கொள்கிறது. இவை வெளிப்புற மற்றும் உட்புற மூலங்களிலிருந்து வெளிப்படுகின்றன.

மீன்வளத்துறைக்கு வெளியே உள்ள சவால்கள்

அ) இந்தியக் கடலோரப் பகுதியின் தொழில்மயமாக்கல், நீலப் பொருளாதாரத்தின் பெயரில் நடைபெற்றுவரும் சாகர் மாலா போன்ற திட்டங்கள் கடலோரப் பகுதியில், கடலோர அரிப்பு, அலையாத்திக் காடுகளின் சீரழிவு மற்றும் கடலோர ஈரநிலங்கள் மற்றும் கடல்நீரின் மாசுபாடு ஆகியவற்றின் அடிப்படையில், கடல்சார் மீன்வளத் துறையின் மீது மோசமான தாக்கங்களை ஏற்படுத்திவருகின்றன. ஆகவே, கடலோர மற்றும் கடல்சார் வெளி மற்றும் வளங்களுக்குக் கடல்சார் மீனவர்களைத் தொடர்ந்து அணுகுவதற்கு உறுதியான பாதுகாப்புகள் தேவை. சுற்றுச்சூழல் அனுமதி செயல்முறை மற்றும் பொதுமக்களின் பங்களிப்பை மேலும் நீர்த்துப்போகச்செய்யும் சமீபத்திய வரைவுச் சுற்றுச்சூழல் தாக்க மதிப்பீட்டு அறிவிப்பு 2020, மேலும் பலவகைகளில் விவாதிக்கப்பட வேண்டும்.

தமிழ்நாட்டின் மீன்வளத்துறையால் பரிந்துரைக்கப்பட்டவை: கொள்கைக் குறிப்பு 2019–2020 மற்றும் கடல்சார் மீன்வளத்தின் மீதான தேசிய கொள்கை (கால்நடை வளர்ப்பு, பால் வளம் மற்றும் மீன்வளத் துறை, 2017), போன்றவை தமிழ்நாட்டின் கடலோர வெளியில் மீன்வளர்ப்பு மற்றும் கடல்சார் வளர்ப்பை மேம்படுத்துதல், மீன்வளத் துறையைப் பாதிக்கும். இந்த நடவடிக்கைகள் கடல்சார் மீன்பிடிப்புக்குத் தேவையான

வெளிகளைப் போல இருப்பதோடு மட்டுமல்லாமல், அவை மாசுபடுதல் அல்லது அன்னிய உயிரினங்களை அறிமுகப்படுத்துதல் போன்ற மீன்வளத்தை மறைமுகமாகப் பாதிக்கும் எதிர்மறை வெளிப்புறங்களையும் உருவாக்குகின்றன.

ஆ) மேலே (அ) மற்றும் (ஆ) இல் குறிப்பிடப்பட்டுள்ள எதிர்மறை விளைவுகளை எதிர்கொள்ள, தமிழ்நாட்டில் உள்ள கடல்சார் மீனவர்களுக்குத் தமிழ்நாட்டின் மீன்வளத்துறையால் பரிந்துரைக்கப்பட்டவை: கொள்கைக் குறிப்பு 2019–2020 மற்றும் கடல்சார் மீன்வளத்தின் மீதான தேசிய கொள்கை மற்றும் (விலங்கு வளர்ப்பு, பால் மற்றும் மீன்வளத் துறை, 2017), இந்திய அரசாங்கத்தால் அங்கீகரிக்கப்பட்டுள்ள உணவு மற்றும் வேளாண் அமைப்பின் பொறுப்பான மீன்வளத்திற்கான் நடத்தை விதிமுறை (1995) பரிந்துரைத்தவை போன்ற தெளிவான உரிமைகள் தேவை. மீன்பிடி இடங்கள் மற்றும் வளங்கள் மீதான இந்த உரிமைகள் கடலோர மண்டல ஒழுங்குமுறையில் இணைக்கப்பட்டிருக்க வேண்டும். இது துறையின் நீண்டகால முன்னோக்குகளில் நம்பிக்கை மற்றும் அவ்விடத்தில் முதலீடு செய்வதற்கான தொடர்ச்சியான விருப்பத்திற்குப் பங்களிப்பு செய்யும்.

இ) காலநிலை மாற்றம் என்பது புயல்களின் சீற்றத்தை அதிகரிக்கிறது, இதன் விளைவாகக் கடல்மட்ட உயர்வு மற்றும் மீன்வளங்களின் விநியோகத்தின் மீது செல்வாக்கு செலுத்துகிறது. கடலில் மீனவர்களின் பாதுகாப்பையும், நிலத்தில் உள்ள அவர்களின் இருப்பிடங்களையும் பாதுகாப்பது பெருகிய முறையில் முக்கியமானது மற்றும் பல்வேறு பேர் செய்த ஓர் ஆய்வு (2016) தூத்துக்குடி, திருவள்ளூர், சென்னை, விழுப்புரம், கடலூர், கன்னியாகுமரி ஆகிய மாவட்டங்களின் மீன்வளத் துறைகள் தற்போதைய காலநிலைச் சூழ்நிலையால் மிகவும் பாதிக்கப்படக் கூடியவை என்பதை விளக்குகிறது. 2008ஆம் ஆண்டில், இந்திய அரசு அனைத்து மாநிலங்களையும் காலநிலை மாற்றத்திற்கான ஒரு மாநில செயல்திட்டத்தைத் தயாரித்துக் கொண்டுவர ஊக்குவித்தது. தமிழ்நாடு அத்தகைய திட்டத்தை 2014இல் வகுத்து, இப்போது ஒரு புதிய திட்டத்தின் வரைவை வெளியிட்டுள்ளது (சுற்றுச்சூழல் துறை, 2020). வரைவுத் திட்டத்தின் 5ஆம் அத்தியாயம் கடலோர மேலாண்மை உள்ளிட்ட துறை சார்ந்த சிக்கல்களைக் கையாள்கிறது. கடலோர அரிப்பு, கடலோர வெள்ளப் பெருக்கு, நீர் மாசுபாடு, உவர் நீர் ஊடுருவல், கடல் மட்ட உயர்வு ஆகியவற்றின் சிக்கல்களை இந்த அறிக்கை அங்கீகரிக்கிறது. இவை அனைத்தும் பொதுவாக மீன்பிடித் தொழிலாளர்கள் மற்றும் குறிப்பாகச் சிறிய அளவிலான மீன்பிடித் தொழிலாளர்கள் மீது தாக்கத்தை ஏற்படுத்துகின்றன.

மீன்வளத்துறைக்கு உள்ளே உள்ள சவால்கள்

தமிழ்நாட்டின் மீன்வளம்: கொள்கைக் குறிப்பு 2019-2020 கடல்சார் மீன்வளத் துறையின் எதிர்கால முன்னோக்கை உருவாக்குகிறது, மீன்வளத்தை மேலும் மூலதனமாக்குவது மற்றும் கூடுதல் உள்கட்டமைப்பை நடைமுறைப்படுத்துகிற தொலைநோக்காகக் கருதலாம். கொள்கைக் குறிப்பு அதிகப்படியான மூலதனமயமாக்கலின் பாதகமான தாக்கங்களை அங்கீகரிக்கும் அதே வேளையில், எடுத்துக்காட்டாக, பாக் விரிகுடாவில், ஆழ்கடல் மீன் வளம் போன்ற தீர்வுகள், அதிக மூலதனமயமாக்கலின் அடிப்படை பிரச்சினையை நிவர்த்தி செய்யாது, மாறாக சிக்கலை மேலும் நகர்த்தும் வங்காள விரிகுடாவை நோக்கி, அதுவும்கூட அரசு இத்தகைய முன்முயற்சிகளுக்குப் பெரிதும் மானியம் அளிக்கிறது.[7] கடந்த 40 ஆண்டுகளில் தமிழ்நாட்டில் உள்ள சிறிய அளவிலான மீன்வளத்திலும் கூட விரைவான மூலதனம், மீன்பிடிக்கலங்களை வாங்குவதற்கான செலவுகளை மட்டுமல்லாமல், வருமானத்துடன் தொடர்புடைய நடவடிக்கைகளின் செலவையும் கணிசமாக அதிகரித்துள்ளது, இதன் விளைவாக பல மீனவர் குடும்பங்கள் அதிக அளவு கடன்பட்டுள்ளன (Salim et al., 2017). தேசிய மீன்பிடித் தொழிலாளர் மன்றம், 2020 ஆம் ஆண்டு வரைவு தேசிய மீன்வளக் கொள்கையை விமர்சித்துள்ளது, அதனுடன் தமிழ்நாடு கொள்கைக் குறிப்பு பெரும்பாலும் மக்களை மையமாகக் கொண்டதாக இல்லாமல், சமமானதானதாகவும் இல்லாததற்காகவும், மீன்பிடிச் சமூகங்களின் உரிமைகள் தொடர்பான எந்தவொரு தொலைநோக்குப்பார்வையையும் வெளிப்படுத்தாததற்காகவும் விமர்சனத்திற்கு உள்ளாகியுள்ளது (Kumar, 2020).

அ) 2010 மற்றும் 2011 ஆம் ஆண்டுகளில் தமிழ்நாடு மற்றும் புதுச்சேரி அரசுகள் உணவு மற்றும் வேளாண் அமைப்புடன் இணைந்து செயல்படுத்திய மீன்வள மேலாண்மைக்கான நீடித்த வாழ்வாதாரத் (FIMSUL) திட்டம், இவ்வாறு முடிக்கிறது: ஒட்டு மொத்தமாக மீன்வள மேலாண்மை அமைப்பு (தமிழ்நாட்டில்) 'பலவீனமானது' (FIMSUL, 2011, p.x). எனவே, இது ஒரு மீன்வளச் சீர்திருத்தத் திட்டத்தை ஆதரித்தது. அதில், 1) அரசு மட்டத்தில் கொள்கை மற்றும் மேலாண்மை தேவைகளை வலுப்படுத்துகிறது 2) ஒரு மீன்வள இணை மேலாண்மைச் செயல்முறையை நிறுவுகிறது மற்றும் 3) மீன்வளப் பங்குதாரர்களுக்கு (மீனவர்கள் மற்றும் பிறர்) இந்த துறையை மேம்படுத்த உதவுகிறது (FIMSUL, 2011, p. xv). ஒரு பதிற்றாண்டுக்குப் பிறகு, இந்தப் பரிந்துரைகள் தொடர்ந்து உண்மையாகவே நிலைத்திருக்கின்றன.

ஆ) தமிழ்நாட்டின் கடலோரப் பகுதி மற்றும் ஆழ்கடலின் கடல்சார் வளங்கள் வீழ்ச்சியடைந்துள்ளதாக அறியப்பட்டுள்ளன (Bhathal & Pauly, 2008), மேலும் இந்தப் போக்கு உடனடியாக மாற்றப்பட வேண்டும். 'FIMSUL' அறிக்கையின் முக்கியப் பரிந்துரைகளில் ஒன்று, குறிப்பாக இயந்திரமயமாக்கப்பட்ட கடற்படைக்குத் திறன் கட்டுப்பாடுகளை அறிமுகப்படுத்துவதாகும், ஏனெனில் 'இது இந்தத் துறையின் அதிக மூலதனப் பகுதியாகும் மற்றும் மீன்பிடி வாழ்விடங்கள், மீன் வளங்கள் மற்றும் பிற மீனவர்கள் மீது தீவிரமாக எதிர்மறையான தாக்கத்தை ஏற்படுத்துகிறது' (2011, p. xii). இது சுற்றுச்சூழல் அழுத்தத்தைக் குறைக்கவும், மீன்வளத்துறையை ஊடுருவிச்செல்லும் பல மோதல்களைத் தணிக்கவும் உதவும்.

இ) கூடுதலாக, மீன்வள ஆளுகையை மறுசீரமைக்க இந்த அறிக்கை அழைப்பு விடுத்துள்ளது: 'மீனவச் சமூகங்கள் தங்களுக்கென்று மேலாண்மைப் பாரம்பரியத்தையும் நிறுவனங்களையும் கொண்டிருக்கும் தமிழ்நாட்டிலும் புதுச்சேரியிலும் மீன்வளத்தை நிர்வகிக்க இணைமேலாண்மை மிகவும் பொருத்தமான அணுகுமுறையாகக் கருதப்படுகிறது. அரசுக்கும் மீனவர் சமூகங்களுக்கும் இடையில் நல்லுறவு நிலவும் நிலையில் அதில் ஒரு முக்கிய பங்கு வகிக்கும் மீனவர் அமைப்புகள் இன்னும் ஒழுங்காக உள்ளன. துறைமுக மேலாண்மைக் குழுக்களை நிறுவுவது சரியான திசையில் அடியெடுத்துவைக்கும் ஒரு படியாகும்.

ஈ) 'FIMSUL' அறிக்கையின் பரிந்துரைகள் இந்திய அரசால் அங்கீகரிக்கப்பட்டவையான உணவு மற்றும் வேளாண் அமைப்பின் பொறுப்பான மீன்வளத்திற்கான நடத்தைவிதிமுறைகள் (FAO, 1995) மற்றும் உணவுப்பாதுகாப்பு மற்றும் வறுமை ஒழிப்பு ஆகியவற்றின் பின்னணியில், நீடித்த, சிறியஅளவிலான மீன்வளத்தைப் பாதுகாப்பதற்கான அதன் தன்னார்வ வழிகாட்டுதல்களுடன் (FAO, 2015) இசைந்துபோகின்றன, சிறிய அளவிலான மீன்வளமானது, வேலைவாய்ப்பு, வருமானம், உணவுப் பாதுகாப்பு ஆகியவற்றிற்கு அளிக்கும் பங்களிப்பை உணர்ந்து, நடத்தை விதிமுறை தமிழ்நாட்டில் மீனவர்களில் பெரும் பகுதியைக் கொண்ட இத்தகைய மீனவர்களின் உரிமைகளைப் பாதுகாக்குமாறு அரசுகளை வலியுறுத்துகிறது. 2015 ஆம் ஆண்டில் ஐக்கிய நாடுகளால் ஏற்றுக்கொள்ளப்பட்ட நீடித்த மேம்பாட்டு இலக்குகள், இதேபோல் 'சிறிய அளவிலான மீனவர்களுக்குக் கடல்சார் வளங்களையும் சந்தைகளையும் அணுகலை வழங்க' அரசுகளையும் பிற பங்குதாரர்களையும் நாடுகின்றன (SDG 14. b).

உ) தமிழ்நாட்டில் உள்ள மீன்வளத் துறை முக்கியமான சவால்களை எதிர்கொள்கையில், முறையாகக் கவனிக்கப்பட்டால், அது ஒரு நம்பிக்கைக்குரிய எதிர்காலத்தையும் கொண்டுள்ளது என்று நாங்கள் நம்புகிறோம். மீன்பிடி இடங்கள் சிறந்தவை மற்றும் மீன்பிடி மக்கள் திறமையும் அர்ப்பணிப்பும் கொண்டவர்கள். நல்ல ஆளுகை முக்கியமானது. இந்தத் துறையின் நீடித்தலுக்கான நீண்டகாலத் தொலைநோக்கை உருவாக்குவதுதான் செய்யப்பட வேண்டியது. இது மீன்பிடி மக்களுடன் செயலில் இணைந்து சாதிக்கப்பட வேண்டியது. எல்லாவற்றிற்கும் மேலாக, மீன்வள மற்றும் மீன்பிடித் தொழிலாளர்கள் தமிழ்நாட்டின் வரலாற்றில் ஒரு முக்கிய அங்கமாக உள்ளனர். மேலும் அதன் எதிர்காலத்தின் ஒரு பகுதியாகவும் அவர்கள் இருக்க வேண்டும்.

முடிவுரை

இக்கட்டுரை, இந்த வகையான பேரழிவுகளுக்குக் குறுகிய மற்றும் நடுத்தரக் கால எதிர்வினைகளை மேம்படுத்துவதற்கான சில வழிகளைச் சுட்டிக்காட்டி, தமிழ்நாட்டின் மீன்வளத் துறையில் கோவிட்–19 பெருந்தொற்றின் விளைவுகள் குறித்து ஆராய்ந்துள்ளது. இந்தக் கொள்கைச்சுருக்கமானது, பெருந்தொற்றின் முடிவுக்கு முன்னர் எழுதப்பட்டிருக்கிறது என்பதைக் கவனத்தில் கொள்ள வேண்டும், மேலும் இது ஓர் இடைக்கால மதிப்பீட்டைத் தவிர வேறொன்றுமில்லை.

பொதுமுடக்க நடவடிக்கைகள் மற்றும் அவற்றின் வளர்ந்துவரும் பக்க விளைவுகளுக்கு எதிர்வினையாற்றும் நிவாரண நடவடிக்கைகள் ஆகியவை ஏற்கெனவே தமிழ்நாட்டின் கடல்சார் மீன்பிடி மக்கள் மீது பெரும் தாக்கத்தை ஏற்படுத்தியுள்ளன என்பதை நாங்கள் சுட்டிக்காட்டியுள்ளோம்.[8] இத்தகைய நடவடிக்கைகள் அரசாலும் ஊர் பஞ்சாயத்துகளாலும் மீனவர் அமைப்புகளாலும் பல்வேறு நிலைகளில் செயல்படுத்தப்பட்டன. மீன்பிடிச் செயல்பாடுகள் பலவீனமடைந்தது மட்டுமல்லாமல், புலம்பெயர்ந்த மீனவர்கள் தொலைதூர இடங்களில் சிக்கித் தவிக்கவும் நேரிட்டது. மீன்சார் பொருட்களின் வர்த்தகமும் மோசமாகப் பாதிக்கப்பட்டது, சிறிய அளவில் மீன் விற்பனை செய்துவந்த பெண்கள் கடுமையான விளைவுகளைச் சந்திக்க நேர்ந்தது. நிவாரண நடவடிக்கைகள் எப்போதுமே பொருத்தமானவையாக இருந்ததில்லை. அவற்றின் முன்னேற்றத்திற்கு நாங்கள் பல பரிந்துரைகளை வழங்கியுள்ளோம்.

தமிழ்நாட்டில் மீன்வளத்துறையின் நீண்டகால நலனை மேம்படுத்துவதற்குத் தேவையான நடவடிக்கைகளைப் பரிந்துரைத்து இந்தக் கொள்கைச் சுருக்கத்தை நிறைவு செய்கிறோம். சிறந்த

மற்றும் அதிகப் பங்கேற்புடனான நிர்வாகத்தின் அவசியத்தை நாங்கள் வலியுறுத்தினோம், கடலோரப்பகுதி மற்றும் ஆழ்கடல் சுற்றுச்சூழல் அமைப்பின் நலனை மீட்டெடுக்கவும், சமூக நியாயத்தன்மையை அதிகரிக்கவும். கடல் மற்றும் கடலோர இடம் மற்றும் வளங்களுக்கான கடல்சார் மீனவத் தொழிலாளர்களின் உரிமைகளைச் சிறப்பாகப் பாதுகாக்க வேண்டியதன் அவசியத்தையும் நாங்கள் குறிப்பிட்டோம். முடிவாக, தற்போதைய பெருந்தொற்று போன்ற பேரழிவுகளுக்குப் பொருத்தமான குறுகிய கால மற்றும் நடுத்தரக்கால எதிர்வினை நடவடிக்கைகளின் கலவையும், ஒட்டுமொத்தமாக மீன்வளத் துறையின் நலனை மேம்படுத்துவதற்கான நீண்டகால நடவடிக்கைகளும் இந்தத் துறைக்குப் புத்துயிரூட்டும் என்று நாங்கள் நம்புகிறோம். அதன்வழி இது தமிழ்நாட்டின் பொருளாதாரத்திற்கும் பொதுவாழ்க்கைக்கும் தொடர்ந்து ஒரு பெரிய பங்களிப்பை வழங்கலாம்.

நன்றி

இந்தக் கொள்கைச் சுருக்கம் பலரால் எழுதப்பட்ட பெரிய அறிக்கை ஒன்றின் அடிப்படையில் அமைந்த தொகுப்பாகும். இதற்காகத் தங்கள் மதிப்பு வாய்ந்த பங்களிப்புகளை நல்கிய தாரா என். லாரன்ஸ், பிரபாகர் ஜெயப்பிரகாஷ், கோகிலா செண்பகம், பகத் சிங், ஏ., அருண்குமார், ஏ. எஸ்., மேகலா, எஸ். ஏ., பிரீதா, கே. வி., நிக்கோலஸ் பாய்டெஸ், நித்யா ராவ், செந்தில் பாபு ஆகியோருக்கு நாங்கள் நன்றி தெரிவிக்கிறோம். இந்தக் கொள்கைச் சுருக்கத்தின் முந்தைய வடிவத்தின் மீது செபாஸ்டியன் மேத்யூ பயன்மிகு கருத்துகளை வழங்கியிருந்தார்.

குறிப்புகள்

1 Different data sets, at different points of time, give different figures. The Handbook on Fisheries Statistics 2018 (Department of Fisheries, 2019) estimates that there are 12,36,567 engaged in fisheries, activities (harvest and post-harvest), but it is likely to be more. More important than exact numbers is that the fisheries sector is labour intensive and employs a large number of people.

2 According to the Food and Agriculture Organization of the United Nations, 'small-scale fisheries can be broadly characterized as a dynamic and evolving sub-sector of fisheries employing labour-intensive harvesting, processing and distribution technologies to exploit marine and inland water fishery resources' (2005, Concepts section).

3 While *ur* panchayats are village-based institutions, fisher organisations include different types of craft/vessel associations which include members from different villages.

4   We have not been able to access similar data for other months.
5   The fishing ban applies only to the mechanised sector.
6   We build here on the final report (Fisheries Management for Sustainable Livelihoods, 2011a, 2011b) of a project jointly implemented in 2010 and 2011 by the governments of Tamil Nadu and Puducherry together with the FAO.
7   Estimates of the potential of the offshore and deep sea fisheries in India's exclusive economic zone vary significantly. The National Policy on Marine Fisheries, 2017 suggests that 'While the fisheries resources from the near-shore waters are fully utilized, the deep sea and oceanic waters offer opportunities of increasing the catch' (Department of Animal Husbandry, Dairying and Fisheries, 2017, p. 14; see also FIMSUL, 2011a).
8   The health consequences of the pandemic for the fishing population can only be assessed in due course. Such assessment should include what specific public health measures are to be considered for fishing communities and fish workers.

நூல் பட்டியல்

Animal Husbandry, Dairying and Fisheries Department, *Fisheries: Policy note 2019–2020*. Government of Tamil Nadu, 2020a, available at http://cms.tn.gov.in/sites/default/files/documents/fish_e_2019_20_pn.pdf, accessed on 3 October 2021.

_____, *Fisheries: Policy note 2020–2021*. Government of Tamil Nadu, 2020b, available at https://www.fisheries.tn.gov.in/includes/assets/cms_uploads/pdf/glance/Fisheries_-_Policy_Note_2020-21_-_English_4605.pdf, accessed on 3 October 2021.

Bavinck, M., 'Investigating poverty through the lens of riches—Immigration and segregation in Indian capture fisheries', *Development Policy Review*, 32(1), January 2014, pg. 33–52, available athttps://doi.org/10.1111/dpr.12042, accessed on 3 October 2021.

Bennett, N. J., Finkbeiner, E. M., Ban, N. C., Belhabib, D., Jupiter, S. D., Kittinger, J. N., Mangubhai, S., Scholtens, J., Gill, D., and Christie, P., "The COVID-19 Pandemic, Small-Scale Fisheries and Coastal Fishing Communities", *Coastal Management*, vol 48, issue 4, 2020, pg. 336–347, available athttps://doi.org/10.1080/08920753.2020.1766937, accessed on 3 October 2021.

Bhathal, B., andPauly, D., "Fishing down marine food webs' and spatial expansion of coastal fisheries in India, 1950–2000", *Fisheries Research*, 91(1), May 2008, pg. 26–34, available at https://doi.org/10.1016/j.fishres.2007.10.022, accessed on 3 October 2021.

Department of Animal Husbandry, Dairying and Fisheries, *National policy on marine fisheries, 2017*, Ministry of Agriculture and Farmers Welfare, Government of India, 28 April 2017, available at http://dahd.nic.in/sites/default/filess/National%20Policy%20on%20Marine%20Fisheries%202017_0.pdf, accessed on 3 October, 2021.

Department of Environment, *Draft Tamil Nadu State Action Plan On Climate Change – 2.0*, Government of Tamil Nadu, 2020, available at https://www.environment.tn.gov.in/tnsapcc-draft, accessed on 3 October 2021.

Department of Fisheries, *Handbook on Fisheries Statistics 2018*, Ministry of Fisheries, Animal Husbandry & Dairying, Government of India, September 2019, available at https://dof.gov.in/sites/default/files/2020-08/HandbookonFS2018.pdf, accessed on 3 October 2021.

_____, *Model standard operating procedures (SOPs) related to movement of fisherman and fishing boats in COVID-19 scenario*, Ministry of Fisheries, Animal Husbandry and Dairying, Government of India, 18 April 2020, available at http://dof.gov.in/sites/default/filess/Model%20SOPs%20for%20Marine%20Fishries%20dated%2018.4.2020%20by%20DoF,%20GoI.pdf, accessed on 3 October 2021.

Fisheries Management for Sustainable Livelihoods (FIMSUL), *Fisheries Management for Sustainable Livelihoods (FIMSUL) project in Tamil Nadu and Puducherry, India: Final report, Volume I—Key findings and recommendations*, Food and Agriculture Organization of the United Nations, December 2011, available at https://sites.google.com/site/fimsulreports/home/reports/FinalReport1.pdf, accessed on 3 October 2021.

_____, *Fisheries Management for Sustainable Livelihoods (FIMSUL) project in Tamil Nadu and Puducherry, India: Final report, Volume II—Summary of FIMSUL process and outcomes under each work package*, Food and Agriculture Organization of the United Nations, December 2011, available at https://sites.google.com/site/fimsulreports/home/reports/FinalReport2.pdf, accessed on 3 October 2011.

Food and Agriculture Organization of the United Nations (FAO), *Code of conduct for responsible fisheries*, 1995, available at http://www.fao.org/3/a-v9878e.pdf, accessed on 3 October 2021.

_____, *Increasing the Contribution of Small-Scale Fisheries to Poverty Alleviation and Food Security*, FAO Technical Guidelines for Responsible Fisheries, 2005, available at http://www.fao.org/3/a0237e/A0237E00.htm, accessed on 3 October 2021.

_____, *Voluntary Guidelines for Securing Sustainable Small-Scale Fisheries in the Context of Food Security and Poverty Eradication*, 2015, available at http://www.fao.org/3/a-i4356en.pdf, accessed on 3 October 2021.

Kumar, V. S., 'Covid-19 inflicts a daily loss of H224 crore to India's fishery sector', *The Hindu Business Line*, 20 April 2020, available at https://www.thehindubusinessline.com/economy/agri-business/covid-19-causes-a-daily-loss-of-224-crore-to-indias-fishery-sector/article31388582.ece, accessed on 3 October 2021.

Kurien, J., 'To make fishers "Atmanirbhar", India should re-vision small-scale harvesting post-lockdown', *On Manorama*, 20 May 2020, available at https://www.onmanorama.com/news/columns/straight-talk/2020/05/lockdown-crisis-india-should-re-vison-marine-fisheries-sector.html, accessed on 3 October 2021.

National Sample Survey Office, *Migration in India: 2007–2008 (NSS 64th round, July 2007–June 2008)*, Ministry of Statistics and Programme Implementation, Government of India, June 2010, available at http://mospi.nic.in/sites/default/files/publication_reports/533_final.pdf, accessed on 3 October 2021.

Ramachandran, A., D. Praveen, P. Radhapriya, S. K. Divya, K. Remya, and K. Palanivelu, 'Vulnerability and adaptation assessment a way forward for sustainable sectoral development in the purview of climate variability and change: insights from the coast of Tamil Nadu, India', *International Journal of Global Warming*, 10(1–3), 22 July 2016, pg. 307–331, available at http://doi.org/10.1504/ijgw.2016.077896, accessed on 3 October 2021.

Salim, S. S., M. R., Rahman, and N. R. Athira, 'Labour migration and alternate avocation in marine fisheries sector of Kerala', *Journal of the Marine Biological Association of India*, 59(2), July-December2017, pg. 109–114, available at http://mbai.org.in/php/journaldload.php?id=2462&bkid=118, accessed on 3 October 2021.

Sivadas, M., Zacharia, P. U., Sarada, P. T., Narayanakumar, R., Kizhakudan, S. J., Rathinam, A. M. M., Surya, S., Remya, L., Rajkumar, M., Chhandaprajnadarsini, E. M., Manojkumar, P. P., Jagdis, I., Kavitha, M., Saleela, K. N., George, G., Laxmilatha, P., and Gopalakrishnan, A., *Management Plans for the Marine Fisheries of Tamil Nadu* (Marine Fisheries Policy Series No.11), Central Marine Fisheries Research Institute, 26 October 2019, available at http://eprints.cmfri.org.in/id/eprint/13913, accessed on 3 October 2021.

Sudhakara, N. S., V. Khader, R. Sathiadas, H. M. Kasim, R. N. Kumar, K. Dhanpal, and F. Hassan, 'Participation of women in post harvest fisheries sector', *Proceedings of the workshop on empowerment of fisher women in coastal ecosystem of Andhra Pradesh, Karnataka, Kerala and Tamilnadu*, Acharya N.G. Ranga Agricultural University, October 2003, pg. 69–75, available at https://core.ac.uk/download/pdf/33018711.pdf, accessed on 3 October 2021.

Vohra, S., 'India's fishers have been crushed by COVID-19', *Hakai Magazine*, 30 April 2020, available at https://www.hakaimagazine.com/news/indias-fishers-have-been-crushed-by-covid-19/, accessed on 3 October 2021.

பகுதி 4

வர்த்தகமும் தொழிலும்

9

தமிழகத்தில் 'அசெம்பிளிங்' தொழில்
உலகமய வர்த்தகப் போக்குகளிலிருந்து பெற்ற சில கருத்துருக்கள்

சி. வீரமணி, ப. கு. பாபு

தமிழ்நாட்டில் புதிய தொழில்துறை முதலீடுகளை ஈர்ப்பதற்கான காரணம் என்னவாக இருக்கவேண்டும்? கடந்த சில ஆண்டுகளில் தடையிலா வாணிகத்திலிருந்து ஒதுங்கியிருப்பது பொதுப்போக்காக ஆகியிருக்கும் பட்சத்தில், பழமொழியொன்று சொல்லுவது போல, மற்றவர்கள் எல்லோரும் வெளியேறும் நேரத்தில் களத்தில் இறங்குவது தமிழ்நாட்டிற்கு நல்லதாக அமையக் கூடும். இப்போதிருக்கும் சூழ்நிலையில், அநேகமாக அனைவருடைய கவனமும் உள்நோக்கி இருக்கையில், 'உலகத்திற்காகத் தமிழகத்தில் இறுதி உற்பத்தி' என்பதற்கான நேரம் வந்துள்ளது.

குறிப்பாக, உலகப் புவிஅரசியல் மாறிவரும் தற்போதைய சூழலில் உலகின் தொழிற்கூடமான சீனா எதிர்ப்புகளின் இலக்காக மாறி இருக்கும் நிலையில் இதற்கான வாய்ப்புகள் மிகுந்திருக்கின்றன. எதிர்காலத்தில் சீனாவை மட்டுமே சார்ந்திருப்பதற்குப் பதிலாகத் தத்தம் விநியோகச் சங்கிலித் (*supply chains*) தொடர்களைப் பரவலாக்கிக்கொள்ள வேண்டும் என்கிற உணர்வு பன்னாட்டு நிறுவனங்களிடையே (*MNEs*) பெருகி வருகிறது (*Javorcik, 2020*). கோவிட்-19 பெருந்தொற்றிற்கு முன்பும் கூட, தங்களுடைய விநியோகச் சங்கிலித் தொடர்களை ஆசியாவின் ஏனைய பகுதிகளுக்கு இடமாற்றவேண்டுமென்கிற உந்துதலைச் சில பன்னாட்டு நிறுவனங்களுக்கு ஏற்படுத்தியிருந்தது அமெரிக்க– சீன வர்த்தகப் போர் (*Amiti et al., 2019*).

உலக மதிப்புச் சங்கிலிகளில் (*global value chains*) ஏற்படக் கூடிய மாற்றங்கள், உற்பத்தி செய்யப்பட்ட பொருள்களை இறுதி உற்பத்தி நடவடிக்கையில் பொருத்தியமைத்தலுக்கானப் (*Assembling*) பெரு மையமாகிய சீனாவின் இடத்தைப் பிடிக்க இந்தியாவுக்குச் சந்தர்ப்பமளிக்கின்றன; இது இந்தியாவின் திறம்குறை உழைப்பாற்றலுக்கேற்ப லட்சக்கணக்கான வேலைவாய்ப்புகளை ஏற்படுத்தித் தரக்கூடியது. அதற்குத் தகுந்த கொள்கைகளின் மூலம் இந்த வாய்ப்புகளைத் தமிழ்நாடு பயன்படுத்திக்கொள்ள முயற்சிக்கலாம்.

ஏன் தமிழ்நாடு?

தேவையான சமூக மற்றும் பொருளாதாரக்கூறுகளைத் தமிழ்நாடு கொண்டிருக்கிறது. முதலாவதாக, 45 வயதுக்குட் பட்டவர்கள் மக்கள்தொகையில் 70% வகிப்பதன் மூலம் கணிசமான மக்கள்தொகை ஈவுவிகிதத்தை நமது மாநிலம் பெற்றுள்ளது. 51% ஆண்கள் 49% பெண்கள் என்று பாலின விகிதமும் ஏறத்தாழ சமமாக இருக்கிறது. கிட்டத்தட்ட 53% குடும்பங்கள் ஊரகப் பகுதிகளில் குடியிருக்கின்றன.[1]

படிப்பறிவுள்ளோர் விகிதம் கிட்டத்தட்ட 86% இருக்க, பெண்கள் படிப்பறிவு விகிதமும் 80% ஆக இருக்கின்றது. மக்கள்தொகையில் பதினைந்து விழுக்காட்டினர் இளங்கலை பட்டப்படிப்பையும், அதற்கு மேற்பட்டும் நிறைவு செய்திருக்கின்றனர்; நான்கு விழுக்காடு பட்டயப் படிப்பைப் பெற்றிருப்பதோடு, மக்கள்தொகையில் மூன்றில் இரு பங்கினர் உயர்நிலைப் பள்ளிப் படிப்பைப் பயின்றுகொண்டோ அல்லது நிறைவுசெய்தோ இருக்கின்றனர்.

மாநிலத்தின் வேலையின்மை விகிதம் 3 விழுக்காட்டினை யொட்டியிருக்கிறது; மக்கள்தொகையில் 45% பணிபுரியும் நிலையில், 52% உழைப்பாளர் பங்கேற்பு இல்லாதவர்கள்; பணிபுரிவோரில் ஆண்கள் 63 விழுக்காடும், பெண்கள் 27 விழுக்காடும் ஆவர். மக்கள்தொகையில் 21% ஈடுபட்டுவரும் தனியார் துறையில் ஊதியமளிக்கும் பணிகள் பெரும்பான்மையான பணிவகையாக உருவெடுத்துள்ளது; இதைத் தொடர்ந்து (வேளாண்) நாட்கூலி வேலைகள் 19 விழுக்காடும், சுயதொழில் (வேளாண்துறை சாராதவை) 14 விழுக்காடும் ஆகும். ஊரகப் பகுதிகளில், மக்கள்தொகையில் மூன்றில் ஒரு பங்கினர் விவசாயக் கூலி வேலையில் ஈடுபட்டு வருகின்றனர்.

மக்களின் விருப்பங்களை எடுத்துக் கொண்டால், மாநிலத்தின் 50% குடும்பங்கள் வரும் 5 ஆண்டுகளில் தங்களுடைய வருமானம் அதிகரிக்கும் என்று எதிர்பார்க்கின்றனர். ஊரகக் குடும்பங்களைக்

காட்டிலும், நகர்ப்புறக் குடும்பங்களே தங்களுடைய எதிர்கால வருமான உயர்வைக் குறித்து அதிக நம்பிக்கையோடு இருக்கின்றன.

உழைப்பாளர் பங்கெடுப்பில், ஜனவரி 2016இல் இருந்து சீரான சரிவு இருந்து வருவதென்பது, பாபு, குமார் மற்றும் சிங் (2020) ஆகியோர் இந்தியப் பொருளாதார கண்காணிப்பு மையத் (CMIE) தரவுகளைக் கொண்டு நிகழ்த்திய பகுப்பாய்விலிருந்து வெளிப்படுகிறது. ஏப்ரல் 2020இன் கண்டிப்பான ஊரடங்கின்போது தமிழ்நாட்டின் வேலையின்மை விகிதம் மிகவும் மோசமடைந்தது. மே 2020இல் ஊரடங்கு தளர்த்தப்பட்டபோது இந்நிலைமையில் பெரிய திருப்பமொன்று பதிவானது. மே 2020இல், உழைப்பாளர் பங்கெடுப்பு விகிதமானது, குறைந்த வீதத்தில் ஆயினும்குறைவது தொடர்ந்தது.

நகர்ப்புறப் பகுதிகள், ஆண்கள் மற்றும் உயர்கல்வி பயின்றோரிடையே வேலையின்மை விகிதத்தின் அதிகரிப்பு இன்னும் துரிதமாயிருக்கிறது. கல்லூரிப் பட்டதாரிகளைவிட இடைநிலையளவில் பள்ளிப்படிப்புள்ளோர் அதிகப் பாதிப்படைந் திருப்பதோடு, உழைப்பாளர் பங்களிப்பு சரிவது தொடரும்போதிலும் கூட இவர்களுடைய வேலை மீட்பும் காலந்தாழ்ந்திருக்கிறது. பெண்களையும் கல்லூரிப் படிப்பில்லாதோரையும் உழைப்பாளர் பங்கெடுப்பில் மீண்டும் கொண்டுவருவதற்குச் சிறப்பு கவனம் செலுத்தவேண்டிய அடைப்படைத் தேவை இருக்கிறது.

ஆக மொத்தம், பொதுத்தர அளவையில் 34% என்று மிகக் குறைவாகவே இருக்கும் வேலையின்மை விகிதமானது பிரச்சனை கிடையாது. குறைவான உழைப்பாளர் பங்கெடுப்பு வீதமும் வேலைத் தரமுமே உண்மையானச் சிக்கல். நாட்கூலி வேலைகளிலும், முறைசாரா துறையிலும் பணிபுரிவோரில் பெரும்பாலானோர் குறைந்த கூலியும், குறைந்த ஆக்கத்திறனும், குறைந்த அளவிலான பணிப் பாதுகாப்பும் பெற்றிருக்கின்றனர். மாநிலத்தின் மக்கள்தொகை அமைப்பினையும், மக்களின் வருமான உயர்வு குறித்த எதிர்பார்ப்புகளையும், உழைப்பாளர் பங்கெடுப்பு வீதமானது (அதிலும் குறிப்பாகப் பெண்களிடையே) குறைவாக இருக்கும் நிலையினையும் கொண்டு பார்த்தால், முறைசார் துறையில் உயர்ந்த கூலி வீதத்தில் தரமான வேலைவாய்ப்புகளை ஏற்படுத்தித் தருவது இன்றியமையாததாகிறது.

'நெட்வொர்க்' சார்ந்த 'அசெம்பிளிங்' தொழில் (Assemble of network products), இளைஞர்களுக்கும் பெண்களுக்கும் தற்போதிருப்பதைவிட நல்ல வேலைவாய்ப்புகளை ஏற்படுத்தித் தரும் ஆற்றல் படைத்தது. கிழக்காசிய நாடுகளும் தங்களுடைய வளர்ச்சிப் பாதையின் தொடக்கங்களில் இதையே செய்தன.

ஒப்பீட்டளவில் குறைந்த திறனுடைய மக்களுக்கு ஏராளமான வேலைவாய்ப்புகளை ஏற்படுத்தித் தருவதில் இத்திட்டம் உதவி புரிந்தது. பெண் உழைப்பாளர்களின் பங்கெடுப்பு மிகவும் அதிகமுள்ள நாடுகளுள் கிழக்காசிய நாடுகளும் இடம்பெறுவன (*Fontana, 2009*). தமது ஏற்றுமதியில் 80 விழுக்காட்டிற்கும் மேலாக ஜவுளித்துறை இருந்துவரும் நிலையில், வங்கதேசத்திற்கும் இது பொருந்தும். ஜவுளித் துறையின் மதிப்புச் சங்கிலியில், இறுதி வடிவமைத்தலில் தனித்தேர்ச்சியுடையது வங்கதேசம்; இந்தியாவிலிருந்தும் பாகிஸ்தானிலிருந்தும் மூலப் பொருட்களை வங்கதேசம் பெற்றுக் கொள்கிறது. வங்கதேசத்தின் ஆடைத் தொழிற்கூடங்களில் 80 விழுக்காட்டிற்கும் மேலான தொழிலாளர்கள் பெண்கள் ஆவர்.

‘நெட்வொர்க்’ சார்ந்த தொழில்கள்

‘நெட்வொர்க்’ தொழிலில் தலைமை வகிக்கும் பன்னாட்டு நிறுவனங்களால், தங்களுடைய ‘உற்பத்தியாளர் சார்ந்த’ உலக உற்பத்திகளுக்கு உட்பட்டு, உலக அளவில் அலகு பிரிக்கப்பட்டுக் கட்டுப்படுத்தப்படும் உற்பத்திச் செயன்முறைமையை உடையவை. பெரிய அளவில் வேலைவாய்ப்புகளை உருவாக்கிட, உதிரிப் பாகங்களை இறக்குமதி செய்து அவற்றைப் பொருத்தி இறுதி வடிவமைப்பு அளிப்பதன் மூலம், உழைப்பு மிகுந்த ’நெட்வொர்க் தொழிலில்’ திட்டமிட்டுத் தனித்தேர்ச்சி அடைவது இதில் அடங்கும். இதன் அடிப்படைக் கருத்தினை படம் 1 மற்றும் படம் 2 ஆகியவற்றிலிருந்து புரிந்துகொள்ளலாம்.

iPod மதிப்புச் சங்கிலிக்குள், இறுதிவடிவமைப்பதில் சீனா தனித்தேர்ச்சிப் பெற்றிருக்கிறது; அதற்கான உதிரி பாகங்களும் இறக்குமதி செய்யப்படுகின்றன. 2008இல் $144ஆக மதிப்பிடப்பட்ட இறுதிவடிவமைக்கப்பட்ட *iPod*இன் தொழிற்சாலை விலையில், சீனாவின் மதிப்புக் கூட்டல் வெறும் $4 மட்டுமே (தொழிற்சாலை விலையில் 3%). ஆப்பிள் விற்பனை செய்த 54.83 மில்லியன் *iPod*களில் கிட்டத்தட்ட எல்லாவற்றையும் சீனா தான் பொருத்தியமைத்தது; இதன் விளைவாக சீனாவின் மொத்த உள்நாட்டு மதிப்புக் கூட்டல் $219 மில்லியனாக இருந்தது.

Iphone 7 பொருத்தியமைத்தல் மூலம் வெறும் 8.46 (அமெரிக்க) டாலர்களை மட்டுமே சீனா ஈட்டுகிறது. ஆனால், சீனாவின் மொத்த மதிப்புக் கூட்டல் மிகப் பெரிது ($8.46 × உலகில் விற்பனையாகும் மொத்த *iPhone*களின் எண்ணிக்கை). *iPod* மற்றும் *iPhone* ஆகியவை இரண்டு எடுத்துக்காட்டுகள் மட்டுமே.

படம் 1
'இந்தியாவில் தயாரிப்போம்' திட்டத்தின் ஒரு பகுதியாக 'இந்தியாவில் அசெம்பிளிங்' (Assemble in India) திட்டத்தினால் பெறும் ஆதாயங்கள்: ஒரு கருத்தாக்கக் கட்டமைப்பு

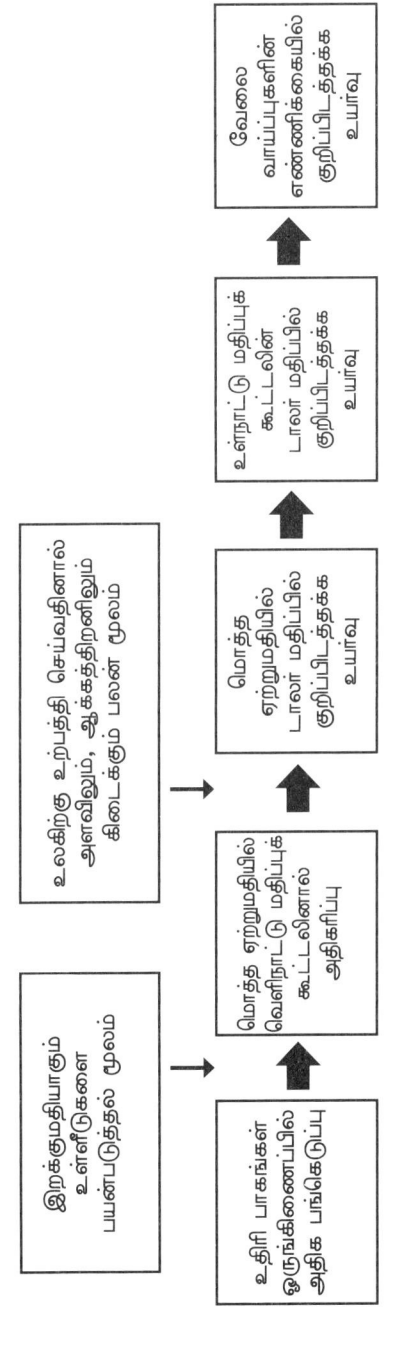

Source. C. Veeramani & Garima Dhir. 2019a. *Reaping gains from global production sharing: Domestic value addition and job creation by Indian exports* (IGIDR Working Paper No. WP-2019-024). Indira Gandhi Institute of Development Research; Ministry of Finance. 2020. Creating jobs and growth by specializing to exports in network products (Chapter 5). In *Economic survey 2019–20*. Government of India.

படம் 2
இறுதி வடிவமைத்தலிலிருந்து கிடைக்கும் ஆதாயத்திற்கு எடுத்துக்காட்டு:
சீனாவில் Apple iPod மற்றும் Iphone 7 இறுதி வடிவமைத்தல்

Apple iPod

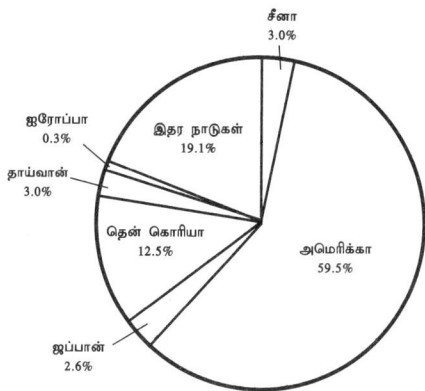

Iphone 7

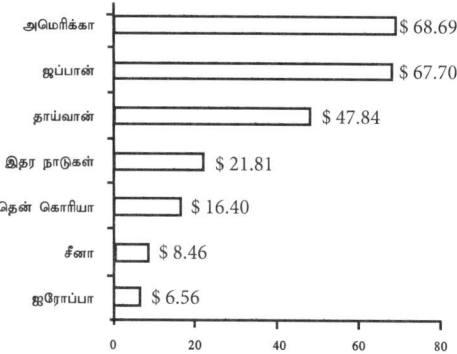

இதுபோன்று ஆயிரக்கணக்கான பண்டங்களுக்குச் சீனா இறுதி வடிவமைத்தலின் மையமாக உருவெடுத்தது.

மோட்டார் ஊர்திகள் மற்றும் கைப்பேசிகள் என, ஏற்கனவே 'இந்தியாவில் இறுதிவடிவமைப்போம்' திட்டத்தின் இரண்டு வெற்றிக்கதைகளைக் கொண்டது இந்தியா. மின்னணுப் பொருட்களிலும் மின்பொறியியலிலும்கூட தன் இடத்தை மேலும் விரிவாக்கிக் கொள்ளும் ஆற்றலுடையது. கைப்பேசிப் பொருட்களைப் பொறுத்தவரையில், நோக்கியா ஆலையிலிருந்து கற்றுக்கொள்வதற்குத் தமிழ்நாட்டிற்குச் சில படிப்பினைகள் இருக்கலாம்.

வெற்றிக்கதை 1

இந்தியாவில் கைப்பேசி இறுதி வடிவமைத்தல்

உலக அளவில், 2018ஆம் ஆண்டின் கைப்பேசித் தயாரிப்பில் சீனாவைத் தொடர்ந்து இரண்டாவது இடத்திலிருந்த வியட்நாமை, உலகப் பங்களிப்பில் 11 விழுக்காட்டுப் புள்ளிகளோடு இந்தியா வீழ்த்தியது. $230 பில்லியன் மதிப்புள்ள தொழிலை முடுக்கிவிடும் வகையில், 2025ஆம் ஆண்டிற்குள்ளாக ஏறத்தாழ 1.25 பில்லியன் கைப்பேசிகளைப் பல்வேறு அலகுகளில் தயாரிக்கும் ஆற்றலுடையது இந்தியா (India Cellular & Electronics Association and McKinsey, 2018).

2013க்கும் 2017க்கும் இடைப்பட்ட காலத்தில், இந்தியாவின் கைப்பேசி இறக்குமதிகள் US$4.47 பில்லியனிலிருந்து US$3.31 பில்லியனுக்குக் குறைந்த வேளையில், தொலைப்பேசிப் பொருட்களுடைய உதிரிப் பாகங்களின் இறக்குமதியானது US$1.34 பில்லியனிலிருந்து US$9.41 பில்லியனாக நிலையாக அதிகரித்தது.

அதே நேரத்தில் கடந்த மூன்றாண்டுகளில் தொலைப்பேசிப் பொருட்களின் ஏற்றுமதியும் குறிப்பிடத்தக்க வகையில் அதிகரித்துள்ளது. இந்தப் போக்கானது, இந்தியா, கைப்பேசிப் பொருட்களின் இறுதிவடிவமைத்தல் மையமாக உருவெடுத்த நிகழ்வோடு சீராகப் பொருந்துகிறது.

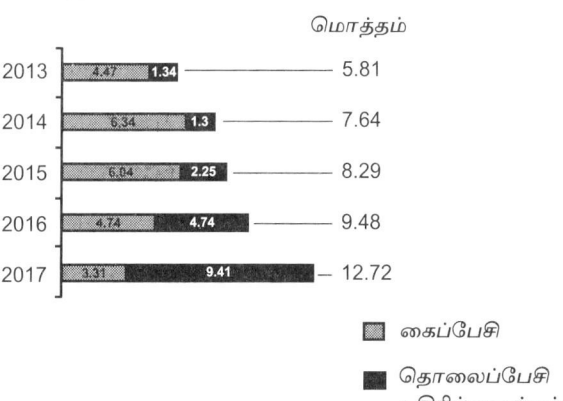

Note. India Cellular & Electronics Association and McKinsey. 2018, November. *Making India the global manufacturing powerhouse for mobile handsets and components* (Report).

Source. Ministry of Finance. 2020. Creating jobs and growth by specializing to exports in network products (Chapter 5). In *Economic survey* 2019–20. Government of India.

தொலைப்பேசிப் பொருட்களின் ஏற்றுமதி

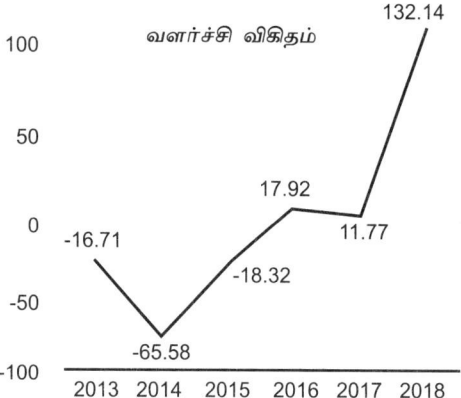

Note. India Cellular & Electronics Association and McKinsey. 2018, November. *Making India the global manufacturing powerhouse for mobile handsets and components* (Report).

Source. Ministry of Finance. 2020. Creating jobs and growth by specializing to exports in network products (Chapter 5). In *Economic survey 2019-20*. Government of India.

வெற்றிக்கதை 2

உலக மதிப்புச் சங்கிலியில் இந்திய தானியங்கு ஊர்தித் தொழில் தன்னை இணைத்துக்கொண்டதிலிருந்து சில படிப்பினைகள்

2000த்தின் தொடக்கம் முதலே, இந்திய மோட்டார் ஊர்தித் தொழில் துறையானது அரைநூற்றாண்டு காலத்திற்கும் மேலாகத் தன்னுடைய வழக்கமான உள்நாட்டுச் சந்தைக்காக உற்பத்திச் செய்வதிலிருந்து விலகி உலக உற்பத்தியோடு ஐக்கியமாகி, ஒரு குறிப்பிடத்தக்க உருமாற்றத்திற்கு உள்ளாகியிருக்கிறது. சிறு மகிழுந்துகளின் பிரதான இறுதிப் பொருத்தியமைத்தல் மையமாக இந்நாடு உருவெடுத்துள்ளது (Athukorala & Veeramani, 2019). தயாரிப்பு முழுமைபெற்ற அலகுகளில் இந்தியாவின் ஏற்றுமதியானது, 2001இல் US$225 மில்லியனிலிருந்து 2017இல் US$8.8 பில்லியன்களாக உயர்ந்தது; அதே வேளையில், உதிரி - பாகங்களின் ஏற்றுமதியும் இவ்விரண்டு ஆண்டுகளுக்கிடையே US$408 மில்லியனிலிருந்து US$5.5 பில்லியனாக அதிகரித்தது. 2017இல், US$5.4 பில்லியன் மதிப்பிலான உதிரி - இதர பாகங்களின் இறக்குமதிக்கு ஒப்பாக, பொருத்தியமைக்கப்பட்ட ஊர்திகளின் இறக்குமதி மதிப்பு US$1

ஏற்றுமதி மற்றும் இறக்குமதி:
மோட்டார் வண்டி–உதிரி பாகங்கள் ஒப்பீடு

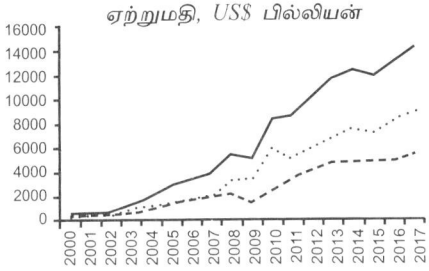

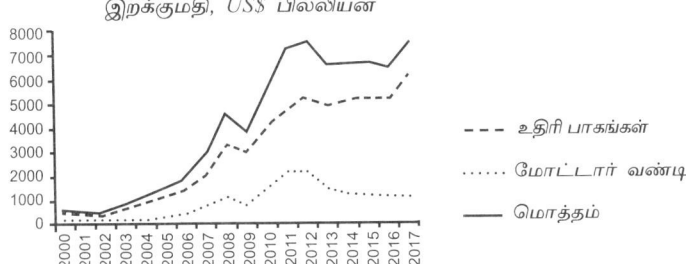

Source. Prema-Chandra Athukorala & C. Veeramani. 2019. From import substitution to integration into global production networks: The case of Indian automobile industry. *Asian Development Review*, 36(2): 72–99;

Ministry of Finance. 2020. Creating jobs and growth by specializing to exports in network products (Chapter 5). In *Economic survey 2019–20*. Government of India.

பில்லியனில் இருந்தது. இந்தியாவின் மோட்டார் ஊர்திப்பொருள் ஏற்றுமதியில் பொருத்தியமைக்கப்பட்ட மோட்டார் வண்டிகளே பெருவாரியாக இருக்கும் நிலையில், மோட்டார் ஊர்திப் பொருட்களின் மொத்த இறக்குமதியில் உதிரி மற்றும் இதர பாகங்களே பெரும்பாலானவை. இந்தப் போக்கானது, மோட்டார் ஊர்திப் பொருட்களின் பொருத்தியமைத்தல் மையமாக இந்தியா உருவெடுத்த நிகழ்வோடு சீராகப் பொருந்துகிறது.

சுங்கவரி நேர்மாற்றம்

இப்படி வாய்ப்புகள் இருப்பதனால் மட்டும் அவற்றை அடைந்துவிட முடியும் என்று சொல்லமுடியாது. இவ்வாய்ப்புகளைப் பயன்படுத்திக்கொள்ள, இடுபொருட்கள் சந்தை, வணிகக்

கொள்கைகள் மற்றும் தொழில் நடத்தும் சூழ்நிலை ஆகியவற்றில் பரந்துபட்ட சீர்திருத்த நடவடிக்கைகளை மேற்கொள்வது முக்கியம்.

குறிப்பாக, நேர்மாற்று சுங்கவரி (*inverted tariff*) மற்றும் உள்நாட்டுத் தொழிற்பாதுகாப்பு (*protectionism*) ஆகியவற்றை எதிர்கொண்டாக வேண்டும். உதிரிப் பாகங்களின் வரிவீதத்தைக் காட்டிலும் தயாரிப்பு முழுமையுற்றப் பண்டத்தின் இறக்குமதி வரி வீதம் குறைவாக இருந்தால் அது நேர்மாற்றுச் சுங்கமாகும். அப்படிப்பட்ட அமைப்பொன்று இறக்குமதி செய்யும் நாட்டின் சம்பந்தப்பட்ட உற்பத்திச் செயல்முறையை போட்டியற்றதாக்கிவிடும்.

இந்தியாவின் 'நெட்வொர்க்' தொழிலில் நேர்மாற்றுச் சுங்கம் இருக்கிறதா என்பதைக் கீழ்வருமாறு கணக்கிட்டு அறியலாம்:

$$\text{தொழில்துறை ஒன்றின் நேர்மாற்றுச் சுங்கம்} = \frac{\text{அத்தொழில்துறையில் உள்ளீடுகளுக்கான சுங்கவரியின் நிறையிட்ட சராசரி}}{\text{அத்தொழில்துறையில் உற்பத்திக்கான சுங்கவரியின் நிறையிட்ட சராசரி}}$$

இவ்விகிதம் 1க்கு அதிகமாக இருந்தால் சுங்கவரி நேர்மாற்றம் இருப்பதாகப் பொருள். உள்ளீட்டு (*input tariff*) - வெளியீட்டு (*output tariff*) அட்டவணைகளைப் பயன்படுத்தி வரையப்பட்டுள்ள படம் 3 மற்றும் அட்டவணை 1 ஆகியவை இதைத் தெரிவிக்கின்றன. இதை மேலும் அடிக்கோடிட்டுக் காட்டும் வகையில், சுங்கவரி நேர்மாற்றத்தில் இந்தியாவை சீனாவுடன் ஒப்பிடுகிறது படம் 3.

படம் 3

நேர்மாற்றுச் சுங்கவரி: சீனாவுடன் ஒப்பீடு

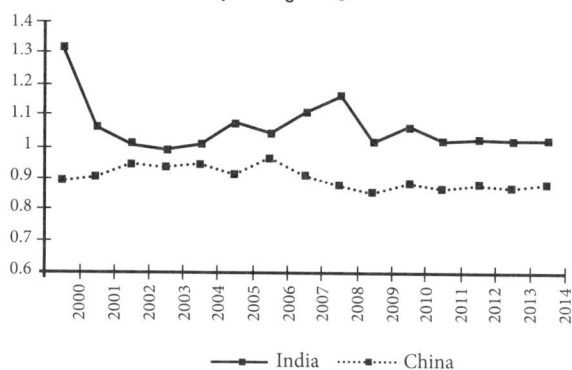

Source. Data from UN Comtrade and World Input Output Database. C. Veeramani & Anwesha Basu (forthcoming). *Protectionism, tariff inversion and assemble in India: Contradictions of trade policy* (IGIDR Working Paper). Indira Gandhi Institute of Development Research.

அட்டவணை 1
'நெட்வொர்க்' பொருள்களில் நேர்மாற்றுச் சுங்கவரி

பொருள் வகை	ஆண்டு	வெளியீட்டு வரி	உள்ளீட்டு வரி	சுங்கவரி நேர்மாற்றம்
தொலைத் தொடர்புத் தளவாட உற்பத்தி	2011	2.2	6.1	2.7
	2012	2.2	6.7	3.0
	2013	2.2	6.0	2.7
	2014	1.8	3.7	2.0
	2015	1.8	7.9	4.3
	2018	3.0	8.0	2.6
	2019–2020	9.0	11.3	1.3
மின் தளவாட உற்பத்தி	2011	8.0	8.1	1.0
	2012	8.0	8.4	1.1
	2013	8.0	8.1	1.0
	2014	8.0	8.1	1.0
	2015	8.0	8.4	1.0
	2018	8.6	8.4	1.0
	2019–2020	11.9	12.0	1.0
இயந்திர தளவாட மற்றும் அதன் உபகரண உற்பத்தி	2011	6.8	7.2	1.1
	2012	6.8	7.2	1.0
	2013	6.7	6.6	1.0
	2014	6.6	7.3	1.1
	2015	6.1	7.3	1.2
	2018	5.8	7.7	1.3
	2019–2020	10.7	12.2	1.1
போக்குவரத்து தளவாட உற்பத்தி	2011	8.8	7.3	0.8
	2012	9.2	7.4	0.8
	2013	9.3	6.4	0.7
	2014	8.6	7.7	0.9
	2015	9.0	8.1	0.9
	2018	10.4	8.4	0.8
	2019–2020	9.8	12.2	1.2
மின்னணு, அலுவலக, தானியங்கு மற்றும் இதர தளவாட உற்பத்தி	2011	5.2	7.9	1.5
	2012	5.3	7.7	1.4
	2013	5.3	8.0	1.5
	2014	5.6	6.4	1.1
	2015	4.9	7.2	1.5
	2018	4.0	7.3	1.8
	2019–2020	6.6	10.6	1.6

Source. C. Veeramani & Anwesha Basu (forthcoming). *Protectionism, tariff inversion and assemble in India: Contradictions of trade policy* (IGIDR Working Paper).

தமிழ்நாட்டிற்கான முன்னோக்குப் பாதை

தமிழ்நாடு எந்தெந்தத் தொழில்துறைகளின் மீது கவனம் செலுத்த வேண்டும்? உழைப்பு மிகுந்த தொழில்களில் நமக்கிருக்கும் சாதகத்தினையும், வளர்ந்துவரும் உழைப்பாளர்களுக்கான வேலைவாய்ப்புகளை உருவாக்கித்தரும் நோக்கத்தினையும் வைத்துப் பார்த்தால், ஏற்றுமதி வளர்ச்சிக்கும் வேலைவாய்ப்புகளை ஏற்படுத்தவும் பேராற்றல் கொண்டுள்ள இரு வகையான தொழில்கள் உள்ளன (*Ministry of Finance, 2020; Veeramani & Dhir, 2016*).

முதலாவதாக, தமிழகத்தின் மரபுசார்ந்த குறைந்த திறமையும் உழைப்புமிகுதியும் கொண்ட தொழில்களான ஐவுளி, ஆடை, பொம்மைகள் மற்றும் தோல் பொருட்கள் (காலணிகள் உட்பட) ஆகியவற்றில் இன்னும் பயன்படுத்தப்படாத ஏற்றுமதிக்கான ஆற்றலிருக்கிறது. வாங்குபவர் சார்ந்த குழுக்களால் இத்தொழில்களின் உலக மதிப்புச் சங்கிலிகள் கட்டுப்படுத்தப்படுகின்றன; அதனுள் தலைமைவகிக்கும் வளர்ந்த நாடுகளை அகமாகக் கொண்ட நிறுவனங்களானவை, வடிவமைப்பு, வணிக அடையாளப்படுத்தல், சந்தைப்படுத்தல் ஆகிய உயர் மதிப்புக் கூட்டுச் செயற்பாடுகளில் கவனம் செலுத்துவன. உள் ஒப்பந்த ஏற்பாடுகள் மூலம், பொருள் உற்பத்தியானது வளரும் நாடுகளிலுள்ள நிறுவனங்களால் மேற்கொள்ளப்படுகிறது. வால்மார்ட் *(Walmart)*, நைக் *(Nike)* மற்றும் கார்ஸ்டாட் *(Karstadt)* ஆகியவற்றின் உற்பத்திப் பின்னலமைப்புகள் இதன் எடுத்துக்காட்டுகளாகும்.

இரண்டாவதாக, 'நெட்வொர்க்' தொழில்சார் பொருட்களின் இறுதிப் பொருத்தியமைத்தலில் பெருமையமாக உருவெடுக்கும் பேராற்றல் தமிழ்நாட்டிற்கு உள்ளது. உற்பத்தியாளர்சார்ந்த குழுக்களுக்குள் ஆப்பிள் *(Apple)*, சாம்சங் *(Samsung)*, சோனி *(Sony)* போன்ற பெரிய பன்னாட்டு நிறுவனங்களால் இத் தொழில்களின் உலக மதிப்புச் சங்கிலிகள் கட்டுப்படுத்தப்படுகின்றன. பொதுவாக, தொடக்கம் முதல் நிறைவு வரை ஒரே நாட்டில் இப்பண்டங்கள் உற்பத்தியாவதில்லை; மாறாக, நாடுகள் ஒவ்வொன்றும், பொருளுற்பத்தியின் குறிப்பிட்ட பணிகளிலோ படிநிலைகளிலோ தனித்தேர்ச்சிப் பெற்றிருப்பன. உற்பத்திப் பின்னலமைப்பிற்குள், உற்பத்திச் செயல்முறையின் குறிப்பிட்ட இவை தனித்தேர்ச்சிப் பெறுவன; இத்தனித்தேர்ச்சியானது அந்தந்த நாடுகளின் ஒப்பீட்டுச் சாதகங்களைச் சார்ந்திருக்கும். சீனாவைப் போன்ற தொழிலாளர்கள் மிகுந்த நாடுகள், திறம்குறைவானதும் உழைப்புமிக்கதுமான பொருத்தியமைத்தல் போன்ற உற்பத்திப் படிநிலைகளில் தனித்தேர்ச்சியடைவன; அதேநிலையில், பணமுள்ள நாடுகள் முதல் மற்றும் திறன் மிகுந்தஆராய்ச்சி

மற்றும் மேம்பாட்டுச் செயற்பாடுகளைப் போன்ற படிநிலைகளில் தனித்தேர்ச்சிப் பெறுவன. ஆக, உற்பத்தியில் திறமையும் அறிவும் மிகுந்த படிநிலைகளை பெருநிறுவனங்கள் உயர்வருமானத் தலைமையகங்களில் (எ.கா. அமெரிக்க ஐக்கியம், ஐரோப்பிய ஒன்றியம், ஜப்பான்) தக்கவைத்துக் கொண்டு, பொருத்தியமைத்தல் போன்ற செயற்பாடுகளை மட்டும் கூலி குறைந்துள்ள நாடுகளில் (எ.கா. சீனா, வியட்நாம்) இருத்தி வைக்கின்றன. பொதுத்தரப் பன்னாட்டு வணிக வகைப்பாட்டு மொழியின் *(Standard International Trade Classification-SITC nomenclature)* அடிப்படையில், உலக உற்பத்திப் பகிர்வு பெருமளவில் நிலவுகின்ற ஆறு வகைப்பட்ட 'நெட்வார்க்' தொழில்சார் பொருட்களை ஆராய்ச்சியாளர்கள் இனங்கண்டிருக்கிறார்கள். மொத்தத்தில், 2018இல் உலக ஏற்றுமதியில் 'நெட்வொர்க்' தொழில்சார் பொருட்கள் ஏறத்தாழ 30% வகித்தன; அதில் அதிகபட்சமாக 10.4% அளவிற்கு மின்பொறியின் பங்களிப்பாகும். 'நெட்வொர்க்' தொழில்சார் பொருட்களின் மொத்த வணிகத்தை, உதிரிகள் – பாகங்கள் மற்றும் பொருத்தியமைக்கப்பட்ட இறுதிப் பொருள்கள் என அதன் இரு பிரதான உள்வகைகளாகப் பிரிக்க முடியும் (அட்டவணை 2இல் காண்க).

அட்டவணை 2

'நெட்வொர்க்' தொழில்சார் பொருட்களின் உலக ஏற்றுமதிகள்

SITC எண்	*SITC* வகை	உலக ஏற்றுமதி 2018 *(trillion US$)*	மொத்த ஏற்றுமதி விகிதம், 2018
75	அலுவலக, தானியங்கி தரவு இயந்திரங்கள்	0.83	4.37%
76	தொலைத்தொடர்பு மற்றும் ஒலிப்பதிவு தளவாடங்கள்	0.65	3.42%
77	மின்வகை இயந்திரங்கள்	1.97	10.44%
78	போக்குவரத்து வாகனங்கள்	1.55	8.23%
87	தொழில்முறை மற்றும் அறிவியல் இயந்திரங்கள்	0.48	2.53%
88	நிழற்படக் கருவிகள்	0.12	0.66%
	மொத்த 'நெட்வொர்க்' பொருள்கள்	5.59	29.6%

Source. C. Veeramani & Garima Dhir. 2019b. *Dynamics and determinants of fragmentation trade: Asian countries in comparative and long-term perspective* (IGIDR Working Paper No. WP-2019-040); Ministry of Finance. 2020. Creating jobs and growth by specializing to exports in network products (Chapter 5). In Economic survey 2019–20. Government of India.

‘நெட்வொர்க்’ தொழில்சார் பொருள்களின் உலக ஏற்றுமதிகள், 2000ஆம் ஆண்டில் US$ 2.01 டிரில்லியனிலிருந்து 2018ஆம் ஆண்டில் US$ 5.41 டிரில்லியனுக்குச் சீராக அதிகரித்தன. இந்த அதிகரிப்புக்கு முக்கியக் காரணம், US$ 1.11 டிரில்லியனிலிருந்து US$ 3.93 டிரில்லியனுக்கு உயர்ந்த பொருத்தியமைக்கப்பட்ட இறுதிப் பண்டங்களாகும். உலகின் உற்பத்திப் பொருட்களின் ஏற்றுமதியில், இவை சராசரியாக 42% வகிப்பன. மொத்த ஏற்றுமதியில் பொருத்தியமைக்கப்பட்ட இறுதிப் பொருள்கள் ஏற்றுமதியின் சராசரிப் பங்களிப்பு 2000 முதல் 2016ஆம் ஆண்டு வரை கிட்டத்தட்ட 59% அளவிற்கும், கடந்த ஈராண்டுகளில் (2017, 2018) மட்டும் 72% அளவிற்கும் உயர்ந்துள்ளது. ‘நெட்வொர்க்’ தொழில்சார் பொருள்கள் ஏற்றுமதியில் ஆசியாவின் சராசரிப் பங்கு 2000ஆம் ஆண்டில் 37%இலிருந்து 2018இல் 51%ஆகச் சிறப்பாக அதிகரித்துள்ளது; இதேவேளையில் ஐரோப்பா மற்றும் அமெரிக்கா ஆகியவற்றின் பங்களிப்புகள் சரிந்துள்ளன. ஆசியாவின் மொத்த ஏற்றுமதிகளில் பெருமளவு கிழக்காசியாவையும், அதைத் தொடர்ந்து தென்கிழக்காசியாவையும் சேரும். ஆசியாவின் மொத்த ஏற்றுமதிகளில் ஆசியாவின் ஏனைய பகுதிகளின் பங்கு (தெற்கு, மத்திய மற்றும் மேற்கு ஆசியா ஆகியவை உட்பட) வெறும் 3% மட்டுமே ஆகும்.

இளம் மக்கள்திரளின் அமைப்பையும், ஊதியம் அதிகமுள்ள வேலைகளைத் தேடும் மக்களின் முனைப்பையும் கருதி, ‘உலகிற்காக தமிழ்நாட்டில் பொருத்தியமை’க்கும் திட்டத்தை ஆராய்ந்து செயல்படலாம். வணிகக் கொள்கை மத்திய அரசின் அதிகார வரம்பிலிருப்பதும், நேர்மாற்றுச் சுங்கவரிகளைக் கையாளசுங்க வரி வீதங்களை மாற்றியமைக்கும் நிலையில் மாநில அரசுகள் இல்லை என்பதும் உண்மையே. ஆயினும், ஏற்றுமதி செய்யும் நோக்கில் இறக்குமதி செய்யப்படும் இடையினப் பண்டங்களுக்காக, சுங்கத் தீர்வைகளற்ற ஏற்றுமதி செயலாக்க மண்டலங்களை (Export Processing Zones) மாநில அரசுகள் அமைத்துத் தரலாம். தொழிலாளர் சட்டங்களில் தளர்வுகளையும் இம்மண்டலங்கள் வழங்கவேண்டும்.

நீண்ட கடற்கரைப் பகுதியைக் கொண்டு, கிழக்காசியா மற்றும் ஆசியக் குழும நாடுகள் ஆகியவற்றுடனான உற்பத்திப் பின்னல்களுடன் நன்றாகத் தன்னை இணைத்துக் கொள்வதற்கு வசதியாகத் தமிழ்நாடு அமைந்துள்ளது. தேவையான வசதிகளுடன் நன்றாக இயங்கக்கூடிய ஏற்றுமதிச் செயலாக்க மண்டலங்களை அமைப்பது தவிர, மாநிலத்தின் பிற பகுதிகளுடனும், நாட்டின் மற்ற பகுதிகளுடனுமான இம்மண்டலங்களின் இணைப்புகளை

மேம்படுத்துவதிலும் தமிழ்நாடு முதலீடு செய்யவேண்டும். சேவையிணைப்புச் செலவையும், தமிழ்நாடின் உற்பத்திப் படிநிலைகளைப் பிறநாடுகளினுடையவற்றுடன் குறிப்பாக கிழக்கு மற்றும் தென்கிழக்கு ஆசியாவுடன் இணைக்கும் செலவினையும் குறைப்பதில் இம்மாநிலம் முதலீடு செய்யவேண்டும்.

குறிப்பு

1. The data cited in the first four paragraphs of this section derive from Census 2011 and MIDS–DES–SRC *Tamil Nadu Household Panel Survey Pre-Baseline Summary, 2018–19, Draft Report* submitted to Government of Tamil Nadu.

நூல் பட்டியல்

Amiti, M., S. J. Redding, and D. Weinstein, *The impact of the 2018 trade war on U.S. prices and welfare* (NBER Working Paper No. 25672), National Bureau of Economic Research, available at https://www.nber.org/papers/w25672.pdf, accessed on 7 October 2021.

Athukorala, P-C., and C. Veeramani, 'From Import Substitution to Integration into Global Production Networks: The Case of the Indian Automobile Industry', *Asian Development Review*, 36(2), 2019, pg. 72–99, available at https://www.worldscientific.com/doi/full/10.1162/adev_a_00132, accessed on 7 October 2021.

Babu, P. G., V. Kumar, and P. Singh 'Employment and Covid-19: Trends and Issues in Tamil Nadu', Chapter 3, this book.

Fontana, M., 'The Gender Effects of Trade Liberalization in Developing Countries: A Review of the Literature', in M. Bussolo and R. E. De Hoyos (eds), *Gender Aspects of the Trade and Poverty Nexus: A Micro-Macro Approach*, Palgrave Macmillan, 2009, available at https://openknowledge.worldbank.org/bitstream/handle/10986/13264/48455.pdf?sequence=1&isAllowed=y, accessed on 7 October 2021.

India Cellular & Electronics Association and McKinsey, *Making India the Global manufacturing Powerhouse for Mobile Handsets and Components* (Report), November 2018.

Javorcik, B., 'Global supply chains will not be the same in the post-COVID-19 world', in R. Baldwin and S. J. Evenett (eds), *COVID-19 and Trade Policy: Why Turning Inward Won't Work*, CEPR Press, 2020, available at https://voxeu.org/system/files/epublication/Covid-19_and_Trade_Policy.pdf, accessed on 7 October 2021.

Ministry of Finance, *Economic survey 2019–20*, Government of India, 2020, available at https://www.indiabudget.gov.in/budget2020-21/economicsurvey/index.php, accessed on 7 October 2021.

Ministry of Finance, 'Creating Jobs and Growth by Specializing to Exports in Network Products', in *Economic survey 2019–20*, Government of India,

2020. Available at https://www.indiabudget.gov.in/economicsurvey/doc/vol1chapter/echap05_vol1.pdf, accessed on 7 October 2021.

Veeramani, C., and A. Basu, 'Protectionism, tariff inversion and assemble in India: Contradictions of trade policy' (IGIDR Working Paper), Indira Gandhi Institute of Development Research, (forthcoming).

Veeramani, C., and G. Dhir, 'India's export of unskilled labour-intensive products: A comparative analysis', in C. Veeramani and R. Nagaraj (eds), *International trade and industrial development in India: Emerging trends, patterns and issues*, Orient Blackswan, 2016.

_____, 'Reaping gains from global production sharing: Domestic value addition and job creation by Indian exports' (IGIDR Working Paper No. WP-2019-024), Indira Gandhi Institute of Development Research, July 2019a, available at http://www.igidr.ac.in/pdf/publication/WP-2019-024.pdf, accessed on 7 October 2021.

_____, 'Dynamics and determinants of fragmentation trade: Asian countries in comparative and long-term perspective' (IGIDR Working Paper No. WP-2019-040), December 2019b, available at http://www.igidr.ac.in/pdf/publication/WP-2019-040.pdf, accessed on 7 October 2021.

10

வேலைவாய்ப்பை உருவாக்கும் தொழில்நிறுவனக் குழுமங்கள்:
திருப்பூரிலிருந்து சில கோட்பாட்டுப் படிப்பினைகள்

எம். விஜயபாஸ்கர்

தொழில்துறை அல்லது பொருளாதார இயங்காற்றல் என்பது இடம்சார்ந்து வேறுபடும் ஓர் நிகழ்வாக ஆகியிருக்கிறது. ஒரு துறையின் தனிச்சிறப்புத் திறன்களுடன் கூடிய வெவ்வேறு பிரிவுகளைக் கொண்ட நிறுவனங்களின்அடர் மண்டல ஒழுங்கற்ற இணைவும் ஒன்றுடன் ஒன்று பின்னிப் பிணைந்திருக்கிற அம்சமும் வளர்ச்சியின் உந்துசக்திகளாகக் காணப்படுகின்றன. அந்த மாதிரியான கூட்டிணைவுகள், தொழில்நிறுவனக் குழுமங்கள் (தொழிற்பேட்டைகள்) அல்லது மாவட்டங்கள் என்றும் குறிக்கப்படுகின்றன. அவை வேலைவாய்ப்பை உருவாக்குவதற்கான, குறிப்பாகத் தெற்குலகில் அவற்றை நீடிக்கச் செய்வதற்கான, கோட்பாட்டை உருவாக்குவதற்கு முக்கியமானவை.

குறு, சிறு, நடுத்தர நிறுவனங்கள் அமைச்சகத்தால் நிறுவப் பட்டுள்ள தரவுத்தளத்தின்படி எண்ணற்ற கைவினையகங்களுக்கு அப்பால், 28 நவீன குறு, சிறு, நடுத்தர நிறுவனக் குழுமங்களின் இருப்பிடமாகத் தமிழ்நாடு விளங்குகிறது. இந்த நிறுவனக்குழுமங்கள் எல்லா இடங்களிலும் ஒரே மாதிரியானதாக இல்லாமல் வேறுபடக்கூடியவை. கோயம்புத்தூரிலுள்ள வார்ப்புகள், வடித்தல் உபகரணங்கள், வேளாண் மற்றும் ஜவுளி இயந்திரங்கள், மோட்டார் வாகனத் துணைப்பொருட்கள், இயந்திரக் கருவிகள், டீசல் என்ஜின்கள், மின்னுரல் (wet grinder) போன்ற சமையலறை உபகரணங்கள் ஆகிய பொறியியல் சாதனங்களைத் தயாரிப்பதில்

சிறப்புக் கவனம் மேற்கொள்ளும் கோயம்புத்தூரிலுள்ள தொழில் நிறுவனக் குழுமங்களிலிருந்து விசைத்தறி, வீட்டு அறைக்கலன்கள், நூற்பு இயந்திரங்கள் உள்ளிட்ட துணிமணிகள், ஆடைகள் போன்றவற்றை உற்பத்தி செய்யும் கரூர், ஈரோடு, திருப்பூர், கோவை, சேலம் போன்ற தமிழ்நாட்டின் மேற்கு மாவட்டங்கள் வரை பரவலாக இந்தத் தொழில் நிறுவனக் குழுமங்கள் உள்ளன. இந்தப் பட்டியலில் மதுரையிலுள்ள ஆயத்தஆடை உற்பத்திச்சாலைகள், இராஜப்பாளையத்திலுள்ள சல்லாத் துணி உற்பத்தியகங்கள் போன்ற தொழில்நிறுவனக் குழுமங்களையும் சேர்த்துக்கொள்ளலாம். சென்னையிலும் பாலாற்றுப் படுகைகளிலும் அரிசி அரவை ஆலைகள், மாவுப்பொருட்கள் மற்றும் சவ்வரிசி தொழிற்சாலைகள் போன்ற வேளாண்மை சார்ந்த தொழில்நிறுவனக் குழுமங்களும் தோல் மற்றும் தோல் பொருட்கள் சார் தொழிலகக் குழுமங்களும் உள்ளன. மேலும் சென்னைப் பெருநகரப் பகுதியில் மோட்டார் வாகனங்கள் மற்றும் அவற்றின் துணைப்பொருட்கள் சார்ந்த தொழிலகங்களும் குவிந்துள்ளதைக் காணலாம்.

பெரும்பாலான தொழிலகக் குழுமங்கள் தொழிலாளர் முனைப்பு கொண்டவையாக மட்டும் அல்லாமல், இயங்காற்றல் கொண்டவையாகவும் காணப்படுகின்றன. அதாவது, அவை மதிப்புக் கூட்டுப் பிரிவுகளை நோக்கி நகரக்கூடிய திறன்களையும் பல்வகைப்படுத்தும் திறன்களையும் கொண்டுள்ளன. வேலை வாய்ப்பை அதிக அளவில் உருவாக்குவதற்கு, அப்படிப்பட்ட தொழிலகக் குழுமங்கள், முன்னேறியிருக்கும் அவற்றின் இயங்காற்றல் திறன் மற்றும் வளர்ச்சி நோக்கி அவை எதிர் கொள்ளும் தடைகள் ஆகிவற்றைப் புரிந்துகொள்வது பயனுள்ளதாக இருக்கும். திருப்பூர் ஆடையகக் குழுமங்களின் அண்மைக்கால ஆய்வின் அடிப்படையில்[1] மாநிலத்திலுள்ள பெரிதும் இயங்காற்றல் கொண்ட குழுமங்களில் ஒன்று, விவாதிக்கக் கூடிய வகையிலும், பிற தொகுப்புகளில் இரண்டாம் நிலை பொருட்களின் பயன்பாடு ஆகியவை, கோவிட்–19க்குப் பிறகான காலகட்டத்தில் வேலைவாய்ப்பு உருவாக்கத்தின் பிரச்சினையைக் கவனத்தில் கொள்வதற்குக் கொள்கை இடையீட்டுக்கான சில வழிகாட்டுதல்களை வழங்குகிறது. கோவிட் பெருந்தொற்றுக்கு முன்பே பல தொழில்நிறுவனக் குழுமங்கள் நெருக்கடியில் இருந்துவந்துள்ளன என்று இந்தச் சுருக்கக் குறிப்பு தொடக்கத்திலேயே குறிப்பிடுகிறது.

நெருக்கடியின் அம்சங்கள்: பெருந்தொற்றுக்கு முந்தைய ஒரு வரைபடம்

டெக்கான் ஹெரால்ட் அண்மையில் பிரசுரித்துள்ள ஒரு கட்டுரையில் சுட்டியவாறு இந்தத் தொழிலகக் குழுமங்களில் உள்ள

நிறுவனங்களைப் பல காரணிகள் பாதித்தவகையில் பெருந்தொற்று ஒரு கடைசிக் காரணமாக வந்துசேர்ந்திருக்கலாம். சில காரணிகள் பகுதி சார்ந்தவை, சில காரணிகளோ பகுதியையும் கடந்து தேசிய – உலகளாவிய காரணிகள் ஆகும்.

சென்னை, கோயம்புத்தூர், திருப்பூர் தொழிலகக் குழுமங்களின் பத்திரிகையாளர் குறிப்புகள் பல நிறுவனங்கள் நெருக்கடிக்குள்ளாகிப் பாதிப்படைந்திருப்பதை, குறிப்பாகக் குறிப்பிட்ட தொழிற்குழுமங்களின் மதிப்புச் சங்கிலியின் கீழ் முனைகளில் இடம்பிடித்திருப்பதைச் சுட்டிக் காட்டுகின்றன. நாணய மதிப்பிழப்பு மற்றும் சரக்கு மற்றும் சேவை வரி (*GST*)யைத் தவறான முறையில் நடைமுறைப்படுத்தியது ஆகியவை நிறுவனங்களின் வழங்கல் சங்கிலியையும் (*supply chain*), நடைமுறை மூலதனத்தையும் (*working capital*) பாதித்தன. சிறிய நிறுவனங்கள் சரக்கு மற்றும் சேவை வரியை மாதந்தோறும் செலுத்த வேண்டிய நிலையில், அவர்களுக்கு வாடிக்கையாளர்களிடமிருந்து வரவேண்டிய பணமோ மூன்று மாதங்களுக்குப் பிறகே கிடைக்கும். கடந்த சில ஆண்டுகளின் பொருளாதார மந்தத்தின் விளைவாக, அது மேலும் தாமதமாகியது. இந்நிலை ரொக்கச் செலாவணியில் நெருக்கடியை ஏற்படுத்தி, உரிய நேரத்தில் சரக்கு மற்றும் சேவை வரியைச் செலுத்தமுடியாத நிலைக்குப் பொருள் வழங்குநர்களை இட்டுச்சென்றது. சரக்கு மற்றும் சேவை வரி நடைமுறைப்படுத்தப்பட்டதையொட்டி, ஆடை உற்பத்தித் தொழிலகங்கள் போன்றவற்றுக்கு அளிக்கப்பட்டு வந்த பிற சலுகைகளும் திரும்பப்பெறப்பட்டு அவை பாதிப்படைந்தன.

கூடுதலாக, பயன்படுத்தப்படாத பொருட்கள் மற்றும் சரக்கிருப்பு ஆகியன நிறுனங்களில் தேங்கலாயின. உலகளாவிய நிலையில், செலவினத்தைக் குறைப்பதற்காகச் சரக்கிருப்பு வைத்துக்கொள்வதற்குப் பதிலாக, தேவையானவற்றை அவ்வப்போது உற்பத்தி செய்யும் முறைக்கு நிறுவனங்கள் மாறியுள்ளன. இதற்குப் பொருள் என்னவென்றால், நிறுவனங்கள் சரக்கிருப்பைப் பராமரிப்பதற்கான செலவை வழங்குநர்களின் வேறுவிதமான அடுக்குகளுக்கு மாற்றிவிட்டன என்பதே. எனவே, தேவையின் ஏற்றஇறக்கம், விற்கப்படாத சரக்கிருப்பை, அப்படிப்பட்ட சரக்கிருப்பைச் சேமித்துவைப்பதற்கான செலவை ஏற்க வேண்டிய நிலையில் இருக்கும் சிறிய வழங்குநர்களுக்காகவும் மாற்றிவிட்டது.

இலாப அளவில் ஏற்பட்ட சரிவால் நேரிட்ட ஆதாய நெருக்கடிக்கு அப்பால், சிறிய நிறுவனங்கள் கூட ஒட்டுமொத்தத் தேவையில் ஏற்பட்ட குறைவால் பாதிப்புக்குள்ளாயின. கோயம்புத்தூர், திருப்பூர் மாவட்ட குறு, மற்றும் குடிசைத் தொழில் நிறுவனங்கள் கூட்டமைப்பின் தலைவரான திரு. சிவகுமாருடனான

நேர்காணல் ஒன்றை எடுத்துக்காட்டி, "கோயம்புத்தூர் திருப்பூர் பகுதியில் குறைந்தபட்சம் 10,000 தொழில்நிறுவனங்கள் மூடப்பட்டன என்றும் மந்தநிலை காரணமாக 25,000க்கும் மேற்பட்ட தொழிலாளர்கள் வேலை இழந்தனர் என்றும், கோவிட்–19 பரவலுக்கு முன்பாகவே இத்தகைய புதிய இடையூறுகள் நிலவின என்றும் லிவ்மின்ட் செய்தி வெளியிட்டிருந்தது. "60% அளவுக்கு விற்பனை இழப்பு ஏற்படும்" என்றும் திரு. சிவகுமார் கூறினார். திருப்பூரின் ஆடை ஏற்றுமதியாளர்கள்கூட இதுபோன்ற சவால்களை எதிர்கொண்டிருக்கின்றனர். இந்நிலைமைகள் முன்னுரிமையளிக்கும் வர்த்தக ஏற்பாடுகளால் மேலும் கூடியது. ஐரோப்பிய யூனியனுடனான தடையற்ற வர்த்தக ஒப்பந்தங்களை உருவாக்குவதன் மூலமாக ஏற்றுமதியாளர்களின் உணர்வு புறக்கணிக்கப்பட்டது.

பெருந்தொற்று என்ன செய்திருக்கிறது?

தேவையில் மேலும் ஒரு வீழ்ச்சியை அளித்துக்கொண்டிருப்பதற்கு அப்பால், பெருந்தொற்றும் வழங்கல் சங்கிலியில் இடையூறை ஏற்படுத்தியிருக்கிறது. உதிரிபாகங்கள், மூலப்பொருட்கள் மற்றும் இதர துணைப்பொருட்களைப் பெறுவதிலும் தடங்கல் ஏற்பட்டுள்ளது. ஆடைகள் மற்றும் தோல்பொருட்கள் துறைகளில் இது உண்மையே என்னும் நிலையில், மோட்டார் வாகனப் பாகங்கள் துறையில் சீனா தனது மோட்டார் வாகனப் பாகங்களை 27 விழுக்காடு இந்தியாவுக்கு இறக்குமதி செய்வதால் இதனைக் கண்கூடாகக் காணலாம். தேவை அம்சத்தில் பார்த்தால், திருப்பூரிலிருந்து ஏற்றுமதியாவதில் 25% – 30% விற்பனை ஆணைகள் ஏற்கெனவே ரத்தாகியுள்ளன. தேவை குறைந்துள்ளதால், வாங்குவோர் பலரும் ஏற்றுமதியாளர்களிடம் தாங்கள் கோரிய பொருட்களை அனுப்பிவைக்கவேண்டாம் என்று கேட்டுள்ளனர். நிலுவையிலிருக்கும் தொகைகளும் வந்துசேராமல் தாமதமாவதாகக் கூறப்படுகிறது. தோல் துறையிலும் கூட வாங்குவோர் தாங்கள் கோரிய பொருட்களை அனுப்பாமல் நிறுத்திவைக்கும்படி ஏற்றுமதியாளர்களிடம் ஏற்கெனவே கேட்டுக் கொண்டுள்ளதால், ஏற்றுமதி ஆணைகளில் 20% வீழ்ச்சி ஏற்படும் என்று எதிர்பார்க்கப்படுகிறது. மோட்டார் வாகன உற்பத்தியாளர்கள் பலரும் தங்கள் உற்பத்தியை நிறுத்திவிட்டதால், அவர்களுள் பலரும் வாகனப்பாகங்கள் இணைப்பாளர்கள் என்பதால், அவர்களுக்கு வாகனப்பாகங்களை வழங்கும் துறைகளிலும் கணிசமான வேலைஇழப்பு நேரிடக் கூடும். புலம்பெயர்ந்து வந்த தொழிலாளர்கள் தங்கள் வேலைகளை இழந்து, ஊருக்கும் திரும்பிச்செல்ல முடியாமல், எல்லாவற்றிற்கும் மேலாக வைரஸ்

தொற்றுக்கும் அஞ்சி, பெரும் கவலைக்குள்ளானார்கள். குறுகிய கால அவகாசத்தில் திரும்பிவருவதற்குத் தொழிலாளர்கள் தயக்கம் காட்டியதுவேறு, வழங்கல் சங்கிலியில் ஏற்பட்ட இடையூறைக் கூட்டியது. தேவையில் ஏற்பட்ட வீழ்ச்சியிலிருந்து 2020ஆம் பிற்பகுதியில் கரையேறிவிடலாம் என்று பல நிறுவனங்கள் நம்பிக்கை கொண்டிருந்த நிலையில், குறு, சிறு, நடுத்தர நிறுவனங்கள் எதிர்கொண்ட பிரச்சினைகளைப் பெருந்தொற்று அதிகப்படுத்தியது. இந்தக் குறிப்பானது, தேவை என்னும் அம்சம் குறித்து நேரடியாகக் கருத்துரைப்பதற்கான கோட்பாட்டு நடவடிக்கைகளில் ஈடுபடவில்லை. தேவை என்பதைப் புதுப்பித்தலானது, சிறப்பான வேலைவாய்ப்பையும் உற்பத்தி இணைப்புகளையும் இந்தக் குழுமங்களில் உறுதிப்படுத்துவதற்கு என்ன செய்திருக்க வேண்டும் என்பதன் மீதான சில சுட்டிக்காட்டல்களை வழங்குகிறது.

இரண்டு தளங்கள்

அனைத்துக் காரணிகளையும் மாநில அரசின் மட்டத்தில் கவனத்தில் கொள்ளமுடியாது என்னும் நிலையில், மத்திய அரசின் கட்டுப்பாட்டிலுள்ள சில பிரச்சினைகள் மீது அவர்களுடன் தீவிரமாகக் கலந்தாய்வு செய்வது உட்பட, தலையீட்டுக்கான சாத்தியமான சில வழிகள் உள்ளன. அவற்றுள் சில குறுகிய கால அளவில் சாத்தியமாகக்கூடியவை. சில சிறிது காலத்திற்குப் பிறகே சாத்தியமாகும்.

இந்தக் குறிப்பில் இரண்டு தளங்கள் குறித்து விளக்கம் பெறலாம். தொழிலாளர்களை ஈடுபடுத்தும் உற்பத்தியிலிருந்து திறந்த சூழலில் நீடித்திருப்பது வரை. உற்பத்தியின் அளவை வெறுமனே விரிவு செய்வதன் மீது கொள்கையைக் குவிப்பது போதாது. கூலியை முதன்மைப்படுத்தும் போட்டியானது, வெளியீடும் வேலைவாய்ப்பும் விரிவடைந்தாலும்கூட, உழைப்பிலிருந்தும் மூலதனத்திலிருந்தும் கிடைக்கும் வருமானம் வீழ்ச்சியடையும் நிலைக்கு இட்டுச்செல்லும். இதனை 'மயங்கச்செய்யும் வளர்ச்சி' என வர்ணிப்பார்கள். ஆகவே, நிறுவனங்கள் பல பிரிவுகளாகப் பிரிக்கப்பட்டால் திறன், தரம், தொழில்நுட்பம், வடிவமைப்புத் தீவிரம் ஆகியவற்றின் மூலம் உள்ளே நுழைய பல தடைகள் இருக்கும் என்பதை உறுதிப்படுத்திக் கொள்ள வேண்டும். இது அவர்களை அதிக வருமானம், புதிய வேலைவாய்ப்பு உருவாக்கம், உற்பத்தி இணைப்புகள் ஆகியவற்றைப் பெற அனுமதிக்கிறது. அதிக மதிப்பை ஒதுக்கிக்கொள்வது உற்பத்தியாளர்கள் வேலைவாய்ப்பின் தரத்தை உயர்த்திக்கொள்வதற்கும் வழிவகுக்கிறது. இது தேர்ந்த தொழிலாளர்கள் கணிசமான அளவில் கிடைக்கக்கூடிய தமிழ்நாடு போன்ற மாநிலங்களுக்குக் குறிப்பாக, முக்கியமாகப் பொருந்தக்

கூடியது. எனவே, வெறுமனே வேலைவாய்ப்பு உருவாக்கம் மட்டும் அல்லாமல், தரமான வேலைவாய்ப்பு என்பதையும் இது வலியுறுத்துகிறது. ஒப்பீட்டளவில் மாநிலத்தில் பொருளாதாரத்திலும் மனித மேம்பாட்டிலும் உயர்நிலைகளை அளிக்கும் வகையில் உள்ளது.

இரண்டாவதாக, அண்மையில் சில தசாப்தங்களாகச் செய்யப்பட்டுவந்ததைப் போல அரசு இனிமேலும் தனிச் செயல்பாட்டாளர்களுக்காக இயங்கிட முடியாது என்பதை இந்தக் குறிப்பு ஒரு முக்கியக் கோட்பாடாகக் கொள்கிறது. அரசு ஒரு "தொழில்முனைவோர்' ஆகவும் இருந்திட வேண்டும். மரியானா மஸ்ஸுகாட்டோ என்னும் பொருளியல் அறிஞர் தமது நூலில் 'அரசு ஒரு தொழில்முனைவோராகச் செயல்படும்போதுதான் உலகளாவிய அளவில் பொருளாதார இயங்காற்றல் நிகழ்கிறது' என்றும் 'புதுமைக் கண்டுபிடிப்புகளுக்காக நிறுவனங்களை நிறுவுவதில் முக்கியப் பாத்திரத்தை வகிப்பதுடன், அத்தகைய கண்டுபிடிப்புகளுக்கான சந்தையாகவும் இருக்கவேண்டும்' என்றும் வலியுறுத்தியுள்ளார். வெளிப்படையாகப் பெரிதும் பொருளாதாரத்தின் சந்தைஆதரவு நிலைபாடு கொண்ட அமெரிக்கா, பொதுத்துறை ஆயினும், பல்கலைக்கழகங்களோடும் சமயங்களில் தனியார் நிறுவனங்களோடும் கூட்டாண்மை வகித்துப் புதுமைக் கண்டுபிடிப்புகளையும் பொருளாதார இயங்காற்றலையும் முன்னணியில் நின்று செயல்பட்டுவருகிறது.

இவ்விரண்டு தளங்களின் அடிப்படையில், கொள்கை இடையீட்டுக்காக முக்கியத் தளங்களை அடையாளம் காண இந்தக் குறிப்பு முனைகிறது. முக்கியமான கவனக்குவிப்பு ஜவுளி மற்றும் ஆடைகளுக்கு என்ற நிலையில், துறைகளுக்கு இடையிலான சில குறுக்கீடுகளை இனங்காணவும் இந்தக் குறிப்பு முனைகிறது.

'மேம்படுத்துதலின்' அவசியம்: புதுமையாக்கங்கள், உழைப்புத் தீவிரம், விலைநிர்ணயம்

ஜவுளி மற்றும் ஆடைத் துறையானது, மொத்த உள்நாட்டு உற்பத்தியில் 2%, தொழில்துறை உற்பத்தியில் 7%, இந்தியாவின் ஏற்றுமதி வருமானத்தில் 15% இடங்களை வகிப்பதுடன், நான்கரை கோடி தொழிலாளர்களுக்கு வேலைவாய்ப்பு தருவதாகவும் உள்ளது. திருப்பூர் பின்னலாடைக் குழுமமானது, இந்தியாவிலிருந்து பெரிய அளவில் ஏற்றுமதி செய்யும் இடமாகவும், தமிழ்நாட்டில் ஏராளமானோருக்கு குறிப்பாக விவசாயம் செய்வதை விட்டுவிட்டுவந்த திறமை குறைந்தவர்களுக்கு வேலைவாய்ப்புகளை வழங்கும் இடமாகவும் உள்ளது. 2005ஆம் ஆண்டில் ஏற்றுமதி

ஒதுக்கீட்டை நீக்கிய பிறகு, உலக ஆடை ஏற்றுமதியில் இந்தியாவின் பங்கு 3.5 விழுக்காட்டிலிருந்து 4.5 விழுக்காடாக ஓரளவு மட்டுமேயாக உயர்ந்திருக்கும் நிலையிலும், ஆடை ஏற்றுமதியில் பின்னலாடையின் பங்கு அதிகரிக்கவேயில்லை. குறைந்த அளவிலான, பாதியளவே ஃபேஷன் பிரிவாக இருந்த திருப்பூர் நிறுவனங்களும், தரப்படுத்தப்பட்ட, பெரிய அளவில் உற்பத்தியைச் செய்யும் நிறுவனங்களாகவும், ஒரு குறிப்பிட்ட அளவுக்கு முக்கியமான பிரிவுகளாகவும் மாற்றம் கொண்டன.

முன்னேறிவந்த தரநிர்ணய அளவுகோல்களின் தேவையின்படியான, தானியங்கி இயந்திரங்களின் வளரும் நிலைகளின் காரணமாக, நூற்புப் பிரிவு, பின்னல் பிரிவு, சாயமிடல், வெளுத்தல், அச்சிடல், பூத்தையல் போன்ற செயலாக்கப்பிரிவு ஆகிய ஒவ்வொரு பிரிவிற்குமான தொழிலாளர் வேலைவாய்ப்பும் குறைக்கப்பட்டது. எப்படியிருப்பினும், ஆடை தயாரிப்பானது, தொழிலாளர்களாலேயே செய்யப்பட்டுவருகிறது. நிறுவனங்களின் அளவு அதிகரிக்க, மனிதவளத் துறைகள் உருவாயின. நிர்வாகப் பணியாளர்கள் பணிநியமனம் செய்யப்பட்டனர். இது புதிய வேலைவாய்ப்புகள் அமைய வழிவகுத்தது.

எல்லாவற்றிற்கும் மேலாக, தொழிலாளர் தேவை குறைய நேரிட்டாலும், உற்பத்தியின் பெருக்கமானது, தொழிலாளர்களுக்கான தேவை அதிகமாவதை உறுதிப்படுத்தியது. இயந்திரத்துடன் ஊடாடும் புதிய திறமைகளைக் கொண்ட தொழிலாளர்கள் பணிவாய்ப்பு பெற்றனர். நிறுவனங்கள் உற்பத்தித் தரத்தை உயர்த்துவதற்காக முதலீடு செய்தபோதிலும், ஒவ்வொன்றுக்குமான சராசரி விலைநிர்ணயம் தேக்கமடைந்து, கடந்த 78 ஆண்டுகளாக 2.5 அமெரிக்க டாலருக்கும் குறைவாக ஆகிவிட்டது. இது ஏற்றுமதியாளர்களின் லாபத்தைக் குறைத்துவிட்டது. பல நிறுவனங்கள் இந்தக் காலகட்டத்தில் பின்னலாடைக்கான தேவை மிகுந்திருக்கும் உள்நாட்டுச் சந்தையில் கவனம்செலுத்தின. உள்நாட்டுச் சந்தையின் தேவையை நிறைவேற்றவும், அவர்கள் சந்திக்க நேர்ந்த தடைகளை எதிர்கொள்ளவும் அந்த நிறுவனங்களுக்கு அவர்களின் ஏற்றுமதி அனுபவங்கள் உதவிகரமாக அமைந்தன. மோட்டார் வாகனத் துறையில் பல்வேறு பிரிவுகளிலிருக்கும் விற்பனையாளர்களும் தரத்திலும் தொழில்நுட்பத்திலும் முன்னேற்றம் ஏற்பட்டிருந்தாலும், மோசமான விலைநிர்ணயம் குறித்துத் தெரிவித்துள்ளனர். இது பல மதிப்புக் கூட்டுப் பிரிவுகளில் தரமான வேலைவாய்ப்பை உருவாக்குவதற்கான் பல்வகைப்படுத்தலையும் உள்நுழைதலையும் நெருக்கடிக்குள்ளாக்குகிறது.

குழுஉரிமைக் கட்டுப்பாடும் செயற்கைஇழை துணிவகைகளில் பலவீனமான திறன்களும்

திருப்பூர் உள்ளிட்டு இந்தியாவிலிருந்து ஏற்றுமதியாகும் துணிவகைகள் பெரும்பாலும் பருத்தி ஆடைகளே ஆகும். அதேசமயம், உலகளாவிய சந்தையில் செயற்கை இழை ஆடைகளும் கலப்பிழை ஆடைகளும் செல்வாக்கு செலுத்தின.

*2000*ஆவது ஆண்டின் தேசிய ஜவுளிக் கொள்கை, *2010*ஆம் ஆண்டின் தேசிய நாரிழைக் கொள்கை ஆகிய இரண்டுமே செயற்கை துணிவகைகளை ஊக்குவிக்கவும் நாரிழை உற்பத்தியையும் நுகர்வையும் நோக்கி மாறுதலடையவும் செய்தன. இத்தகைய நடவடிக்கைகளை மேற்கொண்டபோதிலும், உற்பத்தியாளர்களால் தரமான துணிகளைத் தகுந்த விலைக்குத் தந்திட இயலவில்லை. நாரிழை உற்பத்தி மீதான குழு உரிமைக் கட்டுப்பாடானது, உள்நாட்டு நாரிழை விலைகளை உலகச் சந்தையில் நிலவும் விலையைவிட அதிகமான விலைக்கு அளிக்கவே வழிசெய்தது. சரக்குகளை ஏற்றிச் செல்லும் கட்டணம் போகவும், இறக்குமதி செய்யப்பட்ட நூலிழை *3%* – *5%* அளவுக்கு மலிவாக இருந்ததாகக் கூறப்படுகிறது. உள்நாட்டு உற்பத்தியாளர்களின் பரப்புரை காரணமாக, செயற்கை இழைகளின் தீர்வையில்லா இறக்குமதியை நாட இயலாத நிலை ஏற்பட்டதைச் சிலர் எடுத்துக்காட்டுகின்றனர்.

கடந்த மாதங்களில் ஓரளவுக்கு இந்தப் பிரச்சினை கவனத்தில் கொள்ளப்பட்டிருந்தாலும், உடனடியாகக் கவனிக்க வேண்டிய ஒரு தளமாக இது இருக்கிறது. 'இந்தியாவில் தயாரிப்போம்' திட்டத்திற்கு அண்மையில் கொடுக்கப்பட்டிருக்கும் அழுத்தம் இத்தகைய கட்டணக் குறைப்புக்கு வழிவகுக்கக்கூடும். மேலும் இத்தகைய கொள்கை மாற்றம் வேலைவாய்ப்பை உருவாக்கும் ஆடைத் தயாரிப்புத் தொழிற்துறையின் போட்டியுணர்வை மிகவும் பாதிக்கவும் கூடும். உள்நாட்டு நாரிழைத் தொழிற்துறை உற்பத்தியின் போட்டியுணர்வையும் தகுந்த விலை நிர்ணயத்தையும் உறுதி செய்வதற்கும், அத்தகைய நாரிழையைப் பயன்படுத்தி நேரடி ஆடைத் தயாரிப்பாளர்கள் உயர் ரகத் துணிவகைகளை நோக்கி நகரவும் கொள்கை நடவடிக்கைகளின் மறுநோக்கு அவசியமானதாகிறது. பொருத்தமான வர்த்தகக் கொள்கைகளைக் கோருவதற்கு அப்பால், மாநில அரசும், (தொழில்ரீதியான துணிவகைகளைப் பெரிதும் பயன்படுத்துவோரான) மருத்துவச்சேவை அளிப்போருக்கும் துணி நிறுவனங்களுக்கும் இடையில் கலந்துரையாடலை ஏற்பாடு செய்யக் கூடும். தமிழ்நாடு மருத்துவச்சேவைகளின் ஒரு பெரும் மையமாக இருப்பதால், அத்தகைய கலந்துரையாடல்கள் பயனுடையதாக அமையலாம்.

இடைநிலைப் பொருட்களுக்காக விலை ஏற்ற இறக்கம்

நாணயம் மற்றும் உள்ளீட்டுவிலை ஏற்ற இறக்கம் (குறிப்பாக நூலைப் பொறுத்தவரை) ஆகியவற்றுக்கு நேரும் இடரானது, ஒப்பீட்டளவில் பெரிய அளவிலான விற்பனை ஆணைகளை எடுத்துக்கொள்வதிலிருந்து ஏற்றுமதியாளர்களைக் கட்டுப்படுத்தும் ஒரு காரணியாகும். உற்பத்திச் செலவுகளின் பெருக்கத்தை நூல் உணர்த்துகிறது. ஒப்பந்தங்களும் விலைகளும் உற்பத்தி தொடங்குவதற்கு முன்பே நிர்ணயம் செய்யப்படுவதால், ஒப்பந்தம் கையெழுத்தான பிறகு நூல் விலைகளில் நேரும் எந்த மாற்றமும் ஏற்றுமதியாளர்களின் லாப அளவைப் பாதிக்கும். நாணய மாற்று விகிதத்திலும் அப்படியே.

இந்த இடர்களை எதிர்கொள்ள காப்பீடு வழிவகை செய்கிறது. அதிகப்படியான பரிமாற்றக் கட்டணம் இத்தகைய இடர் குறைப்பு ஏற்பாட்டைச் சார்ந்திருப்பதிலிருந்து சிறிய மற்றும் நடுத்தர நிறுவனங்களைத் தடுக்கிறது. நூல் உற்பத்தியாளர்களும் வணிகர்களும் இதனை வலுவான வேலைவாய்ப்பு இணைப்புகளுடன் கூடிய ஓர் உள்ளீடாகப் பார்க்காமல் வெறுமனே ஒரு பண்டமாகப் பார்க்க முனைகின்றனர். அத்தகைய இணைப்புகள் கொண்ட ஒரு கண்ணோட்டத்தைக் கொள்கை உருவாக்குதல் அளிக்க இயலாது. பிற உள்ளீடுகளிலும் குழுஉரிமை நடைமுறைகளால் வடிவமைக்கப்பட்ட வழங்கலிலும் இது உண்மை. எனவே, இறுதிப் பொருட்களின் செலவு குறைந்த வழங்கலை உறுதிப்படுத்துவதற்காக இடைநிலைப் பொருட்களின் உற்பத்தியையும், விநியோகத்தையும் நிர்வகிப்பது, வேலைவாய்ப்பை உருவாக்குவதற்கு முக்கியமானது.

ஆராய்ச்சிக்கும் மேம்பாட்டுக்கும் அரசின் ஆதரவு குறைந்துவருகிறது

பல்வேறு துறைகளுக்கான பொது ஆராய்ச்சி மற்றும் மேம்பாட்டு ஆதரவில் நிலையான சரிவு இருந்துவருகிறது. எடுத்துக்காட்டாகச் சொல்வதானால், ஜவுளித்துறைக்கான அரசு ஆதரவு பெற்ற ஆராய்ச்சி மற்றும் மேம்பாட்டு அமைப்புகளுள் ஒன்றான தென்னிந்திய ஜவுளி ஆராய்ச்சி சங்கத்திற்கு மத்திய அரசு வருடாந்திர நிதிநிலை அறிக்கையில் 10% மட்டுமே ஆதரவு நல்குகிறது.

1980களில் பணியில் இருந்த ஏறத்தாழ 300 விஞ்ஞானிகள் பணியில் இருந்த நிலையில் சரிவு ஏற்பட்டுத் தற்போது 50க்கும் குறைவானவர்களே உள்ளனர். எதிர்பார்க்கப்பட்டதுபோல் பெரிய தனியார் செயல்பாட்டாளர்களால் ஆராய்ச்சி மற்றும் மேம்பாட்டு முதலீடுகளில் எந்த முன்முயற்சியுடனும் இந்தச்

சரிவு நிகழ்ந்திருக்கவில்லை. நீண்ட கால ஆராய்ச்சி மற்றும் மேம்பாட்டு முதலீடுகளுக்கு எதிராகக் கொள்கைப் பாரபட்சம் இருப்பதாகவும், (போதுமானதாயிராத) உடனடிப் பலன்களைத் தரும் குறுகிய கால ஆராய்ச்சித் திட்டங்களுக்கு முன்னுரிமை அளிக்கப்படுவதாகவும் கூறப்படுகிறது. ஆடைகளில் புதுமைகளான புதிய இயற்கை நாரிழைகள் மற்றும் தொழில்ரீதியான துணிவகைகள் போன்ற பல்வகைப்படுத்துதல்கள் உலகளாவிய முக்கிய வாடகை வளங்களாக வளர்ந்துவருகின்ற சூழலில் இது கவலையளிப்பதாக உள்ளது.

தமிழ்நாட்டில், தொடக்கநிலை சூழலியல் அமைப்புகள் சிறப்பாக இருக்கையில், வளங்களையும், உரிய வழிகாட்டுதல்களையும் அளிக்கும் முக்கியச் செயல்பாட்டில் மாநில அரசின் பங்கு போதுமானதாக இருக்கவில்லை. எனவே, வேலைவாய்ப்பை உருவாக்கும் முக்கியமான துறைகளை இனங்காண்பதும், மேலும் மதிப்புக் கூட்டு பிரிவுகளாகப் பன்முகப்படுத்த நிறுவனங்களுக்கு உதவ போதுமான ஆராய்ச்சி மற்றும் மேம்பாட்டு ஆதரவை உறுதி செய்தலும் முக்கியம். இந்த வகையில் தோல் தொழிற்துறைக்கு ஆதரவளித்துவரும் மத்திய தோல் ஆராய்ச்சி நிறுவனத்தின் (சென்னை) பங்கு முன்மாதிரியான ஒன்றாகும்.

தொழில்நுட்பக் கல்லூரிகள், பல்கலைக்கழகங்கள் ஆகியவற்றின் திறன்களும் வலுவற்றதாகவே உள்ளது. மாநிலத்தில் பொறியியல் கல்லூரிகளுக்கும் பல்கலைக்கழகங்களுக்கும் கணிசமாக முதலீடு செய்யப்பட்டுள்ளது. புதுமைக் கண்டுபிடிப்புகளுக்காக உள்ளூர்ப் பல்கலைக்கழகமும் தொழிற்துறையும் இணைந்து திட்டமிடுதலையும் சலுகைகளை நடைமுறைப்படுத்துதலையும் செய்கின்றன. எனவே, தலையீடுகள் வெறுமனே வளஒதுக்கீடு என்பதாக மட்டும் இருக்க முடியாமல், மாநிலத்தில் தொழில்நுட்பக் கல்வியின் திசைவழிக்கான மறுநோக்குநிலை தேவைப்படுவதாகவுமிருக்கும்.

உற்பத்தித் திறன்

நம்முடன் போட்டியிடக்கூடிய வியட்நாம், சீனா ஆகிய நாடுகளை விடவும் நாம் உற்பத்தித் திறனைக் குறைவாகக் கொண்டிருக்கிறோம் எனப் பொதுவாகக் கூறப்படுவதுண்டு. ஆனால் இந்த வேறுபாடானது, வெறுமனே தொழிலாளர்களின் திறன்மட்டத்தை விடவும் தொழிற்சாலை மற்றும் செயல்முறை பொறியியலைச் சார்ந்தே அமையக் கூடும். மாநிலத்திலுள்ள கல்லூரிகளின் தொழிற்சாலைப் பொறியியல் துறைகள் இந்த முயற்சிக்கு ஆதரவளிக்கும் அளவுக்கு ஆராயத் தக்கதாக இருக்கும். உற்பத்தித்திறனை அதிகப்படுத்துவதற்குத்

தொழிற்சாலைப் பொறியியல் தீர்வுகள் சில குறிப்பிட்டுச் சொல்லத்தக்கத் தொழிற்சாலைக் குழுமங்களில் சில பிரிவுகளில் அளிக்கப்பட்டிருக்கும் போட்டியுணர்வுடன் உற்பத்தித்திறனின் அமைப்பு ரீதியிலான தனித்தன்மைகளையும் அங்கீகரிக்க வேண்டும்.

திருப்பூர், பல்வேறுவிதமான ஆடைகளைத் தயாரிப்பதில் தனிச்சிறப்புற்று விளங்குகிறது. அங்கு, ஒரே நிறுவனம், ஒரே சமயத்தில் பல்வேறு சந்தைகளுக்கான பலவித ஆடைகளைத் தயாரிப்பதுண்டு. திருப்பூர் நிறுவனங்கள் போட்டி நாடுகள் போல் தனித்துவம் பேணாமல். எல்லாத் தரப்பினருக்கும் தேவையான ஆடைகளை வடிவமைக்கும் வேறுபட்ட திறமைகளைக் கொண்ட தொழிலாளர்களைக் கொண்டிருந்தன. தொழில்நிறுவனங்கள் தொகுப்பு மட்டத்திலான பயிற்சி முயற்சிகளை முன்னெடுத்திருந்தாலும், தரக் குறைவு, தொழிலாளர்களுக்கான ஊக்குவிப்பின்மை, அந்த வாய்ப்புகளை நிறுவனங்கள் பயன்படுத்திக்கொள்வதில் பிரச்சினைகள் ஆகியன தொடர்கின்றன. எனவே, முறையான மதிப்பீடுகள் அடிப்படையிலான சான்றளித்தல் சிக்கலானதாக இருக்கிறது. அடுத்து, இயங்காற்றலுள்ள ஓர் உற்பத்தி முறைக்குத் திறமைகளை வழங்குவது அத்தகைய நடவடிக்கைகளை விரிவுபடுத்துவதற்கு முன்பாகப் பரிசீலிக்கப்பட வேண்டியதாகும்.

பயனர் – உற்பத்தியாளர் இல்லாத நிலை

நிறுவனங்களுக்கான கற்றல், புதுமையாக்கம் ஆகியவற்றின் முக்கிய மூலாதாரம் சங்கிலியிலுள்ள பிற நிறுவனங்கள் மற்றும் தொழிலகங்களுடன் இட்டுக்கட்டப்பட்ட சந்தையல்லாத வலைப்பின்னல் ஆகும். அத்தகைய வலைப்பின்னல்கள் ஏற்றுமதியாளர்களுக்கும் செயல்படுத்துவோருக்கும் இடையில் இருக்கும்பொழுதும் தொழிற்துறைக் குழுமங்களுக்குள் துணை ஒப்பந்த நிறுவனங்கள் இருக்கும் நிலையிலும் பொருட்களை வழங்குவோருக்கும் பயனர்களுக்கும் இடையிலும், ஜவுளி இயந்திரத் தயாரிப்பாளர்களுக்கும் பயனர்களுக்கும் இடையிலும், வடிவமைப்பாளர்களுக்கும் ஏற்றுமதியாளர்களுக்கும் இடையிலும் ஒத்திசைந்து செயல்படும் வலைப்பின்னல்களின் இன்மை இருக்கிறது.

இந்த வலைப்பின்னல்கள் தொழிற்துறைத் தொகுப்புகள் மட்டத்திலான உறவுகளை, எப்பொழுதும் என்றில்லாவிட்டாலும், பெரிதும் மேம்படுத்திவருகின்றன. எடுத்துக்காட்டாக, பருத்தி நூல் வணிகமும் ஏற்றுமதியும், ஆடை தயாரிப்பாளர்களுடன் அரிதாகவே கலந்துரையாடும் வணிகக் கூட்டாண்மை ஒன்றின் மூலம்

கட்டுப்படுத்தப்படுகிறது. மேலும், அண்டைப் பிரதேசத்திலுள்ள கோயம்புத்தூரில் நூற்பு இயந்திரங்கள் இருந்தாலும், தற்போது பெருமளவில் இயந்திரங்கள் இறக்குமதி செய்யப்படுகின்றன. இது கற்றல், வேலைவாய்ப்பை உருவாக்கும் ஆற்றல் ஆகிய இரண்டையுமே வலுவிழக்கச் செய்துவிடுகின்றன. அதைப்போலவே சென்னை பிராந்தியத்தில், துடிப்பான மோட்டார் வாகனத் துணைப்பொருட்கள் மற்றும் மென்பொருள் சேவைப்பிரிவுகள் ஒருசேர உள்ளன என்றாலும் இவ்விரண்டு துறையினருக்கும் இடையில் கலந்துரையாடல் நடைபெறுவதேயில்லை எனலாம்.

வளர்ந்துவரும் மென்பொருள் உற்பத்திப் பங்களிப்பில், இரண்டு துறைகளுக்கும் இடையிலான உற்பத்தித்திறன் இணைப்புகளை வளர்த்தெடுத்தல் நிகழ்கிறது. அவ்வாறே, பல்வேறு குறு, சிறு, நடுத்தர நிறுவனத் தொகுப்புகளுக்கு மென்பொருள் சேவைத்துறைகளின் உள்ளீடுகள் பயனுடையதாக இருக்கும். வேலைவாய்ப்பை உருவாக்குவதற்குத் துறைசார் அணுகுமுறையிலிருந்து துறைகளுக்கிடையிலான அணுகுமுறை மற்றும் பிராந்திய அணுகுமுறையை நோக்கிச் செல்ல வேண்டிய தேவையும் உள்ளது.

சமூக உள்கட்டமைப்பைப் புறக்கணித்தல்

உழைப்பாற்றல், நிறுவனத்தின் லாபம் ஆகியவை உண்மை ஊதியத்திற்கு முக்கியமாக இருக்கும் நிலையில், அவை உரிய ஊதியத்தைச் சார்ந்தே உள்ளன. எனவே, வீட்டுவசதி, கல்வி, ஆரோக்கியப் பராமரிப்பு ஆகியவற்றை அரசு அளிப்பது நிறுவனங்கள், திறமை வாய்ந்த உழைப்புத் திரளை ஒப்பீட்டளவில் குறைந்த ஊதியத்தில் பெற உதவக் கூடும். மாநிலத்தில் ஒப்பீட்டளவில் சிறந்த பொதுக்கல்வி, நலப்பராமரிப்பு ஆகியவை இருந்தும், ஏராளமான குடும்பங்கள் தனியார் அளிக்கும் பள்ளிப்படிப்பையும் ஓரளவுக்குத் தனியார் ஆரோக்கியப் பராமரிப்பையும் சார்ந்திருக்கின்றன என்பதைக் காட்ட ஆதாரங்கள் இருக்கின்றன.

தற்போது, தரமான கல்வியை அல்லது தரமான மருத்துவச் சிகிச்சையை அரசு நிறுவனங்கள் (எடுத்துக்காட்டு: தொழிலாளர் ஈட்டுறுதிக் கழக இ.எஸ்.ஐ. மருத்துவமனைகள்) வழங்குவதில்லை என்ற எண்ணம் மக்களிடையே நிலவுகிறது. அதன்விளைவாக, தொழிலாளர் குடும்பங்கள் கணிசமான தொகையைக் கல்விக்கும் மருத்துவச் சிகிச்சைக்கும் செலவிடுகின்றன. இது அவர்களின் உண்மை ஊதியத்தை அரித்தெடுத்துவிடுகின்றன. உயர்ந்துவரும் நிலவிலைகளும் புலம்பெயர் தொழிலாளர்களின் வருகையும் வீட்டுவாடகையைக் கணிசமாக உயரச் செய்துள்ளது.

பிழைப்பிற்கான நீண்டகால வழிகள் இல்லாதது தொழிலாளர்களின் ஊக்கத்தைக் குறைத்துத் தங்கள் பணிநிலைமைகளைச் சிறந்ததாக ஆக்கிக்கொள்ளவோ பயிற்சிகளை மேற்கொள்ளவோ இயலாமல் செய்துவிட்டது.

திருப்பூரில் அரசும் தனியாரும் இணைந்து தொழிலாளர்களுக்குத் தங்கும் விடுதிகளைக் கட்டித்தருவதாக இருந்த ஒரு முன்முயற்சி நிலங்களின் விலைகள் உயர்ந்ததைத் தொடர்ந்து ஈடேறாமல் போய்விட்டது. பொருளாதார மந்தநிலை ஏற்பட்டுள்ள இந்த நிலையில் நிலவிலைகள் வீழ்ச்சி அடையக்கூடும் என்பதால், மாநில அரசு இந்த விஷயத்தில் புதிய திட்டத்தைத் தொடங்க முனைப்பு மேற்கொள்ளலாம். மேலும், உலகளாவிய பொதுவிநியோக முறையானது மாநிலத்திலுள்ள தொழிலாளர் குடும்பங்களுக்குச் சமூகப் பாதுகாப்பு அளிப்பதற்காகக் கணிசமாகப் பங்களிப்பு செய்துள்ளது. இதனை இத்தகைய தொழிற்துறைத் தொகுப்புகளிலுள்ள, புலம்பெயர்ந்து வந்துள்ள தொழிலாளர்களுக்கும் ஆதரவு தரும்வகையில் விரிவாக்க வேண்டும்.

பருமையான உள்கட்டமைப்பு

பல நிறுவனங்களுக்கு, தொழிற்சாலையின் வாடகை உயர்வின் காரணமாகச் செலவு மிகுந்து நிறுவனங்களின் குறிப்பாக மதிப்புச் சங்கிலியின் கடைக்கண்ணியிலுள்ள நிறுவனங்களின் தொழில்வாய்ப்பைக் குறைத்து விட்டது. மாநிலஅரசு இந்தத் தளத்தில் தீவிரமாகத் தலையிடலாம். அதைப்போல, மூலப்பொருட்களை அல்லது சரக்கிருப்பைச் சேமித்துவைப்பதற்கான கட்டிட உள்கட்டமைப்பு மற்றும் உள்ளீட்டு வழங்கலை முறைப்படுத்துதல் தனிப்பட்ட சிறிய நிறுவனங்கள் தங்கள் செலவினங்களைக் குறைக்க உதவலாம். ஆனால், அத்தகைய உள்கட்டமைப்பு உருவாக்கம் நிறுவனங்களுக்கிடையேயான இணைப்புகளின் இயல்பு மற்றும் குறிப்பான தொழிற்துறைக் குழுமங்கள் உள்ளிருந்து செயல்படும் சூழலமைப்புகள் ஆகியவற்றைக் கணக்கில் கொள்ளவேண்டும்.

குழுமியிருத்தலும் சுற்றுச்சூழல் பொருளாதாரச் சிதைவும்

இயங்காற்றலுள்ள பெரும்பாலான தொழிற்துறைக் குழுமங்கள் பெரிய அளவில் நிலத்தடிநீரை உறிஞ்சிஎடுப்பதைச் சார்ந்திருக்கின்றன. அவை பெரிதும் மாசுபடுத்தும் கழிவுகளை உருவாக்கி, அந்தப் பிராந்தியத்தில் வாழ்வாதாரத்தையும் சுகாதாரத்தையும் பாதித்துவிடுகின்றன. திருப்பூரைப் பொறுத்தவரை ‘பூஜ்ய திரவ வெளியேற்றுத் தொழில்நுட்பம்’ குழுமங்களில் கிடைக்கக் கூடியதாக இருந்தும், வாங்குவோருக்குச் சுற்றுச்சூழலுக்கு ஏற்ற உற்பத்தியை

அளிக்கும்வகையிலான, அதிகச் செலவுபிடிக்கக் கூடிய அதனைப் பயன்படுத்த இயலவில்லை. இதற்கு நிறுவனங்களின் ஆதரவும் மேம்படுத்துவதற்கு 'சூழலியலேபிள்'களைப் பயன்படுத்துவது அற்ற நிலையும் நிலவுவதாகக் கூறப்பட்டது. இத்தகைய ஆதரவு இல்லாததன் காரணமாக, குழுமத்திலுள்ள நிறுவனங்கள், தயாரிப்புச் செலவைக் குறைக்க, மாசுக் கண்காணிப்பு அற்ற இடங்களுக்குச் சென்று, தங்கள் சாயமிடல் வேலைகளைச் செய்வதற்காக 'அடிமட்ட வேலைகளில்' இறங்க நிர்ப்பந்திக்கப்பட்டனர். இந்த விஷயத்தில் அரசின் தலையிடலை மிகைப்படுத்திவிட முடியாது.

தொகுப்புரை

குழும இயங்காற்றலைக் கட்டுப்படுத்தும் பல பிரச்சினைகள் திருப்பூரின் அனுபவத்திலிருந்து பெறப்பட்டிருந்தாலும், பிற குழுமங்களிலும் துறைகளிலும் அதைப்போலவே பல காரணிகள் செயல்படுகின்றன. முதன்மையாக முதலீட்டுக்கு ஊக்கமளிக்கும் வகையில் வரிகளைக் குறைப்பது அல்லது நிலத்திற்கு மானியம் வழங்குவது அல்லது வேறுபல உள்ளீடுகள் ஆகியவற்றின் மூலமாகத் தலையீட்டின் விதத்தை மாற்ற அழைப்பு விடுக்கலாம். மேலும், வேலைவாய்ப்பின் அளவுக்கு ஏற்ப அழுத்தம் அளிக்கப்பட்டிருக்க வேண்டும். புதிய நிறுவனங்களின் வருகை அல்லது புதிய நிறுவன மட்டத்திலான உத்திகள், மற்றும் அத்தகைய இணைப்புகளின் நடைமுறைப்படுத்தலை உறுதிப்படுத்த அரசுத் தலையீட்டின் இயல்பு ஆகியனவற்றின் மூலமாக உற்பத்தித் திறன் இணைப்புகள் உருவாக்கப்பட முடியும்.

சமூக உள்கட்டமைப்பில் முதலீடு செய்ய வேண்டிய தேவைக்கும் அப்பால், அத்தகைய தலையீடுகள் மாநில அரசுக்கான கூடுதல் வளங்களுக்காகத் தெளிவாக அழைப்புவிடுக்கிறது. இதையொட்டி, வளங்களைத் திரட்டுதலை மையப்படுத்துதலிலிருந்து நகர்ந்துசெல்லும் தேவை ஏற்படுவதுடன், மத்திய அரசுக்கும் மாநில அரசுகளுக்கும் இடையில் திரட்டப்பட்ட வளங்களை மேலும் சரிசமமாகப் பகிர்ந்துகொள்வதை நோக்கி நகர வேண்டிய அவசியமும் உள்ளது.

மேலும் முக்கியமாக, அண்மைக்காலக் கொள்கை மாற்றங்களானது, உள்ளூர் நிலைமைகளுக்கும் நிறுவனங்களுக்கும் வினையாற்றக்கூடிய வளர்ச்சிப் பாதைகளை அளவிட மாநில அரசுகள் தலையிடுவதற்கான திறனையும் ஊக்குவிப்பையும் மேலும் அரித்துவிட்டது. அத்தகைய மாற்றங்கள் குறு, சிறு, நடுத்தர நிறுவனக் குழுமங்களின் பிராந்திய இயங்காற்றலின் மூலாதாரங்களைக் குறைத்து மதிப்பிடுவதற்கும் காணக்கூடியதாக

இருக்கிறது. எனவே, தரமான வேலைவாய்ப்பை முன்னேற்றுவதற்குச், செயல்விளைவுள்ள அரசு மட்டத்திலான தலையீடு, மாபெரும் கொள்கைத் தன்னாட்சிக்கான வெளியைப் பாதுகாத்திட மத்திய அரசுடனான பேச்சுவார்த்தையிலிருந்து விலகிடச் செய்யாது.

நன்றி

தாங்கள் எதிர்கொள்ளும் பிரச்சினைகள் குறித்த அவர்களின் மதிப்புமிக்க மனப்பதிவுகளைப் பகிர்ந்துகொள்ள நேரம் ஒதுக்கிய திருப்பூர் பின்னலாடைக் குழுமங்களின் பங்குதாரர்கள் பலருக்கும், முந்தைய வரைவு மீதான தமது பயன்மிக்கக் கருத்துகளை வழங்கிய ஜெ. ஜெயரஞ்சன் அவர்களுக்கும் கட்டுரையாளரின் நன்றி உரியது.

குறிப்பு

1 This was undertaken as part of a larger study titled 'Manufacturing Matters', coordinated by the Indira Gandhi Institute of Development Research (Mumbai), to look into constraints to employment generation through industrialisation across key sectors in India.

நூல் பட்டியல்

Ashok, S., 'A tense textile hub spins out of control', *Livemint*, 1 May 2020, available at https://www.livemint.com/news/india/a-tense-textile-hub-spins-out-of-control-11588261831485.html, accessed on 8 October 2021.

Bhagwati, J., 'Immiserizing Growth: A Geometrical Note', *Review of Economic Studies*, 25(3), June 1958, pg. 201-205, available at https://academic.oup.com/restud/article-abstract/25/3/201/1552362?redirectedFrom=fulltext, accessed on 9 October 2021.

List of SME Clusters in India, UNIDO, n.d., available at http://laghu-udyog.gov.in/clusters/clus/smelist.htm#clus, accessed on 8 October 2021.

Magazine, A., 'One in three small businesses close to winding up, says survey', *The Indian Express*, 2 June 2020, available at https://indianexpress.com/article/business/coronavirus-lockdown-msme-businesses-winding-up-6438024/, accessed on 8 October 2021.

Mazzucato, M., *The Entrepreneurial State: Debunking Public vs. Private Sector Myths*, Anthem Press, 2013.

Nair, Lakshmi R. and D. Dhanuraj, *Common Man's Clothing: Effects of Taxes and Tariffs*, Elamkulam: Centre for Public Policy Research, 2016, available at www.cppr.in, accessed on 25 June 2019.

Nidheesh, M. K., 'Fear and loathing in India's small factories', *Livemint*, 29 January, 2020, available at https://www.livemint.com/industry/manufacturing/fear-and-loathing-in-india-s-small-factories-11580232448058.html, accessed on 8 October 2021.

Sivapriyan, E. T. B., 'Tiruppur knitwear hub in doldrums', *Deccan Herald*, 23 February 2020, available at https://www.deccanherald.com/business/business-news/tiruppur-knitwear-hub-in-doldrums-807457.html, accessed on 8 October 2021.

The Economic Times Markets, 'Coronavirus' impact on India's auto sector', 10 April 2020, available at https://economictimes.indiatimes.com/markets/stocks/news/coronavirus-whats-its-impact-on-indias-auto-sector/articleshow/75078607.cms, accessed on 8 October 2021.

11

பெருந்தொற்றும் தமிழ்ப் பதிப்புத் தொழிலும்

ஆ. இரா. வேங்கடாசலபதி

'நித்திய கண்டம், பூர்ண ஆயுசு' என்று ஒரு பழமொழி உண்டு. தமிழ் பதிப்புத் தொழிலுக்கு இது மிகவும் பொருந்தும். (இக்கட்டுரையில் *trade books* என்று ஆங்கிலத்தில் குறிப்பிடப்படும் பாடப் புத்தகங்கள் அல்லாத பொது நூல்களே கருத்தில் கொள்ளப்படுகின்றன.) 'நல்ல நாளிலேயே நாழிப் பால்' என்றும் சொல்வதுண்டு. சீரான பொருளாதாரச் சூழலிலும்கூடக் குறைந்த விற்றுமுதல், குறைந்த நிகர லாபம் என்பதே தமிழ்ப் பதிப்புத் தொழிலின் மெய்ந்நிலையாகும். 2020 மார்ச் மாதத்தில் தொடங்கிய கோவிட்–19 பெருந்தொற்றும் பொதுமுடக்கமும் பேரிடியாக வந்து இறங்கியுள்ளன. இதனுடைய தாக்கம் உடனடியாக மட்டுமல்லாமல், இடைபடு காலத்திலும் நெடுங்காலப் போக்கிலும் உணரப்படும் என்பது தெளிவாகத் தெரிகின்றது.

பிற தொழில்களை ஒப்பிடத் தமிழ்ப் பதிப்புத் தொழில் அளவிலும் பரப்பிலும் சிறியதே என்றாலும் அதன் சமூக, பண்பாட்டு முக்கியத்துவம் சாலப் பெரியது. எனவே பெருந்தொற்றுக்குப் பின்பான அதன் நிலையைக் கருத வேண்டியது இன்றியமையாதது. இக்கட்டுரை தமிழ்ப் பதிப்புத்துறையின் நெருக்கடி நிலையை நெட்டோட்டமாகப் பரப்பாய்வு செய்து, சூழ்நிலைத் தாக்கங்களிலிருந்து அதனை மீட்டுச் சீரமைக்கச் சில பரிந்துரைகளை முன்வைக்கின்றது.

வரலாற்றுப் பின்னணியும் சிறப்பும்

ஜொஹானஸ் குடன்பர்கு வழிவந்த நவீன அச்சுத் தொழில்நுட்பத்தை முதன்முதலில் கையாண்ட ஐரோப்பிய மொழியல்லாத முதல் மொழி என்ற சிறப்பு தமிழுக்கு உண்டு. 1557இல் ரோம எழுத்திலும், 1577இல் தமிழ் எழுத்திலுமாகத் தமிழ் நூல்கள் வெளியாயின. பிற இந்திய மொழிகளில் அச்சுத் தொழில்நுட்பம் நுழைவதற்கு மேலும் இரண்டு நூற்றாண்டுகள் ஆயின என்பது தமிழின் முன்னோடித் தன்மைக்குச் சான்றாகும். கிறிஸ்தவ மறைநூலான விவிலியத்தின் தமிழாக்கம் 1714இல் தரங்கம்பாடியிலிருந்து வெளிவந்தது. பழைய ஏற்பாட்டுடன் கூடிய மொழியாக்கம் 1796இல் வெளிவந்தது. மிக விரிவான பேரகராதி சென்னைப் பல்கலைக்கழகம் வெளியிட்ட 'தமிழ் லெக்சிகன்' (1912–1936) ஆகும். இந்திய விடுதலைக்குப் பிறகு கலைக்களஞ்சியம் (1954–1968) பத்துத் தொகுதிகளில் வெளிவந்து, 'குழந்தைகள் கலைக்களஞ்சிய'மும் (1968–1976) வெளிவந்தது. இந்திய மொழிகளில் இவையே முதலில் வெளியாயின என்ற சிறப்பும் தமிழுக்கு உண்டு.

2004இல் இந்திய அரசு தமிழுக்குச் செம்மொழி என்ற அறிந்தேற்பைச் சட்டபூர்வமாக வழங்கியது. 1956இலேயே தமிழக அரசு ஆட்சிமொழிச் சட்டத்தை நிறைவேற்றிவிட்டது. மிகப் பல மொழிகளில் பெயர்க்கப்பட்ட மதம்சாரா நூல் என்ற பெருமை திருக்குறளுக்கு உண்டு. தமிழ்ப் பெருமக்களின் நூல்களை நாட்டுடைமையாக்கிப் பதிப்புரிமையிலிருந்து அவற்றைத் தமிழக அரசு விடுவித்து வருவது உலகத்தின் வேறெந்தப் பகுதியிலும் இல்லாத நடைமுறையாகும்.

இத்தகைய வளமான வரலாற்றுப் பின்னணியிலிருந்து தமிழ்ப் பதிப்புத்துறை உரம்பெறுகிறது.

சமகால முக்கியத்துவம்

இந்தி, வங்காளம், மராட்டி, மலையாளம் ஆகிய மொழிகளுக்குச் சற்றொப்ப அதிக அளவில் பொது நூல்கள் தமிழில் வெளிவருகின்றன. சில பதிற்றாண்டுகளுக்கு முன்புவரையும்கூடத் தெலுங்கு நூல் வெளியீட்டுத் துறையின் மையமாகச் சென்னை விளங்கியுள்ளது. (இதன் எச்சசொச்சங்களை இன்றும் காண இயலும்.) 45 ஆண்டுகளாக நடந்துவரும் சென்னைப் புத்தகக் காட்சியானது தில்லி சர்வதேசப் புத்தகக் காட்சி, கொல்கத்தா புத்தகக் காட்சி ஆகியவற்றோடு இந்தியாவில் மிக முக்கியமான புத்தகக் காட்சியாக விளங்குகிறது. (தில்லி, கொல்கத்தா புத்தகக் காட்சிகள் அரசு ஆதரவுடன் வளமான நிதி நல்கையுடன் நடக்கவும், சென்னைப் புத்தகக் காட்சிக்கு அத்தகைய நற்பேறில்லை; பதிப்பாளர் சங்கத்தின்

முயற்சியிலேயே இது பெருமளவு இயங்கிக்கொண்டிருக்கின்றது.) இந்தியாவின் நவீன நூலக இயக்கம் சென்னை நகரிலேயே தோன்றியது. இந்திய நூலகவியலின் தந்தை என்று போற்றப்படும் எஸ். ஆர். ரங்கநாதன் (1892–1972) முன் முயற்சியில் சென்னை நூலகச் சங்கம் தொடங்கப்பெற்றது என்பதையும் இங்குக் குறிப்பிடலாம். தமிழ்நாடு அரசின் பொது நூலக இயக்ககம் வலுவான அமைப்பாகும். 1960கள் முதல் இது பெருவளர்ச்சி பெற்றுத் தமிழகமெங்கும் கிளை நூலகங்களை அமைத்துள்ளது.

இவ்வளவு நெடிய வரலாற்றையும் சமகால முக்கியத்துவத்தையும் உடைய ஒரு தொழில்துறையைப் பற்றி நம்பகமான தரவுகள் இல்லை என்பது பேரவலமும் நகைமுரணுமாகும். பதிப்பாளர்கள், ஊழியர்கள், நூல் தலைப்புகள் ஆகியவற்றின் எண்ணிக்கை, ஆண்டு விற்றுமுதல் முதலான அடிப்படை விவரங்களைக்கூட அறிய முடியாத நிலையே உள்ளது. (பிற இந்திய மொழிப் பதிப்புத் துறையின் நிலையும் இதுதான் என்பது வேறு.)

தமிழ்ப் பதிப்புத் துறையின் வளர்ச்சி

விடுதலைக்கு முந்தைய காலகட்டத்தில் தமிழ்ப் பதிப்புத்துறை தேசிய இயக்கம், திராவிட இயக்கம், பொதுவுடைமை இயக்கம் ஆகிய இயக்கங்களின் கருத்துகளாலும் செயல்பாடுகளாலும் உந்தப்பெற்று வளர்ந்து வந்தது. இரண்டாம் உலகப்போர் வெடித்ததையடுத்து, பர்மா, மலேயா முதலான தென்கிழக்காசிய நாடுகளிலிருந்து விரட்டியடிக்கப்பட்ட நாட்டுக்கோட்டை நகரத்தாரின் மூலதனம் தமிழ்ப் புத்தக வெளியீட்டுத் துறையிலும் நுழைந்தது. சக்தி காரியாலயம், பாரி நிலையம், தமிழ்ப் புத்தகாலயம், பழனியப்பா பிரதர்ஸ், முல்லைப் பதிப்பகம் முதலானவை இக்காலப் பகுதியில் தோன்றின. 1950களில் இதன் தொடர்ச்சியாக வானதி பதிப்பகம், மணிமேகலை பிரசுரம், கலைஞன் பதிப்பகம், பாரதி பதிப்பகம் முதலானவை தொடங்கப்பட்டன.

1971இல் பாடநூல் வெளியீட்டை அரசாங்கமே மேற்கொண்டதைத் தொடர்ந்து (தமிழ்நாடு பாடநூல் நிறுவனம்) தமிழ்ப் புத்தகத் துறை பெரும் சரிவை எதிர்கொண்டது. ஏனெனில், பாடநூல் வெளியீடே அதன் ஆதாரமாகப் பெரிதும் விளங்கியிருந்தது. 1970களில் தமிழ்ப் புத்தகத்துறையின் அடுத்த கட்டம் தொடங்கியது. நர்மதா பதிப்பகம், க்ரியா, அன்னம் முதலான புத்திலக்கிய வெளியீட்டு நிறுவனங்கள் முகிழ்த்தன. இந்தியப் பொருளாதாரம் நிலைகுலைந்த 1990களின் தொடக்கம் தமிழ்ப் புத்தகத் தொழிலையும் விட்டுவைக்கவில்லை. புத்தாயிரத்தில் ஏற்பட்ட பொருளாதார வளர்ச்சி புத்தகத் தொழிலிலும்

புதுப்புனலாகப் பெருக்கெடுத்தது. உலகமயமாக்கம், பொருளாதார வளர்ச்சி, நடுத்தர வர்க்கத்தின் பெருக்கம் முதலான காரணிகளால் புத்தகத் தொழிலும் ஏறுமுகம் கண்டது.

புத்தகத் தொழிலின் கட்டமைப்பு

தமிழ்ப் புத்தக வெளியீட்டுத் தொழில் மிக நெகிழ்வான கட்டமைப்பைக் கொண்டதாகும். இந்திய மொழிப் பதிப்புத் துறையில் முதன்முதலில் வரையறுத்த நிறுவனமாகத் தோன்றியது திருநெல்வேலி தென்னிந்திய சைவ சித்தாந்த நூற்பதிப்புக் கழகம்தான் என்றாலும்கூட (2020 அந்நிறுவனத்தின் நூற்றாண்டாகும்.) மிகப் பெரும்பாலான பதிப்பகங்கள் தனிநபர் நிறுவனங்களாகவும் குடும்ப நிறுவனங்களாகவும் பங்காளி நிறுவனங்களாகவுமே இருக்கின்றன. நியூ செஞ்சுரி புக் ஹவுஸ், அன்னம், நியூ ஹொரைசன் (கிழக்கு பதிப்பகம்), காலச்சுவடு பதிப்பகம், அமுத நிலையம் முதலான மிகச் சிலவே 'பிரைவேட் லிமிடெட் கம்பெனி'களாகும். பதிப்பகங்கள் பெரும்பாலும் குடிசைத் தொழில் போலவே செயல்படுகின்றன. தம் குடும்பத்தினர் உதவியுடன் ஒரு முதலாளி நடத்தும் தொழிலாகவே தமிழ்ப் பதிப்பகங்கள் இருக்கின்றன. நூல் தயாரிப்புப் பணிகளைப் பெரும்பாலும் வெளியாரிடம் கொடுத்துவிடும் நிலையில் அவற்றை ஒருங்கிணைத்தல், கணக்குவழக்குகளைப் பார்த்தல், நூற் சிப்பங்களை விடுத்துவைத்தல் ஆகியனவற்றைச் செய்வதற்கு மட்டும் இரண்டொரு ஊழியர்களைக் கொண்டு பதிப்பகங்கள் செயல்படுகின்றன.

குறு, சிறு, நடுத்தர தொழில் (*MSME*), உத்யோக் ஆதார் ஆகியவற்றில் புத்தகத்துறையும் அடங்கும் என்றாலும் மிகமிகச் சில பதிப்பகங்களே இவ்வாறு தம்மைப் பதிவுசெய்து கொண்டுள்ளன. நெறிபட்ட ஒழுங்கில் செயல்படாத தொழில் என்பதால் வங்கிக் கடன் பெறுதல் முதலானவற்றுக்குரிய ஆவணங்களைப் பெரும்பாலான பதிப்பகங்கள் கையளிக்க முடிவதில்லை. இதன் விளைவாக மிக அதிக வட்டிக்குக் கடன் வாங்கும் நிலையே உள்ளது. கடனுக்குத் தாள் வாங்குவது பெருவழக்காக இருப்பதனாலும் தயாரிப்புச் செலவுகள் கூடி, லாப விகிதத்தைப் பெருமளவு பாதிக்கிறது.

'பபாசி' என்கிற தென்னிந்தியப் புத்தக வெளியீட்டாளர், விற்பனையாளர் சங்கம் (*Booksellers and Publishers Association of South India* (*BAPASI*)) என்பதே பதிப்பகங்களின் முதன்மையான சங்கமாகும். தற்பொழுது இதில் 570 உறுப்பினர்கள் உள்ளனர். இதில் 450க்கு மேற்பட்டோர் தமிழ் வெளியீட்டாளர்கள். (எஞ்சியவர்கள் புத்தக விற்பனையாளர்களும் ஆங்கில நூல் வெளியீட்டைச் சார்ந்தோருமாவர்.) இப்பொழுதுள்ளவர்களில்

கணிசமான எண்ணிக்கையில் போலிப் பதிப்பகங்களும் உண்டு என்று விவரமறிந்த வட்டாரத்தினர் உறுதிபடக் கூறுகின்றனர். ஏறத்தாழப் பத்தாண்டுகளுக்குப் பிறகு, 2021இன் இறுதியில், 80 பதிப்பாளர்கள் உறுப்பினர்களாகியுள்ளனர். இன்னமும் பல விண்ணப்பங்கள் காத்திருப்பில் உள்ளதாகத் தெரிகிறது. மொத்தம் 800 முதல் 1,000 தமிழ்ப் பதிப்பகங்கள் இருக்கலாம் என்றும் பதிப்பக வட்டாரங்கள் சொல்கின்றன. இது மிகை என்றே சொல்ல வேண்டும். இதில் மூன்றில் ஒரு பங்கு பகுதி நேரப் பதிப்பகத்தினராகவும், ஆசை பற்றி நூல் வெளியிடுபவர்களாகவும், கருத்துப் பரப்புரைக்காக நூல் வெளியிடுபவர்களாகவும் உள்ளனர் எனலாம். தமிழ்ப் பதிப்புலகில் இலட்சியவாதம் ஒரு முக்கியக் கூறு. புதிய உள்ளடக்கத்தை உருவாக்குவதில் இதன் பங்கு முக்கியம் என்பதால் இத்தகைய பதிப்பகங்களுக்கான இடத்தைக் குறைத்து மதிப்பிடுவது பெரும் பிழையாகும்.

முக்கால் பங்குக்கு மேற்பட்ட பதிப்பகங்கள் சென்னையை மையமாகக் கொண்டு தொழிற்படுகின்றன. சில நிறுவனங்கள் பிற ஊர்களில் கிளைகள் கொண்டுள்ளன. கோயம்புத்தூர், மதுரை, திருச்சி, நாகர்கோயில் ஆகிய இடங்களில் சில முக்கியப் பதிப்பகங்கள் அமைந்திருக்கின்றன.

தயாரிப்பு

கணினி சார்ந்த தொழில்நுட்பத்தின் காரணமாகப் புத்தகத் தயாரிப்புத் தொழில் தமிழகமெங்கும் பரவலாகி இருக்கின்றது; தயாரிப்புச் சார்ந்த பணிகளும் சிதறிவிட்டன. இதன் விளைவாகப் பெரும்பாலான பதிப்பகங்கள் குறைந்த எண்ணிக்கையிலேயே முழுநேர ஊழியர்களை அமர்த்தியிருக்கின்றன.

ஊழியர்களே இல்லாத பதிப்பகங்களும்கூட உண்டு என்பது வியப்பைத் தரும் உண்மை. முழுநேர ஊழியர்களிலும்கூட முறையான சம்பளப் பட்டியலில் இருப்பவர்கள் மிகக் குறைவு. மொத்தம் 2,000 ஊழியர்கள் நேரடியாகப் பதிப்பகங்களில் பணியாற்றுகின்றனர் என்று மதிப்பிடப்படுகிறது. இவர்களிலும் மிகமிகக் குறைந்த எண்ணிக்கையினரே வருங்கால வைப்பு நிதி, ஊழியர் மருத்துவக் காப்பீடு ஆகிய வசதிகளைப் பெறுகின்றனர். மொத்தத்தில், நூல் வெளியீட்டுத் துறையினால் உருவாகும் வேலைவாய்ப்புகள் பதிப்பகங்களில் நேரடியாகப் பணியாற்றும் வகையிலல்லாமல் வெளியே கட்டணத்திற்காகப் பகிர்ந்தளிக்கப்படும் பணிகளாகவே உள்ளன.

அச்செழுத்துக்களைக் கோக்கும் தொழில்நுட்பம் முற்றிலும் காலாவதியாகிவிட்ட நிலையில் கணினி அச்சுக்கோப்பே கடந்த

இருபதாண்டுகளாகக் கோலோச்சி வருகின்றது. இதன் காரணமாக அச்சகங்களில் அச்சுக்கோப்பு பெரும்பாலும் நடப்பதில்லை. வீட்டிலேயே கணினியை வைத்து, அதில் பிரதியை உள்ளிட்டு அச்சுக்கோப்பதே பெருவழக்காக உள்ளது. பக்கத்துக்குப் பத்து ரூபாய் என்ற மிகக் குறைந்த கூலிக்கே இப்பணி நடைபெறுகின்றது. மிகப் பெரும்பாலான அச்சுக்கோப்பாளர்கள் முறையான உரிமம் பெற்ற மென்பொருள்களைப் பயன்படுத்துவதில்லை. உரிமம் வாங்கும் அளவுக்கு அதில் வருமானம் இல்லை என்பதே கசப்பான உண்மை.

தமிழ் நூல் வெளியீட்டாளர்களுக்கு மட்டுமே அச்சிடும் அச்சகங்கள் சென்னையில் பல உள்ளன. புதிய தொழில்நுட்பத்தின் காரணமாக மிகப்பெரும் முதலீடு தேவைப்படும் தொழிலாக அச்சுத்தொழில் மாறிவிட்டது. அச்சுக்கூலி விகிதங்கள் குறைவாக உள்ளபடியால் அதிக அளவில் அச்சாக்கம் செய்து முதலீட்டை மீளப் பெற வேண்டிய நிலையிலேயே இத்தகைய அச்சகங்கள் உள்ளன. இதன் காரணமாக அன்றாட நெருக்கடிகளில் அச்சகங்கள் உழல்கின்றன. உடனடி அச்சாக்கத் தொழில்நுட்பம் (POD - Print on Demand) பெரும் அச்சகங்களைக் கடுமையாகப் பாதித்துள்ளது. அதிகத் தயாரிப்புச் செலவுகளும் மந்தமான விற்பனையும் சேர்ந்து பதிப்பகங்களை இந்தப் புதிய தொழில்நுட்பத்தை நாடவைத்துள்ளன. இதன் விளைவாக அச்சு எண்ணிக்கை, 50, 100 என்கிற குறைந்த மட்டத்தை எட்டிவிட்டது. கையால் புத்தகங்களைத் தைத்து, அட்டை கட்டு செய்துவந்த காலத்தில் ஏராளமான சிறுசிறு நூல்கட்டும் கடைகள் இருந்தன. இப்போது அதற்கும் இயந்திரங்கள் வந்துவிட்டதில் அவை மூடப்பட்டுவிட்டன. இப்போது அச்சகங்களே நூல் கட்டும் பணியையும் மேற்கொள்கின்றன. நூல் கட்டுவதைத் தவிரப் பலவண்ண மேலட்டை அச்சாக்கம், மேலட்டையின் மீது கண்ணாடித்தாள் ஒட்டுதல், நூல்களின் பாதுகாப்புக்கு நெகிழி உறையிடுதல் எனப் பலவகையான சேவைகளையும் அச்சகங்கள் வழங்கிவருகின்றன.

மெய்ப்புப்படிகளைத் திருத்தும் பணியும் இப்போது பதிப்பகங்களில் நடைபெறுவதில்லை. ஓய்வுபெற்ற ஆசிரியர்கள், பகுதி நேர ஊழியர்களுக்கு அவை பகிர்ந்தளிக்கப்படுகின்றன. மெய்ப்புத் திருத்தும் பணிக்கு ஊதியம் அடிமட்ட நிலையிலேயே உள்ளது (பக்கத்திற்கு ரூ. 4!). ஒரு சில பதிப்பகங்கள் மட்டுமே பதிப்பாசிரியர்களைக் கொண்டுள்ளன. பிரதி மேம்பாடு என்றால் என்ன என்பதை அறியாத பதிப்பகங்களே அதிகம். முகப்பு அட்டை வடிவமைப்பும் சுயாதீனமான வரைகலை ஓவியர்களால் செய்யப்படுகிறது. ரூ. 750க்கும்கூட வடிவமைப்புச் செய்யலாம் என்ற சூழல் உள்ளது. (சில தரமான பதிப்பகங்கள் ரூ. 1,500–2,000

வரை தருகின்றன.) தனியார் தூதஞ்சல் நிறுவனங்கள் வழியே பல பதிப்பகங்கள் நூல்களை விநியோகிக்கின்றன. வழக்கமான வாடிக்கையாளர்களுக்குச் சலுகைக் கட்டண விகிதங்களைத் தனியார் தூதஞ்சல் நிறுவனங்கள் வழங்குகின்றன.

ஜி.எஸ்.டி. என்கிற சரக்கு மற்றும் சேவை வரி அறிமுகமானதன் விளைவாகத் தயாரிப்புச் செலவுகள் கூடியுள்ளன. தயாரிப்புச் செலவில் தாளின் பங்கு 50 விழுக்காடு அளவுக்கு இருக்கும் நிலையில், தாளுக்கு 12 விழுக்காடு ஜி.எஸ்.டி. வரியும் செலுத்த வேண்டியுள்ளது. ஆனால், புத்தகங்கள் ஜி.எஸ்.டி.யின் கீழ் வருவதில்லையாதலால் இதனை மீண்டும் பெற (input credit) முடியாத நிலை இருக்கிறது.

மொத்தத்தில் பத்தாயிரம் பேருக்கு மேல் தமிழ்ப் பதிப்புத்துறையில் மறைமுகமாகப் பணியாற்றுகின்றனர் எனலாம். எழுத்தாளர்கள் இந்த எண்ணிக்கையில் அடங்கமாட்டார்கள். முழுநேர எழுத்தை நம்பி வாழ்வது இயலாது என்பதே தமிழ் எழுத்துலகின் நிலை. எழுத்தாளர்களோடு முறையான ஒப்பந்தம் போட்டு நூல் வெளியிடும் பதிப்பகங்கள் குறைவு. வாய்மொழியான உடன்பாடுகளே பெருவழக்கு. இதன் விளைவாக ஏற்படும் மனத்தாங்கல்களுக்கும் ஏமாற்றுக்கும் துரோகத்துக்கும் நம்பிக்கைக் குறைவுக்கும் பஞ்சமில்லை. அரையம் (royalty) முறையாகக் கொடுக்கப்படுவதும் அருமை. தேவைப்படும்போது எழுத்தாளர்கள் வற்புறுத்திக் கேட்டுப் பெறுவதே பெருவழக்காக இருக்கிறது. மனத் திருப்திக்காகவும் பேரும் புகழுக்காகவும் எழுதுவோரே அதிகம்.

நூல்களின் எண்ணிக்கை

இந்தியாவின் தேசிய வைப்பு நூலகமான கொல்கத்தா தேசிய நூலகமும், தமிழ்நாட்டு மாநில மைய நூலகமான கன்னிமாரா பொது நூலகமும் நூற்றொகைகளை வெளியிடுவதை நிறுத்திவிட்ட நிலையில் ஒவ்வோர் ஆண்டும் எவ்வளவு நூல் தலைப்புகள் வெளியிடப்படுகின்றன என்ற புள்ளிவிவரம் தெரியவில்லை. ஒவ்வோர் ஆண்டும் தமிழ்நாடு அரசு நூலக இயக்ககம் ஏறத்தாழ 8,000 நூல் விண்ணப்பங்களைப் பெறுகிறது. இவற்றுள் ஏராளமான போலி நூல்களும் அடங்கும். எனவே இவ்வெண்ணிக்கையைக் கொள்வது அறிவுடைமையாகாது.

'டயல் ஃபார் புக்ஸ்' (Dial for Books) என்னும் இணையப் புத்தக விற்பனைத்தளத்தில் 28,000 நூல் தலைப்புகள் உள்ளன. இதன் அடிப்படையில் ஆண்டுக்கு 5,000 நூல்கள் வெளிவருவதாக அனுமானிக்கப்படுகிறது. வெளிவரும் நூல்களில் மிகப் பெரும்பாலானவை மறுபதிப்பாவதில்லை. லாப விகிதத்தை

இது மிகவும் பாதிக்கிறது. ஏனெனில் நல்ல எழுத்தாளர்களையும் நூல்களையும் காலமும் பொருளும் செலவிட்டுப் புரப்பதில் பதிப்பாளர்கள் அக்கறை செலுத்துவதில்லை.

விநியோகமும் விற்பனையும்

தமிழ்ப் பதிப்புத் தொழிலின் மிகப்பெரிய சிக்கல் அதன் பலவீனமான விநியோக-விற்பனைப் பின்னலே. வெளிவரும் நூல்களை அதற்கு உரிய வாசகரிடம் சரியாகக் கொண்டுசெல்லும் நம்பகமான வழிமுறை ஏதுமில்லை. புத்தக விற்பனை நிலையங்கள் மிகக் குறைவு. சென்னை நகரிலேகூட ஒரு பத்துப் பதினைந்து தமிழ்ப் புத்தகக் கடைகள் இருக்கமாட்டா. ஸ்டார் மார்க், ஒடிசி போன்ற சங்கிலித் தொடர் புத்தகக் கடைகள் தமிழ் நூல்களுக்கென்று சில அடுக்குகளை மட்டுமே ஒதுக்குகின்றன.

இரண்டாம், மூன்றாம் நிலை நகரங்களில் பெயர் சொல்லக்கூடிய புத்தகக் கடைகளே இல்லை. விற்பனை முறைகளும் பதிப்பகத்தாருக்குச் சாதகமாக இல்லை. விற்காவிட்டால் திரும்பப் பெறப்படும் என்ற அடிப்படையிலேயே புத்தகங்களைப் புத்தகக் கடைகள் பெறுகின்றன. தவணைக் காலம் ஓராண்டளவோ, அதற்கு மேலாகவோகூட இருக்கலாம். விற்ற புத்தகங்களுக்குப் பணம் தராத கடைகளும் பல உண்டு. கடை வாடகை அதிகம் என்பதால் சிறு அளவிலேயே கடைகள் இருக்கின்றன. இதன் விளைவாகப் புத்தகங்களைக் காட்சிப்படுத்துவதற்கும் வழியிருப்பதில்லை.

நேரடியாகவும் புத்தகக் கடைகள் வழியாகவும் விற்பனையாகும் தமிழ் நூல்களின் மதிப்பு ஆண்டுக்கு முப்பது கோடி ரூபாய் என்று மதிப்பிடப்படுகின்றது. கடந்த சில ஆண்டுகளாக அமேசான், ஃபிளிப்கார்ட், டயல் ஃபார் புக்ஸ் போன்ற இணையவழி விற்பனையாளர்கள் வழியாகப் புத்தக விற்பனை மெல்லப் பெருகி வருகிறது. மின்னூல்கள், ஒலிநூல்கள் ஆகியவற்றின் தயாரிப்பும் விற்பனையும் தொடக்க நிலையிலேயே உள்ளன. மெய்நிகர் நூல்களைக் காசு கொடுத்து வாங்கத் தமிழ் வாசகர்கள் தயங்குகின்றனர். பொதுமுடக்கத்தின் காரணமாக மின்னூல்கள் விற்பனை சிறிது முன்னேற்றம் கண்டுள்ளதாகச் சொல்லப்படுகிறது.

தமிழ்நாட்டில் வெளியாகும் தமிழ் நூல்கள் இலங்கை, மலேசியா, சிங்கப்பூர், பிரிட்டன், பிரான்ஸ், கனடா, அமெரிக்கா ஆகிய நாடுகளிலும் விற்பனையாகின்றன. இதன் அளவை மதிப்பிடவோ ஊகிக்கவோ எந்த வழியும் இல்லை.

முறையான விநியோக-விற்பனைப் பின்னல் இல்லாத நிலையில் பல பதிப்பகங்கள் புத்தகக் கண்காட்சியினையே பெரிதும்

நம்பியுள்ளன. பொங்கல் விழாக் காலத்தில் ஆண்டுதோறும் நிகழும் சென்னைப் புத்தகக் காட்சியே அளவில் பெரியது. 850 கடைகளும் 5,00,000 நபர் வருகையும் கொண்டது. மொத்த விற்பனை தோராயமாக 15 கோடி ரூபாய். ஆண்டு விற்றுமுதலில் கால் பங்கு சென்னைப் புத்தகக் காட்சியில் நடப்பதாகப் பல பதிப்பகங்கள் கூறுகின்றன. மதுரை, ஈரோடு, திருப்பூர், கோவை ஆகிய நகரங்களில் நடக்கும் கண்காட்சிகளில் எட்டு கோடி ரூபாய் அளவுக்கு விற்பனை ஆகின்றது. பிற சிறு நகரங்களில் ஏழு கோடி ரூபாய் அளவுக்கு விற்பனை ஆகின்றது. மொத்தத்தில் தமிழகமெங்கும் நடக்கும் புத்தகக் கண்காட்சிகளின் மூலமாக ஆண்டுக்கு 30 கோடி ரூபாய் விற்பனை ஆகின்றது என்று மதிப்பிடப்படுகிறது.

நூலக ஆணை

புத்தகக் கொள்முதலுக்கான மிகப்பெரும் வழி தமிழக அரசின் பொது நூலக இயக்ககமே ஆகும். தமிழகப் பொது நூலகங்களின் எண்ணிக்கை 4,300. மாவட்ட மைய நூலகம், வட்டார நூலகம், கிளை நூலகம் என மூன்றடுக்கு அமைப்பைக் கொண்டது தமிழக நூலகத் துறை. நூல்களை வாசிக்கவும் இரவல் பெறவும் செலவு செய்ய வேண்டியதில்லை. ஒரு சிறு வைப்புத்தொகையினைக் கொடுத்து இலவசமாக நூல்களை இரவல் பெறலாம். நூலக இயக்ககம் தமிழ்நாடெங்கும் ஒரு பெரும் வாசிப்புப் புரட்சியை ஏற்படுத்தியுள்ளதென்பதில் ஐயத்திற்கிடமில்லை. சொத்து வரியில் ஐந்து சதவீதம் நூலகக் கூடுதல் வரியாக விதிக்கப்படுகின்றது. ஆனால் கெடுவாய்ப்பாக இந்தத் தொகை நூல் வாங்குவதற்காகச் செலவிடப்படாமல் பிறவற்றுக்கு மடைமாற்றி விடப்படும் அவலம் நெடுங்காலமாகத் தொடர்கிறது.

ஆண்டுக்கு முப்பது கோடி ரூபாய் அளவுக்குப் பொது நூலகத்துறை புத்தகக் கொள்முதல் செய்கிறது. நூல்களைத் தேர்வதற்குச் சமூகத்தின் பல்வேறு நிலையிலிருந்து உறுப்பினர்கள் தேர்ந்தெடுக்கப்படவேண்டும். ஆனால் பெரும்பாலும் ஆளும் கட்சியினரே இதில் இடம்பிடிக்கின்றனர். கொள்முதல் விலையை அரசே நிர்ணயிக்கும். தயாரிப்புச் செலவுகளையோ விலையினையோ பொருட்படுத்தாமல் கொள்முதல் விலை நிர்ணயிக்கப்படுகின்றது. இருப்பினும் ஒரே சமயத்தில் அறுநூறு முதல் ஆயிரம் படிகள்வரை ‘தள்ளிவிட’ முடிவதால் பதிப்பகங்கள் இதற்குக் கடும் போட்டியிடுகிறார்கள். வாசகர்களுக்கு நேரடியாக ஒரு படிகூட விற்காமல் மொத்தத்தையும் நூலகத் துறையின் தலையில் கட்டி ஆதாயம் தேடக்கூடிய நிலை இதனால் விளைகிறது. இதன் பெரும்பேறாக ஊழல் மலிந்த துறையாக இது விளங்குகிறது.

வெளியீட்டாளர்கள், அலுவலர்கள், இடைத்தரகர்கள் என்றொரு வலைப்பின்னல் ஊழலில் திளைத்து நூலகக் கட்டமைப்பையும் புத்தகத் தொழிலையும் ஒருங்கே சீரழிக்கின்றது.

தமிழக அரசு ஒதுக்கும் நிதியைத் தவிர மைய அரசின் ராஜா ராம்மோகன் ராய் நூலக அறக்கட்டளைக்கும் தமிழக நூலக இயக்ககமே முகவராகும். இதன் மூலமாகவும் ஆண்டுக்கு மூன்று கோடி ரூபாய் அளவுக்குக் கொள்முதல் நடக்கின்றது.

பிற அரசாங்கத் திட்டங்கள்

சில ஆண்டுகளுக்கு முன்புவரை செயல்பாட்டிலிருந்த கரும்பலகைத் திட்டம், அண்ணா மறுமலர்ச்சித் திட்டம் போன்ற நூல் கொள்முதல் திட்டங்கள் இப்போது இல்லை. ராஷ்ட்ரிய மாத்யமிக் சிக்ஷா அபியான் போன்ற மத்திய அரசு திட்டங்கள் வழி ஆண்டுக்கு முப்பது கோடி ரூபாய் அளவுக்கு நூல்கள் வாங்கப்படுவதாகவும் இதனால் ஒரு சில பதிப்பகங்கள் மட்டுமே பயனடைகின்றன என்றும் சொல்லப்படுகிறது. இதனை உறுதிப்படுத்த முடியவில்லை. இதைப் போன்ற திட்டங்களை அனைத்துப் பதிப்பகத்தினரும் பயன்கொள்ளும் முறையில் வெளிப்படையாக (செய்தித்தாள், இணையம்) விளம்பரப்படுத்த வேண்டும் என்பது பதிப்புத் துறையினரின் பலநாள் கோரிக்கை.

புத்தகத் தொழிலின் மொத்த அளவு

மேற்கண்ட செய்திகளின் அடிப்படையில் தமிழ்ப் புத்தகத் தொழிலின் மொத்த அளவு 150 கோடி ரூபாய் என மதிப்பிடப்படுகிறது. தமிழ்நாட்டின் பரப்பையும் அதன் பண்பாட்டு வளத்தையும் கருத இது பெருமை கொள்ளத்தக்கதல்ல என்பதைச் சொல்ல வேண்டியதில்லை.

பொதுமுடக்கத்தினால் விளைந்த இடர்களும் தீர்வுகளும்

பெருந்தொற்றைத் தொடர்ந்து செயல்படுத்தப்பட்ட பொதுமுடக்கம் தமிழ்ப் புத்தகத் தொழிலை மிகக் கடுமையாகப் பாதித்தது. புத்தகக் கடைகளை மூடியதாலும், அஞ்சல் சேவைகளைக் கட்டுப்படுத்தியதாலும் பல மாதங்களுக்குப் புத்தக விற்பனையே இல்லை என்ற நிலையும் ஏற்பட்டது. பள்ளி, கல்லூரிகள் திறக்கப்படாததால் நூலக விற்பனையும் பாதிக்கப்பட்டது. பொது நூலகக் கட்டுப்பாடுகளும் வாசகரைப் பெரிதும் பாதித்துள்ளன. 2020 மார்ச் மாதம் முதல் வருமானமே இல்லாத நிலை. மார்ச் 31 கணக்குப் பார்க்கும் தேதியாதலால் ஆண்டுக் கணக்குவழக்குகளும் நேர்படுத்தல்களும் தடைப்பட்டுப் பதிப்பகங்களைப் பாதித்துள்ளன.

நடைமுறைச் செலவுகளுக்குப் பணம் இல்லை. ஊழியர்களுக்கும் சம்பளம் போட முடியாத நிலை. அச்சகங்கள் பல மாதங்களுக்கு மூடப்பட்டிருந்தன. கணினி அச்சுக்கோப்பாளர்கள், மெய்ப்புத் திருத்துநர், மொழிபெயர்ப்பாளர், வடிவமைப்புக் கலைஞர் முதலானோருக்கு வேலை இல்லை. அச்சுத்தாள், அச்சகத் துணைப்பொருள்கள் ஆகியவற்றின் விற்பனையும் தடைப்பட்டது.

பதிப்புத் துறையின் எதிர்காலமே கேள்விக்குள்ளாகியிருக்கிறது. பண்பட்ட சமூகத்தின் அடிப்படையாக விளங்குவது நூல்களே. அதற்குப் பண மதிப்பு மட்டுமே அளவுகோலாக இருக்க முடியாது. பதிப்புத் தொழில் மீள வேண்டுமானால் அரசு உடனடியான சில நடவடிக்கைகளை மேற்கொள்வது இன்றியமையாதது.

சில பரிந்துரைகள்

1. 2018-19ஆம் ஆண்டின் வருமான வரிப் படிவங்களின் அடிப்படையில் அனைத்துப் பதிப்பக ஊழியர்களுக்கும் 50% ஊதியம் நேரடியாக அரசு வழங்கலாம்.

2. மொத்த தாள் வாங்குதல் முந்தைய ஆண்டின் அளவுக்குள் இருக்கவேண்டும் என்ற வரையறைக்குட்பட்டு அடுத்த ஓராண்டுக்கு பதிப்பகங்கள் வாங்கும் அச்சுத்தாளுக்கு 25% சலுகை தரலாம்.

3. முந்தைய ஆண்டின் விற்றுமுதலில் 25% என்ற மேலெல்லை விதித்து மூன்றாண்டுகளுக்கு ஈடுகாணமில்லாமலும் வட்டியில்லாமலும் கடன் வழங்கலாம்.

4. ஓராண்டுக்குப் புத்தகக் கடைகளின் வாடகைக்கு 50% சலுகை வழங்கலாம். கடை ஊழியர்களின் ஊதியத்தில் 25% அரசே ஓராண்டுக்கு வழங்கலாம்.

5. அச்சுத்தாள், அச்சகக் கூலி ஆகியவற்றுக்கு இரண்டாண்டுகளுக்கு ஜி.எஸ்.டி. வரிவிலக்கு அளிக்கலாம்.

6. ஓராண்டுக்கு மேலாக அரசு நூலகத்துறை கொள்முதல் செய்த நூல்களுக்குப் பணம் வழங்கப்படாமல் உள்ளது. அதனை உடனே வழங்குவதன் மூலம் பதிப்புத் தொழிலில் பண சுழற்சியை ஊக்குவிக்கலாம்.

7. ஐ.எஸ்.பி.என். என்னும் சர்வதேசப் புத்தக எண்ணுடன் 2020-21இல் வெளியான அனைத்து நூல்களையும் 300 பிரதிகளை அரசு நூலகத்துறை வாங்கி, அறுபது நாளுக்குள் பணம் பட்டுவாடா செய்யலாம்.

8. தமிழகமெங்கும் சிறு நகரங்கள் தொடங்கி 25 புத்தகக் கண்காட்சிகளை அரசு செலவில் நடத்தலாம்.

9. புத்தக வாசிப்பை ஊக்குவிக்கும் விளம்பரங்களை அரசே செய்யலாம்.

10. அடுத்த இரண்டாண்டுகளுக்கு நூல்களுக்கான அஞ்சல் கட்டணத்தைக் குறைக்குமாறு தமிழக அரசு மைய அரசுக்குப் பரிந்துரைக்கலாம்.

11. தமிழ்நாட்டுக்காக ஒரு புத்தகக் கொள்கையை அறிவித்து, நடைமுறைப்படுத்தலாம்.

12. தமிழ்ப் புத்தகத் தொழில் பற்றிய ஒரு பரந்த விரிவான ஆய்வு மேற்கொள்ளப்பட வேண்டும்.

13. அனைத்துப் பயனுரிமையாளர்களின் நலனையும் கருத்தில் கொண்டு ‘பபாசி’ சீரமைக்கப்பட வேண்டும்.

14. *2009*இல் உருவாக்கப்பட்ட தமிழ்ப் புத்தகத் தொழில் நலவாரியத்திற்குப் புத்துயிரூட்ட வேண்டும். பயன்படாமல் இருப்பதாகச் சொல்லப்படும் மூன்று கோடி ரூபாயை புத்தகத் தொழிலுக்கு இடைக்கால நிவாரணமாக வழங்க வேண்டும்.

(இக்கட்டுரையை எழுதுவதற்குப் பல செய்திகளைத் தந்துதவிய கே.எஸ். புகழேந்தி (சிக்ஸ்த் சென்ஸ் பப்ளிகேஷன்ஸ்), கண்ணன் சுந்தரம் (காலச்சுவடு பதிப்பகம்), மருதன் கங்காதரன் (கிழக்கு பதிப்பகம்), ‘பரிசல்’ செந்தில்நாதன் (புத்தக விற்பனையாளர்), மு. பழனியப்பன் (முல்லைப் பதிப்பகம்), பி.எஸ். சண்முக சுந்தரம் (மணி ஆப்செட்), கட்டுரையை மேற்பார்த்து உதவிய கே.எம். வேணுகோபால் ஆகியோருக்கு என் நன்றி உரியது.)

12

தமிழ்நாட்டில் சுற்றுலாத்துறை:
பெருந்தொற்றுக்குப் பிறகு புத்துயிரூட்டுவதற்கான நடவடிக்கைகள்

கிருஷானு பிரதான்

கோவிட்–19 பெருந்தொற்றின் விளைவுகளும் அது தொடர்பான ஊரடங்கும் தமிழ்நாட்டின் சுற்றுலாத் துறையில் முன்னெப்பொழுதும் இல்லாதவகையில் கடுமையானதாக இருந்தன. அனைத்து வகையான தரைவழிப் போக்குவரத்து, அதைப்போல உள்நாட்டு மற்றும் சர்வதேச விமானப்பயணம் ஆகியவற்றை நிறுத்திவைத்ததும் ஹோட்டல்கள், உணவகங்கள், வழிபாட்டுத்தலங்கள், கடற்கரைகள், விளையாட்டுத்திடல்கள், சுற்றுலாத் தலங்கள், பொழுதுபோக்கு இடங்கள் போன்றவற்றை முழுமையாக அடைத்துவைத்ததும் இந்தத் துறைக்கு ஒரு பலத்த அடியாகும். ஊரடங்கானது, சுற்றுலாவின் நிதிச்செழுமையையும் அதனுடன் தொடர்புடைய நடவடிக்கைகளையும் கணிசமாகப் பலவீனப்படுத்தியுள்ளதால், இந்தத் துறையைப் புனரமைப்பது சவாலானதாக இருக்கும்.

பொருளாதார மந்தநிலை காரணமாக மக்களுக்கு ஏற்பட்ட வேலை மற்றும் வருவாய் இழப்புகளும் கூட சுற்றுலா தொடர்பான நடவடிக்கைகளை மேற்கொள்ளும் அவர்களின் திறனைப் பாதித்துள்ளன. தவிரவும், நிச்சயமற்றதன்மை குறித்த அச்சம், நடைமுறைப்படுத்தப்பட்ட சமூகவிலகல் நியமங்கள், சுற்றுலாப் பயணிகள் சுயக்கட்டுப்பாட்டிலிருந்து வெளிவர விரும்பாமை ஆகியன வரும் மாதங்களில் தொடர்ந்து நிலவும்.

சுற்றுலாத் துறையின் முக்கியத்துவம்

வருகைதரும் சுற்றுலாப்பயணிகள் செய்யும் செலவுகள் பொருளாதாரத்தில் குறிப்பிடத்தக்கப் பின்னோக்கிய மற்றும் முன்னோக்கிய விளைவுகளை உருவாக்குகின்றன. சுற்றுலாச் செயல்பாடுகள் சேவைத்துறையின் கீழ் வந்தாலும், அவை முதல்நிலை மற்றும் இரண்டாம்நிலை துறைகளுக்கும் சாதகமாகப் பங்களிக்கின்றன. சர்மாவின் கூற்றுப்படி (2014), இந்தியாவில் சுற்றுலாச் செயல்பாடுகளின் வருமானப் பெருக்க விளைவு 3.2ஆக இருப்பதாக மதிப்பிடப்பட்டுள்ளது. அதாவது, இந்தியாவிற்கு வருகைதரும் சுற்றுலாப் பயணிகள் செலவிடும் ஒவ்வொரு ரூபாய்க்கும் மூன்று ரூபாய்க்கும் மேற்பட்ட வருவாய் உருவாக்கப்படுகிறது. இத்தகைய வருமானப் பெருக்க விளைவுகளில் 70%க்கும் அதிகமானவை உள்ளூர் இறுதித்தேவையால் பிடிக்கப்படுகின்றன. இந்தியாவில் சுற்றுலாத் தொழிலானது மூன்றாவது பெரும் அந்நியச் செலாவணி ஈட்டும் துறையாகவும் (2018இல் 240 பில்லியன் அமெரிக்க டாலர்கள்) விளங்குகிறது. மேலும் உள்ளூர் வேலைவாய்ப்புக்குக் குறிப்பிடத்தக்க வாய்ப்பையும் வழங்கக்கூடிய, தொழிலாளர்களைப் பெருமளவில் ஈர்க்கும் துறையாகவும் கூட உள்ளது. பன்னாட்டுத் தொழிலாளர் அமைப்பின் (2009) படி, சுற்றுலாத் துறையின் வேலைவாய்ப்பு நெகிழ்ச்சியானது (1.8), உற்பத்தித்துறையை (0.57) விடவும், சுரங்கத்துறை மற்றும் குவாரித்துறையை (0.45) விடவும், கட்டுமானத்துறையை (1.14) விடவும் மிகவும் அதிகமாகும்.

தமிழ்நாட்டின் சுற்றுலாத் துறை

தமிழ்நாட்டின் சுற்றுலாத் தொழில் இந்தியாவிலேயே மிகப்பெரியது ஆகும். தமிழ்நாடு சுற்றுலா வளர்ச்சித் துறையின் “மயக்கும் தமிழ்நாடு – நீங்கள் உணர்ந்து அனுபவியுங்கள்” என்னும் பிரச்சாரம் 2003ஆம் ஆண்டு தொடங்கப்பட்டு, குறிப்பிடத்தக்கச் சாதகமான பலன்களைத் தந்து, 2014ஆம் ஆண்டு முதல் உள்நாட்டு, வெளிநாட்டுச் சுற்றுலாப் பயணிகள் வந்துசெல்லும் இந்தியாவின் மிகவும் பிரபலமான சுற்றுலா மையமாகத் தமிழ்நாட்டை ஆக்கியுள்ளது. 2018ஆம் ஆண்டில், இந்தியாவின் உள்நாட்டுச் சுற்றுலாப்பயணிகளில் சற்றொப்ப நான்கில் ஒரு பகுதியினரும் (385 மில்லியனுக்கும் மேற்பட்டோர்), அயல்நாட்டுச் சுற்றுலாப்பயணிகளில் ஐந்தில் ஒரு பகுதியினரும் (6 மில்லியனுக்கும் மேற்பட்டோர்) தமிழ்நாட்டிற்கு வந்துசென்றனர். இத்துறையின் முக்கியத்துவத்தைக் கருத்தில்கொண்டு, தமிழ்நாடு அரசாங்கத்தின் தொலைநோக்கு 2023 திட்டம் குறிப்பிடத்தக்க அழுத்தத்தை அதற்குக் கொடுத்து, கேளிக்கை பூங்காக்கள்,

விளையாட்டு வளாகங்கள், அறிவியல் அருங்காட்சியகங்கள், பயிற்சி நிறுவனங்கள், உள்கட்டமைப்பு ஆகியனவற்றை மேம்படுத்துவது, புனரமைப்பது ஆகியவற்றுக்காகப் (பொதுத்துறை தனியார் கூட்டாண்மை அடிப்படையில்) 2023 ஆம் ஆண்டில் 100 பில்லியன் ரூபாய் முதலீட்டுத் தேவையை மதிப்பிட்டது.

கோவிட்-19க்கு முந்தைய மற்றும் பிந்தைய காட்சிப் புலங்கள்

2019 ஆம் ஆண்டில் தமிழ்நாட்டில் சுற்றுலாப் பயணிகளின் வருகையில் எவ்விதமான வளர்ச்சியும் ஏற்படவில்லை என்பதை அட்டவணை 1 வெளிப்படுத்துகிறது. உள்நாட்டுப் பொருளாதாரத்தின் மந்தநிலையும், குடியுரிமைத் திருத்தச் சட்டம் மற்றும் குடிமக்களின் தேசியப் பதிவேடு ஆகியவற்றிற்கு எதிரான நாடளாவிய கிளர்ச்சிகளும் 2019 ஆம் ஆண்டில் உள்நாட்டு சுற்றுலாப் பயணிகளின் வருகையில் கணிசமான சரிவை ஏற்படுத்தியது (Kaushik, 2019). 2018 ஆம் ஆண்டுடன் ஒப்பிடுகையில் (10.56 மில்லியன்), 2019 ஆம் ஆண்டில் இந்தியாவில் வெளிநாட்டுச் சுற்றுலாப் பயணிகளின் வருகையில் (9.6 மில்லியன்) ஒட்டுமொத்தமாக வீழ்ச்சி ஏற்பட்டதே மாநிலத்தில் சுற்றுலாப் பயணிகளின் வருகையின் உற்சாகமற்ற வளர்ச்சிக்கு முக்கியக் காரணம் ஆகும். 2019 ஆம் ஆண்டின் ஆரம்பத்தில் இந்தியா-பாகிஸ்தான் எல்லைப் பகுதியில் ஏற்பட்ட பதற்ற

அட்டவணை 1
தமிழ்நாட்டில் சுற்றுலாப் பயணிகளின் எண்ணிக்கை (2015-2019)

ஆண்டு	சுற்றுலாப் பயணிகளின் வருகை (இலட்சத்தில்)			சுற்றுலாப் பயணிகளின் வருகையில் வளர்ச்சி (%இல்)		
	உள் நாட்டினர்	வெளி நாட்டினர்	மொத்தம்	உள் நாட்டினர்	வெளி நாட்டினர்	மொத்தம்
2015	3,334.6	46.9	3,384.2	-	-	-
2016	3,438.1	47.2	3,485.3	3.10	0.64	2.99
2017	3,450.6	48.6	3,499.2	0.36	2.97	0.40
2018	3,859.1	60.7	3,919.8	11.84	24.90	12.02
2019*	3,900	61	3961	1.06	0.49	1.5

Note. * Provisional
Source. Yogesh Kabirdoss & V.Ayyappan, 2020, May 15. For the tourism business, it's time to think local. The Times of India.

நிலை, இந்திய அரசியல் அமைப்புச் சட்டப் பிரிவு 370 மற்றும் சட்டப் பிரிவு 35ஏ ஆகியவற்றை ரத்து செய்ததன் பேரில் ஐரோப்பிய ஒன்றியமும் அமெரிக்க ஐக்கிய நாடுகளும் அளித்த பயண அறிவுரைகள், ஜம்மு–காஷ்மீருக்குச் சிறப்பு அந்தஸ்து அளிக்கப்பட்டிருந்ததை நீக்கியதற்குப் பிறகு பிளவுபடாத ஜம்மு காஷ்மீர் சென்றுவர சுற்றுலாப் பயணிகளுக்கு இந்திய அரசு அறிவுரை வழங்கியது, ஐரோப்பிய ஒன்றியத்திலும், அமெரிக்க ஐக்கிய நாடுகளிலும், ஐரோப்பிய ஒன்றியத்திலிருந்து இருந்து வெளியேறிய பிரெக்ஸிட்டிலும் நிலவிய ஒட்டுமொத்த மந்தநிலை அச்சங்கள் ஆகியன 2019இல் வெளிநாட்டுச் சுற்றுலாப் பயணிகளின் வருகையில் வீழ்ச்சி ஏற்பட்டதற்கு முக்கியக் காரணங்களாகும் (Narayanan, 2019). சீனாவில் 2019ஆம் ஆண்டின் நவம்பர் பிற்பகுதியிலிருந்து பரவிய கோவிட்–19 வைரஸ் பரவல் காரணமாக இந்திய அரசு பயணம் மற்றும் விசா கட்டுப்பாடுகளை விதித்ததும் வெளிநாட்டுப் பயணிகள் வருகையின் சரிவிற்குப் பங்களித்தன.

கோவிட்–19 நெருக்கடி காரணமாகப் பன்னாட்டுச் சுற்றுலாப் பயணிகளின் வருகை 60% முதல் 80% வரை குறைந்துவிடும் என்றும் அதன்விளைவாக வருவாய் இழப்பு 910 பில்லியன் அமெரிக்க டாலருக்கும் 1.2 ட்ரில்லியன் அமெரிக்க டாலருக்கும் இடைப்பட்ட அளவுக்கு இருக்கும் என்றும் ஐக்கிய நாடுகளின் உலகச் சுற்றுலா அமைப்பு (UNWTO, 2020) கூறியுள்ளது. ஆசியா மற்றும் பசிபிக் பிராந்தியங்கள், குறிப்பாக இந்தியா, பன்னாட்டுச் சுற்றுலாப் பயணிகளின் வருகையில் கடும் வீழ்ச்சியைச் சந்திக்கும் என்றும் அது தெரிவித்துள்ளது (UNWTO, 2020).

கோவிட்–19 பெருந்தொற்று, அதைத் தொடர்ந்த ஊரடங்கு ஆகியவற்றின் காரணமாக, 2020இலும் அடுத்து வருங்காலத்திலும் சுற்றுலாப் பயணிகளின் வருகையில் குறிப்பிடத்தக்க சரிவு பதிவாகும். நாடு தழுவிய ஊரடங்கிற்குப் பிறகான சுற்றுலாச் செயல்பாடுகளின் வீழ்ச்சியின் அளவை, 2019ஆம் ஆண்டு டிசம்பர் மாதத்தில் அனைத்து இந்திய அளவில் ஈட்டிய சுற்றுலா வருவாயுடன் (3.2 பில்லியன் அமெரிக்க டாலர்கள்), 2020ஆம் ஆண்டு மார்ச் மாதத்தின் சுற்றுலா வருவாயை (0.785 பில்லியன் அமெரிக்க டாலர்கள்) ஒப்பிட்டுப் பார்த்து அறிந்து கொள்ளலாம் (CEIC, 2020). கூடவே, சீனாவிலும் ஐரோப்பாவிலும் கோவிட்–19 பரவியதாலும், அதனைத் தொடர்ந்து இந்திய அரசாங்கத்தால் (சுற்றுலாத்துறை அமைச்சகம், 2020) வெளிநாட்டுப் பயணிகளுக்கு விதிக்கப்பட்ட கட்டுப்பாடுகள் காரணமாகவும், 2020ஆம் ஆண்டு, ஜனவரி மாதம் முதல் மார்ச் மாதம் வரை இந்தியாவில் வெளிநாட்டுச் சுற்றுலாப் பயணிகளின் வருகை 2019ஆம் ஆண்டின் அதே காலப்பகுதியுடன் ஒப்பிடும்போது 23% சரிவைப் பதிவு செய்தது. இந்தியாவிற்கு

வருகைதரும் வெளிநாட்டுச் சுற்றுலாப் பயணிகளில் 65% பங்களிப்பு செய்வோரான சீனம், ஜெர்மனி, அமெரிக்கா, இங்கிலாந்து ஆகிய நான்கு நாட்டினரும் கோவிட்–19 பெருந்தொற்றால் கணிசமாகப் பாதிக்கப்பட்டுள்ளனர் (சுற்றுலாத்துறை அமைச்சகம், 2019).

இந்தியாவிற்கு வந்துசெல்லும் வெளிநாட்டுச் சுற்றுலாப் பயணிகளில் நான்கில் ஒரு பகுதியினரை ஈர்க்கும் தமிழ்நாடு, (இந்திய அரசால் 2020ஆம் ஆண்டு ஜூலை மாதம் 6ஆம் நாளன்று திருத்தியமைக்கப்பட்டதன்படி) மகாராஷ்டிரத்தை அடுத்து கோவிட்–19 வைரஸால் மோசமாகப் பாதிக்கப்பட்டுள்ள இரண்டாவது மாநிலமாக உள்ளது. ஆகவே, மாநிலத்தில் சுற்றுலாத் துறையிலும் அதனோடு தொடர்புடைய பிற துறைகளிலும் நெருக்கடி முற்றுகிறது.

சுற்றுலாத்துறை மீதான ஊரடங்கின் தாக்கம்

இந்திய வர்த்தக மற்றும் தொழில்துறை கூட்டமைப்பு மற்றும் கிராண்ட் தோர்ன்டன் (2020) அறிக்கையின்படி, இந்தியா ஒட்டுமொத்தமாக 17 பில்லியன் அமெரிக்க டாலர்கள் வருமான இழப்பையும் 2020ஆம் ஆண்டில் மட்டுமே பயணம் மற்றும் சுற்றுலாத் துறையில் 40 மில்லியன் பணியிடங்களின் இழப்பையும் கொண்டுள்ளது. 2020ஆம் ஆண்டு மார்ச் மாதம் முதல் மே மாதம் வரையில் ஹோட்டல்கள் மற்றும் விமானப் பயண முன்பதிவுகள் 90% அளவுக்கு ரத்து செய்யப்பட்டதால் ஹோட்டல், விமானப் போக்குவரத்து, பயணத்துறை ஆகியவற்றிற்கு 1.2 பில்லியன் அளவுக்கு இழப்பு ஏற்பட்டுள்ளதாகவும் அந்த அறிக்கை மேலும் எடுத்துக்காட்டியுள்ளது. இந்தியச் சுற்றுலா ஏற்பாட்டாளர்கள் சங்கத்தின்படி, சுற்றுலா ஏற்பாட்டாளர்கள் மற்றும் பயண முகவர்களின் வருமானத்தின் சராசரி இழப்புகள் முந்தைய ஆண்டின் வருமானத்தில் 50–80% வரம்பில் இருக்கும் என்றும் அந்த அறிக்கை மேலும் குறிப்பிடுகிறது.

ஊரடங்கு காரணமாக, சுற்றுலாத் துறையின் வருமானத்திலும் பணிகளிலும் ஏற்பட்ட இழப்பின் மாநிலவாரியான மதிப்பீடு கிடைக்கப் பெறவில்லை. தமிழ்நாட்டின் சுற்றுலாத் துறையின் மூலம் ஏற்பட்ட வருமான இழப்பு 4 பில்லியன் அமெரிக்க டாலருக்கும் அதிகமாகவும், (நேரடி மற்றும் மறைமுகப்) பணியிழப்பு சுமார் 10 மில்லியன் அளவுக்கும் இருக்கும். உள்நாட்டு மற்றும் வெளிநாட்டு சுற்றுலாப் பயணிகளின் வருகைகளில் அரசு கணிசமான சரிவை சந்தித்துள்ளதுடன், இத்துறையில் கணிசமான சுருக்கமும் ஏற்பட்டுள்ளது. ஊரங்குக் காலகட்டத்தின்போது நீலகிரி

மாவட்டத்தில் உள்ள ஹோட்டல்களிலும் உணவுவிடுதிகளிலும் மட்டுமே கிட்டதட்ட ஒரு லட்சத்திற்கும் மேற்பட்டோர் வேலை இழந்துவிட்டனர் என்று நீலகிரி ஹோட்டல்கள் மற்றும் உணவுவிடுதிகள் சங்கம் தெரிவிக்கிறது.

சுற்றுலாவின் உச்சக்கட்டப் பருவத்தின்போதே (ஏப்ரல் மாதம் முதல் ஜூன் மாதம் வரை) ஒருசேர ஊரடங்கும் பிறப்பிக்கப்பட்டதால், மாவட்டத்தின் ஹோட்டல் மற்றும் உணவக உரிமையாளர்கள் தங்கள் ஊழியர்களுக்கு ஊதியம் வழங்க முடியாத நிலை ஏற்பட்டது (*Premkumar, 2020*). பணப்புழக்கம் இல்லாமல், இந்த துறையில் பணப்புழக்க நெருக்கடி கடுமையாக ஆகும். இதன் விளைவாக, திவால்நிலைகள், வணிக நிறுவனங்கள் மூடல், வேலை இழப்புகள் தவிர்க்க முடியாததாகிவிடும். சுற்றுலாச் செயல்பாடுகளைச் சார்ந்திருக்கும் டாக்சிகள், தனியார் பேருந்துகள், சுற்றுலா ஏற்பாட்டாளர்கள், சிறு வணிக உரிமையாளர்கள், தெரு விற்பனையாளர்கள் ஆகியோர் கணிசமான வருவாய் இழப்புக்குள்ளாகினர்.

தமிழ்நாடு 60% அளவுக்கு (சற்றேறக்குறைய 33,000 கோவில்கள் மட்டுமே கொண்ட) அனைத்து வழிபாட்டுத் தலங்களின் உறைவிடமாக இருப்பதால், ஊரடங்கும், மதரீதியிலான ஒன்று கூடல்களுக்கும் விதிக்கப்பட்ட தடையும், கோவில் பூசாரிகள், ஆலயப் பணியாளர்கள், பூ வியாபாரிகள், யாத்திரைத் தலங்களிலுள்ள சிற்றுண்டிச்சாலையினர் ஆகியோருக்கு வாழ்வாதார இழப்பை ஏற்படுத்தியுள்ளது. அதைப்போல, கடற்கரைகள், மலைவாசஸ்தலங்கள், தாவரவியல் பூங்காக்கள், உயிரியல் பூங்காக்கள் ஆகியனவற்றை மூடியதும், உள்ளூர் ஹோட்டல்கள், உணவு விடுதிகள், தெரு வியாபாரங்கள் போன்றவற்றைக் கடுமையாகப் பாதித்துள்ளது.

குறுகியகால நடவடிக்கைகள்

உடனடியான நிதி ஆதரவின் அவசியம்

விமானப் போக்குவரத்துத் துறையினர், ஹோட்டல் உரிமையாளர்கள், சுற்றுலா ஏற்பாட்டாளர்கள், பயண முகவர்கள், டாக்சி ஓட்டுநர்கள், ஹோட்டல்கள் மற்றும் உணவுவிடுதிப் பணியாளர்கள் ஆகியோருக்கான இந்திய வர்த்தக மற்றும் தொழில்துறை கூட்டமைப்பு மற்றும் கிராண்ட் தோர்ன்டன் (2020) அறிக்கையின் மதிப்பீடுகளிலிருந்து பெறப்பட்ட உடனடியான நிதி மற்றும் நிதி சார்ந்த ஆதரவின் தொகையானது 5 பில்லியன் அமெரிக்க டாலருக்கும் (375 பில்லியன் ரூபாய்) குறையாமல் இருக்காது. இந்தத் துறையில் பெருந்தொற்றால் ஏற்பட்ட

சில இழப்புகளை ஈடுகட்டவும் வணிகங்களின் உடைந்த நிதி ஆரோக்கியத்தைச் சரிசெய்யவும் நிதிஆதரவு தேவைப்படும். இப்பொழுது நடைமுறையில் இருந்துவரும் ஊரடங்கு சுற்றுலாத் துறையை முடக்கியிருப்பதால், தொலைநோக்கு 2023 திட்டத்திற்காக உத்தேசிக்கப்பட்ட ரூ. 100 பில்லியன் முதலீட்டுத் தொகையின் ஒரு பகுதியை இந்தத் துறையின் உடனடியான நிவாரணத்திற்காகவும் ஆதரவுக்காகவும் ஒதுக்கவேண்டும். இந்தத் துறை தொடர்ந்து தழைக்கவேண்டியது உடனடித் தேவையாகும். புத்துயிரூட்டப்படுவதைத் தொடர்ந்து ஊரடங்கும் நீக்கப்படலாம்.

பணப்புழக்க நெருக்கடியும் கடன் ஆதரவும்

கோவிட்–19 பெருந்தொற்று, ஊரடங்கு ஆகியவற்றின் காரணமாக, ஹோட்டல்கள், உணவுவிடுதிகள், சிறுவணிகக் கடைகள், சுற்றுலா ஏற்பாட்டாளர்கள் போன்றோருக்கு ஏற்பட்டுள்ள பணப்புழக்க நெருக்கடியைக் கவனத்தில் கொண்டு, கடன்வசதியை அளித்து அவர்கள் இயல்புநிலையில் இயங்க வங்கிகள் முன்வந்து உதவ வேண்டும். வங்கிகள் கடன்வசதி அளிப்பது தவிரவும், விமானப் போக்குவரத்துத் துறை, விருந்தோம்பல் துறை, ஹோட்டல்கள், பயண முகவர்கள் ஆகியோருக்கு அளிக்கப்பட்ட நிலுவையிலிருக்கும் கடன்களை மாற்றியமைக்காமல் (அல்லது அதனைச் செயல்படாத சொத்துகளாகக் கணக்கில் எடுத்துக்கொள்ளாமல்) இருப்பது அவசரத் தேவையாகும். ஊரடங்கை நீக்கிய பின்னர் இந்தத் துறை புத்துயிர் பெற்றதும், வங்கிகள் தங்கள் நிலுவைகளை மீட்டெடுக்கலாம். நடைமுறை மூலதனம், அசல் தொகை, வட்டி செலுத்தல்கள், கடன்கள், மிகைப்பற்று ஆகிய அனைத்தின் மீதும் கடனைக் காலம்தாழ்த்திக் கொடுப்பதற்கான அவகாசம் குறைந்தபட்சம் 12 மாதங்களுக்கு இருக்க வேண்டும் என இந்திய வர்த்தக மற்றும் தொழில்துறை கூட்டமைப்பு, கிராண்ட் தோர்ன்டன் (2020) ஆகியவையும் யோசனை தெரிவித்தன.

வரிகள் மற்றும் நிறுவனக் கட்டணங்களின் தள்ளுபடிக்கான அவசியம்

வங்கிக் கடன்களின் ஆதரவைத் தவிரவும், சொத்து வரிகள், வணிக உரிமக் கட்டணங்கள், புதுப்பித்தல் கட்டணங்கள் மற்றும் மின்சாரக் கட்டணங்கள், ஹோட்டல்கள், உணவு விடுதிகள், தங்குமிடச் சேவை அளிப்போர், சிறுவணிக உரிமையாளர்கள், சுற்றுலா ஏற்பாட்டாளர்கள் போன்ற பிற நிறுவனத்தாரின் கட்டணங்கள் என அனைத்து வகையான கட்டணங்களையும் அரசு தள்ளுபடி செய்ய வேண்டும். அத்தகைய தள்ளுபடிகளின் பேரில் எஞ்சும் தொகை பெரிய அளவில் இருக்காது எனினும் உடனடியான

பணப்புழக்க நெருக்கடியைக் கடந்து செல்வதற்கான ஒரு தளத்தை அது அவர்களுக்கு உருவாக்கித்தரும். கூடவே, முந்தைய அனைத்துச் சரக்கு மற்றும் சேவை வரி நிலுவைகளையும், குறைந்தபட்சம் பெருந்தொற்றுப் பரவல் முடியும் வரையாவது, தள்ளிவைக்க வேண்டியது அவசியமாகும். கட்டணம் செலுத்துவதை உள்ளடக்கிய எந்தவொரு புதிய இணக்கமும் விலக்கு அளிக்கப்பட்டதாக இருக்க வேண்டும். இத்தகைய தள்ளுபடிகள் பணப்புழக்கத்தின் வெளிப்பாட்டைக் குறைக்கவும், அவற்றின் நடைமுறை மூலதன நிலையைப் பலப்படுத்தவும் செய்யும் (*Agarwal, 2020*).

வருகையாளர் எண்ணிக்கையை அதிகரிப்பதற்கான உத்தி

ஹோட்டல்கள், விருந்தினர் விடுதிகள், மனமகிழ்மன்றங்கள், உணவு விடுதிகள் ஆகியவற்றின் உரிமையாளர்கள் ஊரடங்கு நீக்கப்பட்டுக் கட்டுப்பாடுகள் தளர்த்தப்பட்டதும் வருகையாளர்களையும் சுற்றுலாப் பயணிகளையும் கவர்வதற்காகக் கட்டணத் தள்ளுபடிகள், தங்குமிடச் சலுகைகள் போன்றவற்றை வழங்க வேண்டும். அரசின் ஆதரவால் மட்டுமே அவர்களின் நெருக்கடிகளைத் தீர்க்க முடியாது.

விருந்தோம்பல் துறையில் ஈடுபட்டுள்ள தனியார் நிறுவனங்களின் உடனடியான குறிக்கோள், அவர்களின் பணப்புழக்க நெருக்கடியைக் குறைப்பதற்கு வருகையாளர் எண்ணிக்கையை அதிகரிப்பதாக இருக்க வேண்டும். ரத்து செய்தல்களை இலவசமாக்குதல், திட்ட அட்டவணையை மாற்றியமைக்கும் வசதி, முன்வைப்புத் தொகையைக் கோராதிருத்தல் ஆகியன வாடிக்கையாளர்களின் நன்னம்பிக்கையை ஈட்டித்தரும். அதைப்போல, ஊரடங்கு நீடிக்கும்வரை அனைத்து வானூர்திச் சேவைகளும் திட்ட அட்டவணையை மாற்றிக்கொள்ளும் வசதி, பயணத்திட்ட விளக்கம் ஆகியனவற்றைக் கட்டணம் ஏதுமின்றி வழங்க அனுமதிக்க வேண்டும்.

அடிப்படைச் சேவைகளில் முன்னேற்றத்திற்கான தேவை

உள்நாட்டு, வெளிநாட்டுச் சுற்றுலாப் பயணிகளை மிகவும் ஈர்க்கும் ஓர் இடமாகத் தமிழ்நாடு இருந்துவருகிறது; ஆனால், சுற்றுலாத் தலங்களில் அடிப்படையான, தூய்மை மற்றும் சுகாதார வசதிகள் இல்லாதது, குறிப்பாகக் கோவிட்–19 நெருக்கடி காரணமாக, மிகவும் வருந்தத்தக்க ஒன்றாக உள்ளது. எடுத்துக்காட்டாக, மாதந்தோறும் ஆயிரக்கணக்கான பக்தர்களைக் கவர்ந்திழுக்கும் மதுரையிலுள்ள புகழ்பெற்ற மீனாட்சியம்மன் கோவில், அதையொட்டி நல்ல தரமான கழிப்பிட மற்றும் குடிநீர் வசதிகளைக் கொண்டிருக்கவில்லை. சுற்றுலாப் பயணிகளை ஈர்ப்பதற்கான

அத்தகைய அடிப்படையானதும் இன்றியமையாததுமான சேவைகள் மற்றும் வசதிகளை அளிக்கவும் பராமரிக்கவும் அரசிடமிருந்து அதிகபட்ச முயற்சிகள் அவசியமாகும்.

நிறுத்துமிட வசதிகள்,[1] சுகாதாரமான கழிப்பறைகள், கை சுத்திகரிப்பான்கள், முகக்கவசங்கள், சுத்தமான குடிநீர் வசதி போன்ற அடிப்படையான உள்கட்டமைப்பு வசதிகளை மேம்படுத்துவது சுற்றுலாப் பயணிகள் வைரஸ் தொற்றுக்கு ஆட்படாமல் அவர்களுக்குப் பாதுகாப்பளிக்க உதவும். இதேபோல், தனியார் சுற்றுலா ஏற்பாட்டு நிறுவனங்கள், ஹோட்டல்கள், உணவகங்கள், தங்குமிட வசதிகள் ஆகியவை கோவிட்-19 பரவுவதைக் குறைக்கும் விதிமுறைகளைப் பின்பற்றுவதற்கு முழுமையாகத் தயாராக இருப்பதை அரசாங்கம் உறுதிப்படுத்திக்கொள்ள வேண்டும்.

சுற்றுலாத் துறைத் தேவையை எவ்வாறு மீண்டும் உருவாக்குவது?

பாதுகாப்பு, சுகாதாரம், சமூக விலகல் நடைமுறைகள் ஆகிய அனைத்து வடிவங்களையும் கடைப்பிடிக்கிற ஒருசில முக்கிய இடங்களில் சுற்றுலாச் செயல்பாடுகளின் ஒருசில மாதிரிகளை உருவாக்குவதே சுற்றுலாத் துறைக்கான தேவையை மீண்டும் உருவாக்குவதற்கான முதல் படிநிலையாக இருக்கும். நேரடி மனிதத் தொடர்புகள் குறைக்கப்படும் நிலையான இயக்க நடைமுறைகள் வருகையாளர்களின் இடத்தில் வைக்கப்படவும் சமூக ஊடகங்கள் வழியாகப் பகிரப்படவும் வேண்டும். இத்தகைய நடைமுறைகள் சுற்றுலாப் பயணிகளிடையே நம்பிக்கையை உருவாக்கும். சிறந்த பாதுகாப்பு, சுகாதாரம், சமூக விலகல் நடைமுறைகள் ஆகியவற்றைக் கடைப்பிடிக்கிற, மாதிரி சுற்றுலாத் தலங்களின் தனிப்பயனாக்கப்பட்ட காணொளிகளையும் படங்களையும் சுற்றுலா ஏற்பாட்டாளர்கள் அல்லது சுற்றுலா முகமைகள் உருவாக்க வேண்டும். இலக்குப் பார்வையாளர்களைச் சென்றடைய சமூக ஊடகத் தளங்கள் பயன்படுத்தப்பட வேண்டும்.

உள்ளூர் மட்டத்தில் உள்நாட்டுச் சுற்றுலாவை ஊக்குவிப்பதே இரண்டாவது படிநிலையாகும். மொத்தச் சுற்றுலாச் செலவினங்களில் உள்நாட்டுச் சுற்றுலாப் பயணிகள் 83% அளவுக்குப் பங்களிப்பதால் (இந்திய வர்த்தக மற்றும் தொழில்துறை கூட்டமைப்பு, தோர்ன்டன், 2020), மாநிலங்களுக்கு இடையிலான (மாவட்டத்திற்குள்ளும், மாவட்டங்களுக்கிடையிலுமான) சுற்றுலாச் செயல்பாடுகளை மேலும் ஊக்குவிக்க அரசு இந்த உந்துவிசையைப் பயன்படுத்திக் கொள்ள வேண்டும். பன்னாட்டு விமானப் போக்குவரத்து மீண்டும் தொடங்கக் காலம் எடுத்துக்கொள்ளும் என்பதாலும்,

பன்னாட்டுச் சுற்றுலாப் பயணிகளுக்கு அரசு கட்டுப்பாடுகள் விதித்திருப்பதாலும், உள்நாட்டு மற்றும் உள்ளூர் சுற்றுலாச் செயல்பாடுகளில் அதிகக் கவனம் செலுத்துவது விரும்பத்தக்கது. உள்நாட்டு மற்றும் உள்ளூர் சுற்றுலாவை ஊக்குவிக்க, முறையான கவனத்துடன் பொதுப் போக்குவரத்தை மீண்டும் தொடங்குவது அவசியம். எனவே, சாத்தியமான இடங்களில் எல்லாம், குறிப்பாக எந்தெந்த மாவட்டங்களில் கோவிட்-19 அரிதாக உள்ளதோ அல்லது முற்றாக இல்லையோ அங்கெல்லாம், அரசு பொதுப் போக்குவரத்துச் சேவைகளை மீண்டும் தொடங்க வேண்டும்.

இடைக்கால நடவடிக்கைகள்
(3-5 ஆண்டுகள் வரை)

புனித யாத்திரைச் சுற்றுலாவிற்கான சாத்தியம்

மதச் (புனித யாத்திரை) சுற்றுலாவின் வாய்ப்புகளைப் பயன்படுத்த தமிழ்நாடு அபரிமிதமான சாத்தியங்களைக் கொண்டுள்ளது. முறையான சாலைகள் மற்றும் பிற உள்கட்டமைப்பு வசதிகளால் சிறு நகரங்களையும் கிராமப்புறங்களையும் இணைப்பதன் மூலம் அரசாங்கம் அவற்றின் சுற்றுலாச் சாத்தியங்களை ஊக்குவிக்க வேண்டும். இது ஏற்கெனவே மக்கள் திரளாகக் கூடும் சுற்றுலாத் தலங்களின் நெரிசலைத் தவிர்க்கவும், சிறுநகரங்களும் ஊரகப் பகுதிகளும் சுற்றுலா மூலம் பொருளாதார ரீதியில் பலன் பெறவும் உதவும்.

தமிழ்நாட்டில் நான்கு பன்னாட்டு மற்றும் மூன்று உள்நாட்டு விமான நிலையங்கள், 17,000 கி.மீ.க்கும் அதிகமான நெடுஞ் சாலைகள், 2,00,000 கி.மீ.க்கும் அதிகமான சாலை கட்டமைப்புகள் மற்றும் 6,000 கி.மீ.க்கும் அதிகமான ரயில்வே கட்டமைப்புகள் (நெடுஞ்சாலைகள் மற்றும் சிறு துறைமுகங்கள் துறை, 2017) உள்ளன. ஆகவே, தற்போதிருக்கும் உள்கட்டமைப்பை வைத்துக்கொண்டு சிறு நகரங்கள் மற்றும் சுற்றுலாச் சாத்தியங்களைக் கொண்ட குறைவாக அறியப்பட்ட தலங்களை எவ்வாறு இணைப்பது என்பதுதான் பிரச்சினை. கூடவே, சிறப்பு ரெயில்களை அல்லது கோயில்கள், பாரம்பரியச் சிறப்பு வாய்ந்த தலங்கள், நகரங்கள், மலைவாச ஸ்தலங்கள் போன்ற புகழ்பெற்ற சுற்றுலாத் தலங்களை இணைக்கும்படியான பேருந்துச் சேவைகளை ஏற்பாடு செய்ய இந்திய ரெயில்வே மற்றும் அண்டை மாநிலத்திலும் பிற மாநிலங்களிலும் உள்ள மாநிலப் போக்குவரத்து முகமைகள் ஆகியவற்றுடன் தமிழ்நாட்டின் சுற்றுலா முகமைகள் கூட்டுசேர்ந்தும் செயல்படவேண்டும்.

சுற்றுலா சாத்தியமுள்ள தலங்கள் குறித்த தகவல் பரப்புதல்

முதன்மையான சுற்றுலாத் தலங்கள் மற்றும் முதன்மையான சுற்றுலாத் தலங்களுக்கு அருகில் அமைந்துள்ள பார்க்கவேண்டிய பிற தலங்கள் ஆகியவை குறித்து, போதுமான தகவல்களை அளிப்பதில் அரசு அதிக கவனம் செலுத்த வேண்டும். தற்போது, முதன்மையான தலங்களுக்கு வருகைதரும் சுற்றுலாப் பயணிகள் அதற்கு அண்டையிலுள்ள சுற்றுலாத் தலங்கள் பற்றி எவ்விதமான தகவலும் அறியாதவர்களாக உள்ளனர். எனவே, சுற்றுலாப் பயணிகளுக்குத் தகவல்களை வழங்குவது அதனைச் சுற்றியுள்ள முக்கிய பகுதிகளுக்குச் செல்வதில் முக்கியப் பங்கு வகிக்கிறது. உள்ளூர் மற்றும் ஊரகச் சுற்றுலாத் தலங்கள் குறித்த தகவல்களை முக்கியச் சுற்றுலாத் தலங்களில் சிறுவெளியீடுகள் மற்றும் துண்டுப்பிரசுரங்கள் வடிவில் இரண்டு அல்லது மூன்று மொழிகளில் கிடைக்கச் செய்ய வேண்டும். மாநிலத்திற்கு வெளியிலிருந்துவரும் சுற்றுலாப் பயணிகளுக்குச் சுற்றுலா தொடர்பான தகவல்களைப் பரப்புவதற்கு மொழித்தடை குறிப்பிடத்தக்க ஒரு முட்டுக்கட்டையாக இருக்கிறது. செல்பேசி தொழில்நுட்ப யுகத்தில், தமிழ்நாடு சுற்றுலா வளர்ச்சிக் கழகம் (*TTDC*) தற்போதைய முக்கியச் சுற்றுலாத் தலங்கள் மற்றும் சுற்றுலா சாத்தியமுள்ள தலங்கள் குறித்த அனைத்துவகையான தகவல்கள், விருந்தோம்பல் சேவைகள், தளவாடங்கள் ஆதரவு ஆகியவற்றை அளிக்கும் ஒரு செல்பேசிச் செயலியை மேம்படுத்திக் கொள்ள வேண்டும். இந்த வழியில், மிகவும் மையப்படுத்தப்படாத மட்டத்தில் வருமானமும் வேலைவாய்ப்பும் உருவாக்கப்படலாம்.

சுற்றுலா உள்கட்டமைப்புகளைப் பராமரிப்பதில் தனியார் துறையின் பங்கு

வனத்துறை வளமனைகள், விருந்தினர் இல்லங்கள், ஹோட்டல்கள் மற்றும் உணவு விடுதிகள் போன்ற அரசு வழங்கியுள்ள பயனற்றிருக்கும் சுற்றுலா உள்கட்டமைப்பின் உள்வடிவமைப்பு, பராமரிப்பு, செயலாக்கம் ஆகியவற்றுக்காகத் தனியார்துறை முதலீடு ஊக்குவிக்கப்பட வேண்டும். எடுத்துக்காட்டாக, தமிழ்நாடு சுற்றுலா வளர்ச்சிக் கழகம் சமீபத்திய ஆண்டுகளில் சுமாரான இலாபத்தை ஈட்டியிருந்தபோதிலும், அது ஹோட்டல்களை நடத்தும் வகையில் இழப்பைச் சந்தித்துவருகிறது. ஏற்கெனவே பல்வேறு சுற்றுலாத் தலங்களில் தனியார் துறையினரால் நடத்தப்படும் ஹோட்டல் அறைகள் மற்றும் உணவகங்கள் கிடைப்பதில் பெரும் முன்னேற்றம் ஏற்பட்டுள்ளது (*Press Trust of India, 2018*). எனவே, தமிழ்நாடு சுற்றுலா வளர்ச்சிக் கழகம் இதுபோன்ற கட்டணம் மிகுந்த ஹோட்டல்களைப் போட்டி

நிறைந்த சந்தையில் நடத்துவதும் இழப்புகளைச் சந்திப்பதும் விரும்பத்தக்கதல்ல. தமிழ்நாடு சுற்றுலா வளர்ச்சிக் கழகத்தின் அனைத்து ஹோட்டல்களையும் உணவகங்களையும் அரசு தனியார் மயமாக்க வேண்டும் அல்லது வெளிப்படையான பகிரங்க ஏலம் மூலமாகத் தனியாருக்கு அவற்றுக்கான விற்பனைஉரிமை வழங்க வேண்டும். இழப்பை விளைவிக்கும் ஹோட்டல்களை விற்பனை உரிமை அடிப்படையில் தனியாருக்கு அளிக்கும் செயல்முறை 2010ஆம் ஆண்டிலேயே தொடங்கிவிட்டதென்றாலும், பணியாளர்களின் எதிர்ப்பு காரணமாக அது முழுவேகத்தைப் பெறவில்லை. தொழிலாளர்களைப் பிற துறைகளுக்கு இடமாற்றம் செய்யலாம் அல்லது அவர்களுக்குத் தன்னார்வப் பணிஓய்வுத் திட்டத்தை அளிக்கலாம்.

நவீனச் சுற்றுலாவின் மேம்பாடு

விளையாட்டுச் சுற்றுலா, சாகசச் சுற்றுலா போன்ற நவீனச் சுற்றுலாவின் மேம்பாட்டுக்காகத் தமிழ்நாடு அதிகச் சாத்தியங்களைக் கொண்டுள்ளது. முதலீட்டுத் தேவை, சந்தைப்படுத்தல் உத்திகள் ஆகியவற்றைக் கருத்தில்கொண்டு, நவீனச் சுற்றுலாச் செயல்பாடுகளின் மேம்பாடு பொதுத்துறை தனியார் கூட்டாண்மை மூலம் தனியார் துறையினரிடம் விடப்படும். நவீனச் சுற்றுலாத்தலங்களை மேம்படுத்துவதற்காக உத்தேசிக்கப்பட்ட நிலத்தை அல்லது திட்டப்பகுதியை அரசு இனங்கண்டு, தனியார் செயல்பாட்டாளர்களுக்கு நீண்டகாலக் குத்தகைக்கு வழங்கலாம். கட்டியெழுப்புதல், சொந்தமாக்குதல், செயல்படுதல், வருவாயின் ஒரு குறிப்பிட்ட சதவீதத்தை அரசுடன் பகிர்ந்துகொள்ளுதல் என்ற கோட்பாட்டின் அடிப்படையில், முறையான ஏலத்தின் மூலம் மிகவும் திறமையான செயல்பாட்டாளர் அடையாளம் காணப்படுவார். முக்கியத் திட்டங்கள் மேம்படுத்தப்பட்ட பிறகு, உறைவிடம், ஹோட்டல்கள், வணிக வளாகங்கள் போன்ற பிற உள்கட்டமைப்பு வசதிகளையும் சேவைகளையும் அளிப்பது தனியார் துறையினரிடம் விடப்படலாம். முக்கியத் திட்டத்திற்கும் அதைச் சுற்றியுள்ள பகுதிகளுக்கும் தண்ணீர், மின்சாரம், பொதுப் போக்குவரத்து வசதிகளை அரசு வழங்க வேண்டும்.

சுற்றுச்சூழல் சுற்றுலாவின் மேம்பாடு

சுற்றுலாத் துறையின் நீடித்த தன்மையை மேம்படுத்துவதற்காக, மாநிலத்தில் சுற்றுச்சூழல் சுற்றுலாவை அரசாங்கம் ஊக்குவிக்க வேண்டும். சுற்றுச்சூழல் சுற்றுலா என்பது சுற்றுலா தொடர்பான செயல்பாடுகளில் உள்ளூர் சமூகங்களைப் பயன்படுத்துவதை உள்ளடக்குகிறது. இதனால் உள்ளூர் சமூகங்களால் கணிசமான

அளவு சுற்றுலாவின் நன்மைகள் பகிர்ந்துகொள்ளப்படுகின்றன. 2014ஆம் ஆண்டில் சுற்றுச்சூழல் சுற்றுலாவுக்கென அடையாளம் காணப்பட்ட 25 இடங்களில், 13 சுற்றுச்சூழல் சுற்றுலாத் தலங்கள் மட்டுமே மாநிலத்தில் செயல்பட்டுவருகின்றன, அதாவது, மாநிலத்தில் சுற்றுச்சூழல் சுற்றுலாவுக்குச் சாத்தியமுள்ள இடங்களில் பாதியளவு இன்னும் பயன்படுத்தப்படவில்லை. மாநிலத்தின் சுற்றுலா வளத்தைக் கருத்தில்கொண்டு, சுற்றுச்சூழல் சுற்றுலாத்தலங்களை மேம்படுத்தவும் செயல்படுத்தவும் தனியார்துறை முதலீட்டை அரசு ஊக்குவிக்க வேண்டும். சுற்றுச்சூழல் சுற்றுலாவை மேம்படுத்துவதற்குச் சிறந்த சந்தைப்படுத்தல் உத்திகளும் தேவை, அதில் பொதுவாக, தனியார் நிறுவனங்கள் அரசாங்க நிறுவனங்களை விடச் சிறப்பாகச் செயல்படுகின்றன.

மருத்துவச் சுற்றுலாவின் முக்கியத்துவமும் அதன் இடமாற்றமும்

மருத்துவச் சுற்றுலாவில் தமிழ்நாடும் நாட்டின் ஒரு முன்னோடி மாநிலமாகத் திகழ்கிறது. பிற மாநிலங்களுடனும் பெருநகரங்களுடனும் ஒப்பிடுகையில் சிறந்த வசதிகள் மற்றும் செலவு குறைந்த சிகிச்சை காரணமாக நாட்டின் 40% அளவுக்கு மருத்துவச் சுற்றுலா தமிழ்நாட்டில் நடைபெறுகிறது. ஆரோக்கியச் சுற்றுலா மையமாகச் சென்னை உருவெடுத்துள்ளது. வெளிநாட்டிலிருந்து வரும் நோயாளிகளில் ஒரு கணிசமான விகிதத்தினர் நல்ல தரமான, ஆனால் மலிவான, மருத்துவ வசதிகளுக்காகச் சென்னைக்கு வருகின்றனர்.

வெளிநாட்டினரான 45% மருத்துவச் சுற்றுலாப் பயணிகளும், உள்நாட்டினரான 40% மருத்துவச் சுற்றுலாப் பயணிகளும் மருத்துவச் சிகிச்சைக்காகச் சென்னைக்கு வருகின்றனர் (*Asian News International, 2019*). இருப்பினும், அத்தகையதொரு தனிச்சிறப்புக்கு இழுக்கு ஏற்படவில்லை. எடுத்துக்காட்டாக, ஒவ்வொரு நாளும் 60 டன்கள் அளவுக்கு நச்சான உயிரி மருத்துவக் கழிவுகளை உருவாக்குகின்ற, 4,000க்கும் மேற்பட்ட மருத்துவமனைகளையும் சிகிச்சைமையங்களையும் சென்னை கொண்டிருக்கிறது (*The Times of India, 2019*).

வரும் நாட்களில், அத்தகைய பெரிய அளவிலான உயிரி மருத்துவக் கழிவுகள் கடுமையான பொதுச் சுகாதார அபாயங்களை உருவாக்கும். எனவே, சென்னையில் மேலும் மருத்துவமனைகளையும் சிகிச்சை மையங்களையும் அரசு ஊக்குவிக்கக் கூடாது. மாறாக, மருத்துவச் சுற்றுலாவின் வாய்ப்புகளைப் பயன்படுத்திக்கொள்ள, விமானம், ரெயில், சாலைப்போக்குவரத்து ஆகியவற்றால் நன்கு

இணைக்கப்பட்டுள்ள கோயம்பத்தூர், மதுரை, திருச்சி, சேலம் போன்ற மாநிலத்தின் பிற பகுதிகளில் புதிய மருத்துவமனைகளும் சிகிச்சை மையங்களும் திறக்கப்படுவதை அரசு ஊக்குவிக்க வேண்டும்.

சுற்றுலா தொடர்பான தளவாடங்களும் உள்கட்டமைப்பில் தனியார் முதலீடுகளும்

தற்போதுள்ள சுற்றுலா உள்கட்டமைப்புகளை மேம்படுத்துவதற்கும் பராமரிப்பதற்கும், சுற்றுலாப் பயணிகளுக்குத் தளவாடங்கள் மற்றும் விருந்தோம்பல் சேவைகளைத் தடையின்றி வழங்குவதற்கும், சாகசச் சுற்றுலா, சுற்றுச்சூழல் சுற்றுலா போன்ற புதிய சுற்றுலா வாய்ப்பு வழிகளை உருவாக்குவதற்கும் இந்தத் துறைக்குக் கணிசமான முதலீடு தேவைப்படுகிறது. மோசமான நிதிஆரோக்கியத்தைக் கருத்தில்கொண்டு, 2019ஆம் ஆண்டில் நடைபெற்ற இரண்டாவது உலகளாவிய முதலீட்டாளர்கள் உச்சிமாநாட்டின் *(GIM - II)* மூலம் தனியார் துறையிலிருந்து கணிசமான ஆதரவை அரசு எதிர்பார்த்தது. இருப்பினும், தனியார் துறையின் எதிர்வினை ஈர்க்கத்தக்கதாக இல்லை. ரூ. 30 பில்லியன் முதல் ரூ.40 பில்லியன் வரையிலான அரசின் எதிர்பார்ப்புடன் *(Mehra, 2018)* ஒப்பிடுகையில், கையெழுத்திடப்பட்ட புரிந்துணர்வு ஒப்பந்தத்தின் உண்மையான மதிப்பு வெறும் ரூ. 6.42 பில்லியன் *(The Hindu Business line, 2019)* மட்டுமே.

இரண்டாவது உலகளாவிய முதலீட்டாளர்கள் உச்சிமாநாட்டில் *(GIM-II)* முதல்முறையாகச் சுற்றுலாத்துறை சேர்க்கப்பட்டிருந்தாலும், கடந்தகாலத்தில், உலகளாவிய முதலீட்டாளர்கள் உச்சிமாநாட்டின் முதன்மையான குவியங்களாக உற்பத்தி, தகவல் தொழில்நுட்பம், தகவல் தொழில்நுட்பம் சார்ந்த சேவைகள், மனைவணிகம், ஆற்றல் துறைகள் ஆகியனவே இருந்தன. எனவே, மாநிலச் சுற்றுலா முகமைகள் சுற்றுலாத் துறைக்கென்று பிரத்தியேகமான சிறப்பு முதலீட்டாளர் உச்சிமாநாடு ஒன்றை ஏற்பாடு செய்ய வேண்டும். சுற்றுலாத்தலங்கள் அடையாளம் காணப்படுவதற்கும், தேவையான முதலீடு, முதலீட்டாளர்களுடனான பேச்சுவார்த்தைகள் மற்றும் உச்சிமாநாட்டைத் திறம்படச் செய்வதற்கு ஒற்றைச் சாளர அனுமதி முறைமை ஒன்றை அமைப்பது ஆகியவற்றுக்குமான அடிப்படை வேலைகளைச் சுற்றுலாத் துறை செய்ய வேண்டும்.

முன்னுரிமை அடிப்படையில் கடன் வழங்கும் துறையாகச் சுற்றுலாத் துறைக்கு அந்தஸ்து அளிக்க வேண்டியதன் அவசியம்

வேலைவாய்ப்பு, உள்ளூர் தேவை, அன்னியச் செலாவணி

வருவாய், பொருளாதாரத்திற்கு ஒட்டுமொத்த வருமானப் பெருக்க விளைவுகள் ஆகியவற்றை உருவாக்குவதில் சுற்றுலாத்துறையின் முக்கியத்துவத்தைக் கருத்தில்கொண்டு, வங்கிகளால் முன்னுரிமை அடிப்படையில் கடன் வழங்கும் துறையாகச் சுற்றுலாத் துறையை அரசு சேர்த்துக்கொள்ள வேண்டும். முன்னுரிமைத் துறைக் கடனளிப்பின் கீழ் இந்தத் துறையைச் சேர்ப்பது, இந்தத் துறையின் மேம்பாட்டிற்கும் விரிவாக்கத்திற்கும் அதிகக் கடன் மற்றும் முதலீட்டு ஓட்டத்தை ஏற்படுத்தும்.

நம்பகமான தரவுத் தளங்களுக்கான தேவை

பொதுவாக இந்தியாவில், குறிப்பாகத் தமிழ்நாட்டில், சுற்றுலாத் துறையின் முக்கியப் பிரச்சினைகளில் ஒன்று, சுற்றுலாப் பயணிகளைக் குறித்த விரிவான ஒரு தரவுத்தளம் இல்லாமையே. எடுத்துக்காட்டாக, சுற்றுலாப் பயணிகளின் வயது, பாலினம், வசிக்கும் இடம், அவர்களின் வருகைகளின் எண்ணிக்கை, பல்வேறுவகையான சுற்றுலாச் செயல்பாடுகளுக்கான விருப்பத் தேர்வுகள், தளவாட வசதிகள், தகவல்களை அணுகுவதற்கான சிக்கல்கள், திட்டமிடல், ஒருங்கிணைப்பு, பல்வேறு பங்கேற்பாளர்களிடையேயான சந்தைப்படுத்தல் நடவடிக்கைகள் பற்றிய தரவுத்தளங்கள் இல்லாதது.

இது தொடர்பாக, சிறந்த திட்டமிடல் மற்றும் ஒருங்கிணைப்புக்காகச் சுற்றுலாப் பயணிகளின் தரவுத்தளங்களை உருவாக்குவதிலும் பராமரிப்பதிலும் தனியார் துறையின் பங்கேற்பு தேவைப்படலாம். பல்வேறு வகையான சுற்றுலாச் செயல்பாடுகள் மற்றும் பயணம் தொடர்பான தயாரிப்புகள் மற்றும் சேவைகளுக்கான முதலீட்டு வழிகாட்டுதல்களையும் சந்தைப்படுத்தல் உத்திகளையும் தயாரிப்பதற்கும் தனியார் துறை பங்கேற்பு தேவையாகும்.

கோயில்கள், கடற்கரைகள், சுற்றுலாத் தலங்களின் சுற்றுப்புறங்களில் தங்கள் வாழ்வாதாரத்தை ஈட்டும் தொழிலாளர்கள், தெரு விற்பனையாளர்கள், சிறுவணிக (சிறு கடைகள் மற்றும் உணவகங்களின்) உரிமையாளர்கள் பற்றிய முறையான தரவுத்தளமும் இல்லை. அத்தகைய தரவுத்தளம் இல்லாத நிலையில், நிவாரணம் வழங்கலும் மறுவாழ்வுப்பணிகளும் சவாலானதாக இருக்கும். எனவே, தேவையான தரவுத்தளத்தை உருவாக்கிப் பராமரிப்பதற்கான பொறுப்பை உள்ளூர் அரசாங்கத்திலோ, வழிபாட்டுத் தலத்தின் நிர்வாகத்திலோ அல்லது குறிப்பிட்ட சுற்றுலாத் தலத்தின் அதிகாரிகளிடமோ ஒப்படைக்கலாம்.

குறிப்பு

1. Since most tourists would prefer to avoid public transportation and instead travel by private vehicles during post–Covid-19 period, there will be a steep increase in the demand for parking facilities.

நூல் பட்டியல்

Agarwal, V, 'Covid-19 and Tourism', *KPMG*, 30 March 2020, available at https://home.kpmg/in/en/blogs/home/posts/2020/03/covid-19-and-tourism-travel-hospitality-and-civil-aviation.html, accessed on 21 October 2021.

Asian News International, 'Chennai: India witnessing influx of medical tourists from Arab nations', *The Economic Times*, 30 June 2019, available at https://health.economictimes.indiatimes.com/news/industry/chennai-india-witnessing-influx-of-medical-tourists-from-arab-nations/70016821, accessed on 21 October 2021.

CEIC, 'India Tourism Revenue', *CEIC Data base*, 2020, available at https://www.ceicdata.com/en/indicator/india/tourism-revenue, accessed on 21 October 2021.

FICCI and Grant Thornton, *Travel and Tourism: Survive, revive and thrive in times of COVID-19*, June 2020, available at https://www.grantthornton.in/globalassets/1.-member-firms/india/assets/pdfs/travel-and-tourism-in-times-of-covid-19.pdf, accessed on 21 October 2021.

Government of India, 'India Tourism Statistics at Glance 2019', 2019, Ministry of Tourism, available at: https://tourism.gov.in/sites/default/files/2020-04/India%20Tourism%20Statistics%20at%20a%20Glance%202019.pdf, accessed on 7 January 2022.

Government of India, '*eNewsletter January—March 2020*', 2020a, Ministry of Tourism, available at https://tourism.gov.in/sites/default/files/2020-06/Newsletter%20Jan-Mar%2020-01062020.pdf, accessed on 7 January 2022.

_____, 'India Tourism Statistics at a Glance – 2020', 2020b, Ministry of Tourism, available at https://tourism.gov.in/sites/default/files/2020-09/ITS%20at%20a%20glance_Book%20%282%29.pdf, accessed on 7 January 2022.

_____, 'The Lists of Indian Airports', 2020c, Airport Authority of India, Ministry of Civil Aviation, available at https://www.aai.aero/sites/default/files/basic_page_files/list%20of%20airport%20bilingual.pdf, accessed on 7 January 2022.

_____, 'Indian Railways Year Book 2019-20', 2020d, Ministry of Railways, available at https://indianrailways.gov.in/railwayboard/uploads/directorate/stat_econ/Annual-Reports-2019-2020/Year-Book-2019-20-English_Final_Web.pdf, accessed on 7 January 2022.

Government of Tamil Nadu, 'Policy Note 2021–2022, Demand No.21', 2021, Highways and Minor Ports Department, available at https://cms.tn.gov.in/sites/default/files/documents/hw_e_pn_2021_2022.pdf, accessed on 7 January 2022.

ICRA Management Consulting Services (iMaCS), *Vision Tamil Nadu 2023: Strategic plan for Infrastructure Development in Tamil Nadu,* Government of Tamil Nadu and Asian Development Bank, March 2012, available at http://www.spc.tn.gov.in/pdfs/TN_Vision_2023.pdf, accessed on 21 October 2021.

International Labour Organization, *Towards an Employment Strategy for India,* 2009, available athttps://www.ilo.org/wcmsp5/groups/public/---asia/---ro-bangkok/---sro-new_delhi/documents/genericdocument/wcms_177078.pdf, accessed on 21 October 2021.

Kabirdoss, Y., and V. Ayyappan, 'For the Tourism Business, it's Time to Think Local', *The Times of India,* 15 May 2020, available at https://timesofindia.indiatimes.com/india/for-the-tourism-business-its-time-to-think-local/articleshow/75466408.cms, accessed on 21 October 2021.

Kaushik, M., 'Economic slowdown and CAA stir hit holiday plans', *India Today,* 26 December 2019, available at https://www.indiatoday.in/mail-today/story/economic-slowdow-caa-stir-hit-holiday-plans-1631492-2019-12-26, accessed on 21 October 2021.

Mehra, P., 'Tamil Nadu Aims Rs 4000 Cr Investment in Tourism During Investor Summit 2019', *Travel Trends Today,* 17 December 2018, available at https://www.traveltrendstoday.in/news/states/item/6620-tamil-nadu-aims-rs-4000-cr-investment-in-tourism-during-investor-summit-2019, accessed on 21 October 2021.

Narayanan, V., 'Now, slowdown bug bites tourism sector', *The Hindu Business Line,* 14 September 2019, available at https://www.thehindubusinessline.com/economy/now-slowdown-bug-bites-tourism-sector/article29411118.ece, accessed on 21 October 2021.

Press Trust of India, 'ITDC incurred losses of around Rs 20 cr in 3 yrs in running 7 hotels', *Business Standard,* 2 April 2018, available at https://www.business-standard.com/article/pti-stories/itdc-incurred-losses-of-around-rs-20-cr-in-3-yrs-in-running-7-hotels-118040201215_1.html, accessed on 21 October 2021.

Premkumar, R., 'Hospitality sector in the Nilgiris may see 70% slide in revenue', *The Hindu,* 28 May 2020, available at https://www.thehindu.com/news/national/tamil-nadu/hospitality-sector-in-the-nilgiris-may-see-70-slide-in-revenue/article31690066.ece, accessed on 21 October 2021.

Sharma, K., *Introduction to Tourism Management,* McGraw Hill Education (India) Private Limited, 2014.

Times News Network (TNN), '75% biomedical waste in Chennai left to rot in-open', 17 December 2019.

The Times of India, 17 December 2019, available at https://timesofindia.indiatimes.com/city/chennai/75-biomedical-waste-in-city-left-to-rot-in-open/articleshow/72782344.cms, accessed on 21 October 2021.

The Hindu Business Line, 'TN's 3-pronged investment strategy pays off', 24 January 2019, available at https://www.thehindubusinessline.com/news/

tns-3-pronged-investment-strategy-pays-off/article26082599.ece, accessed on 21 October 2021.

United Nations World Tourism Organization (UNWTO), 'International tourist numbers could fall 60–80% in 2020, UNWTO Reports', 7 May 2020, available at https://www.unwto.org/news/covid-19-international-tourist-numbers-could-fall-60-80-in-2020, accessed on 21 October 2021.

பகுதி 5

தொழிலாளர்

13

கோவிட்-19ம் புலம்பெயர்தலும்
தமிழ்நாட்டின் அனுபவம்

கே. ஜாஃபர், ஏ. கலையரசன்

வேறு எந்த சந்தர்ப்பத்தோடும் ஒப்பிடும்போது, கோவிட்-19 நோய்ப் பரவல் மற்றும் நாடு தழுவிய முடக்கம் காரணமாக மாநிலங்களுக்கிடையே புலம் பெயர் தொழிலாளர்கள் சந்தித்த பிரச்சினைகள் தேசிய மற்றும் சர்வதேச ஊடகங்களில் பரவலாக இடம்பிடித்தன. புலம்பெயர்ந்தோர் நூற்றுக்கணக்கான கிலோமீட்டர் தொலைவிலுள்ள தங்கள் வீடுகளை நோக்கிச் செல்லத் தொடங்கினர். பெருந்திரளான மக்கள் நாட்டின் ஒரு மூலையிலிருந்து இன்னொரு மூலைக்குப் போதுமான போக்குவரத்து வசதி, உணவு மற்றும் அத்தியாவசியப் பொருட்கள் கிடைக்கப்பெறாமல் நடந்தே சென்றது, 1947 ஆம் ஆண்டின் நாட்டுப் பிரிவினைக்குப்பின், மக்கள் கூட்டம்கூட்டமாக இடம்பெயர்ந்த நிகழ்வுடன் ஒப்பிடப்பட்டது. வடஇந்தியாவின் பல்வேறுபகுதிகளில் மூட்டைமுடிச்சுகளுடன் நெடுந்தூரம் சென்ற குடும்பங்களின் இளைஞர்கள் பசி தாங்காமல் அழுதுதுடிப்பது, மனிதர்கள் மீது கிருமிநாசினி தெளிப்பது போன்ற காட்சிகள் கண்டோரின் மனசாட்சியை உலுக்கியதுடன், அவர்கள் பிறந்து வளர்ந்த ஊரில் வேலை இல்லாத நிலையில் புலம்பெயர்ந்த தொழிலாளர்கள் பிற மாநிலங்களுக்குப் போய் வேலை தேட வேண்டிய நிர்ப்பந்தம் மக்களை வியப்படைய வைத்தது. பன்னாட்டுப் புலம்பெயர்வு மீதான பெருந்தொற்றுப் பரவலின் பாதகமான விளைவுகள் குறித்து இந்தளவுக்கு விவாதிக்கப்படவில்லை அல்லது குறிப்பிட்ட மாநிலங்களுக்கு மட்டுமே விவாதிக்கப்பட்டது.

இந்தியாவில் மாநிலங்களுக்கிடையே புலம்பெயர்வோரின் பயண இலக்குகளில் ஒன்றாகவும் தொழிலாளர்களை வழங்கும் மாநிலங்களில் ஒன்றாகவும் தமிழ்நாடு இருந்துவருகிறது. கோவிட்–19 நோய்ப் பரவலால் ஏராளமான எண்ணிக்கையில் புலம்பெயர்வோர் மாநிலத்தை விட்டு வெளியேறியதையும் பலர் தங்கள் வீடுகளுக்குத் திரும்பியதையும் தமிழகம் கண்டது. பன்னாட்டுப் புலம்பெயர்வு, புலம்பெயர்ந்தோர் வருகை ஆகியவற்றின் நெடிய வரலாறு கொண்ட தமிழகம், பன்னாட்டுப் புலம்பெயர்வின் மீதான தாக்கத்தையும் சந்தித்தது. இந்தக் கொள்கை அறிக்கையானது, பெருந்தொற்றுப் பரவலுக்குப் பின்னான வளர்ச்சி உத்திகளை தேசிய மற்றும் மாநில அளவில் வடிவமைக்கும்பொழுது, புலம்பெயர்தலின் தன்மை, பெருந்தொற்றுப் பரவலுக்குப் பின்னான சவால்கள், இந்தச் சவால்களைக் கவனிப்பதற்கான கொள்கை ஆலோசனைகள் ஆகியவற்றை முன்னிலைப்படுத்துகிறது.

புலம்பெயர்வு: கோவிட்–19க்கு முந்தைய போக்குகள்

இந்தியாவின் மாநிலங்கள் மற்றும் மாவட்டங்கள் ஊடாக நகர்ந்துசெல்லும் தொழிலாளர்களின் எண்ணிக்கை குறித்த துல்லியமான மதிப்பீடுகளையோ, தரவுத்தளங்களையோ நாம் இன்னும் கொண்டிருக்கவில்லை. இந்தியாவின் ஊரக மற்றும் விவசாயத் துறைகளில் நிலவும் பிரச்சினைகள் மூலம் இப்புலம்பெயர்வின் காரணியைக் கண்டறியலாம். இந்தியாவின் மொத்த உள்நாட்டு உற்பத்தியில் விவசாயத்தின் பங்கு கடந்த சில தசாப்தங்களாகச் சரிந்துள்ள போதிலும், விவசாயத்தைச் சார்ந்திருக்கும் தொழிலாளர்களின் பங்கு (பெரும்பாலும் பருவகால அல்லது விளிம்புநிலைத் தொழிலாளர்கள்) உயர்ந்தே இருக்கிறது. இது இலட்சக்கணக்கான விவசாயிகள் வேளாண்தொழிலாளர்கள் விவசாயம் சாராத செயல்பாடுகளை நோக்கி நகர முற்படுத்துகிறது. கிராமப்புறங்களில் தொழில் வாய்ப்புகள் குறைவாக உள்ளதால், அவர்களில் பலரும் அவர்களுடைய கிராமங்களை விட்டு வெளியேறுகிறார்கள். அவ்வாறு வெளியேறும்போது அவர்களுடைய சமூக முதலீடு மற்றும் வலைத்தளங்களை அணுகும் வாய்ப்பும் அவர்களில் சிலரின் பாதிப்பையும் நிச்சயமற்ற தன்மையையும் குறைக்க உதவுகிறது. பல்வேறு காரணங்களால், மகாத்மா காந்தி தேசிய ஊரக வேலைவாய்ப்பு உறுதித் திட்டம் மற்றும் திறன் மேம்பாட்டுத் திட்டங்கள் போன்ற நடவடிக்கைகள் அவர்களை ஊரகப் பகுதிகளிலேயே தக்கவைத்துக்கொள்ளவும் இந்த மாறுதலில் உள்ள இடரைக் குறைக்கவும் தவறிவிட்டன.

துயரத்துடன் சேர்ந்து, அதிகமான ஊதியம், வந்துசேர்ந்த ஊரில் உள்ள வாய்ப்புகள், (திருமணம், படிப்பு போன்ற) தனிப்பட்ட

காரணங்கள் ஆகியவையும் புலம்பெயர்தலுக்கு வழிவகுக்கின்றன. ஊருக்குள்ளேயே இடம்பெயர்வோர் பெரும்பாலும் ஊரகப் பகுதிகளிலேயே பரவலாக இருந்து வருகின்றனர்; ஆனால், நகர்ப்புறச் சூழலின் கவனமும் தன்மையும் புலம்பெயர்வோர் வாழ்வில் புதிய சவால்களையும் வாய்ப்புகளையும் ஏற்படுத்துகின்றன.

மாநிலங்களுக்கு இடையேயான புலப்பெயர்வு இரண்டு பரந்த வகைமாதிரிகளைக் கண்டிருக்கிறது: உயர் வருவாய் மாநிலங்களிலிருந்து குறைந்த வருவாய் மாநிலங்களுக்குப் (1980கள் மற்றும் 1990களின்போது அவதானிக்கப்பட்டது) பெரிய அளவில் இடம்பெயர்வது, வடக்கு மற்றும் கிழக்கு மாநிலங்களிலிருந்து மேற்கு மற்றும் தெற்கு மாநிலங்களுக்கு (அண்மைக் காலங்களில்) இடம்பெயர்வது. சத்திஷ்கர், பீகார், ஜார்கண்ட், ஒடிஷா, மேற்கு வங்காளம் ஆகிய மாநிலங்கள் தங்கள் மொத்த தொழிலாளர்களில் கணிசமான பங்கு விளிம்புநிலைத் தொழிலாளர்களைக் கொண்டிருக்கின்றன; மற்றும் அம்மாநிலங்கள் ஊரக, பண்ணைத் துறைகளில் கடுமையான பொருளாதார நெருக்கடிகள் நிறைந்தவை என அறியப்பட்டவை. பீகார் மற்றும் உத்தரப்பிரதேச மாநிலங்களிலிருந்து டெல்லி, ஹரியானா, பஞ்சாப், மகாராஷ்டிரா ஆகிய மாநிலங்களுக்கும் ஒடிஷா, மேற்கு வங்காளம் மற்றும் பிற கிழக்கு மாநிலங்களிலிருந்து தெற்கு மாநிலங்களுக்கும் கூட்டம்கூட்டமாக மக்கள் புலம்பெயர்வது நமது நாட்டுக்குள் வெளிப்படையான இடப்பெயர்வுத் தளங்கள் உருவாவதைச் சுட்டிக்காட்டுகிறது.

ஒவ்வோர் ஆண்டும் மாநிலங்களுக்கிடையில் ஏறத்தாழ 90 இலட்சம் பேர் (சராசரியாக) இடம்பெயர்வதாக மத்திய அரசின் "பொருளாதார கணக்கெடுப்பு 2016–17" மதிப்பிட்டுள்ளது. டெல்லி, மகாராஷ்டிரா, குஜராத் ஆகிய மாநிலங்கள் ஏராளமான புலம்பெயர் தொழிலாளர்களை வட மாநிலங்களிலிருந்து (உத்தரப் பிரதேசம், பீகார் மற்றும் மத்தியப் பிரதேசம்) ஈர்த்திருக்கின்றன. கணக்கெடுப்பின்படி, சில மாநிலங்கள் சரிவான போக்கைக் குறிக்கும் நிலையில், தமிழ்நாடும் கேரளமும் உள்நாட்டுப் புலம்பெயர்தொழிலாளர்களின் வரத்தில் உயர்வைக் கண்டிருக்கிறது.

இந்திய மக்கள்தொகைக் கணக்கெடுப்பு 2011, மாநிலங்களுக்கிடையேயான இடம்பெயர்ந்த தொழிலாளர்கள் (வசிப்பிடத்தால்) ஐந்து கோடியே நாற்பது இலட்சம் பேர் என இனங்கண்டது. குறுகிய கால இடம்பெயர்வாளர்கள் (ஓர் ஆண்டிற்கும் குறைவாக) 46 இலட்சம் பேர் எனவும், அவர்களில் பெரும்பாலானோர் மகாராஷ்டிரம் (17%), டெல்லி (13%), குஜராத் (9%), ஹரியானா (8.6%) ஆகிய மாநிலங்களில் தங்கியுள்ளனர்

படம் 1
வந்துசேர்ந்த மாநிலங்களால் புலம்பெயர் தொழிலாளர்களின் பகிர்வு, 2011 (பங்கு விகிதத்தில் %)

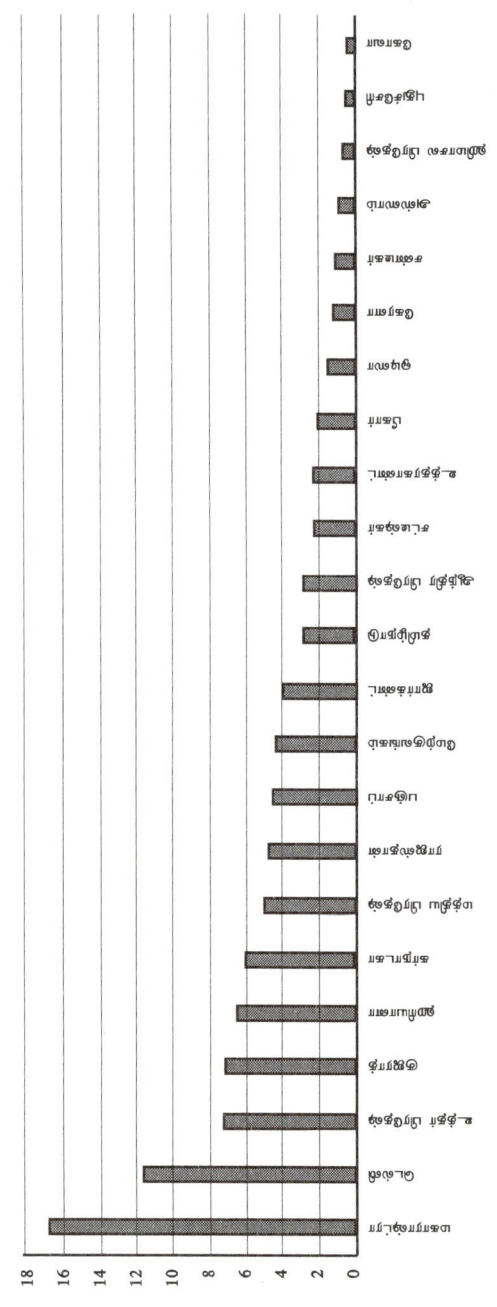

Source. Census of India 2011.

எனவும் அதில் கூறப்பட்டிருந்தது. மாநிலங்களுக்கு இடையேயான இடம்பெயர் தொழிலாளர்கள் 60% அளவுக்கு, மகாராஷ்டிரம், டெல்லி, உத்தரப் பிரதேசம், குஜராத், ஹரியானா, கர்நாடகம், மத்தியப் பிரதேசம் ஆகிய ஏழு மாநிலங்களில் வசித்துவந்தனர் (படம் 1). உத்தரப் பிரதேசம், பீகார், ராஜஸ்தான், மகாராஷ்டிரம், மத்தியப் பிரதேசம், கர்நாடகம், மேற்கு வங்காளம் ஆகிய மாநிலங்கள் 64% அளவுக்கு மொத்த மாநிலங்களுக்கிடையேயான தொழிலாளர்களை அனுப்பிவைத்தன; கர்நாடகம் தவிர மேற்குறிப்பிட்ட மாநிலங்கள் அனைத்தும் நிகர வழங்குநர்கள் (படம் 2).

மாநிலங்களுக்கிடையே இடம்பெயர்ந்த தொழிலாளர்கள் அவர்கள் வந்துசேர்ந்த ஊர்களில் பாதிக்கக்கூடியவர்களாக இருக்கிறார்கள். வேலையிடங்களிலும் வெளியிடங்களிலும் உணவு, மருத்துவ வசதிகள் ஆகியவை கிடைப்பதில் அவர்கள் சிரமங்களைச் சந்திக்கிறார்கள். மேலும், முரண்பாடுகள், சச்சரவுகள் (எடுத்துக்காட்டு: ஊதியம் கிட்டாமல் போதல், உடல்ரீதியான முறைகேடுகளுக்கு ஆளாகுதல், விபத்துகள்) ஆகியவற்றையும் கடந்துசெல்ல வேண்டியவர்களாக இருக்கிறார்கள். அவர்களில் பெரும்பாலோர் ஊதியம் குறைந்த, இடர்விளையக்கூடிய வேலைகளில் ஈடுபட்டுள்ள தற்காலிகத் தொழிலாளர்களும், எவ்விதச் சமூக அல்லது பொருளாதாரப் பாதுகாப்பு ஏற்பாடுகளும் இல்லாத கட்டுமானப் பணி, உணவகங்கள், துணி வணிகம், உற்பத்தி, போக்குவரத்துச் சேவைகள், வீட்டுப் பணி, பராமரிப்புச் சேவைகள் போன்ற முறைசாரா பணிகளில் ஈடுபட்டுள்ளவர்களும், பிற கூலிப்பணியாளர்களும் ஆவார்கள். ஆண்களோடு ஒப்பிடுகையில், பெண்கள் குறைந்ததூர இடம்பெயர்வில் அதிக செயல்பாட்டுடன் இருக்கிறார்கள். வீட்டு வேலை, பராமரிப்புப் பணிகள், பிற கூலிவேலைகளில் ஈடுபடும் அவர்களுக்கு அவைப் பல பிரச்சினைகளை ஏற்படுத்துகின்றன. நீண்ட தூரப் புலம்பெயர்வில் ஆண்கள் ஆதிக்கம் செலுத்திவருகின்றனர். அவர்களில் பெரும்பாலோர் தனிநபர்களாகவே (குடும்பங்கள் இல்லாமல்) புலம்பெயர்கிறார்கள். தண்ணீர், சுகாதாரம் போன்ற அடிப்படை வசதிகள் குறைந்த சிறிய தங்குமிடங்களில் ஏராளமானோர் ஒருசேர வசித்துவருகின்றனர். அதனை ஒரு தற்காலிக ஏற்பாடாக மட்டுமே கருதி, அவர்கள் தங்கள் கிராமங்களிலுள்ளவர்களுடன் சமூகத் தொடர்பில் இருந்து வருகின்றனர்.

மக்கள்தொகைக் கணக்கெடுப்பு 2011 மதிப்பீடுகளின்படி, தமிழ்நாட்டிலிருந்து இந்தியாவின் பிற மாநிலங்களுக்கு 19,85,157 தொழிலாளர்கள் (3.66% பேர்) புலம்பெயர்ந்துசென்று வசித்துவரும் நிலையில், 16,50,771 புலம்பெயர் தொழிலாளர்கள் (இந்தியாவின் மொத்தப் புலம்பெயர்ந்தோரில் 3.04% பேர்)

படம் 2

பிறந்துவளர்ந்த மாநிலங்களால் புலம்பெயர் தொழிலாளர்களின் பகிர்வு, 2011 (பங்கு விகிதத்தில் %)

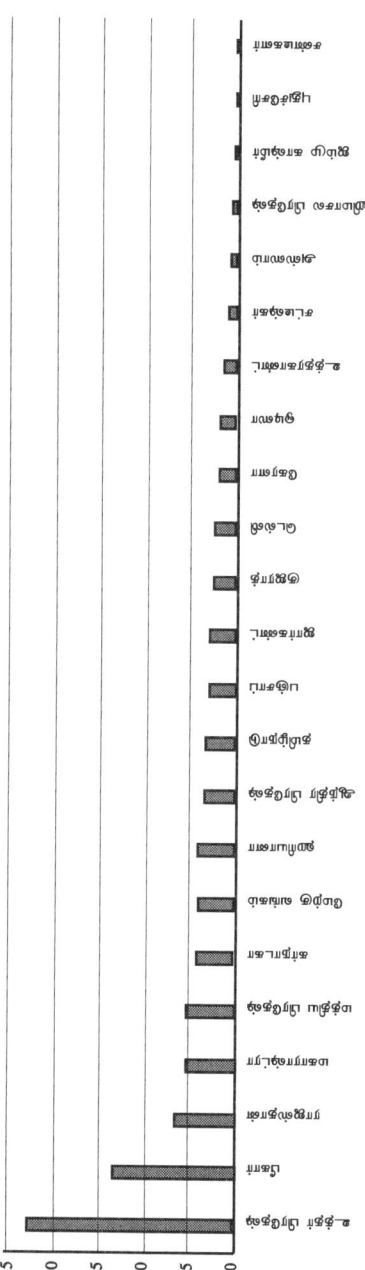

Source. Census of India 2011.

தமிழ்நாட்டில் வசிக்கிறார்கள். பிற மாநிலங்களிலிருந்து இடம்பெயர்ந்து வருவோருடன் ஒப்பிட்டால், தமிழ்நாட்டின் பிற மாவட்டங்களிலிருந்து இடம்பெயர்ந்து வருவோர் தமிழ்நாட்டின் மொத்தப் புலம்பெயர்வோர் எண்ணிக்கையில் பெரும்பங்கு வகிக்கிறார்கள். மாநிலங்களுக்கு இடையேயான புலம்பெயர் தொழிலாளர்களில், வடகிழக்கு மற்றும் வடமாநிலங்களிலிருந்து நீண்ட தொலைவுக்குப் புலம்பெயர்ந்து வருவோரைத் தொடர்ந்து, நமது அண்டை மாநிலங்கள் பெரும் பங்கை வகிக்கின்றன. பிற மாநிலங்களுடன் ஒப்பிடுகையில், தமிழ்நாடு நகரமயமாக்கலில் நிலையான வளர்ச்சியைக் கண்டிருக்கிறது. தமிழ்நாடெங்கும் உற்பத்தி அடிப்படையிலான நகர்ப்புற மையங்கள் தோன்றியதும், இந்தத் தொழில்மையங்களில் புலம்பெயர் தொழிலாளர்கள் பங்குபெற வழிவகுத்தது. ஆரம்பத்தில், தமிழ்நாட்டின் பிற மாவட்டங்களிலிருந்தும், பின்னர் பிற மாநிலங்களிலிருந்தும் புலம்பெயர் தொழிலாளர்கள் இந்த நகரங்களுக்கு இடம்பெயர்ந்தனர்.

2014இல் எடுக்கப்பட்ட கணக்கெடுப்பு ஒன்று தமிழ்நாட்டில் 10,67,000 புலம்பெயர்ந்த தொழிலாளர்கள் இருப்பதாக மதிப்பீடு செய்திருந்தது. அவர்களில் 27% பேர் உற்பத்தித் துறையிலும், 14% பேர் ஜவுளித் துறையிலும், 11.4% பேர் கட்டுமானத் துறையிலும் பணியில் ஈடுபட்டிருந்தனர். அவர்கள் காஞ்சிபுரம், சென்னை, திருவள்ளூர் ஆகிய ஊர்களில் நிலைகொண்டிருந்தனர். இவர்களுடன் சேர்த்து மொத்தப் புலம்பெயர் தொழிலாளர்களில் 51% பேர் தமிழ்நாட்டுக்கு வந்துசேர்ந்தவர்கள் ஆவர். ஜவுளித் தொழிலுக்குப் பெயர்போன இரு மாவட்டங்களான கோயம்புத்தூரும் திருப்பூரும் மீதமுள்ள புலம்பெயர் தொழிலாளர்களை முறையே 12% மற்றும் 9% அளவுக்கு ஈர்த்துள்ளன. காஞ்சிபுரம், திருவள்ளூர், சென்னை ஆகிய மாவட்டங்களில் உள்ள மாநிலங்களுக்கிடையிலான புலம்பெயர் தொழிலாளர்களில் 85% பேர், பீகார், உத்தரப் பிரதேசம், ஒடிஷா, அசாம், மேற்கு வங்காளம், ஜார்கண்ட் ஆகிய மாநிலங்களிலிருந்து வந்தவர்கள் என மிக அண்மையில் எடுக்கப்பட்ட கணக்கெடுப்பு ஒன்று சுட்டிக்காட்டியது. அவர்களில் ஏறத்தாழ 90% பேர் கிராமப்புற மற்றும் விவசாயப் பிரச்சினைகளையே புலம்பெயர்வுக்கு முக்கியக் காரணமாகத் தெரிவித்துள்ளனர். வேலையிடத்திலும் வெளியிடத்திலும் வீட்டுவசதி மற்றும் பிற அடிப்படைச் சேவைகள் தொடர்பான பிரச்சினைகளையும் அவர்கள் தெரிவித்தனர். 2013இல் நடத்தப்பட்ட மற்றுமொரு கணக்கெடுப்பு, சென்னையிலுள்ள புலம்பெயர் தொழிலாளர்களில் வடக்கு மற்றும் தெற்கு மாநிலங்களோடு ஒப்பிடுகையில், வடகிழக்கு மற்றும் கிழக்கு மாநிலங்களிலிருந்து (இரண்டிலுமாக 60% அளவுக்கு) வந்து நிலை கொண்டிருப்பதாகச் சுட்டிக்காட்டியிருந்தது. தமிழ்நாட்டுக்குப்

புலம்பெயர்ந்து வந்ததற்குப் பணம் தேவைப்பட்டதே காரணம் என அவர்களில் பெரும்பாலோர் (60%) தெரிவிக்க, சிறந்த வேலைவாய்ப்புகளே காரணம் என்று சிலர் (23%) கருத்து தெரிவித்தனர் என்பது முக்கியமான தகவலாகும்.

2018இல், பன்னாட்டுப் புலம்பெயர்தொழிலாளர்களில் மிகப்பெரிய எண்ணிக்கையிலானோர் (1 கோடியே 75 இலட்சம்) இந்தியாவைத் தாயகமாக கொண்டிருப்பதுடன், உலகிலேயே உச்சபட்ச அயல்நாட்டுப் பணவரவு (7,860 கோடி) கொண்ட நாடாகவும் இந்தியா அடையாளம் காணப்பட்டது. பன்னாட்டுப் புலம் பெயர்வு, மாநிலங்களுக்கிடையில் குறிப்பிடத்தக்க அளவுக்கு வேறுபடுகிறது. தமிழ்நாடு இடம்பெயர்வுக் கணக்கெடுப்பு 2015 வெவ்வேறு நாடுகளில் 22 இலட்சம் புலம்பெயர்ந்த தமிழர்கள் வசித்துவருவதாகவும், புலம்பெயர்ந்து குடியேறித் திரும்பிவந்தோர் கிட்டத்தட்ட 13 இலட்சம் பேர் தமிழ்நாட்டில் இருப்பதாகவும் மதிப்பிட்டது. புகல்நாடுகளைப் பொறுத்த அளவில், சிங்கப்பூர் (4 இலட்சத்து 10 ஆயிரம்), ஐக்கிய அரபு நாடுகள் (4 இலட்சம்), சவுதி அரேபியா (3 இலட்சத்து 50 ஆயிரம்) ஆகிய நாடுகள் அதிக எண்ணிக்கையில் தமிழ்நாட்டிலிருந்து குடியேறியவர்களைக் கொண்டிருக்கிறது. தமிழ்நாட்டில், 10 குடும்பங்களில் ஒரு குடும்பம் ஒன்று அல்லது அதற்கும் மேற்பட்ட புலம் பெயர்ந்தவர்களையும், ஒவ்வொரு 100 குடும்பங்களில் அயல்நாடு சென்று திரும்பிவந்து குடியேறியவர்கள் என 6.1 அளவில் மதிப்பிடப்பட்டுள்ளது. குடியேற்றம் ஆண்களிடையேதான் அதிகமாக இருக்கிறது. குடியேறுபவர்களில் 15% என்கிற அளவிலேயே (3 இலட்சத்து 3 ஆயிரம்) பெண்கள் உள்ளனர். அவர்களில் பலரும் வளைகுடா நாடுகள், சிங்கப்பூர், மலேசியா ஆகிய நாடுகளில் (வீட்டுப் பணியாளர்களாக, தூய்மைப் பணியாளர்களாக, இன்னபிற பணிகளில் ஈடுபடுபவர்களாக) வசித்துவருகின்றனர். 2015இல், தமிழ்நாடு (சராசரியாகத் தனிநபர் பணவரவு ரூ. 8,500 என்பதாக) மொத்தப் பணவரவு ரூ. 61,843 கோடி பெற்றது. இந்தத் தொகையானது, மாநிலத்தின் உள்நாட்டு உற்பத்தியில் 14% ஆகும்; மத்திய அரசின் மாநிலத்திற்கான வருவாய்ப் பரிமாற்றத்தில் 6.8 மடங்கும், ஒட்டுமொத்த அரசாங்கச் செலவினங்களில் 1.8 மடங்கும் ஆகும்.

பெருந்தொற்றுப் பரவலுக்குப் பிந்தைய சவால்கள்

பெருந்தொற்றுப் பரவலினால், வேலை இழப்பு, பொதுச் சுகாதார நெருக்கடி, அத்தியாவசியப் பொருட்களும் (எ.கா: உணவு), பராமரிப்பும் கிடைக்கப்பெறாமை ஆகியவற்றின் காரணமாகப் புலம்பெயர் தொழிலாளர்கள் மிகுந்த பாதிப்புக்கு ஆளானார்கள். இது ஆயிரக்கணக்கான புலம்பெயர் தொழிலாளர்களைக்

கொண்டுவந்தது. அவர்களுடைய நிலையற்ற வாழ்க்கையைப் பொதுமக்களுக்குக் காட்சிப்படுத்தியது. பொதுமுடக்கத்தின்போது, மூட்டைமுடிச்சுகளைக்கட்டிகொண்டு, தெருத் தெருவாகச் செல்லும்படி பசி அவர்களைத் துரத்தியது. பெருந்தொற்றுடன் போராடும் அளவுக்கு உணவுக்காகவும் புலம்பெயர் தொழிலாளர்கள் போராட வேண்டியதாயிற்று.

தலைகீழ் இடப்பெயர்வு என்று சொல்லப்படும் நகரங்களிலிருந்து கிராமங்களுக்குத் திரும்பிவரும் தொழிலாளர்களின் பிரச்சினையானது, பெருந்தொற்றைக் கட்டுப்படுத்தும் இந்தியாவின் முயற்சிகளில் கடுமையான தாக்கங்களை ஏற்படுத்தியிருக்கிறது. பெருநகரங்களிலிருந்து (நாட்டில் மிக மோசமாகப் பாதிக்கப்பட்ட பகுதிகள்) திரும்பிவருவோர் வடக்கு மற்றும் கிழக்கு மாநிலங்களில் உள்ள கிராமங்களுக்கு நோயை எடுத்துச்செல்கிறவர்களாக கருதப்படும் சூழ்நிலைக்கு ஆளாகிறார்கள். நாட்டின் பல்வேறு பகுதிகளில் வசித்துவரும் இலட்சக்கணக்கான தொழிலாளர்கள் பாதுகாப்பாகத் தங்கள் சொந்த வீடுகளுக்குச் செல்ல அனுமதித்து இருந்தால் (திடீர் என்று அறிவிக்கப்பட்ட தேசிய அளவிலான பொதுமுடக்கத்தில் போய்முடிந்ததற்குப் பதிலாக) அவர்கள் வைரஸ் பாதிப்புக்கு இலக்காகாமலும், வழி நெடுக அவர்கள் நடந்தேசெல்வது போன்ற துயரங்களையும் தவிர்க்க உதவியிருக்கும்.

பொதுமுடக்கத்திற்குப் பிந்தைய நிகழ்வுகள் சமூகத்தில் நரும் தன்மையின் முக்கியத்துவத்தையும் நெருக்கடியின் அளவையும் முன்னிலைப்படுத்தின. அவற்றில் பல நெருக்கடியைச் சமாளிப்பதில் மாநில அரசுகளின் முக்கியமான பங்கைப் பறைசாற்றின. ஒடிஷா, மேற்கு வங்காளம், பீகார் போன்ற மாநிலங்கள் புலம்பெயர் தொழிலாளர்களைப் பாதுகாப்பதற்காகச் சில நடவடிக்கைகளை மேற்கொண்டன (எடுத்துக்காட்டாக, சென்றுசேரும் மாநிலங்களில் அவர்களின் பாதுகாப்பை உறுதி செய்தல்) அல்லது அந்த மாநிலங்கள் தங்கள் தொழிலாளர்களைப் பாதுகாப்பாகத் திரும்ப அழைத்துக்கொள்வதற்கான முயற்சிகளை முன்னெடுத்தன. புலம்பெயர்ந்த தொழிலாளர்களில் சிலரோ சொந்த ஊருக்குச் செல்வதானால் நெடுந்தூரம் பயணம் செய்ய வேண்டிவரும் என்ற காரணத்தினால் அல்லது முடக்கக்காலத்தில் போதுமான ஆதரவு அவர்களுக்குக் கிடைத்தது என்பதால் அவர்கள் தம் புலம்பெயர்ந்த இடங்களிலேயே தங்கிவிட்டனர். கேரளாவில் அதிக எண்ணிக்கையிலான சமுதாயச் சமையல்கூடங்கள் திறக்கப்பட்டன. புலம்பெயர் தொழிலாளர்களுக்கு அத்தியாவசியப் பொருட்கள் கிடைக்குமாறு ஏற்பாடு செய்யப்பட்டது. அந்தத் தொழிலாளர்கள் பாதுகாப்பாகத் திரும்பிவருவதற்கான ஆதரவையும் கேரள மாநிலம் வழங்கியது.

தமிழ்நாடும் தங்கள் மாநிலத்தில் சிக்கித்தவிக்கும் புலம்பெயர் தொழிலாளர்கள் அவர்களுடைய சொந்த ஊர்களுக்குச் செல்வதற்கான போக்குவரத்து ஏற்பாடுகளை அந்தந்த மாநிலங்களுடன் ஒருங்கிணைத்தது. 'அம்மா' உணவகங்கள் மூலம் இலவச உணவு வழங்கியது; தமிழ்நாட்டிலேயே தங்கிவிட்ட புலம்பெயர் தொழிலாளர்களுக்குப் பொதுமுடக்கத்தின்போது அத்தியாவசியப் பொருட்களையும் ஆரோக்கியப் பாதுகாப்பையும் வழங்கி அவர்களுக்கு உதவிபுரிந்தது. வடமாநிலங்களுக்கும் வடகிழக்கு மாநிலங்களுக்கும் சிறப்பு ரெயில்வண்டிகளை ஏற்பாடு செய்தது, அதிக எண்ணிக்கையிலான புலம்பெயர் தொழிலாளர்கள் தங்கள் வீடுகளுக்குத் திரும்ப உதவிற்று. ஆயினும், தேவைக்கு ஈடுகொடுக்க இந்தத் தலையீடுகள் போதுமானதாக இல்லை: நூற்றுக்கணக்கான புலம்பெயர் தொழிலாளர்கள் போக்குவரத்து நிலையங்களில், குறிப்பாக முக்கிய ரெயில் நிலையங்களில், தங்கள் வீடுகளுக்குப் போய்ச் சேர ஏதேனும் பயண ஏற்பாடுகள் கிடைக்காதா என்று எதிர்பார்த்து அலைந்துதிரிந்தவண்ணம் இருந்தனர். புறப்பட்ட இடத்திற்கே திரும்பி வருவதான தலைகீழ் இடம்பெயர்வானது, பருவகால இடம்பெயர்வின் தன்மையை மாற்றக்கூடும். புலம்பெயர்ந்த மாநிலங்கள் மற்றும் அவர்களின் சொந்த மாநிலங்கள் மீதான தாக்கங்களை அதிகரிக்கக் கூடும். திரும்பி வந்த பல தொழிலாளர்கள் தங்கள் கிராமங்களிலேயே மேலும் சில காலத்திற்கு தங்கினர் அல்லது குறுகிய காலத்தில் நீண்ட தூரம் புலம்பெயர்ந்துசெல்வதைத் தவிர்த்தனர். தொழிலாளர்களின் எண்ணிக்கை கூடிவிட்டதன் காரணமாக, இது கிராமங்களில் நிலவும் துயரத்தை அதிகரிக்கக்கூடும். புகல் மாநிலங்களிலோ, புலம்பெயர் தொழிலாளர்களின் திடீர் பணிவிலக்கம் தொழிலாளர் பற்றாக்குறையை உருவாக்குவதில் சென்று முடியலாம். (பஞ்சாப், ஹரியானா ஆகிய மாநிலங்களில் கோதுமையை அறுவடை செய்ய பண்ணை ஆட்கள் பற்றாக்குறை ஏற்பட்டிருப்பதாக ஏற்கெனவே தெரியவந்துள்ளது). தற்போது, தொலைதூரப் பிரதேசங்களுக்கு மாநிலங்களுக்கிடையேயிருந்து இடம்பெயர்ந்து செல்லும் தொழிலாளர்களின் நகர்வு சிறப்பு ரயில்களின் மூலம் வரையறுக்கப்பட்டிருக்கிறது. ஆயினும், தலைகீழ் இடப்பெயர்வானது, வழக்கமான, நீண்ட தூர ரயில் சேவைகள் நடைமுறைப்படுத்துகையில் அதிகமாகக் கூடும். மேலும் இது புறப்படும் மற்றும் சென்றுசேரும் மாநிலங்களின் எதிர்வினைகள், மத்திய அரசின் கொள்கைகள், புகல்நாட்டில் தொழிலாளர்களைப் பணிக்கு அமர்த்துவோரின் எதிர்வினைகள், புலம்பெயர் தொழிலாளரின் அனுபவம் உள்ளிட்ட, பல காரணிகளைச் சார்ந்தது.

பிற மாநிலங்களின் கிராமப்புறங்களில் வேலைக்குப் புறப்பட்டுச் செல்லும் தொழிலாளர்களின் மிதமிஞ்சிய எண்ணிக்கையும், புகல் மாநிலங்களின் தொழிலாளர் பற்றாக்குறையும் உழைப்பாளர் வளத்தில் மோசமான சூழ்நிலையை ஏற்படுத்தக் கூடும். தேசிய மட்டத்தில், பண்ணைத் துறை அல்லாத துறைகளுக்கு மாறாக, பண்ணைத் துறையின் வளர்ச்சி முடங்கி மிக மோசமாகியுள்ளது. 2013–2019 ஆண்டுகளின்போது, விவசாய மொத்த உள்நாட்டு உற்பத்தியின் சராசரி வளர்ச்சி விகிதம் 3.1 % ஆக இருந்தது. அது சராசரி உள்நாட்டு உற்பத்தி வளர்ச்சிவிகிதமான 6.7% என்பதை விட மிகவும் குறைவானதாகும். வேளாண்மையில் ஏற்பட்ட இந்த வளர்ச்சி கூட, பயிர்த்தொழில் அல்லாத துறைகளால், முக்கியமாகக் கால்நடை வளர்ப்பால் அடையப் பெற்றதாகும். பயிர்த் துறையின் சராசரி வளர்ச்சி, இருபது ஆண்டுகளின் மிகக் குறைந்த அளவில் 0.3%ஆக இருந்தது. இது விவசாய மொத்த உள்நாட்டு உற்பத்தியின் மூன்றில் இரண்டு பங்காகும். அண்மையில் (2017–2018) மேற்கொள்ளப்பட்ட குறிப்பிட்ட காலஇடைவெளியிலான தொழிலாளர் கணக்கெடுப்பின்படி, பண்ணை வேலைவாய்ப்பு 2012இல் 23 கோடியே 10 இலட்சமாக இருந்தது, 2018இல் 20 கோடியே 50 இலட்சமாக வீழ்ச்சியடைந்தது. அதேசமயம், பண்ணைத் தொழிலாளர்களுக்கும், பருவமற்ற காலத்தில் பருவகாலச் சிறிய விவசாயிகளுக்கும் வேலைகளைத் தருவதை வழக்கமாகக் கொண்டுள்ள கட்டுமானத் துறை 5 கோடியே 50 இலட்சத்திலிருந்து, 5 கோடியே 90 இலட்சமாக ஓரளவு மட்டுமே உயர்ந்துள்ளது. இந்தியாவிலுள்ள புலம்பெயர் தொழிலாளர்களும் முறைசாரா துறைத் தொழிலாளர்களும் எதிர்காலத்தில் சந்திக்கக் கூடிய நெருக்கடியை இவை எடுத்துக்காட்டி எச்சரிக்கின்றன.

தன்னுடைய முக்கியத் துறைகளில் புலம்பெயர் தொழிலாளர்களைச் சார்ந்திருக்கும் ஒரு மாநிலம் என்னும் வகையிலும், இடம்பெயர்ந்துசென்று திரும்பிவருகிறவர்களை ஏராளமாகக் கண்ட வகையிலும், தமிழ்நாடு சில துறைகளில் தொழிலாளர் பற்றாக்குறையையும் தொழிற்சாலைகளின் உற்பத்திச் சுழற்சியில் குறுக்கீடுகளையும் சந்திக்கக் கூடும். எடுத்துக்காட்டிற்கு, திருப்பூர் தொழிற்சாலைத் தொகுதியானது, பொதுமுடக்க நீக்கச் செயல்முறையை அரசு அறிவித்த பிறகு, மீண்டும் உற்பத்தியைத் தொடங்குவதில் கடுமையான தொழிலாளர் பற்றாக்குறையைச் சந்தித்துவருகிறது. மாநிலத்தில் பொருளாதாரச் செயல்பாடுகளும் போக்குவரத்து முறைகளும் சீராகியும் வியாபாரத்தின் சுமுகமான மீட்பானது, புலம்பெயர் தொழிலாளர்கள் வேலைக்குத் திரும்பி வருவார்களா அல்லது நீண்ட காலத்திற்குத் தங்கள் கிராமங்களிலேயே தங்கிவிடுவார்களா என்பதைப் பொறுத்தே இருக்கும்.

மாநிலங்களுக்கிடையே இடம்பெயரும் தொழிலாளர்களை (பிற மாநிலங்களுக்கு) வழங்குநராகவும் இருப்பதால், தமிழ்நாடும் அதிக எண்ணிக்கையிலான மக்கள் திரும்பி வருவதைக் காண்கிறது. சுகாதாரத் துறையில், குறிப்பாக வழக்கமான பொதுப்போக்குவரத்து சீராகும்போது, இது குறிப்பிட்ட சவால்களை விளைவிக்கலாம். விமானம் மற்றும் ரயில் சேவைகளில் (சிக்கித் தவிக்கும்/ அவசரப் பராமரிப்பு தேவைப்படுவோருக்குச் சிறப்புச் சேவைகள்), பகுதியளவுத் தளர்வு அனுமதிக்கப்பட்டதைத் தொடர்ந்து, பலர் தமிழ்நாட்டிற்குத் திரும்பி வந்தனர். ஜூன் மாதம் 13ஆம் தேதிவரையில், தமிழ்நாட்டிற்குப் பயணம் செய்து வந்தவர்களில் 1,906 பேர்களுக்குப் பரிசோதனை செய்ததில் கோவிட்–19 தொற்று உறுதியானது; அவர்களில் பலரும் பிற மாநிலங்களின் கட்டுப்பாட்டுப் பகுதிகளிலிருந்து வந்தவர்கள் ஆவர். பயண வரையறைகள் விலக்கிக்கொள்ளப்பட்டால், நிறைந்த அளவில் பயணிகள் வருவதையும் அதையொட்டி அதிக நோய்த் தொற்று ஏற்படும் அபாயத்தையும் சமாளிக்க வேண்டிய புதிய சவால்களுக்கு அரசு முகம் கொடுக்க நேரிடும்.

கோவிட்–19இன் திடீர்ப் பரவல் காரணமாக, பிற நாடுகளில் வசித்துவரும் அதிக எண்ணிக்கையிலான இந்தியர்கள் தங்கள் பணிகளை இழந்தனர் அல்லது தங்கள் பணிகளை/வணிகத்தைத் தொடரும் பிரச்சினைகளைச் சந்திக்க வேண்டியவர்கள் ஆனார்கள். பொதுமுடக்கம் விலக்கிகொள்ளப்பட்டு, வழக்கமான விமானப்பயணங்கள் மீண்டும் தொடங்கப்படுகையில், அவர்களில் பெரும்பாலானோர் வாழ்வுக்கும் வாழ்வாதாரத்துக்குமான சவால்களை எதிர்கொண்டு இந்தியாவுக்குத் திரும்பிவரக்கூடும். இது அரசுக்கு மேலும் அழுத்தத்தைத் தருகிறது. வெகுவிரைவில், தொற்று மிகுந்த நாடுகளிலிருந்து வந்துகொண்டிருக்கும் மக்கள் தீவிரமான நோய் தாங்கிகளாக வரக்கூடும். தமிழ்நாடு உள்ளிட்ட மாநிலங்களுக்கு நோய்த் தொற்று இருக்கக் கூடும் எனச் சந்தேகிக்கப்படுவோர், தொற்றால் பாதிக்கப்படுவோர் ஆகியோருக்குத் தடுப்புக் காப்பு, தனிமைப்படுத்தல், கட்டுப்படுத்துதல், சிகிச்சை ஆகியவற்றுக்கான போதுமான ஏற்பாடுகளைச் செய்யும் கூடுதல் பொறுப்பு ஏற்படக்கூடும். பிற நாடுகளிலிருந்து திரும்பிவருவோரில் கோவிட்–19 தொற்று உறுதியானவர்கள் மிகுந்திருக்கிறார்கள் எனத் தமிழ்நாடு தெரிவித்துள்ளது. வரையறை விதிக்கப்பட்ட காலத்திலும் கூட (மே மாதம் 9ஆம் தேதியிலிருந்து), பல்வேறு பன்னாட்டு விமானங்களில் வந்து இறங்கிய பயணிகளில் 200 பேர் தமிழ்நாட்டில் கோவிட்–19 தொற்று கண்டவர்கள் எனத் தெரியவந்துள்ளது. வழக்கமான விமானப்பயணம் சீராகும்பொழுது, பயணிகளின் எண்ணிக்கையும், கண்டறியப்படும் நோய்த்தொற்றின்

எண்ணிக்கையும் அதிகரிக்கக் கூடும். தங்கள் பணிகளையும் வியாபாரத்தையும் இழந்து திரும்பிவருவோருக்கு உடனடியான உடல்நலப் பராமரிப்பையும் அதுபோலவே மறுவாழ்வையும் ஆலோசனை செய்து அரசு ஏற்பாடு செய்துதர வேண்டும்.

கொள்கைத் தாக்கங்களும் ஆலோசனைகளும்

விவசாயத்திலிருந்து, போட்டிக்குரிய உற்பத்தி மற்றும் சேவைகளை அடிப்படையாகக் கொண்டு வேகமாக வளர்ந்து கொண்டிருக்கும் பொருளாதாரத்திற்கு அரசு தன்மைமாற்றம் பெற்றதானது, புதிய வாய்ப்புகளுக்கு வாசலைத் திறந்துவிடுவதுடன், தமிழ்நாட்டை நோக்கிப் புலம்பெயர் தொழிலாளர்களைத் தொடர்ந்து ஈர்க்கவும் செய்கிறது. ஆயினும், தற்போது உள்ள பொருளாதார அதிர்ச்சிகளை எதிர்கொள்ள புலம்பெயர் தொழிலாளர் குறித்த ஒரு விரிவான அறிக்கை தேவைப்படுகிறது. விரைவான, மனிதாபிமான ரீதியிலான தலையீடுகள் மேற்கொள்ளப்படுகையிலும், அவசரநிலையைக் கவனிப்பதற்குரிய நடவடிக்கைகளை மேற்கொள்ளும்போதும் முக்கியமானது, அரசு பெருந்தொற்றுப் பரவல் போன்ற அதிர்ச்சிகளுக்கு இங்கு சுட்டிக்காட்டப்பட்டுள்ள முக்கியப் பிரச்சினைகளைக் கவனிப்பதற்கு இடைக்கால மற்றும் நீண்ட காலத் தீர்வுகளையும் அரசு காண வேண்டும்.

குறுகிய கால நடவடிக்கைகள் (உடனடியானது)

1. பல்வேறு மட்டங்களில் புலம்பெயர்வோரின் பிரச்சினைகளைக் கவனிப்பதில் முக்கியச் சவாலாக இருந்து கொண்டிருப்பது, புலம்பெயர் தொழிலாளர் குறித்த விரிவான புதுப்பிக்கப்பட்ட தரவுத்தளம் ஒன்று இல்லாமல் இருப்பதே ஆகும். போதுமான அடையாளச் சான்று மற்றும் வீட்டுமுகவரி ஆதாரங்கள் இல்லாமல் இருப்பதன் விளைவாக அவர்களுக்காக அறிமுகப்படுத்தப்பட்ட அடிப்படைச் சேவைகள் மற்றும் நலத்திட்டங்கள் மறுக்கப்படுகின்றன. ஆகவே, புலம் பெயர்வோரை இனங்காண்பதற்கான உடனடியான நடவடிக்கை ஒன்றை மேற்கொண்டிட வேண்டும். தமிழ்நாட்டிலுள்ள புலம்பெயர் தொழிலாளர்களின் விவரங்கள் கொண்ட விரிவான தரவுத்தளம் ஒன்றையும் மேம்படுத்த வேண்டும். தற்போது நிலவிவரும் பதிவுச் செயல்முறையைக் கைபேசி செயலிகள், உதவி மையங்கள், தன்னார்வலர்கள் மூலம் வழங்கி, சுயபதிவுச் செயல்முறையை விரைவுப்படுத்தலாம்.

2. பிறந்துவளர்ந்த இடத்திலும், புகல்நாட்டிலும் புலம்பெயர் தொழிலாளர்கள் படும் துயரங்களைக் களையவும் அவர்களை ஒருங்கிணைக்கவும், ராஜஸ்தான் அரசு செய்ததைப்போல சமூக

அமைப்புகளால் நடத்தப்படுகிற, தொழிலாளர் உதவி தொலைபேசி இணைப்பு ஒன்றை அரசு அமைத்துத் தரலாம்.

3. பதிவு முடிந்ததும், புலம்பெயர் தொழிலாளர்களின் தேவைகள் கவனிக்கப்படலாம். அரசு இந்தத் தரவுத்தளத்தைப் பயன்படுத்தித் தங்கியிருக்க விரும்பும் தொழிலாளர்களை இனங்கண்டு, அவர்களுக்குப் பெருந்தொற்றுப் பரவல் சூழலில் வெளியிடப்பட்ட வழிகாட்டுதல்களைப் பின்பற்றிப் போதுமான அத்தியாவசியத் தேவைகள் (உணவு மற்றும் வீடுகள் அல்லது முகாம்கள் / தங்குமிடங்கள் ஆகியவற்றில் அடிப்படை வசதிகள்) வழங்கப்படுவதை உறுதிப்படுத்தலாம். இந்த நெருக்கடியின்போது அவர்களுக்கு வருவாய் ஆதரவையும் (மனநலம் உள்ளிட்ட) ஆரோக்கியப் பராமரிப்பையும் அளிக்கலாம். அரசின் இந்த முயற்சிகளுக்குக் சமூக அமைப்புகள் மற்றும் தன்னார்வலர்களின் ஆதரவு உறுதுணையாக அமையக்கூடும்.

4. சுகாதாரத்தைப் பொறுத்தவரை, தனிமனித இடைவெளி, தனிமைப் படுத்தல், புலம்பெயர் தொழிலாளர்களுக்கான ஆரோக்கியப் பரிசோதனை முகாம்கள் ஆகியவற்றை மேற்கொள்வது உதவிகரமானதாக இருந்திருக்கின்றது. அரசு அதன் செயல்பாட்டுப் பகுதிகளைப் புதிய இடங்களுக்கு விரிவுபடுத்தி, பெருந்தொற்றுப் பரவல் கட்டுக்குள் வரும்வரை ஒழுங்குமுறையை உறுதிப்படுத்தலாம்.

5. மாநிலங்கள் மற்றும் மாவட்டங்களுக்கிடையே பயணம் செய்வதற்கு ஏதுவான (இ-பாஸ்) பதிவுமுறையும், புலம்பெயர் தொழிலாளர்கள், மாநிலத்தில் சிக்கித்தவித்த குறுகியகால வருகையாளர்கள் ஆகியோரின் நடமாட்டத்தை முறைப்படுத்துவதில் சிறப்பாகச் செயலாற்றின. இது தமிழ்நாட்டிலிருந்து இந்தியாவின் பிற மாநிலங்களுக்குச் சென்றவர்களுக்கும், மாநிலத்திற்குள்ளாகப் பிற மாவட்டங்களில் சிக்கித் தவித்தவர்களுக்கும்கூட அவர்கள் வீடுகளுக்குத் திரும்பிச் செல்ல உதவிகரமாக இருந்தது. சென்னையிலும் மாநிலத்தின் குறிப்பிட்ட சில பகுதிகளிலும் நிலவும் தொற்றின் விகிதாச்சாரம் அச்சுறுத்தும் வகையில் உள்ளது. அதிக அபாயமுள்ள இது போன்ற பகுதிகளில் இருந்து தொற்று மேலும் பரவாமல் தடுக்க இ-பாஸ் முறையைப் பயன்படுத்தி மக்கள் நடமாட்டத்தைக் கட்டுப்படுத்தலாம்.

6. தமிழ்நாட்டிலிருந்து இந்தியாவின் பிற மாநிலங்களுக்குப் புலம்பெயர்ந்து செல்வோரின் வகைமாதிரியையும், பெருந்தொற்றுப்பரவலுக்குப் பிந்தையநிலையில் புகல்நாட்டிலிருந்து சொந்தஊருக்குத் திரும்பி வருவோரின் வகைமாதிரியையும் புரிந்துகொள்ள, இ-பாஸ் விநியோகிப்பதற்காக நிறுவப்பட்ட

மெய்நிகர் வரிசை மூலம் சேகரிக்கப்பட்ட தகவலைப் பயன்படுத்தலாம். உள்ளூர்த் தொழிலாளர்கள் மற்றும் புலம்பெயர் தொழிலாளர்களின் தேவைக்கும் வழங்குதலுக்குமான மாற்றத்தைத் தகவமைத்துக்கொள்வதற்குப் பொருளாதாரத்தின் முக்கியத் துறைகளைத் தயார்செய்துகொள்வதற்கு அரசு இதனைப் பயன்படுத்தக் கூடும்.

7. தலைகீழ்இடம்பெயர்வால் தொழிலாளர் பற்றாக்குறை ஏற்பட்டுள்ள முக்கியத் துறைகளை இனங்காண்பதையும், அந்த இடையூறைக் குறைப்பதற்கான நடவடிக்கைகளை மேற்கொள்வதையும் அரசு கருத்தில் கொள்ளலாம். பொதுமுடக்க நீக்கம் பற்றிய அண்மை அறிவிப்பு, உற்பத்தியை மீண்டும் தொடங்க அனுமதித்துள்ளதெனினும், திருப்பூரைப் போன்ற தொழிற்சாலைத் தொகுதிகள், தொழிலாளர் பற்றாக்குறையை எதிர்கொள்கின்றன. மாநிலங்களுக்கு இடையில், தேவைப்படும் இடங்களில் தொழிலாளர் போக்குவரத்திற்கு வேண்டிய வசதிகளை அரசு ஏற்படுத்தித் தரலாம்.

8. கோவிட்–19 பெருந்தொற்றுப் பரவலைத் தொடர்ந்து, ஏராளமான பன்னாட்டுப் புலம்பெயர் தொழிலாளர்கள் அவர்களின் வாழ்வு மற்றும் வாழ்வாதாரம் தொடர்பான பிரச்சினைகளைச் சந்திக்கின்றனர். அவர்களில் பலருக்கு, இந்தியாவுக்குத் திரும்பும் நிர்ப்பந்தம் ஏற்பட்டுள்ளது, அவர்களைப் பற்றிய தகவல்களைச் சேகரித்து, அவர்கள் இந்தியாவுக்குத் திரும்பிவர ஆதரவளித்து, ஆரோக்கியப் பராமரிப்பு (அவர்களில் பலரும் அதிகமாகத் தொற்றுள்ள நாடுகளிலிருந்து வருவதால், தடுப்புக் காப்பு மற்றும் சிகிச்சை உள்ளிட்ட) உதவிகளைப் பயன் விளையும் வகையில் நல்க வேண்டியது அவசியமாகும்.

இடைக்கால நடவடிக்கைகள் (2–5 ஆண்டுகள்)

தற்போதைய புலம்பெயர்வின் வகைமாதிரியும், பெருந்தொற்றுப் பரவலால் ஏற்பட்டுள்ள இடையூறும் ஒருசில காலத்திற்குத் தொடரக்கூடும் என்பதால், அரசுகள் வருங்காலத்தில் இத்தகைய அதிர்ச்சிகளுக்குத் தாக்குப்பிடித்து வாழும்வகையில், தயாரிப்பு ஏற்பாடுகளை முன்னேற்றிக் கொள்வதற்கான நீண்டகால உத்திகளுக்கு முன்னுரிமை அளிக்கவும் மாநிலங்களுக்கிடையிலான இடம்பெயர்தலுக்கு ஆதரவு நல்கவும் முறைப்படுத்தவும் வேண்டிய விரிவான கொள்கை ஒன்றை மேம்படுத்தவும் வேண்டும்.

1. மலிவான வீட்டுவசதி, சமூகப் பாதுகாப்பை அணுக முடிதல், (பொது விநியோக முறை, பொது ஆரோக்கியம், கல்வி போன்ற) அடிப்படைச் சேவைகள், சட்ட ஆதரவு மற்றும் தொழில்நுட்ப

ஆதரவு, நிதி சேர்த்தல் ஆகியவற்றை உறுதிப்படுத்தும் புலம்பெயர் தொழிலாளர்களுக்கு இணக்கமான சமூகக் கொள்கைகளை மேம்படுத்துவது குறித்து அரசு கவனம் கொள்ள வேண்டும். கூடுதலாக, உலகளாவிய அடிப்படைச் சேவைகளை அணுகும் பெயர்வுத்திறனை அரசு உறுதிப்படுத்த வேண்டும். இது 'ஒரே நாடு – ஒரே குடும்ப அட்டை' திட்டத்தின் மூலம் அல்லது புலம்பெயர் தொழிலாளர்களுக்கு நகல் குடும்ப அட்டை வழங்குவதன் மூலம் சாத்தியமாகியிருக்கும். மத்திய அரசு 'ஒரே நாடு ஒரே குடும்ப அட்டை' திட்டத்தைத் தொடங்கியுள்ளது. அந்தத் திட்டம் நடைமுறைக்கு வரும்பொழுது இந்தப் பிரச்சினைகளில் சிலவற்றுக்குத் தீர்வு கிடைக்கும்.

2. தேசிய அளவில், பொது விநியோக முறையை அணுகுவது உள்ளிட்ட பொதுச்சேவைகளின் பெயர்வுத்திறனை அறிமுகப்படுத்துவதில் சற்று முன்னேற்றம் ஏற்பட்டிருக்கிறது. புலம்பெயர்வு குறித்து 2017இல் சமர்ப்பிக்கப்பட்ட குழுஅறிக்கை ஒன்று, குறுகிய காலத்திற்கு இடம்பெயர்வோர் அல்லது தங்கள் குடும்பம் இல்லாது இருப்போர் பொது விநியோக முறையைப் பயன்படுத்த வழிவகை செய்யப்பட வேண்டும் எனப் பரிந்துரைத்துள்ளது. பொது விநியோக முறையின் பெரும்பகுதி 2013ஆம் ஆண்டின் தேசிய உணவுப் பாதுகாப்புச் சட்டத்தின் கீழ் வருவதால், கூடுதல் அட்டைகளுக்கான நிதிச் சுமையை அரசு ஏற்க வேண்டியிருக்காது. தேவையானால், புலம்பெயர் தொழிலாளர்களுக்கு நகல் / தற்காலிகக் குடும்ப அட்டைகளை அரசு வழங்கலாம். கூடவே, மத்திய அரசால் அண்மையில் அறிவிக்கப்பட்ட நிவாரண நிதிஉதவித்தொகை பொது விநியோக முறையின் பெயர்வுத் திறனை உறுதிப்படுத்துவதற்கு மாநில அரசுகளுக்கு நிபந்தனைகளை விதித்துள்ளது.

3. தமிழ்நாடு, உத்தேசித்துள்ள எங்கும் எடுத்துச் செல்லக்கூடிய குடும்ப அட்டைகள் (ரேஷன் அட்டைகள்) மாநிலமெங்கும் உள்ள பொது விநியோக முறைக் கடைகளிலிருந்து மானிய விலையில் உணவுப் பொருட்களை வாங்க அட்டைதாரர்களுக்கு அனுமதி அளிக்கின்றன. கோவிட்–19 பெருந்தொற்றுப் பரவலின் எதிர்வினையாக அரசு இதனைச் சோதனை அடிப்படையில் பரவலாக்கி, அத்தியாவசியப் பொருட்களைக் (மானிய மற்றும் இலவசப் பொருட்கள்) குடும்பஅட்டை இல்லாத குடும்பங்களுக்கு வழங்கியது, மாநிலத்தில் வாழ்ந்து கொண்டிருக்கும் பல புலம்பெயர்ந்த தொழிலாளர்களுக்குப் பயனளித்தது. எங்கும் கொண்டுசெல்லக்கூடிய இந்த அட்டை வசதியைப் பிற அத்தியாவசியச் சேவைகளுக்கும் அரசு விரிவுபடுத்தலாம்.

4. எங்கும் சேவைகளைப் பயன்படுத்திக்கொள்ள முடிவதைப் போல, புலம்பெயர் தொழிலாளர்களின் அடையாளச்சான்றோடு தொடர்புடைய நல்வாழ்வையும் பாதுகாப்பையும் அரசு உறுதிப்படுத்த வேண்டும். சாதி என்பது அதுபோல் ஒரு சமூக அடையாளச் சான்றாகும். சாதி பாகுபாடுகளிலிருந்து பாதுகாப்பளிப்பது தவிர, சாதிச் சான்றிதழ்கள் புலம்பெயர் தொழிலாளர்களுக்கு மத்திய அரசும் மாநில அரசுகளும் வழங்கும் நலத்திட்டங்களை அனுபவிக்கவும் உதவும்.

5. கட்டிடம் மற்றும் பிற கட்டுமானத் தொழிலாளர் நல மேல்வரிச் சட்டம், 1996, கட்டாயமாக விதித்த ஒரு மேல்வரியானது (கட்டுமானத்திற்குச் செலவழிக்கப்பட்ட தொகையின் 1% என்ற அளவில்) தமிழ்நாடு கட்டுமானத் தொழிலாளர் நல வாரியத்தின் உருவாக்கத்திற்கான அடிப்படையாக ஆனது. வாரியம் அதன் உறுப்பினர்களுக்கு நிவாரணம் வழங்குவதில் மும்முரமாக இருந்தபொழுது, புலம்பெயர் தொழிலாளர் தொடர்பான அதன் செயல்பாடு மிகவும் வரையறைக்குட்பட்டதாக இருந்தது. கட்டுமானத் துறையில் வேலை செய்யும் புலம்பெயர் தொழிலாளர்களைக் கட்டாயமாகப் பதிவு செய்வதை உறுதிப்படுத்தும்படி வாரியம் பணிக்கப்பட்டிருக்கலாம். வாரியம் மொத்த நிதியில் 13% மட்டுமே செலவழித்திருப்பதாக அண்மைய செய்தியறிக்கை ஒன்று வெளிப்படுத்தியுள்ளது. அது எவ்வளவு பேரை அதிகமாகக் கொண்டுள்ளது என்பது மட்டுமல்லாமல், அதன் உறுப்பினர்களுக்கு வழங்கிய நலத்திட்டங்களின் உள்ளடக்கமும் முக்கியமானதாகும். அதைபோல, பிற நல வாரியங்கள் (தொழிலாளர் நலத் துறையோடு 16 வாரியங்கள் இணைக்கப்பட்டுள்ளன) அதனதன் துறைகளில் பதிவை ஊக்கப்படுத்தும்படி அரசு வலியுறுத்த வேண்டும்.

6. தொடர்ந்த ஊதிய வேறுபாடுகளும் சிறந்த வாய்ப்புகளும் புலம்பெயர் தொழிலாளர்களை நகரங்களை நோக்கி ஈர்க்கின்றன. எனவே, புலம்பெயர்வோர் பலர், குறிப்பாக மாநிலங்களுக்கிடையே இடம்பெயர்வோர், கிராமங்களுக்குத் திரும்பிவரக்கூடும் என்பதால், தமிழ்நாட்டுக் கிராமப்புறங்களின் நெருக்கடியைக் கருத்தில் கொள்வதும் இணையான முக்கியத்துவம் வாய்ந்ததாகும். மகாத்மா காந்தி தேசிய ஊரக வேலைவாய்ப்பு உறுதித் திட்ட உதவிகளை உயர்த்துவதும் தமிழ்நாடு ஊரக மாறுதல் திட்டத்தின் மூலமாக பிற வடிவங்களில் ஆதரவை வழங்குவதும் கிராமங்களுக்குத் திரும்பிவரும் தொழிலாளர்களின் துயரங்களைக் கவனிக்க உதவலாம்.

காலப்போக்கில், அரசு குடியேற்றத் தொழிலாளர்களின் இடையூறுக்கும் வெளியிலிருந்து நமது நாட்டுக்கு வரும்

பணத்திற்கும் உண்டான விலையைத் தரத் தயாராக வேண்டியிருக்கும். புலம்பெயர்ந்து சென்று திரும்பிவருவோரின் எண்ணிக்கையில் நீடித்த அதிகரிப்பு மற்றும் நீண்டகால மறுவாழ்வு தொடர்பான பிரச்சினைகளைக் கவனிக்கும் வகையிலான கொள்கைக் கட்டமைப்புகளைத் தயாராக்க வேண்டும். குடியேறியவர்களில் பலர் தங்கள் பணியை இழந்துவிட்டதால், இந்தப் பணியாளர்களைப் (அவர்களின் அனுபவங்களைப் பயன்படுத்தும் வகையில்) பணியமர்த்துவதற்குரிய புதிய திட்டங்களைத் தொடங்குவதற்கான சாத்தியக் கூறுகளை அரசு ஆராய்ந்து அவர்களில் தொழில்முனைவோரைக் கண்டறிந்து ஊக்குவிக்கலாம்.

நூல் பட்டியல்

Biswas, S., 'Coronavirus: India's pandemic lockdown turns into a human tragedy', *BBC*, 30 March 2020, available at https://www.bbc.com/news/world-asia-india-52086274, accessed on 2 November 2021.

Government of Tamil Nadu, *Media Bulletin*, 14 June 2020.

International Organization for Migration, *World migration report 2020*, 15 October 2019, available at https://publications.iom.int/books/world-migration-report-2020, accessed on 2 November 2021.

Jayapathy, F., S. Crossian, P. O. Martin, and B. D' Sami, *A survey on Inter-State Migrants in Tamil Nadu (Kancheepuram, Thiruvallur and Chennai districts)*, Loyola Institute of Social Science Training and Research, and Indian Social Institute, 2016, available at https://tnlabour.in/wp-content/uploads/2018/08/A-Survey-on-Inter-State-Migrants.pdf, accessed on 2 November 2021.

Jesudasan, D. S., 'Tamil Nadu rolls out ration card portability', *The Hindu*, 24 January, 2020, available at https://www.thehindu.com/news/national/tamil-nadu/tn-rolls-out-ration-card-portability/article30637836.ece, accessed on 2 November 2021.

Jeyaranjan, J., *The Life and Times of Migrant Workers in Chennai*, National Institute of Rural Development and Panchayati Raj, 2013, available at http://www.nirdpr.org.in/nird_docs/srsc/srsc-rr-090518-7.pdf, accessed on 2 November 2021.

Mehrotra, S., and J. K. Parida, *India's Employment Crisis: Rising Education Levels and Falling Non-agricultural Job Growth* (CSE Working Paper 2019–04), Centre for Sustainable Environment, Azim Premji University, October 2019, available at https://cse.azimpremjiuniversity.edu.in/wp-content/uploads/2019/10/Mehrotra_Parida_India_Employment_Crisis.pdf, accessed on 2 November 2021.

Ministry of Finance, *Economic survey 2016–17*, Government of India, 2017, available at https://www.indiabudget.gov.in/budget2017-2018/survey.asp, accessed on 2 November 2021.

Ministry of Housing and Urban Poverty Alleviation, *Report of the Working Group on Migration*, Government of India, January 2017, available at http://mohua.gov.in/upload/uploadfiles/files/1566.pdf, accessed on 2 November 2021.

Mishra, A. R., 'PDS ration cards to be made portable, says Nirmala Sitharaman', *Livemint*, 14 May 2020, Available at https://www.livemint.com/news/india/pds-ration-cards-to-be-made-portable-says-nirmala-sitharaman-11589455267628.html, accessed on 2 November 2021.

Philip, C. M., 'Tamil Nadu now home to 1 million migrant workers: Study', *Times of India*, 7 February 2018, available at https://timesofindia.indiatimes.com/city/chennai/Tamil-Nadu-now-home-to-1-million-migrant-workers-Study/articleshow/50861647.cms, accessed on 2 November 2021.

Rajan, S. I., B. D' Sami, and S. S. A. Raj, *Tamil Nadu Migration Survey 2015* (CDS Working Paper No. 472), Centre for Development Studies, February 2017, available at http://14.139.171.199:8080/xmlui/bitstream/handle/123456789/94/WP472.pdf?sequence=1&isAllowed=y, accessed on 2 November 2021.

Shanmughasundaram, J., 'Tamil Nadu spent only 13 per cent of workers' welfare funds', *Times of India*, 25 May 2020, available at https://timesofindia.indiatimes.com/city/chennai/tamil-nadu-spent-only-13-per-cent-of-workers-welfare-funds/articleshow/75969817.cms, accessed on 2 November 2021.

Shivakumar, C., 'With business reopening post-COVID lockdown, need of Tamil Nadu's migrant labourers arises', *The New Indian Express*, 31 May 2020, available at https://www.newindianexpress.com/states/tamil-nadu/2020/may/31/with-business-reopening-post-covid-lockdown-need-of-tamil-nadus-migrant-labourers-arises-2150257.html, accessed on 2 November 2021.

14

ஊதியம் பெறும் வீட்டுப்பணியாளர்கள்
கோவிட்-19 காலத்தில் அவர்களின் வாழ்வாதாரப் பாதுகாப்பு

எஸ். ஆனந்தி, இ. தீபா

பொதுமுடக்கம் மூலமாகப் பெருந்தொற்றுப் பரவலைக் கட்டுப்படுத்தும் அரசின் நடவடிக்கைகளுடன் இணைந்து, கோவிட்-19, சென்னையின் முக்கியமான அமைப்புசாரா தொழிலாளர்களான ஊதியம் பெறும் வீட்டுப் பணியாளர்களைக் கடுமையாகப் பாதித்துள்ளது. தமிழ்நாட்டில் ஏறத்தாழ 18 இலட்சம் ஏழைப் பெண்கள் ஊதியம் பெறும் வீட்டுப் பணியாளர்களாக உள்ளனர். அவர்கள் பெண்களாக இருப்பதால் 'தொழிலாளர்கள்' ஆகக் கருதப்படாமலும், தனியாரின் முறைசாரா தளமாகிய வீடுகளில் அவர்களின் பணி நடைபெறுவதாலும் அவர்கள் செய்யும் வேலை இருவிதங்களிலும் முறைசாரா பணியாக உள்ளது. அதுமட்டுமல்லாது, அவர்களின் பணி, ஒப்பந்த அடிப்படையிலானது என்பதால் அவர்களுக்குப் பணிப்பாதுகாப்பு இல்லை; வருங்கால வைப்புநிதி, உடல்நலக் காப்பீடு, முதியோர் ஓய்வூதியம் போன்ற பணிப்பயன்கள் எதையும் அவர்கள் பெற முடியாது. தொழிலாளர் இழப்பீடு சட்டம், 1923 மற்றும் ஒப்பந்தத் தொழிலாளர் (ஒழுங்குமுறை மற்றும் ஒழிப்பு) சட்டம், 1970[1] ஆகிய இரு சட்டங்களின் கீழ் வீட்டுப் பணியாளர்கள் வராததால், அவர்கள் வாராந்தர விடுப்புகள், பிணி விடுப்பு, மகப்பேறு விடுப்பு ஆகியவற்றைப் பெற முடியாதவர்கள் ஆகிறார்கள். வீட்டுப் பணியாளர்களுக்கு அரசு நிர்ணயித்துள்ள குறைந்தபட்ச ஊதியமானது, பரிதாபப்படும்வகையில் உள்ளது. இந்த ஊதியம்

அந்தப் பணிக்குத் தேவைப்படும் கடுமையான உடலுழைப்பையும் பாதிப்புகளின் இயல்பையும் கணக்கில் எடுத்துக்கொள்ளாமல் நிர்ணயிக்கப்பட்டதாகும்.[2] பகுதி நேரமாக அல்லது முழு நேரமாக மற்றும் ஒவ்வொரு நாளும் 8 முதல் 10 மணி நேரம் ஒரே வீட்டில் அல்லது பல வீடுகளில் பணி செய்யும் அவர்கள் பல்வேறுவிதமான பாலினச் சுரண்டல்களுக்கும் ஆளாகிறார்கள். மேலும் பணிப் பாதுகாப்பு அல்லது போதுமான இழப்பீடு இல்லாத நிலையில் அவர்களுடைய உழைப்பு அபகரிக்கப்படுகிறது.

பெருந்தொற்று ஏற்பட்டதைத் தொடர்ந்து, வீட்டுவேலை செய்வோர் அவர்களுக்கு எதிராக இருந்த சமூக இழுக்குடன் வேலை இழப்புக்கும் ஊதியம் கிடைக்காத நிலைக்கும் ஆளாகின்றனர். அவர்களில் சிலர், உடல் நலம் இல்லாத நிலையிலும் அவர்களுடைய உயிரையும் துச்சமெனக் கருதி எந்த ஆரோக்கியப் பாதுகாப்பும் இல்லாமல் வேலைக்குப் போக நேரிடுகிறது. அந்தப் பெண்களில் பலரும் தற்செயலாக (போதுமான வீட்டு வசதியும் துப்புரவு வசதிகளும் போதுமான அளவில் இல்லாத) சென்னைக் குடிசைப் பகுதிகளைச் சேர்ந்தவர்களும் எந்த உடல்நலப் பிரச்சினைகள் வந்தாலும் அவற்றைச் சமாளிப்பதற்குத் தேவையான வருமானம் இல்லாதவர்களும் ஆவார்கள். இந்த மோசமான வாழ்நிலைகளில், அவர்களும் அரசின் சமூகவிலகல் சுமையையும் எதிர்கொள்கிறார்கள். பெருந்தொற்றின்போது வீட்டுவேலைசெய்வோர் எதிர்கொண்ட பல பரிதாபங்களையும் சவால்களையும் நினைவில் கொண்டு, நாங்கள் இந்தக் கொள்கைக் குறிப்புக் கட்டுரையில், பல தசாப்தங்களாக ஏட்டில் இடம்பெற்றிருந்தாலும் தீவிரமாக நடைமுறைப் படுத்தப்படாமலிருக்கும் மற்ற தொழிலாளர்நல நடவடிக்கைகளுடன் வீட்டுப்பணியாளர்களின் சமூக மற்றும் ஆரோக்கியப் பாதுகாப்புக்கான பல்வேறு நடவடிக்கைகளையும் இணைத்துக்கொள்ள ஆலோசனை வழங்குகிறோம்.

கோவிட்-19 சூழலில் வீட்டுவேலை செய்வோர் எதிர்கொள்ளும் சவால்கள்

வேலைவாய்ப்பு நெருக்கடி

வீட்டுவேலை செய்யும் பெண்கள் மீதான கோவிட்-19இன் தாக்கம் ஆழமானதும் அளவிட முடியாததுமாகும். இந்தப் பணியாளர்கள் எதிர்கொள்ளும் முதலாவது பெரிய பிரச்சினை, திடீரென்று வேலையில்லாமல் போவதுதான். இந்த வேலையிழப்பு அவர்கள் வாழ்க்கைக்கு ஏற்படுத்தியுள்ள அச்சுறுத்தல் வைரஸ் அச்சுறுத்தலுக்குச் சற்றும் சளைத்ததல்ல. பொதுமுடக்கத்தைத் தொடர்ந்து, பலர் (வீட்டுக்காரர்கள்) தாங்கள் திரும்பக் கூப்பிடும்

வரையில் வேலைக்கு வர வேண்டாம் என்று தங்கள் வீட்டுப் பணியாளர்களிடம் சொல்லிவிட்டனர். இது ஊதியம் பெறும் வீட்டுப் பணியாளர்களிடையே மிகப் பெரிய நிச்சயமின்மையை உருவாக்கி, தங்கள் வேலை பறிபோய்விடுமோ என்று அவர்கள் அஞ்சத் தொடங்கினர். வடசென்னையிலுள்ள வீட்டுப்பணியாளர் ஒருவர், எங்களுடனான நேர்காணலில், பின்வருமாறு தன் கவலையை வெளிப்படுத்தினார்: "நான் வேலையில்லாம வீட்ல இருந்தா, எங்க குடும்பம் பட்டினி தான் கெடக்கணும். நான் இந்த ஊரடங்க மீறி வீட்ட விட்டு வெளியே போனா, எனக்கு கொரோனா வந்திடுமோன்னு பயமா இருக்கு, ஆனாலும் உயிரப் பணயம் வெச்சுத்தான் வேலைக்குப் போறேன்."[3]

சில வீட்டுக்காரர்கள் சாதுரியமாக இந்த வேலையாட்களைப் பொதுமுடக்கத்திற்கு முன்பாகவே வேலையை விட்டு நிறுத்தி, நிலைமை சீரானதும் திரும்ப வேலைக்கு எடுத்துக்கொள்வதாக உறுதியளித்தனர். எப்படியாயினும், மீண்டும் வேலைக்குக் கூப்பிடுவார்கள் என்ற நம்பிக்கை சிலருக்கு இருக்கவில்லை. 21 நாள் முடக்கத்திற்குப் பிறகு, வீட்டுவேலை செய்யும் பெண்மணி ஒருவர் அவருடைய நேர்காணலில், தான் வேலைபார்த்துவந்த வீட்டுக்காரர்கள் அவர்களுடய வீட்டுவேலைகளை அவர்களாகவே செய்துகொள்ளப் பழகிவிடுவார்கள் என்றும் தன்னைத் திரும்பக் கூப்பிடமாட்டார்கள் என்றும், இந்த முடக்கத்தின்போது அவர்களுக்கே பாதி சம்பளம் தானென்றால், தனக்குச் சம்பளம் தரமாட்டார்கள் என்றும் பதற்றத்துடன் சொன்னவர், "என்ன வேலைக்கு வெச்சிபாங்களான்னே தெரியல" என்று தனது வேலையின்மையின் அவலம் குறித்த அவரது கருத்தைப் பகிர்ந்து கொண்டார். சென்னை மாநகரத்திலுள்ள பல்வேறு வீட்டுப் பணியாளர்கள் கடந்த இரண்டு மாதங்களாக – பொது முடக்க காலத்தில் – அவர்களின் மாதாந்தர ஊதியம் கிடைக்கப் பெறாமல் இருந்தனர். அவர்களில் சிலர் மார்ச் மாதத்தில் பாதி சம்பளம் பெற்றுள்ளனர். அதைத் தொடர்ந்த மாதங்களில் எதுவும் கிடைக்கவில்லை. திருமணமாகாத இளைஞர்களின் வீட்டில் வேலைபார்த்துவரும் பெண்மணி ஒருவர் தன்னை வேலைக்கு வைத்திருப்போர் மூன்று மாதங்களாகப் பாதி சம்பளம் மட்டுமே கொடுத்துவருவதாகவும், ஆனால் போக்குவரத்து வசதிகள் இல்லாதபோதும் வேலைக்குத் தவறாமல் வர வேண்டும் என்று அவர்கள் பணிப்பதாகவும் கூறினார். அவருடைய கூற்றுபடி, தனக்கு உடம்புக்கு முடியாமல் போனால் அவசர மருத்துவச் செலவுக்குக்கூட முன்கூட்டிப் பணம் கேட்டால் தர விருப்பமில்லாதவர்களாகவும் அவர்கள் இருக்கிறார்கள் என்கிறார். சில பணியாளர்கள் காவலர் கண்காணிப்புக்கு இலக்காகாமல் தங்கள்

சொந்த ஆரோக்கியத்தையும் கருத்தில்கொள்ளாமல் வேலைக்குப் போய்வந்ததால் அவர்கள் தங்கள் வேலையை இழக்கவில்லை. அவர்கள் வேலைபார்த்துவந்த வீடுகளில் பராமரிப்புப் பணிகளும் அதைப்போலவே துப்புரவுப் பணிகளும் கோவிட்-19 நெருக்கடி[4] காரணமாக அதிகரித்திருப்பதால் பணியாளர்கள் அதிகமான வேலைகளைச் செய்யவேண்டியதாயிற்று.

இவர்களில் சிலர், கிராமப்புறத்தில் வாழ்வாதாரத்தைத் தேடிக் குடும்பத்தினருடன் சென்னையை விட்டுப் புலம்பெயர்ந்து சொந்த ஊருக்குச் செல்லும் நிர்ப்பந்தத்துக்குத் தள்ளப்பட்டனர். திரும்பிவந்தாலும் நகரத்தில் வேலை கிடைக்கும் என்ற நம்பிக்கை இழந்தவர்களாக அவர்கள் இருக்கின்றனர். முறைசாராப் பணிகளின் பிற துறைகளில் நிலவிய பணிஇழப்பின் காரணமாக, நகர்ப்புறப் பணியாளர்களுக்கு எந்த வேலை உத்தரவாதமும் இல்லாத நிலையில், தங்கள் பிழைப்புக்காக மிக அதிக அளவில் வீட்டுப் பணியாளர்கள் (ஏழைப் பெண்கள்) வேலைகளைத் தேடும் நிலை உருவாயிற்று என்பதே எங்கள் கணிப்பு. இது பணியாளர்களுக்கிடையில் போட்டியை உருவாக்கும் என்பதோடு மட்டுமல்லாமல், ஊதியம் மற்றும் தங்களுக்கு வேலை தருவோர் வீடுகளில் கழிப்பறை வசதிகளை அல்லது வேறு ஏதேனும் ஆரோக்கியப் பாதுகாப்பைக் கோரிப் பெறுவதற்காகக் கலந்துபேசுதல் உள்ளிட்ட பிற பயன்கள் அளவில் அவர்களின் பேரம் பேசும் திறனைக் குறைக்கவும் செய்யும்.

குறைந்த ஊதியம், பணப்புழக்கம், சுகாதார நெருக்கடி

வீட்டுவேலை செய்யும் பெண்களில் அதிக விகிதத்தினர் நடுவயதினராகவும், திருமணமானவர்களாகவும் அவர்களில் கணிசமானோர் விதவைகளாகவும் விவாகரத்தானவர்களாகவும் குடிக்கு அடிமையான கணவர்களுடன் வாழ்கின்றவர்களாகவும் குடும்பத்தில் பொருளாதார நிலையற்ற தன்மை உடையவர்களாகவே உள்ளனர். இந்தப் பெண்பணியாளர்கள்தான் அவர்களின் குடும்பத்தைக் காப்பாற்ற வேண்டியவர்களாக உள்ளனர். ஆகவே, அவர்கள் அத்தியாவசியப் பொருட்களின் விலைகள் உயர்ந்தபொழுதும் வீட்டுக்கு அருகில் உள்ள தங்களுக்குப் பழக்கமான கடைகள் (அங்குதான் அவர்களுக்கு மாதாந்திரக் கணக்கு அல்லது வீட்டுக்குத் தேவையான பொருட்களைக் கடனாக வாங்கிக்கொள்ளும் வசதி இருக்கும்) சில நாட்கள் மூடியிருந்தபொழுதும் அந்த மோசமான சூழல்களால் ஏற்பட்ட பண நெருக்கடியைச் சமாளித்தனர். தங்களை வேலைக்கு வைத்திருப்பவர்களிடம் போய்க் கடன் கேட்கும் துணிச்சல் வரவில்லையென்றும் அல்லது தொலைபேசி மூலமான வங்கிப் பரிவர்த்தனை ('ஃபோன் பாங்கிங்') போன்ற நவீனத் தொழில்

நுட்பங்கள் தங்களுக்குத் தெரியாததால் கைபேசி மூலம் பரிமாற்றம் செய்து பணத்தைப் பெறவும் முடியாமல் போய்விட்டதாக அவர்களில் சிலர் எங்களிடம் கூறினார்கள். பலசமயங்களில், விவாகரத்தான அல்லது தனித்து வாழும் பெண்பணியாளர்கள் இந்தப் பெருந்தொற்றுப் பரவல் காலத்தில் அரசு வழங்கும் நலத்திட்ட உதவிகளைப் பெறுவதற்குத் தங்களிடம் ஒரு குடும்ப அட்டையோ வங்கிக் கணக்கோ வைத்திருக்கவில்லை.

பொதுமுடக்க மாதங்களுக்கான வாடகையை வசூலிக்கக் கூடாது என்று அரசு உத்தரவிட்டிருந்தும் உரிய காலத்தில் வாடகை செலுத்துமாறு கட்டாயப்படுத்தப்பட்டதால், அவர்களில் பலரும் அதிக வட்டிக்குக் கடன் வாங்கும் நிர்ப்பந்தத்திற்கு ஆளாகியுள்ளனர். தனித்துவாழும் பெண்பணியாளர் ஒருவர் தனது வீட்டு உரிமையாளர் தரும் தொல்லை குறித்துப் பின்வருமாறு விவரித்தார்: “மாசம் 2,500 ரூபா வாடகை கொடுத்து ஒரு குடிசையில் நான் இருக்கிறேன். அதற்குச் சொந்தக்காரர் வாடகையைக் கொடுத்தால்தான் ஆச்சுன்னு என்னத் தொந்தரவு செய்றார். கட்டாயப்படுத்தி வாடகையை வாங்கக்கூடாதுன்னு கவர்மெண்ட் சொல்லியிருக்கேன்னு சொல்லி ரெண்டு நாளைக்கு அவரோட சண்டை போடவேண்டிவந்தது. கடைசியா, அவர் ஒண்ணும் சொல்லாமப் போய்ட்டார். ஆனா, இன்னும் அந்தப் பிரச்சின முடிஞ்சபாடில்ல.” அரசின் நலத்திட்ட விதிகள், பலரும் சுட்டிக்காட்டுவதுபோல், மொத்த குடும்பத்தின் தேவைகளை நிறைவேற்றப் போதுமானதாக இல்லை.[5]

பெருந்தொற்றுப் பரவலின்போதான நெருக்கடியைச் சமாளிப்பதற்குச் சிறப்பு நிவாரண நிதியைத் தமிழ்நாடு வீட்டுப்பணியாளர்கள் நலவாரியம் ஒதுக்கீடு செய்திருந்தும், நலவாரியம் பல ஆண்டுகளாகச் செயல்படாதிருந்ததன் விளைவாக, நலத்திட்டங்களைச் செயல்படுத்த வீட்டுப் பணியாளர்களின் விவரங்களுடன் கூடிய முறையான பதிவு அவர்களிடம் இல்லை. சென்னைப் பெருநகரில் மட்டுமே 5.5 இலட்சம் வீட்டுப்பணியாளர்கள் இருப்பார்கள் என மதிப்பிடப்பட்டுள்ளது. அதேசமயம், 2009ஆம் ஆண்டுவாக்கில் வாரியத்தில் 64,825 பெண் பணியாளர்கள் மட்டுமே பதிவு செய்திருந்தனர். பதிவு செய்தவர்களிலும், 17,066 உறுப்பினர்கள் மட்டுமே நலவாரிய பயன்களை ஓரளவு பெற்றிருக்கின்றனர். அவர்களில் பலருக்கும் தொழிலாளர்களுக்கான நலத்திட்டங்கள் குறித்துகூட தெரிந்திருக்கவில்லை.

பணிக்குத் திரும்புதல்: புதிய சவால்கள்

சென்னையில், குடிசைப் பகுதிகள் தொலைவிலிருக்கும் கண்ணகி நகர், பெரும்பாக்கம் ஆகிய இடங்களுக்கு இடமாற்றம் செய்யப்பட்டது முதற்கொண்டு, வீட்டுவேலை செய்வோர் இந்த மீள்குடியேற்றப் பகுதிகளில் வாழலாயினர். அங்கிருந்து அவர்கள் வேலைசெய்வதற்காக, நகரின் மையப்பகுதிகளுக்குச் செல்ல மிகுந்த போக்குவரத்துச் செலவு செய்து தொலைதூரம் பயணம் செய்ய வேண்டியதாயுள்ளது. பொதுமுடக்கம் தளர்வு செய்யப்பட்டதைத் தொடர்ந்து, இந்தப் பணியாளர்கள் வேலைக்குத் திரும்புவார்கள் என்று எதிர்பார்க்கப்பட்டது. ஆனால், பொதுப்போக்குவரத்து வசதிகள் இல்லாததால் அவர்களின் செயல்படும் திறன் வெகுவாகத் தடைபட்டு அவர்களில் பலரும் அவ்வாறு திரும்பிவரவில்லை. பொதுப் போக்குவரத்து வசதிகள் இல்லாததால் பெரும்பாக்கத்தில் வசிக்கும் தன்னால் மைலாப்பூருக்குப் போய் வேலை பார்க்க முடியாமல் போவதால் தனக்கு வேலை இழப்பு ஏற்படும் என்ற கவலையை ஓர் இளம் பணியாளர் பின்வருமாறு வெளிப்படுத்தினார்: "என்ன செய்யறதுன்னே தெரியல. அவங்க கூப்பிடும்போது நான் வேலைக்குப் போகலைன்னா, எனக்குப் பதிலா வேற ஆட்களுக்கு அந்த வேலையைக் கொடுத்திடுவாங்க. நான் வேலை செய்ற வீடுங்களும் என் கையை விட்டுப் போய்டும். அவ்வளவு தூரம் நான் நடந்தும் போகமுடியாது. என் நெலம, இருதலைக்கொள்ளி எறும்பு மாதிரி."

பராமரிப்புப் பணியாளர்களா வைரஸ் தாங்கிகளா?

"அவங்கள பாத்துக்கிற நாங்க நோயோட வேலைக்கு வருவமா?" என்று பெண் பணியாளர் ஒருவர் அவரை நேர்காணல் செய்தபோது எங்களிடம் கேட்டார். நுண்ணுயிர்க் கிருமியின் பரவலைத் தொடர்ந்து வீட்டுவேலை மற்றும் வேலையாளர்கள் தொடர்பாக நிலவிய சமூக இழுக்கு காரணமாக அவர்கள் வைரஸைச் சுமப்பவர்கள் என்ற எண்ணம் வலுவாக உள்ளது. சென்னையில், உயர்சாதி வர்க்கத்தினர் வீட்டுக்குள் வரும் பணியாளர்கள் ஏதாவது நோயைப் பரப்புவர்களாக இருக்கலாம் என்ற பதற்றத்தின் பேரில், குடியிருப்போர் சங்கத்தினர் பலரும் வீட்டுவேலை செய்பவர்களையும் வாகனஓட்டிகளையும் தங்கள் குடியிருப்புகளுக்குள் நுழைய அனுமதி மறுத்துவருகின்றனர். பொது முடக்க விதிகளை அரசு தளர்த்தியிருக்கும் நிலையிலும் இது தொடர்கிறது. பணியாளர்களைத் திரும்பப் பணிக்கு அழைத்திருப்பவர்கள், பணியாளர்களின் கண்ணியத்தை மறுக்கும் அளவுக்குக் கடும் கட்டுப்பாடுகளுக்கும் கண்காணிப்புகளுக்கும் அவர்களை ஆளாக்கியுள்ளனர். முடக்கத்திற்குப் பிறகு,

பெண்பணியாளர் ஒருவர் வேலைபார்க்கும் வீட்டில் புதிய ரீதியிலான கண்காணிப்பு நடைமுறைகள் கடைப்பிடிக்கப்படுவதாகவும் அதன் விளைவாகத் தான் சங்கடப்படுவதாகவும் தன் சுகாதாரம் குறித்துச் சதா விழிப்போடிருக்க வேண்டியுள்ளதாகவும் அவர் தெரிவிக்கிறார்." அவர்கள் வீட்டுக்குள் அடியெடுத்துவைப்பதற்கு முன்பாக மஞ்சள் நீரில் வழக்கம்போல் கால்களைக் கழுவிக்கொண்டு, என் வீட்டை நான் சுத்தமாக வைத்திருக்கிறேனா, என் வீட்டில் உள்ளவர்கள் எல்லோரும் குளிக்கிறார்களா என்பது மாதிரியான கேள்விகளுக்கெல்லாம் பதில் சொல்லிவிட்டு வேலையைத் தொடங்கும் புதிய நடைமுறைக்கு நான் ரொம்பவே பழக்கப்பட வேண்டியுள்ளது" என்கிறார் அவர். இன்னொரு பணியாளர் கூறுகையில், "வைரஸை நெருங்கவிடாமல் செய்வதற்காகச் சுத்தமாக இருப்பது, எல்லோரிடமிருந்தும் விலகியிருப்பது எல்லாம் நல்லதுதான் என்றாலும், அதையே பணியாளர்களைத் தீண்டாதிருப்பதற்கும் சாதி ரீதியாக மட்டப்படுத்துவதற்கும் காரணமாகப் பயன்படுத்திடக் கூடாது" எனக் கருத்து தெரிவித்தார். சில அடுக்கக் குடியிருப்புகளில், வீட்டுப் பணியாளர்கள் வேலையின் பொருட்டு வீடு வீடாகப் போய் வர மின்தூக்கியைப் (*lift*) பயன்படுத்தத் தடை விதிக்கப்பட்டுள்ளது. இதுவரை, இந்தப் பணியாளர்களுக்குச் சமூக விலகலைக் கடைப்பிடிப்பதற்காகக் கொடுக்கப்பட்டுள்ள அறிவுறுத்தல்கள் – கை கழுவும் வசதிகள், தனிமைப்படுத்திக்கொள்ளும் ஏற்பாடுகள், முகக்கவசம் அல்லது இன்னபிற பாதுகாப்பு உபகரணங்கள் தேவை என்ற போர்வையில் – அவர்களுக்கு எதிராக முன்பிருந்த சமூக இழுக்குகளை மென்மேலும் நுட்பமான வழிகளில் வலுப்படுத்துவதாகவே தோன்றுகின்றன.

ஊதியம் பெறும் வீட்டுப் பணியாளர்களும் ஊதியம் இல்லாத பராமரிப்புப் பணிகளும்

ஊதியம் இல்லாத பராமரிப்புப் பணிகளில் உள்ள தொடர்ந்த ஆண்/பெண் பகிர்வு சமமின்மை நிலையை கோவிட்–19 பெருந்தொற்று வெளிப்படுத்தியுள்ளது. குறிப்பாக, வீட்டு வேலைகளைச் செய்வதில் ஆண்களிடமிருந்து எவ்வித உதவிகளும் இல்லாமலிருப்பதால் வழக்கத்தைக் காட்டிலும் அதிகமான குடும்பப் பொறுப்புகளைச் சுமப்பதாகவும் பலர் சுட்டிக்காட்டியுள்ளனர்.[6] குறைந்த ஊதியம் மற்றும் தற்காலிக வேலைவாய்ப்பு பெறும் நிலையிலுள்ள ஏழை வீட்டுப் பணியாளர்களின் விஷயத்திலும் இப்படித்தான் நடக்கிறது. அவர்கள் தங்கள் குடும்பங்களில் பராமரிப்புப் பணிகளைச் செய்ய பணியாளர்களை அமர்த்துவதற்கு இல்லாததால் இந்த வீட்டு வேலைகள் அவர்களுடைய ஊதியம் பெறும் பராமரிப்புப் பணிப் பொறுப்புகளுடன் சேர்ந்து கொள்கின்றன. முடக்கத்தின்போதும்

பெருந்தொற்றுப் பரவலின் காரணமாகவும், தங்கள் சொந்த வீடுகளில் இத்தகைய ஊதியமற்ற பராமரிப்புப் பணிகள் வீட்டுப் பணியாளர்களுக்கு மிகவும் அதிகமாகிவிட்டன. மழலையர் பள்ளிகள், பள்ளிக்கூடங்கள், எந்நேரமும் வேலையின்றி வீட்டிலேயே இருக்கும் ஆண்களைப் பராமரிப்பது ஆகியவற்றுடன் முதியோர் பராமரிப்பு மற்றும் அதிகரித்துவரும் சுகாதாரக் கவனிப்பு ஆகியன ஊதியமற்ற குடும்ப வேலைகள் வீட்டுப்பணியாளர்களின் துயரங்களை மேலும் கூட்டியிருக்கிறது. அத்துடன், தாறுமாறான தண்ணீர் விநியோகம், போக்குவரத்துக் குறைபாடு, நியாய விலைக் கடைகள், பொதுமருத்துவமனைகள், நகராட்சி மருந்தகங்கள் ஆகியவற்றுக்குச் செல்ல நேரம் இல்லாமை போன்ற அன்றாட சோதனைகளை இந்தப் பணியாளர்கள் எதிர்கொள்கிறார்கள்.

ஒட்டுமொத்தமாக, கோவிட்–*19* வீட்டுவேலை செய்யும் பெண்களுக்கான வாழ்வாதார நெருக்கடியை அதிகரித்துள்ளது. சுகாதாரப் பராமரிப்பு மற்றும் மகப்பேறுப் பாதுகாப்பு உள்ளிட்ட அவர்களின் உழைப்பு மற்றும் சமூகப் பாதுகாப்பை அடைய முடியாமல் உள்ள சூழலில், குறிப்பாக அவர்களில் பலர் குறைந்த நோய் எதிர்ப்புச் சக்தியுடன் அத்தகைய உயிருக்கு உலைவைக்கும் சூழ்நிலையிலும் வேலைக்குப் போயே ஆக வேண்டியிருக்கிறது. ஆகவே, இந்தப் பெண்பணியாளர்கள், சர்வதேசத் தொழிலாளர் அமைப்பின் *(ILO)* அவதானிப்பின்படி, அமைப்பு ரீதியிலான பணியாளர்களை விடவும் வருமான மாற்றிலிருந்து மற்றும் சமூகப் பாதுகாப்புத் திட்டங்களிலிருந்து மேலும் வறிய நிலைக்கும் விளிம்பு நிலைக்கும் தள்ளப்படுகிறார்கள்.

வீட்டுப் பணியாளர்களுக்கான ஓர் ஒருங்கிணைந்த சமூக மற்றும் சுகாதாரக் கொள்கையின் தேவை

முன்னெப்போதையும் விட அதிகமாக, பெருந்தொற்றுப் பரவலின் தற்போதைய சூழலில் வீட்டுப் பணியாளர்களின் பொருளாதார உற்பத்தித்திறன், பாதுகாப்பான மற்றும் ஆரோக்கியமான வேலை புரியும் சூழலுக்கான அவர்களின் உரிமையை அங்கீகரிப்பது முக்கியமானதாகிறது. இந்தத் திசைவழியில் பயனுள்ள நடவடிக்கைகளை அரசு மேற்கொள்ள வேண்டும். தற்செயலாக, வீட்டுப் பணியாளர்களுக்குத் தொழில்பாதுகாப்பையும் ஆரோக்கியத்தையும் நாடுகள் வழங்குவதைக் கட்டாயமாக்கும் வீட்டுப் பணியாளர்கள் குறித்த சர்வதேசத் தொழிலாளர் அமைப்பின் கூடுகைக்கு இந்தியா ஒப்புதல் கூட வழங்கவில்லை. ஊதியம் பெறும் வீட்டுப் பணியாளர்களின் பாதிப்பை முன்னிட்டு, அவர்களின் பொருளாதார மற்றும் ஆரோக்கிய ஆதரவுக்கு முன்னுரிமை அளிப்பதுடன், அவர்களின் உடனடியான

தேவைகளைத் தீர்ப்பதும் அரசின் பொறுப்பாக ஆகிறது. குறிப்பாகச் சொல்வதானால், அரசு அவர்களின் சிறப்புத் தேவைகளான சுகாதாரம், ஆரோக்கியப் பாதுகாப்பு மற்றும் சமூகப் பாதுகாப்புத் திட்டங்களை வெளிப்படுத்தி அவற்றில் கவனம் செலுத்த வேண்டும். புலம்பெயர் தொழிலாளர்கள் உள்ளிட்ட முறைசாரா துறைகளிலுள்ள பாதிக்கப்பட்ட தொழிலாளர்களின் வாழ்வாதாரத்தைப் பாதுகாப்பதற்கு அரசிடமிருந்து உடனடியான நடவடிக்கைகள் மேற்கொள்ளுமாறு ஏறத்தாழ 10 மையத் தொழிற்சங்கங்கள் கோரிக்கை விடுத்துள்ளன. மேலும், கோவிட்–19 பணிக்குழுவில் தொழிற்சங்கங்களையும் இணைத்துக் கொள்ளும்படி அவை கோரிக்கை எழுப்பியுள்ளன.[7]

தமிழ்நாடு வீட்டுப் பணியாளர்கள் நலவாரியத்தின் பங்கை மறுபரிசீலனை செய்தல்

தொழிற்சங்கங்களின் கோரிக்கைக்கு இசைந்து, தமிழ்நாடு வீட்டுப் பணியாளர் நல வாரியம், வீட்டுப் பணியாளர்களின் நலனுக்காகப் பாடுபடும் தொழிற் சங்கத்தினருடன் ஒரு சில ஆலோசனை செயல்முறைகளைத் தொடங்கவும் வீட்டுப் பணியாளர்களின் தேவைகளைக் கவனிப்பதற்காகப் பணிக்குழுவில் அவர்களை உள்ளடக்கவும் செய்யக்கூடும். இது குறித்து, நலவாரியமானது வீட்டுப் பணியாளர்களின் பணி சார்ந்த ஆரோக்கியம் மற்றும் வாழ்வாதாரப் பிரச்சினைகளுக்கு முன்னுரிமை கொடுப்பதற்காகப் பெருந்தொற்றுப் பரவலின்போது இந்தப் பணியாளர்கள் எதிர்கொள்ளும் குறிப்பான, பாலின ரீதியிலான பாகுபாடுகள் மற்றும் விலக்குகளை அறிந்து அங்கீகரிக்க வேண்டும்.

வீட்டுப் பணியாளர்களை அத்தியாவசிய சேவையாளர்களாகக் கருதி, அவர்களுக்கு நம்பகமான மற்றும் அணுகத்தக்க வகையிலான தகவல் மற்றும் செலவுபிடிக்காத ஆரோக்கியச் சேவைகளுடன், அவசியமான தனிப்பட்ட பாதுகாப்பு உபகரணங்களையும் வழங்குவது தமிழ்நாடு வீட்டுப் பணியாளர் நல வாரியத்தின் பொறுப்பாகும். (வீட்டுப் பணியாளர் சங்கங்கள் அதற்கு உதவி புரியலாம்.) பணியாளர்கள் எளிதில் சோதித்துக்கொள்ளும் வகையில் பல்வேறு பொதுஇடங்களில் நிறுத்தப்படும் நடமாடும் கோவிட்–19 பரிசோதனை மையங்கள் போன்ற எளிய நடவடிக்கைகள் அவர்களுக்கும் வைரஸ் பரவலைக் கட்டுப்படுத்துவதற்கு அரசுக்கும் உதவிகரமாக அமையும்.[8]

2007 ஆம் ஆண்டு நிறுவப்பட்ட, தமிழ்நாடு வீட்டுப் பணியாளர் நலவாரியம் பதிவு செய்த வீட்டுப் பணியாளர்களுக்கு, திருமணம், பெண் பணியாளர்களுக்கான மகப்பேறு மருத்துவச் செலவுகள்,

குழந்தைகளின் கல்வி ஆகியவற்றிற்கு நிதியுதவி வழங்குவது மற்றும் உரிய ஓய்வூதியம் பெற உதவுவது, பணியாளர்களின் இறப்புக்குப் பின்னான நிதிப்பயன்கள் அவர்களின் வாரிசுகளுக்குக் கிடைக்கச் செய்வது ஆகியவற்றைச் செய்துவருகிறது. பணியாளர்களுக்குக் கட்டுப்படியாகிற அல்லது இலவசமான பொது ஆரோக்கிய வசதிகளை அளிப்பதில் கவனத்தைக் குவித்து இந்த நலச் செயல்பாடுகளைப் பயனளிக்கும் வகையில் நலவாரியம் நிறைவேற்றினால், தற்போதைய நோய்த்தொற்று நெருக்கடியைக் கடந்துசெல்ல அவர்களால் இயலலாம்.

கெடுவாய்ப்பாக, இந்தத் திட்டங்களிலிருந்து அனைத்து வீட்டுப் பணியாளர்களும் பயன்களைப் பெறுவதற்காக அவர்களைக் கட்டாயமாகப் பதிவு செய்யவைப்பதில் நல வாரியம் கவனம் செலுத்தவில்லை. நல வாரியம் இருப்பதே கூடப் பெரும்பாலான வீட்டுப் பணியாளர்களுக்குத் தெரியவில்லை. பொதுத் தளத்தில் தரவுகள் கிடைக்கப் பெறாமையால், ஊதியம் பெறும் வீட்டுப் பணியாளர்களின் துல்லியமான எண்ணிக்கையின் பேரில் இந்தத் திட்டங்களை வரையறை செய்து மதிப்பிடுவது கடினமாக உள்ளது. வீடுகளில் அனைத்து விதமான நிதிநெருக்கடிகளையும் தங்கள் தோளில் தாங்கிவருவதற்கிடையில் ஊதிய இழப்பால் துயரப்படும் வீட்டுப் பணியாளர்களுக்கு இந்த நலத்திட்டங்கள் சுமைதாங்கியாய்ச் சற்று ஆறுதல் அளிப்பவையாக இருந்திருக்கும்.

நலவாரியம் அதனுடைய செயல்பாடுகளையும் திட்டங்களையும் போதுமான அளவுக்கு விளம்பரப்படுத்த வேண்டும். மேலும், பணியாளர்களைக் கட்டாயமாகப் பதிவு செய்வதற்காகப் புதிய விதிமுறைகளையும் நியதிகளையும் உருவாக்க வேண்டும். இந்தத் தருணத்தில், உடனடியாக விவரங்கள் அறிவதற்காக, தொழிலாளர் அமைப்புகள், ஆய்வு நிறுவனங்கள் ஆகியவற்றின் உதவியுடன், இந்தப் பணியாளர்களின் எண்ணிக்கையையும், அவர்களின் நல்வாழ்வையும் உறுதிப்படுத்துவதற்காகக் கணக்கெடுப்பு ஒன்றை நல வாரியம் மேற்கொள்ளலாம். வீட்டுப் பணியாளர்கள், அவர்களைப் பணியில் அமர்த்துவோர், பணியில் அமர்த்தும் முகவாண்மையினர் ஆகியோர் நலவாரியத்தில் பதிவு செய்ய கட்டாயமாக்கப்பட வேண்டும்.

வீட்டுப் பணியாளர்களுக்குக் குறைந்தபட்ச ஊதியத்தை நிர்ணயிக்கையில், வீட்டுப் பணியைத் திறமை தேவைப்படாத உழைப்பு என்று வரையறை செய்து, இந்தப் பிரச்சினையை அரசு கவனிக்கத் தவறியதன் விளைவாக, இந்த அத்தியாவசியப் பராமரிப்புப் பணியாளர்களுக்குக் குறைந்த ஊதியமே நிர்ணயம் செய்யப்பட்டது. எடுத்துக்காட்டாக, அண்மையில் குறைந்தபட்ச

ஊதிய அறிவிப்பு ஒன்றில், சமையல், குழந்தைப் பராமரிப்பு, முதியோர் பராமரிப்பு ஆகியவை 'திறமை தேவைப்படாத பணி' என வகைப்படுத்தியிருந்ததன் விளைவாக அத்தகைய கடினமான பராமரிப்புப் பணிகளுக்குக் குறைந்த ஊதியமே வழங்கப்பட்டது. இவையெல்லாம் வீட்டுப் பணியாளர்களின் வேலையின் கௌரவத்தையும் கண்ணியத்தையும் ஆழமாகப் பாதித்துள்ளன.

முறைசாரா பணியில் ஈடுபட்டிருக்கும், வீட்டுப் பணியாளர்கள் சட்டபூர்வமாகப் பிணி விடுப்புப் பயன்களைப் பெற முடியாது. பேரிடர் அல்லது பெருந்தொற்றுப் பரவல் ஒன்றின்போது, இந்தப் பணியாளர்கள் நோய்வாய்ப்பட்டிருந்தாலும் அவர்களின் பணியையும் வருமானத்தையும் காப்பாற்றிக்கொள்ள வேலைக்குப் போக வேண்டிய கட்டாயத்தில் இருக்கிறார்கள். இவ்வாறாக, அவர்கள் தங்கள் சொந்த நலத்தையும் பிறருடைய ஆரோக்கியத்தையும் இடருக்குள்ளாக்குகிறார்கள். கோவிட்–19 நிலவும் சூழலில், பன்னாட்டுத் தொழிலாளர் அமைப்பு சுட்டிக்காட்டியபடி, இந்த நெருக்கடிக்கு ஒருங்கிணைந்த சுகாதாரம் மற்றும் சமூக நல எதிர்வினையின் தேவை உள்ளதால், அரசு இந்தத் தொழிலாளர்களுக்குப் பாகுபாடுகளும் விலக்குகளும் இல்லாமல் தொழில் பாதுகாப்பு மற்றும் சிறப்பான பணிச் சூழலை உறுதிப்படுத்தலாம். பெருந்தொற்றுப் பரவலின் காலகட்டத்தில், பணியாளர்களின் குறிப்பான ஆரோக்கியத்தேவைகளைக் கவனிப்பதற்கு, அவர்களைப் பணியில் அமர்த்துவோர் அவர்களுக்கான காப்பீடுத் திட்டம் அல்லது பிற பயன்களுக்காக ஒரு குறிப்பிட்ட நியாயமான தொகையைச் செலுத்திவரலாம். இந்த விவரங்கள் சிறப்பாகப் பயன்படுத்தப்பட்டால், நலவாரியமும் வேலைவாய்ப்பை அளிப்பதுடன், அவர்களைப் பணியில் அமர்த்துவோரின் தேவைகளையும் நிறைவேற்றலாம்.

முதன்மையாகத் தனியார்த்துறை ஊழியர்களுக்கான, 'வீட்டிலிருந்து பணிபுரிதல்' கோட்பாடு, அத்தகைய ஊழியர்களின் வீடுகளில் வேலை செய்யும் ஊதியம் பெறும் வீட்டுப்பணியாளர்களைப் பாதிக்கிறது. வீடுகள் அலுவலக இடமாக விரிவடைந்திருப்பதால், அதிகப்படியான சுத்தப்படுத்துதல் அல்லது துப்புரவுப் பணியினால் பணிச்சுமை அதிகரித்திருந்தும் சில பணியாளர்கள் எதிர்பார்த்ததுபோல் அதிக ஊதியம் அவர்களுக்குக் கிடைக்கவில்லை. திருமணமாகாத இளைஞர்கள் வீட்டிலிருந்தபடி பணிபுரியும் வீடுகளில் வேலை செய்வது குறித்து சில பெண்பணியாளர்கள் தங்கள் கவலையையும் வெளிப்படுத்தினர்.[9] பணியாளர்களின் இந்தப் பயமும் பதற்றமும்

கவனிக்கப்பட வேண்டியதாகும். பணியில் இருக்கும்போதான பாலியல் தொல்லை தொடர்பான சட்டங்களை, வீட்டுப்பணித் தளத்திற்கு விரிவுபடுத்தவும், பணிச்சுமை அதிகரிப்பதற்கு ஏற்ப ஊதியத்தை உயர்த்தவும் செய்வது இந்தப் பணியாளர்கள் வேலையின்போது பாதுகாப்பாக உணர வழியமைக்கும்.[10]

பள்ளிக் கல்வியை ஒத்திவைத்திருப்பதைத் தொடர்ந்து, தமிழ்நாட்டின் கிராமப்புறங்களிலும் சிறுநகரங்களிலும் இளம்பெண்களில் பலர் ஊதியம் பெறும் வீட்டுப் பணிக்குத் தூண்டப்பட்டுத் தாமாக விரும்பிச்செல்லும் நிலைமை குழந்தைத் தொழிலாளர்களாக அவர்களை ஆக்கிவிடும் எனக் கருதப்படுவதால் அது கவலையளிக்கக் கூடியதாகும். அத்தகைய நெருக்கடியைக் கடந்துசெல்வதற்கு, பன்னாட்டுத் தொழிலாளர் அமைப்பின் ஆலோசனையின்படி, பாதிக்கக்கூடிய குடும்பங்களுக்கு அணுகத்தக்கத் தொழில்நுட்ப அடிப்படையிலான கல்வித் தீர்வுகளை வழங்குவது, குழந்தைத்தொழிலாளர் பிரச்சினையைத் தணிப்பதற்கான முக்கியமான தீர்வாக அமையும்.

ஊதியம் பெறும் வீட்டுப் பணியாளர்களின் பாதிப்பைக் குறைக்கும் நீண்ட கால நடைமுறைகளாக,[11] வீட்டுப்பணியாளர் நலவாரியத்தின் மூலமாகக் கீழ்க்காணும் படிநிலைகளை அரசு மேற்கொள்ளலாம்:

1. மாநகராட்சியின் டிவிஷன்கள்/வார்டுகள் வழியான வீட்டுப் பணியாளர்களின் கட்டாயப் பதிவு மூலம் வீட்டுப்பணித் துறையை முறைப்படுத்துவது;

2. வீட்டுப் பணியாளர்களைப் பணியில் அமர்த்துவோர் பதிவு செய்த வீட்டுப் பணியாளர்களை மட்டுமே வேலைக்கு எடுத்துக்கொண்டிருக்க வேண்டும். அத்தகைய விதிமுறைகளை மீறுவோர் மீது கடுமையான நடவடிக்கைகளை மேற்கொள்ள வேண்டும். அத்தகைய பதிவுகள் பணியில் அமர்த்துவோர், பணியாளர்கள் என இரு தரப்பினருக்கும் பயன் தரும் என்று தொழிற்சங்கங்கள் கருதும் நிலையில், அதிகப்படியான கண்காணிப்பின் அவசியமின்றி, இந்தப் படிநிலை இடையூறுகள் இல்லாமல் சமூகத்தில் ஏற்பைப் பெறுகிறது;

3. பதிவு செய்த பணியாளர்கள் பின்வருவனவற்றைப் பெறத் தகுதி படைத்தவர்களாக இருக்க வேண்டும்:
- தொழிலாளர் நலத் துறையினரால் நிர்ணயம் செய்யப்பட்ட (நேர வீதத்திலான அல்லது குறிப்பிட்ட வேலைக்கான) பிழைப்பு மட்ட ஊதியம்;

- தெளிவாக வரையறை செய்யப்பட்ட பணி நிலைமைகள்;
- வீட்டுப்பணியாளர்களை நடத்தும்விதம் குறித்த வழிகாட்டு நெறிமுறைகள் (வீட்டுப் பணியாளர்களில் பெரும்பாலோர் சமூகத்தின் கீழ்மட்டப் படிநிலையிலிருந்து வருபவர்கள்; அவர்கள், வசை, தவறாக நடத்தப்படுதல், பாதுகாப்பற்ற வேலை போன்ற இன்னபிற துன்புறுத்தல்களைச் சகித்துக் கொள்கிறார்கள்);
- விடுப்பு, வருடாந்திர போனஸ், போக்குவரத்து முதலியவை ஒப்பந்தத்தின் பகுதியாக இருத்தல் வேண்டும்;
- ஒன்றிணையும் உரிமையும் தொழிற்சங்கச் செயல்பாடுகளில் பங்கு பெறும் சுதந்திரமும் இருத்தல்;
- அவர்களின் வீடுகளுக்கு அருகில் சிறந்த பொதுச் சுகாதார மையங்களை அணுகும் உரிமை;
- வீட்டுப் பணியாளர் நல வாரியம் மூலமாக அரசு அளிக்கும் பணியாளர் நலம் தொடர்பான தகவல் பெறும் உரிமை.

4. சமூகப் பாதுகாப்பு, காப்பீடு ஆகியவற்றிற்கான செலவுகளை ஈடுகட்டுவதற்காக மாநகராட்சிகள் மூலம் மாநில அரசு மேலதிகமான வரிகளை விதிக்கலாம். பணியாளர்கள், பணியில் அமர்த்துவோர் மற்றும் கூடுதல் வரிகள் மூலம் வசூலான பணத்தைக் கொண்டு வீட்டுப் பணியாளர்கள் நிதியை உருவாக்கலாம். தற்போதுள்ள வீட்டுப் பணியாளர் நலவாரியமே பணியாளர் நலத்தையும் மேற்பார்வையையும் ஒருங்கிணைக்கும் அமைப்பாக இருக்கலாம்.

5. கூட்டுறவு முயற்சிகளின் மூலமாக கட்டாயச் சேமிப்பு அறிமுகப்படுத்தப்பட்டு, அதன் வழியாக இதுபோன்ற நெருக்கடி நிலைமையில் வீட்டுப் பணியாளர்கள் அந்தப் பணத்தைப் பயன்படுத்தவும், கடன் பெறவும், பிற பெண்களுக்குக் கடன் தரவும் இயலும்.

6. வீட்டைக் காலி செய்யும்படி, அரசினர், வீட்டு உரிமையாளர்கள், கடன் கொடுத்தோர் விடுக்கும் அச்சுறுத்தலைத் தவிர்க்க பெண் பணியாளர்களுக்கு வீட்டுவசதிப் பாதுகாப்பு வழங்கப்பட வேண்டும். குறிப்பாக, தாங்கள் வேலை பார்க்கும் நகரத்தில் பட்டா இல்லாத, நிரந்தரமான சின்னஞ்சிறிய வீட்டுவசதிப் பாதுகாப்பிற்காகத் தங்கள் கிராமத்திலிருக்கும் சிறிய பட்டா நிலங்களை விற்கும் கிராமப்புறப் புலம்பெயர்ப் பணியாளர்களுக்குக் இந்த வீட்டுவசதிப் பாதுகாப்பு மிகவும் முக்கியமானது.

7. மிகப் பெரிய சமூக, பொருளாதார, சுகாதாரச் செலவுகளை ஏற்படுத்தும் நகரத்திற்குள்ளான பணியாளர்களின்

இடப்பெயர்வு தடுத்துநிறுத்தப்பட வேண்டும். அத்தகைய இடப்பெயர்வின் காரணமாக அவர்களின் சமூக நடமாட்டம் கட்டுப்படுத்தப்படுகிறது. அவர்கள் தங்கள் வேலைவாய்ப்பை இழந்து, புதிய வேலைக்காக, நகரத்தில் சீரான போக்குவரத்து இல்லாத நிலையில் நெடுந்தொலைவு பயணம் செய்ய நேரிடுகிறது. இந்தப் பணியாளர் நல நடவடிக்கைகளை மேற்கொள்வதற்கு,

- தற்போதைய நெருக்கடியின் வெளிச்சத்தில் ஒரு பணிக்கட்டமைப்பை அல்லது வழிகாட்டு நெறிமுறைகளை உருவாக்குவதற்கு; மற்றும்
- சட்டங்களின் அம்சங்களையும் அவற்றின் செயல்படுத்தலையும் நோக்குவதற்கு;

வீட்டுப் பணியாளர் நல வாரியமானது, பெண் தொழிலாளர் சங்கம், பெண்கள் மேம்பாடு மற்றும் ஆராய்ச்சி மையம் (சென்னை), பன்னாட்டுத் தொழிலாளர் அமைப்பின் கண்ணியமான பணித் திட்டம் (புது தில்லி) ஆகிய அமைப்புகளுடன் ஒத்திசைந்து செயல்படலாம்.

நன்றி

இந்தக் கொள்கை குறிப்பானது, அரசும் வீட்டுப் பணியாளர்களிடையே பணியாற்றும் அமைப்புகளும் உழைப்பின் கண்ணியத்தையும் பணியாளர்களுக்குப் பாதுகாப்பையும் உறுதிப்படுத்துவதற்கு இயலும் வகையில் தகவல் மற்றும் பரிந்துரைகளை அளித்துள்ளது. சில ஆலோசனைகள் தற்காலிகத் தன்மை வாய்ந்தவை. அவற்றைப் பெருந்தொற்றுப் பரவல் தொடர்பான மாறிக்கொண்டிருக்கும் நிலைமைகளுக்கு ஏற்ப செழுமைப்படுத்தலாம். வீட்டுப் பணியாளர்களின் நடப்புநிலைமை குறித்துத் தங்கள் மதிப்பிற்குரிய கருத்துகளைத் தெரிவித்த, சுஜாதா மோடி (பெண் தொழிலாளர் சங்கம், சென்னை), மற்றும் ரேணுகா பாலா (பெண்கள் மேம்பாடு மற்றும் ஆராய்ச்சி மையம், சென்னை) ஆகியோருக்கு எங்கள் நன்றி.

குறிப்புகள்

1 Applying the Contract Labour Act to paid domestic work would have helped regulate this contractual work, since the regulatory requirements under this statute include registration of the principal employer and the issue of licence to recruitment agencies as contractors.

2 In 2018, the Government of Tamil Nadu fixed their minimum wage at ₹37 per hour and the monthly minimum wage at ₹6,836 for 8 hours of work per day.

3   We carried out tele-interviews with a small number of domestic workers from north, south, and central Chennai, and received notes, on challenges faced by domestic workers during Covid-19, from domestic workers' forum led by Pen Thozhilalar Sangam (for north Chennai) and Manushi workers' union associated with Centre for Women's Development Research (for Greater Chennai Corporation area).

4   The facts provided here are based on our telephone interviews with women domestic workers living in various parts of Chennai.

5   Those with a ration card have received an allowance of ₹1,000 along with substandard rice and lentils. This is not adequate for even a small family.

6   ILO observes that prior to the Covid-19 crisis, over two thirds of 16.4 billion hours were spent by women in unpaid care work every day across the world. This has now increased manifold.

7   At the time of writing, the central government has not responded to these demands.

8   Similar demands have been placed by the International Domestic Workers Federation.

9   One worker who works for bachelor IT workers enters their house after they have left for work, and therefore, she felt comfortable. She expressed her fear that they might make it inconvenient for her to work when they are present without any other woman around in the house.

10 Two legislations concerning domestic workers (Unorganised Workers Act, 2008, and Sexual Harassment of Women at Workplace Act, 2013) are inadequate in addressing specific forms of exploitation peculiar to this work.

11 The ILO labour standards on employment, social protection, wage protection, and workplace cooperation already contain specific guidance on policy measures for various sets of workers, such as paid domestic workers affected by Covid-19–related crisis. We have kept that in mind while drawing up our specific suggestions.

நூல் பட்டியல்

International Domestic Workers Federation, *Statement on Protecting Domestic Workers Rights and Fighting the Coronavirus Pandemic*, 18 March 2020, available at https://idwfed.org/en/updates/global-idwf-statement-on-protecting-domestic-workers-rights-and-fighting-the-coronavirus-pandemic, accessed on 3 November 2021.

International Labour Organization (ILO), *COVID-19 and the world of work: Country policy responses*, n.d., available at https://www.ilo.org/global/topics/coronavirus/country-responses/lang--en/index.htm#IN, accessed on 3 November 2021.

_____, 'Pillar 3: Protecting workers in the workplace', in *A policy framework for tackling the economic and social impact of the COVID-19 crisis* (ILO Brief), May 2020a, available at https://www.ilo.org/wcmsp5/groups/public/@

dgreports/@dcomm/documents/briefingnote/wcms_745337.pdf, accessed on 3 November 2021.

———, *COVID-19 crisis and the informal economy: Immediate responses and policy challenges* (ILO Brief), 5 May 2020b, available at https://www.ilo.org/global/topics/employment-promotion/informal-economy/publications/WCMS_743623/lang--en/index.htm, accessed on 3 November 2021.

———, *Contagion or starvation, the dilemma facing informal workers during the COVID-19 pandemic*, 7 May 2020c, available at https://www.ilo.org/global/about-the-ilo/newsroom/news/WCMS_744005/lang--en/index.htm, accessed on 3 November 2021.

———, *The Covid-19 response: Getting gender equality right for a better future of women at work* (ILO Brief), 11 May 2020d, available at https://www.ilo.org/global/topics/coronavirus/WCMS_744685/lang--en/index.htm, accessed on 3 November 2021.

———, *ILO Standards and COVID-19 (coronavirus): FAQ—Key provisions of international labour standards relevant to the evolving COVID-19 outbreak*, 29 May 2020e, available at https://www.ilo.org/wcmsp5/groups/public/---ed_norm/---normes/documents/genericdocument/wcms_739937.pdf, accessed on 3 November 2021.

Kundu, P., 'COVID-19 Crisis Will Push Millions of Vulnerable Children Into Child Labour', *The Wire*, 21 April 2020, available at https://thewire.in/rights/covid-19-crisis-will-push-millions-of-vulnerable-children-into-child-labour, accessed on 3 November 2021.

Radhakrishnan, S., 'Residential colonies debate on allowing domestic helps to enter', *DT Next*, 4 May 2020, available at https://www.dtnext.in/News/City/2020/05/04065718/1228201/Residential-colonies-debate-on-allowing-domestic-helps-.vpf, accessed on 3 November 2021.

Rajkotwala, M., and R. Mehta, 'Lockdown woes: The dismal state of domestic workers in India', *The Jurist*, 6 May 2020, available at https://www.jurist.org/commentary/2020/05/rajkotwala-mehta-domestic-workers-covid-19/, accessed on 3 November 2021.

Ramakrishnan, S., 'With no pay, hopes dry up for domestic helps in Chennai', *The New Indian Express*, 18 May 2020, available at https://www.newindianexpress.com/cities/chennai/2020/may/18/with-no-pay-hopes-dry-up-for-domestic-helps-in-chennai-2144681.html, accessed on 3 November 2021.

Revenue & Disaster Management (DM-II) Department, *Government Order G.O. (D) No. 195*, Government of Tamil Nadu, 30 March 2020, available at https://tnsdma.tn.gov.in/app/webroot/img/covid_19/gos/lockdown/G.O.195.pdf, accessed on 3 November 2021.

The News Minute, 'TN govt announces one month rent freeze for workers, including migrants', 31 March 2020, available at https://www.thenewsminute.com/article/tn-govt-announces-one-month-rent-freeze-action-can-be-taken-if-house-owners-disobey-121552, accessed on 3 November 2021.

Tamil Nadu Manual Workers Welfare Board and 13 Other Boards, 'Information Handbook Under "Right to Information Act 2005" (Section 4 of the Act)', n. d., pp. 29–30, available at https://www.tn.gov.in/rti/proactive/labour/handbook_welfareboards.pdf, accessed February 2022.

Viswanath, K., 'It is time to stop seeing domestic workers as Covid-19 "carriers"', *The Wire*, 27 May 2020, available at https://thewire.in/labour/covid-19-lockdown-domestic-workers, accessed on 3 November 2021.

பகுதி 6

உள்கட்டமைப்பு மேம்பாடு

15

உள்கட்டமைப்பு மேம்பாடு
கோவிட்-19க்குப்பின் பொது-தனியார் கூட்டாண்மை ஒப்பந்தங்கள்

ப. கு. பாபு, சந்தன் குமார்

உள்கட்டமைப்பானது பொருளாதாரத்தின் எந்த ஒரு வளர்ச்சியிலும் மேம்பாட்டிலும் முக்கிய பங்கு வகிக்கிறது. அதனால்தான், நீண்ட காலத்திற்கு வளர்ச்சிப் பாதையை நிலைநிறுத்துவதற்கு உள்கட்டமைப்பு மேம்பாடு அவசிய மானதாகிறது (ஆனால் அது போதுமானதல்ல). எனினும், கட்டுமானச் செயல்பாடுகள் மூலமாக வேலைவாய்ப்பை உருவாக்குவதன் வழி, உள்கட்டமைப்பு மேம்பாடு குறுகிய காலத்திலும் கூட உடனடி விளைவுகளைக் கொடுக்கும் தன்மையைக் கொண்டிருக்கிறது. வேலைவாய்ப்பு மற்றும் பின்னோக்கிய இணைப்புகள் *(Backward linkages)* மூலமாக வருமானத்தை உருவாக்குவது உயர் நுகர்வுத் தேவைக்கு வழிவகுப்பதுடன், அதனைத் தொடர்ந்து ஒட்டுமொத்தத் தேவையையும் உயர்த்தலாம்.

ஏற்கெனவே உள்ள ஆய்வு அறிக்கைகளில் கீழ்வரும் இரண்டு முக்கிய அனுபவபூர்வமான அவதானிப்புகள் உலகளாவிய நுகர்வு மற்றும் அதன் கூறுகளுக்கான அடிப்படையிலும் மொத்த நுகர்வு உயர்வதால் எவ்வாறு செலவின் வகைமாதிரிகள் மாறுகின்றன என்ற நுண்ணியல் பொருளாதார மதிப்பீடுகளின் அடிப்படையிலும் முன்னிலைப்படுத்தப்படுகின்றன.

- மொத்தத் தனிநபர் நுகர்வின் மடக்கைக்கும் *(logarithm)* உணவிற்காக ஆகும் செலவின் பங்கிற்கும் இடையிலான நேரியல் *(linear)* உறவு மற்றும்

* தனிநபர் வருமானங்களுக்கும், போக்குவரத்திற்காக ஆகும் செலவின் பங்கிற்கும் இடையிலான நேரியல் அல்லாத (nonlinear) உறவு, ஆற்றல்வள தேவைகளுடன் உள்கட்டமைப்பின் ஒரு முக்கியக் கூறை உருவாக்குகிறது.

முதலாவது மதிப்பீடு செய்யப்பட்ட உறவுமுறையானது பெறப்பட்ட ஞானத்துடன் இணைந்து செல்லும் என்பதால் இரண்டாவதன் மீது கவனத்தைத் திருப்புவோம். உறவுநிலையானது 'S' வடிவிலானது; தொடக்கத்தில் குவிந்த வடிவில் இருக்கும் அது வருமானம் உயர்வதால் போக்குவரத்திற்கு ஆகும் செலவின் பங்கு செங்குத்தாக உயர்கிறது என்பதைக் குறிக்கிறது. அதன்பிறகு அது குழிந்த வடிவைப் பெறுகிறது. போக்குவரத்திற்கு ஆகும் செலவின் பங்கு செங்குத்தாகச் சிறிய அளவில் உயரும்பொழுது படம் 1இல் காட்டப்பட்டிருப்பதைப் போல நிறைவு பெறுகிறது.

வளர்ந்துவரும் நாடுகள் குவிந்த தன்மையை வெளிப்படுத்தும் நிலையில், செல்வச் செழிப்பான நாடுகளோ குழிந்த தன்மையை வெளிப்படுத்துகின்றன என ஒருவர் பரந்த அளவில் முடிவுக்கு வரலாம். இந்தியாவைப் பொறுத்தவரை, குறிப்பாக, போக்குவரத்திற்கு ஆகும் செலவு (சீனாவிற்கான மூன்றின் ஒரு காரணியோடு

படம் 1
போக்குவரத்திற்குச் செலவிடப்படும் வருமானத்தின் பங்கு எதிர்நிலையில் மொத்தத் தனிநபர் நுகர்வின் மடக்கை

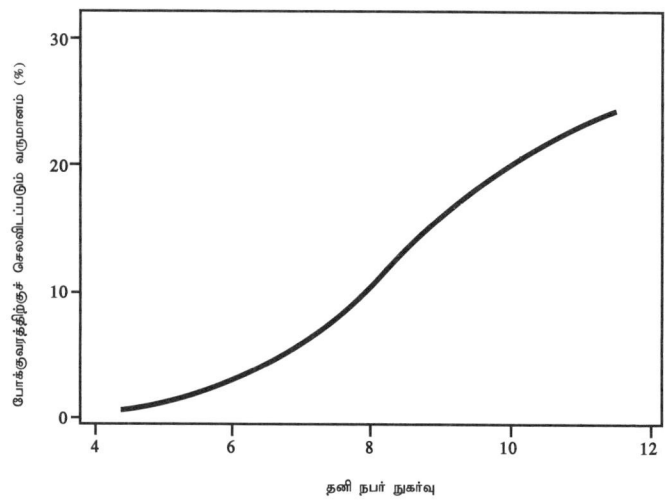

Source. Based on Hellebrandt & Mauro (2015).

ஒப்பிடுகையில்) நான்கின் ஒரு காரணி ஆக உயர்வதற்குத் திட்டமிடப்பட்டது. எண்ணிக்கையில், மொத்தத் தொடக்க நுகர்வின் ஒரு பங்காகப் போக்குவரத்தில் ஒட்டுமொத்த உயர்வு 2013 மற்றும் 2035க்கு இடைப்பட்ட காலத்தில், 46.3% ஆகும் (Hellebrandt & Mauro, 2015). இந்தியாவில் போக்குவரத்துச் செலவினத்தில் அடுத்த இரு பதிற்றாண்டுகளுக்கு எதிர்பார்க்கப்படுகிற உயர் வளர்ச்சியும் தேவையான உள்கட்டமைப்பை மேம்படுத்துவதும் பெரிய அளவிலான பொருளாதாரத் தாக்கத்துக்கு அவசியமாகும்.

இந்தியாவிற்குள், தமிழ்நாடு இந்தக் குறிப்பிட்ட துறையில் வேகமாக வளர்ந்துவரும் மாநிலங்களில் ஒன்றாக உள்ளது. போக்குவரத்துத் துறையில் அத்தகையதொரு பெரிய அதிகரிப்புக்கு உள்கட்டமைப்பில் மாபெரும் முதலீடு அவசியமானதாகும்.[1] உள்கட்டமைப்புக்கு ஒதுக்குவது அதற்கே உரிய பிரச்சினைகளைக் கொண்டுள்ளது. வழக்கமாக அதற்கு உயர்ந்த, நிலையான மூலதனம் மற்றும் மீட்கப்படமுடியாத செலவுகளுடன் கூடிய கணிசமான முதலீடுகள் தேவைப்படுகின்றன. மிகப்பெரிய வழங்குநருக்கு பிரத்யேக உரிமை அதிகம் கொடுப்பதற்கு இடம் கொடுக்கின்றன மற்றும் நிறுவனங்கள் அடையும் செலவு (Economies of scale) நன்மைகள் தேவைப்படுகின்றன. இவ்வகையிலான உள்கட்டமைப்புக்கான முதலீடுகள் வழக்கமாக நீண்ட பயன்தரு காலம், கடன் வழங்குவதற்குப் பல்வேறு வகையான இடர்களுடன் கூடிய உதவி நாடாத அல்லது வரையறுக்கப்பட்ட உதவி கொண்டிருக்கும் மற்றும் பொது நன்மை இயல்பு (Grimsey & Lewis) அம்சங்களை உடையதாக இருக்கும்.

தமிழ்நாட்டின் 'உள்கட்டமைப்பு மேம்பாட்டுக்கான தொலை நோக்கு 2023' மாநிலத்தின் நிதி வரம்புகளை ஒப்புக்கொள்கிறது. ஆகவே, பொது – தனியார் கூட்டாண்மை (PPP) மாதிரி மூலமாகத் தனியார் முதலீடுகளை ஊக்குவிக்கிறது. இந்தத் தொலைநோக்குத் திட்டம் தனியார் பங்கெடுப்பின் மூலம் பெரிய அளவிலான பங்களிப்பை (40% க்கும் அதிகமாக) எதிர்பார்க்கிறது. உள்கட்டமைப்பிற்கான மொத்த முதலீட்டில் அரசின் பங்களிப்பை விட (அதாவது 30%க்கும் குறைவானது) இந்தத் தனியார் பங்களிப்பு அதிகமாகும். கோவிட்–19 பெருந்தொற்றின் காரணமாக ஏற்பட்டிருக்கும் பொருளாதாரப் பின்னடைவுநிலையைக் கடந்துவருவதற்காகத் தமிழ்நாடு தொலைநோக்குத் திட்டத்தில் எஞ்சியிருக்கும் அனைத்துத் திட்டங்களையும் செய்துமுடிப்பதற்கு உடனடியாக உள்கட்டமைப்புத் துறையில் கட்டுமானத்தைத் திரும்பவும் தொடங்குவதில் கவனத்தைத் திருப்பக் கூடும்.

உள்கட்டமைப்பில் தனியார் முதலீட்டின் சவால்கள்

பொது–தனியார் கூட்டாண்மை மாதிரி மூலம் உள்கட்டமைப்பு மேம்பாட்டிற்காகத் தனியார் முதலீட்டைச் சார்ந்திருப்பது அதற்கே உரிய சவால்களைக் கொண்டுள்ளது. பொது-தனியார் கூட்டாண்மை மாதிரி இயல்பில் சிக்கலானதும் இந்த மாதிரியின் வெற்றியானது பல காரணிகளைச் சார்ந்துமிருக்கிறது. எனவே, பொது-தனியார் கூட்டாண்மைத் திட்டத்தின் வடிவமைப்பு அதனுடைய வெற்றிகரமான நடைமுறைப்படுத்தலுக்கு முக்கியமானதாகும். அதற்கு ஆதரவான நிறுவன முறைமை தேவையாக இருப்பதுடன், இடர்ப் பகிர்வு, பொருத்தமான பங்கேற்பாளரைத் தேர்ந்தெடுப்பது, இடர் விலை நிர்ணயம் அல்லது இடர் உயர்மதிப்பு, அரசு உத்தரவாதங்கள், நிறைவடையாத ஒப்பந்தங்கள், ஆளுகை மற்றும் ஒழுங்குமுறை (பொதுதனியார் கூட்டாண்மை மாதிரியின் கீழ் அரசு வகிக்கும் ஒரு புதிய பாத்திரம்), ஒப்பந்த மறுபேச்சுவார்த்தை போன்ற பல்வேறு அம்சங்களை அது சமநிலைப்படுத்த வேண்டியுள்ளது. இந்தக் கட்டுரையானது, இந்தியப் பொது-தனியார் கூட்டாண்மைத் திட்டம் அதன் நெடுஞ்சாலை மேம்பாட்டுக்காக எதிர்கொண்டுவரும் ஒருசில பிரச்சினைகள் குறித்தும், தமிழ்நாட்டுக்கான ஓர் ஒட்டுமொத்தப் பொது-தனியார் கூட்டாண்மைக் கட்டமைப்பின் வடிவமைப்பை முன்னேற்ற உதவக் கூடிய இந்திய அனுபவத்தின் படிப்பினைகள் குறித்தும் விவாதிக்கிறது.

நிறுவன ஆதரவு

பொது-தனியார் கூட்டாண்மை மாதிரிக்கு ஆதரவளிப்பதற்காக வடிவமைக்கப்பட்ட செயல்விளைவுடன் கூடிய நிறுவனக் கட்டமைப்பு அதன் வெற்றிகரமான அமலாக்கத்திற்கு ஒரு முன்தேவையாகும். சட்டங்கள் மற்றும் கொள்கைகள், வெளிப்படைத்தன்மை மற்றும் தேர்ந்தெடுக்கும் நிகழ்வுப்போக்கில் போட்டி, அரசியல் ஆதரவு, ஏற்பு ஆகியவற்றை நிறுவனக் கட்டமைப்பு உள்ளடக்கியுள்ளது. பொது-தனியார் கூட்டாண்மையில் ஈடுபட்டிருக்கும் பொது முகமைகள் பயன் விளைவிக்கக்கூடிய சச்சரவுகளுக்குத் தீர்வு காணும் முறையுடன் கூடிய, அதன் திட்டங்களைத் திட்டமிடுவதற்கும் நடைமுறைப்படுத்துவதற்கும் தேவையான திறன்களைக் கொண்டிருக்க வேண்டும். பொது-தனியார் கூட்டாண்மைத் திட்ட நிதியளிப்பின் தேவைகளை நிறைவேற்றுவதற்கு நிதிச் சந்தைகளும் போதுமான அளவிற்கு நெகிழ்வுத் தன்மை உடையதாக இருக்க வேண்டும் (Li et al., 2005).

இடர்களைப் புரிந்துகொள்ளல்

பொது–தனியார் கூட்டாண்மை மாதிரியில் 'பணத்திற்கான மதிப்பை'[2] அடைதல் என்பது இடர்களை அதற்கு ஏற்றவகையில் அடையாளம் காணுதல் மற்றும் ஒதுக்கீடு செய்தல் ஆகியவற்றைப் பொறுத்து அமையும். அரசினர் அல்லது தனியார் நிறுவனத்தினரில் அதிக அளவில் இடர்களைத் தாங்குபவர் எவரோ அவர்கள் பொது–தனியார் கூட்டாண்மை மாதிரியை உள்கட்டமைப்பின் மரபார்ந்த கொள்முதல் முறையிலிருந்து வேறுபடுத்திக் காண்கின்றனர். அடுத்த பங்கேற்பாளரை விடச் சிறப்பாகக் கையாளகூடிய தனியாருக்கு இடர்களை ஒதுக்குதல் என்பது சிறந்த இடர் மேலாண்மைக்கு அடையாளமாகும். அவ்வாறு செய்யத் தவறுவது, நிதிச் செலவுகளாக மாற்றம் அடையும். ஏனெனில், இடர்களைச் சமாளிக்கும் திறன் குறைகையில் அதனைக் கையாளும் திறன் அதிகமாவதுடன், அதனால் பணத்தின் மதிப்பும் குறைந்துவிடுகிறது (பொருளாதாரக் கூட்டுறவு மற்றும் மேம்பாட்டிற்கான அமைப்பு *(OECD, 2008)*). எனினும், இந்த இடர்களைத் தாங்குவது ஒட்டுமொத்தச் சமூகநலனின் இழப்பின் அடிப்படையில் சமூகச் செலவினங்களைக் கொண்டிருக்கும். இந்தச் செலவினங்கள் தொழில்நுட்பச் செயல்திறன் மூலம் கணிசமான பலன்களை உருவாக்குவதற்கு ஆற்றல் வாய்ந்த ஊக்குவிப்புகளைக் கொண்டுள்ள சிறந்த இடர் ஒதுக்கீட்டால் ஈடு செய்யப்படலாம் *(Moore, Boardman, & Vining, 2017)*.

பொது–தனியார் கூட்டாண்மைத் திட்டங்கள் எண்ணற்ற இடர்களைக் கொண்டுள்ளன. இவற்றை இரண்டு பரந்த வகைகளாகப் பிரிக்கலாம்.

- சில இடர்கள் திட்டங்களுடன் தொடர்புடையவை, மற்றும் இந்த 'உள்ளார்ந்த' இடர்கள் திட்ட ஊக்குவிப்பாளர்களால் கட்டுப்படுத்தப்படலாம். இந்த இடர்கள் பொது–தனியார் கூட்டாண்மை மாதிரியில் செயல்திறனை எட்டுவதற்கான தூண்டுகோலாகக் கருதப்படுகின்றன.
- சட்டம், அரசியல், ஒழுங்குமுறை, சுற்றுச்சூழல் ரீதியிலான இடர்கள் திட்ட நிதி நல்குபவர்கள் அல்லது விளம்பரதாரர்களின் கட்டுப்பாட்டுக்கு அப்பால் இருப்பதால் வெளிப்படையான (அல்லது தன்மையில் உலகளாவிய) இடர்களாகும். முறையற்ற இடர்ப் பகிர்வானது சட்டப் பிரச்சினைகளில் முடியலாம். அதனைத் தொடர்ந்து, திட்டத் தோல்விகளுக்கு அது வழி வகுக்கலாம்.

முறையற்ற இடர் ஒதுக்கீட்டால் (பிற காரணிகளும் கூட அதனுடன் இணைந்திருந்ததால்) திட்டம் பிரச்சினையாகத்

திசைதிரும்பிப் போனதற்கு, டெல்லி விமான நிலைய மெட்ரோ எக்ஸ்பிரஸ், அதனை விளக்குவதற்கான பொருத்தமான எடுத்துக்காட்டாக இருக்கலாம்; அதற்குப் பின்னர், திட்டக் கூட்டாண்மை ரத்தாவதற்கும் அது வழிவகுத்தது. எனவே, இடர்களை நன்கு புரிந்துகொள்வது உள்கட்டமைப்பில் தனியார் பங்கேற்பின் வெற்றிக்கு மிகவும் அவசியமானதாகும் *(Pratap, 2013)*.

அரசாங்க உத்தரவாதங்கள்

ஒரு குறிப்பிட்ட நிகழ்வைப் பொறுத்தவரை, அறியப்பட்ட அல்லது அறியப்படாத கட்டணத்தை வழங்குவதற்கு அரசாங்கம் உத்தரவாதம் ஒன்றைத் தருவது சட்டபூர்வக் கடமை ஆகும். பொது–தனியார் கூட்டாண்மைகளுக்கு எப்போதும் அரசாங்க உத்தரவாதத்தின் ஆதரவு தேவையாகும். அரசாங்க உத்தரவாதம் பெரிதும் நிச்சயமற்ற தன்மையைக் கொண்டுள்ளது. ஏனெனில், அளிக்கப்பட்ட அந்தச் சேவைகளுக்கு எவ்வளவு கட்டணம் கொடுக்கவேண்டும் என்பதில் அரசு தெளிவற்று உள்ளது. எந்த அளவிற்கு அதிகமாக இடரை அரசு மேற்கொள்கிறதோ அந்த அளவிற்கு அதிகமாகக் கடப்பாடுகள், உத்தரவாதங்கள், அல்லது அரசிற்கு எதிர்பாராமல் நேரிடும் கடன் பொறுப்புகள் என இந்த நிச்சயமற்ற தன்மை பெரிதும் இடர் ஒதுக்கீட்டைப் பொறுத்தே அமைகிறது *(Mody & Patro, 1996; OECD, 2008)*. பொது–தனியார் கூட்டாண்மை மாதிரி உள்கட்டமைப்பின் வழக்கமான கொள்முதல் முறையிலிருந்து அரசால் மேற்கொள்ளப்படும் இடர்களின் வரிசைமுறை வேறுபட்டிருப்பதால், அரசு உலகளாவிய (வெளிப்படையான) இடர்களை மட்டும் மிகவும் கவனத்துடன் எடுத்துக்கொள்ளும்.

அவ்வாறு செய்யத் தவறுவது டெல்லி நொய்டா சுங்கப் பாலத் திட்டத்தில் நிகழ்ந்ததைப் போல கடுமையான நிதிவிளைவையும் பிற தாக்கங்களையும் ஏற்படுத்துவதில் சென்று முடியும். இங்கு, அரசு (ஆதரவு வழங்கும் முகமை) அதனுடைய அடக்கத்திற்கு மேலாக 20% வருடாந்தர வருமானத்தைச் சலுகை உரிமை பெற்றவருக்கு உத்தரவாதமளித்துள்ளது. அதன் கட்டுமானம் மற்றும் பராமரிப்புச் செலவுகளைக் கட்டுப்படுத்துவதற்கு அது மிகக் குறைந்த சலுகைகளையேத் தனியார் பங்கேற்பாளர்களுக்கு விட்டுச்சென்றது. அதன் விளைவாக, ஆரம்பத்தில் 30 ஆண்டுகள் என்றிருந்த திட்டக் காலம் அதிகரித்ததுடன் தற்போது 70 ஆண்டுகளாக ஆகி அதன் முழுச் செலவையும் உத்தரவாதமான இலாபத்தையும் மீட்டெடுப்பதற்காக மேலும் அதிகரிக்கவும் கூடும் *(Pargal, 2007)*.

பொது-தனியார் கூட்டாண்மை மாதிரியில், உத்தரவாதங்கள் அரசாங்கத் தலையீட்டின் முறைகளில் ஒன்றாகக் காணப்பட்டிருக்கின்றன. ஆனால், அது எதிர்பாராமல் நேரிடும் கடன் பொறுப்புகளின் அடிப்படையில் பெரிதும் இடர்களை அனுமானிப்பதிலிருந்து எழும் குறிப்பிடத்தக்க நிதிவிளைவுகளைக் கொண்டிருக்கின்றன (Hemming et al., 2006). அரசாங்கத்திற்காக இந்த எதிர்பாராமல் நேரிடும் கடன் பொறுப்புகளின் கீழ், சரியான பணம் செலுத்துதல் கடமைகளை அளவிடுவது கடினமாக இருப்பதால், இந்த உத்தரவாதங்களைக் கணக்கிடுவது இன்னொரு முக்கியமான பிரச்சினையாக உள்ளது (Grimsey & Lewis, 2005).

ஒப்பந்த வடிவமைப்பு / தெரிவு

பொது-தனியார் கூட்டாண்மை என்பது, எளிய முறையில் கூறுவதானால், அரசுக்கும் தனியாருக்கும் இடையிலான ஓர் ஒப்பந்த உறவே ஆகும். இந்தக் கூட்டாண்மையிலிருந்து சிறந்த முடிவுகளை வெளிக்கொணர்வதில் இதன் ஒப்பந்தம் முக்கியப் பங்கு வகிக்கிறது. எனவே, எதிர்பார்க்கும் பலன்களைத் தருவதற்கு ஒப்பந்த வடிவமைப்பிற்குச் சிறப்புக் கவனம் தேவை. பொது-தனியார் கூட்டாண்மை ஒப்பந்தங்கள் வழக்கமாக நீண்ட கால அளவிற்கு 15 முதல் 30 ஆண்டுகள் என நீடிக்கக் கூடியதும், பல சிக்கல்களையும் நிச்சயமற்ற தன்மைகளையும் உள்ளடக்கியதும் ஆகும். ஒப்பந்தம் வழங்கப்படும் நேரத்தில் ஒரு குறிப்பிட்ட சேவையின் தேவைகளையும் எதிர்கால நிலைமைகளையும் முன்னறிவது கடினமானது[3]; அந்த நிலை முழுமையாக வரையறுக்கப்படாத ஒப்பந்தங்களாக உருவாக்கம் பெறாதவையாக ஆக்குகிறது. எனவே, பொது-தனியார் கூட்டாண்மை ஒப்பந்தங்கள், இயல்பாகவே, முழுமை அடையாத ஒப்பந்தங்களாகும்.

பொது-தனியார் கூட்டாண்மை ஒப்பந்தங்களைப் பொறுத்தவரை, தனித்து செயல்படக்கூடிய ஒவ்வொரு திட்டத்திலும், தனியார் நிறுவனங்கள் அந்தத் திட்டத்தின் இறுக்கமான நிதிநிலை அட்டவணையின் கீழ் உள்ளனர். இலாபத்தை நாடும் விளம்பரதாரர்கள், இலாபத்தின் அளவையும் வாய்ப்பையும் அதிகரிப்பதற்கான ஆற்றல் வாய்ந்த முறைகளைக் கடைபிடிக்குமாறு தங்கள் மேலாளர்களை நிர்ப்பந்திப்பார்கள் (Fourie & Burger, 2000). எவ்வாறாயினும், தரத்தில் சமரசம் செய்வதற்கு அது வழிவகுக்கும். தேவையான அனைத்துத் தர அளவீடுகளுடனும் கூடிய நன்கு வரையறுக்கப்பட்ட ஓர் ஒப்பந்தம் தரத்தில் சமரசம் செய்வதற்கான சாத்தியத்தைக் குறைக்கும். ஆனாலும், அது இந்த நீண்டகால ஒப்பந்தங்களை வளைந்து கொடுக்காதவையாக ஆக்குகிறது. தேவைப்படும் சேவையின்

தரமும் அளவும் ஒப்பந்தத்தில் குறிப்பிடப்பட வேண்டும். தனியார் பங்கேற்பாளருக்கான தொகையைச் சேவையைச் செய்துமுடித்த பிறகு தரும் வகையில் வரையறுக்கலாம். ஒப்பந்தத்தின் விவரக்குறிப்புகள் (தரம் மற்றும் அளவு உள்ளிட்டவை) காலப்போக்கில் மாறக் கூடியவை என்பதால், அத்தகைய சூழ்நிலைகளில், பொது தனியார் கூட்டாண்மை ஒப்பந்தங்களின் நீண்டகால இயல்பும் நெகிழ்வற்ற தன்மையும் விரும்பும் சேவைகளை அடைவதற்கான அதிகம் செலவு பிடிக்கக்கூடிய வழியை பின்பற்றுமாறு அரசைக் கட்டுப்படுத்தலாம். (OECD, 2008). அல்லது அது மறுபேச்சுவார்த்தைக்குச் செல்லுமேயானால், அப்பொழுது ஒப்பந்தத்தில் வடிவமைக்கப்பட்டுள்ள ஆற்றல் தொடர்பு சார்ந்து, பேச்சுவார்த்தைக்குப் பின்னரான பயன்கள் பகிரப்படும் (Lonsdale, 2005).

நிச்சயமற்ற தன்மைகளும் சிக்கல்களும் முழுமை பெறாத ஒப்பந்தங்கள் சந்தர்ப்பவாதத்துக்கும் நிறுத்திவைத்தலுக்கும் உள்ளாகின்றன. அத்தகைய நடத்தையைத் தடுப்பதற்கு ஒப்பந்தக் கோட்பாடு மறைமுகமான மற்றும் வெளிப்படையான வழிகளைப் பரிந்துரைக்கிறது. இந்திய தேசிய நெடுஞ் சாலை ஆணையத்தின் கீழ்வரும் சென்னை-தடா அல்லது பானிப்பட்-ஜலந்தர் நெடுஞ்சாலைத் திட்டங்கள் ஒப்பந்தத்தின் சிக்கலான தன்மையைப் பயன்படுத்தி சந்தர்ப்பவாதம் அல்லது நிறுத்திவைப்பு போன்ற சூழ்நிலைகளுக்கான சாத்தியக்கூறுகளை முன்னிலைப்படுத்துகின்றன. இவ்விரண்டு திட்டங்களுமே திட்டங்களை முழுமையாக்குவதற்கு அரசிடமிருந்து சலுகை பெற்றவர்களை நெடிய சட்ட நடவடிக்கைகளுக்கு உட்படுத்தி நிர்ப்பந்தித்தபோதிலும் எதிர்பார்த்த பலனைப் பெறவில்லை. இறுதியில், சென்னை-தடா திட்டத்திற்கு முடிவுகட்டுமாறு நீதிமன்றம் உத்தரவிட்டது. பானிபட்-ஜலந்தர் திட்டப் பணிகள் அதன் ஒப்பந்தக் காலத்தின் மூன்றில் இரண்டு பங்குக் காலம் முடிவடைந்த போதிலும் அதன் வருமானப் பங்கை எடுத்துக்கொண்டு நடைபெற்றுவருகின்றன (Kumar, 2018a).

சரியான தனியார் பங்கேற்பாளரைத் தேர்ந்தெடுத்தல்

பொது-தனியார் கூட்டாண்மை மாதிரியின் வெற்றிக்காக, பொருத்தமான இடர் ஒதுக்கீட்டைப் போன்றே சரியான தனியார் பங்கேற்பாளரைத் தேர்ந்தெடுப்பதும் முக்கியமானதாகும். தனியார் பங்கேற்பாளரைத் தேர்ந்தெடுப்பது (ஏலத்துக்கான அளவுகோல் என்றும் அறியப்படும்) மதிப்பீடு அளவீட்டின் அடிப்படையில் வழக்கமாக நடைபெறும். ஏலத்துக்கான அளவுகோலானது திட்டச் செலவு, ஒப்பந்தக் கால அளவு, மானிய நல்கை, வருமானப் பகிர்வு,

அல்லது வேறு ஏதேனும் அம்சத்தைக் கொண்டதாக இருக்கலாம். சிறந்த தனியார் பங்கேற்பாளரை ஈர்ப்பதற்கு, ஏல அளவுகோல் மற்றும் ஏல நிகழ்வுப்போக்கு ஆகியன வெளிப்படையானதாகவும், போட்டித்தன்மை வாய்ந்ததாகவும், புதுமையானதாகவும் இருக்க வேண்டும். என்றால்தான் ஏலம் எடுப்போரில் திறமையான செயல்வீரரைத் தேர்ந்தெடுக்க முடியும். ஏல அளவுகோல், ஒப்பந்த உடன்பாடு, நிறுவன அமைப்பு ஆகியவற்றிற்கிடையிலான இணைவும் ஒப்பந்த உறவிலிருந்து சிறந்த முடிவுகளை வெளிக்கொணர மிகவும் முக்கியமாகும்.

இந்திய நெடுஞ்சாலைகள் ஒப்பந்தங்களிலிருந்து பெற்ற படிப்பினைகள்

1990களில், உலகின் வேகமாக வளர்ந்துவரும் பொருளாதாரங்களில் ஒன்றாக இந்தியா இருந்தபொழுது, உயர்ந்த பொருளாதார வளர்ச்சியைப் பராமரிப்பதற்கு வலிமையான உள்கட்டமைப்பு ஆதரவு அதற்குத் தேவைப்பட்டது. மிகப் பெரிய உள்கட்டமைப்பு முதலீட்டுத் தேவையின் காரணமாக, இந்தியக் கொள்கைகள், உள்கட்டமைப்பு மேம்பாட்டில் தனியார் முதலீட்டை ஈர்ப்பதற்காக பொது–தனியார் கூட்டாண்மை மாதிரியை நோக்கி விரைந்து நகர்ந்தது. அதனுடைய அண்மைக்காலத் திட்டமான 'பாரத்மாலா பரியோஜனா' கூட பொது–தனியார் கூட்டாண்மைத் திட்டத்திலுள்ள பிரச்சினைகளினால், ஒப்பீட்டளவில் குறைந்த அளவில் தனியார் முதலீட்டைக் கொண்டிருந்தாலும் (சற்றொப்ப 15%) நெடுஞ்சாலைகள் மேம்பாட்டில் தனியார் முதலீட்டை எதிர்பார்க்கிறது.

பொது–தனியார் கூட்டாண்மைத் திட்டத்தின் கீழ் (பாரத்மாலா பரியோஜனா திட்டத்திற்கு முன்பு), இந்தியா மூன்று வெவ்வேறு ஒப்பந்த மாதிரிகளைப் பின்பற்றியது: சுங்கக் கட்டண முறை, வருடாந்திர கட்டண முறை, செயல்முறைகள் மற்றும் பராமரிப்பு (O & M) ஒப்பந்தங்கள். எவ்வாறாயினும், இந்த ஒப்பந்தங்களின் பங்கு தொடர்பான சரியான எண்ணிக்கைகளை ஒருவர் கூர்ந்துகவனித்தால், 'சுங்கக் கட்டண முறை' 75 சதவீதமும், அதேசமயம் 'வருடாந்திரக் கட்டண முறை' 20 சதவீதமும், 'செயல்முறைகள் மற்றும் பராமரிப்புத் திட்டங்கள்' சுமார் 5 முதல் 6 சதவீதமாக இருப்பதைக் காணலாம்.

முதல் இரண்டு ('சுங்கக் கட்டண முறை' மற்றும் 'வருடாந்திரக் கட்டண முறை'[4]) ஒப்பந்த மாதிரிகளில், ஒப்பந்தத்தை வடிவமைப்பது, பொருட்களைக் கொள்முதல் செய்வது, திட்டத்தின் கட்டுமானம் மற்றும் பராமரிப்பு ஆகியவற்றுக்கு ஒப்பந்ததாரர் பொறுப்பு

ஏற்கிறார். 'சுங்கக் கட்டண முறை' மற்றும் 'வருடாந்திரக் கட்டண முறை' ஆகிய இரண்டிற்கும் இடையிலான முக்கிய வேறுபாடு என்னவென்றால், 'சுங்கக் கட்டண முறை'யைப் பொறுத்தவரை, போக்குவரத்து / வணிக இடர்கள் சலுகை உரிமை பெற்றவருடைய பொறுப்பு. முதலீடு சுங்க வரி வருமானத்திலிருந்து திரும்பப் பெறக் கூடியது, அதேசமயம் 'வருடாந்திரக் கட்டண முறை' திட்டங்களில் அனைத்துச் செலவுகளும் அரசால் ஒத்திவைக்கப்பட்ட நிதிநிலைப் பணம் செலுத்துகை வடிவில் மேற்கொள்ளப்படுகிறது. 'சுங்கக் கட்டண முறை' விஷயத்தில், அரசின் நிதிநிலை ஆதரவு, ஏதேனும் இருந்தால், ஒரு வெளிப்படையான நிதிநல்கை மூலம் அது வரையறுக்கப்படுகிறது. சில சந்தர்ப்பங்களில் சலுகை உரிமை பெற்றவர் நிதிநல்கை அதிகாரம் பெற்றவருக்குச் சலுகை நிதிநல்கையின் பகுதிக் கட்டணமாக ஒரே முறையில் செலுத்தும் வகையில் கூடப் பணத்தைத் தருவது உண்டு. 'வருடாந்திரக் கட்டண முறை', சலுகை உரிமை பெற்றவர் போட்டி ஏலத்தால் தீர்மானிக்கப்பட்ட வருடாந்திரக் கட்டணங்களையும் நிதிநிலை ஒதுக்கீட்டையும் சார்ந்திருப்பார். மூன்றாவது வகை ஒப்பந்தம் திட்டத்தின் 'செயல்முறைகள் மற்றும் பராமரிப்புப்' பணிகளை மட்டுமே மேற்கொள்கின்றன. இதில், ஒப்பந்ததாரர் போக்குவரத்து / வணிக இடர்களை மட்டுமே ஏற்கிறார்; ஒப்பந்ததாரருக்குச் சாலை அமைத்தலின் பொறுப்பு இருப்பதில்லை.

நெடுஞ்சாலைகள் ஒப்பந்தத் தெரிவின் விளைவு

ஒரே விதமான பணிக்காக வடிவமைக்கப்பட்ட மற்றும் அதேபோன்ற நிலைமைகளுக்காக நடைமுறைப்படுத்தப்பட்ட, ('சுங்கக் கட்டண முறை' மற்றும் 'வருடாந்திரக் கட்டண முறை' ஆகிய) இரண்டு ஒப்பந்தத் தொகுப்புகள், வேறுபட்ட ஒப்பந்த நிர்வாகத் தன்மைகளைக் கொண்டுள்ளன. 'சுங்கக் கட்டண முறை' ஒப்பந்தத்தின் கீழ், தனியார் தங்கள் செலவுகளைப் பயனரின் ('சுங்கக் கட்டண முறை') கட்டணங்களிலிருந்து மீட்டெடுக்கின்றனர். எனவே, அவர்கள் திட்டத்தின் தேவை அல்லது வணிக இடரை ஏற்றுக்கொள்கின்றனர். அதேசமயம், 'வருடாந்திரக் கட்டண முறை' ஒப்பந்தத்திற்காக, தனியார் பங்கேற்பாளருக்கு எவ்விதப் பணம் செலுத்துகை இடருமின்றி, முதலீட்டை மீட்டெடுக்க முன்கூட்டியே தீர்மானிக்கப்பட்ட 'வருடாந்திரக் கட்டண முறை' பணத்தை அரசு செலுத்துகிறது. இந்த ஒப்பந்தங்களுக்கிடையிலான இன்னொரு முக்கிய வேறுபாடு குறித்த நேரத்தில் முடித்துக்கொடுப்பதற்காக அளிக்கப்படும் ஊக்கத்தொகையும், தவறும் பட்சத்தில் விதிக்கப்படும் அபராதமும், அதற்கு மேலும், கட்டப்படுகிற 'சுங்கக் கட்டண முறை' ஒப்பந்தங்களுக்காகத் தேவை இடரைத் (ஓரளவுக்கு)

தணிப்பதற்கான கூடுதல் ஆதரவும் ஆகும். 'எண்ணிக்கை' மற்றும் 'வருடாந்திரம்' ஆகியவற்றுக்கிடையிலான ஒரு செயல்திறன் ஆய்வானது, ஒப்பீட்டளவில் சிறந்த ஊக்குவிப்பு அமைப்பு மற்றும் கடுமையான நிர்வாகக் கட்டுப்பாடுகள் ஆகியவற்றைக் கொண்டிருக்கும் 'வருடாந்திரக் கட்டண முறை' ஒப்பந்தங்கள் திட்டங்களைக் குறித்த நேரத்தில் முடித்துத்தருவது மற்றும் செலவினங்களைக் குறைப்பது ஆகியவற்றில் ('சுங்கக் கட்டண முறை' ஒப்பந்தங்களை விட) சிறந்த செயல்திறனைக் கொண்டிருக்கின்றன என்று கூறுகிறது. நேரம் மீறிய மற்றும் மிதமிஞ்சிய செலவு ஆகியவற்றின் அளவும்கூட ஒப்பீட்டளவில் 'வருடாந்திரக் கட்டண முறை' ஒப்பந்தத்தை விட 'சுங்கக் கட்டண முறை' ஒப்பந்தங்கள் 'வருடாந்திரக் கட்டண முறை' ஒப்பந்தங்களில் உள்ள இறுக்கமான நிதிநிலைக் கட்டுப்பாடுகள் காரணமாக, உயர்ந்தே இருக்கின்றன *(Kumar, 2018b).*

ஒப்பந்த அதிகார அமைப்பு நடைமுறைகளின் தாக்கம்

'சுங்கக் கட்டண முறை' வகை ஒப்பந்தங்களுக்குள், இந்தியா ஒப்பந்தங்களின் இரண்டு துணைவகைகளைப் பின்பற்றியது. திட்டங்களை உரிய நேரத்தில் வழங்குவதற்கான ஊக்கஅமைப்பானது இந்த இரண்டு துணைவகைகளிலிருந்தும் வேறுபடுகின்றது. வேறுவகையில் சொல்வதானால், திட்டத்தைத் தாமதப்படுத்துவதன் இடர் மற்றும் அதன் திட்ட வருமானத்தின் மீதான தாக்கம் ஆகியவை வெவ்வேறாக ஒதுக்கீடு செய்யப்படுகின்றன, ஆனால் அதே அளவிலான அபராதத்துடன். ஒப்பந்தத் தொகுப்புகள் ஒன்றில், இந்த இடர் நேரடியாகக் கட்டண வசூலிப்புக் கால அளவுடன் நேரடியாக இணைக்கப்படுகிறது. அதேசமயம், பிற ஒப்பந்தத் தொகுப்புகளுடன் இணைப்பு துண்டிக்கப்படுகிறது. எனவே, அவை முறையே இணைக்கப்பட்ட மற்றும் இணைப்பு துண்டிக்கப்பட்ட திட்டங்கள் என அழைக்கப்படுகின்றன. இணைப்பு துண்டிக்கப்பட்ட திட்டங்களின் இடர் இணைப்பு நீக்கமானது திட்டங்களைக் குறித்த நேரத்தில் முடித்துக் கொடுக்க முடியாததன் சூழலுக்கான வாய்ப்பை எழுப்புகிறது.

சந்தர்ப்பவாதம் அல்லது நிறுத்திவைப்பு ஆகியவற்றைத் தவிர்ப்பதற்காகக் கட்டணத் திட்டங்களின் இரண்டு துணைவகைகளின் ஒப்பந்த வடிவமைப்புகளை ஒப்பிட்டும், பலம் மற்றும் பலவீனங்களைப் பகுப்பாய்வு செய்தும் பார்க்கையில், அனைத்துவகையான ஒப்பந்தங்களுக்கும் ஒரே அளவிலான அபராதம் என்பது பொருத்தமானதாக இருக்காது என்பது கணிக்கப்பட்டுள்ளது. ஊக்கத்தொகை கொடுக்கப்படக்கூடியவையாக மாற்றுவதற்கு ஒவ்வொரு வகை

ஒப்பந்தமும் அதற்கே உரிய சுய நடைமுறைப்படுத்திக் கொள்ளல் வேண்டும்; ஒப்பந்த விதிகளை மதிக்காவிட்டால் அல்லது மீறினால் ஒப்பந்தத் தரப்பினர் ஒப்பந்தத்தை இழக்க வேண்டும்.

ஒரு பகுப்பாய்விலிருந்து பெறப்பட்ட அனுபவப்பூர்வமான செயல்முறையின் முடிவுகள் இந்தக் கண்டறிதல்களை உறுதிப்படுத்துகின்றன. இணைப்பு நீக்கம் செய்யப்பட்ட ஒப்பந்தங்கள் முக்கியமாகப் பொருளாதாரக் காரணங்களுக்காக ஆரம்பத்திலிருந்தே வருமானத்தைத் திரட்டுவதற்கான உரிமையை அளிக்கும்பொழுது, அதிக அளவுக்கு அதிகார நடைமுறைகளை கணக்கில் கொள்ளாமலேயே ஒப்பந்தத்தில் ஏற்றுக்கொள்ளப்பட்டன. இணைப்பு நீக்கம் செய்யப்பட்ட திட்டங்களில், குறித்த நேரத்தில் முடித்துத்தருவதற்கான வாய்ப்புக் குறைவு மற்றும் நீண்ட காலம் எடுத்துக்கொள்வது ஆகியன சந்தர்ப்பவாத சாத்தியப்பாடுகளைச் சுட்டிக்காட்டுகின்றன. இணைப்பு நீக்கம் செய்யப்பட்ட ஒப்பந்தங்களின் மீதான பகுப்பாய்வு எவ்வாறு அதே நிறுவனங்கள் (இரண்டு வகையான ஒப்பந்த வகைகளையும் தன்னகத்தேகொண்டுள்ள) நிறுத்திவைப்பு போன்றதொரு சூழ்நிலையை உருவாக்குவதற்கு தவறாக வரையறுக்கப்பட்ட ஒப்பந்தத்தை சாதகமாகப் பயன்படுத்திக்கொள்ளும் எனக் காட்டுகிறது. ஒப்பந்தக் கோட்பாடு பரிந்துரைப்பது போன்று, அந்தக் கூடுதலான கடன் வாங்கிய மூலதனத்தை மேலும் பொறுப்பான முறையிலும் சிறந்த கட்டுப்பாட்டுடனும் அளித்திருக்க வேண்டும் என்ற ஒரு முக்கியமான பாடத்தை அது நமக்கு கோடிட்டுக் காட்டுகிறது (Kumar, 2018a).

'வெற்றியாளரின் சாபம்' மற்றும் மாற்று ஏல முறை

சரியான பங்கேற்பாளரைத் தேர்ந்தெடுப்பது என்பது தெரிவு அல்லது மதிப்பீட்டு அளவுகோல் ஆகியவற்றைச் சார்ந்திருக்கின்றது. 'சுங்கக் கட்டண முறை' மாதிரி ஒப்பந்தங்களுக்காக, இந்தியா ஒரு உயர்மதிப்பு ('பிரிமியம்')/மானிய அடிப்படையிலான முறையைப் பின்பற்றியது. சலுகை உடன்பாட்டின் ஊக்க அமைப்புடன் இணைந்த இந்த ஏல முறை நம்பிக்கைச் சார்பு காரணமாக திட்டங்களை மிகையாக மதிப்பிடுவதில் போய் முடியலாம். இந்த முறையில், ஏலத்தில் பங்கெடுப்போர் பல அளவீடுகளுக்கான நிச்சயமின்மை அதிகமாக இருக்கிற நீண்டகால எதிர்பார்ப்புகளின் அடிப்படையில் ஏலம் எடுக்க வேண்டும். மிகவும் நம்பிக்கை வாய்ந்த ஏலப் பங்கேற்பாளர் மட்டுமே (அவர் மிகவும் திறமை வாய்ந்த ஏலப் பங்கேற்பாளராக இருக்க வேண்டிய அவசியமில்லை) வெற்றி பெறுகிறார். மேலும் நம்பிக்கை குறையும்பொழுது, வெற்றியாளர் பிரச்சினைகளை எதிர்கொள்ளத் தொடங்குகிறார். அதுதான்

'வெற்றியாளரின் சாபம்' என்றழைக்கப்படுகிறது. இது திட்டங்களை அழுத்தத்தில் வைத்திருக்க அல்லது தோல்வியடையச் செய்துவிடும். இந்திய பொது-தனியார் கூட்டாண்மை 'சுங்கக் கட்டண முறை' திட்டங்களில் இதனைத் தெளிவாகக் காணலாம்.

தற்போது நடைமுறையில் உள்ள ஏல முறையுடன் ஒப்பிட்டால், ஒரு மாற்றுமுறை என்பது (வருவாயின் மிகக்குறைந்த தற்போதைய மதிப்பு LPVR) மொத்த வருவாயின் அளவீட்டை அடிப்படையாகக் கொண்டதாகும். இந்த முறையில், அதிகாரிகளால் முன்னரே வரையறுக்கப்பட்ட தள்ளுபடி விலையின் அடிப்படையில் கணக்கிடப்பட்ட மொத்த வருவாயின் தற்போதைய மதிப்பில் ஏலம் நிகழ்த்தப்படும். ஏலத்தில் மிகக் குறைந்த மதிப்பைக் குறிப்பிட்டவருக்கே திட்டம் வழங்கப்படும்.

பயனர்களிடமிருந்து சுங்கக்கட்டணம் வசூலிக்கும் உரிமைகளுக்கு எதிராக, ஏலத்தில் வெற்றி பெற்றவர் சாலையைக் கட்டமைத்தல், நிதி வழங்குதல், பராமரித்தல் ஆகிய பொறுப்புகளைப் பெறுகிறார். இந்த முறையில், ஒப்பந்தத்தின் காலஅளவு வேறுபட்டதாக இருக்கும். எதிர்பார்க்கப்படுவதைவிட, போக்குவரத்தின் வளர்ச்சிவிகிதம் மெதுவானதாக இருந்தால், ஒப்பந்தத்தின் காலஅளவு எதிர்பார்க்கப்படுவதை விட அதிக நேரமாக இருப்பது வழக்கம். எப்படி ஆயினும், திட்டத்திலிருந்து வரும் மொத்த வருவாய் நிலையானதாக இருக்கும். சலுகை உரிமை பெற்றவர் மொத்த வருவாயையும் வசூலித்தவுடனேயே (தற்போதைய மதிப்பின்படி) அதன் ஏலத்தொகைக்குச் சமமாக இருக்கையில் ஒப்பந்தம் முடிந்துவிடும். உள்கட்டமைப்புத் திட்டங்களில் மிகவும் சாதாரணமாகக் காணப்படுவதும் சிக்கலானதாகவும் இருக்கும் பல பிரச்சினைகளை அது தவிர்த்துவிடும். ஒப்பந்தத்தின் சிக்கல்களைக் குறைப்பதற்கும் கூட அது உதவும் (Kumar, 2018c).

முடிவுரை

உள்கட்டமைப்பு மேம்பாடு தமிழ்நாட்டிற்கு வேலைவாய்ப்பை உருவாக்குவதன் மூலம் விரைவாக மீட்டெடுப்புப் பாதையை நோக்கி நகர உதவலாம். விளைவாக, குறுகிய கால அளவில் தேவையை அதிகரிக்கச் செய்யும். தேவையான ஆதரவை இடைப்பட்ட மற்றும் நீண்ட கால மேம்பாடுகளுக்கும் அளிக்கும். வரையறைக்குட்பட்ட பொதுவளங்களுடன், அதற்கிணையான கட்டாயமான பிற சமூக மற்றும் பொருளாதார நோக்கங்களை நிறைவேற்றுவதற்கு, மாநில அரசு அதன் உள்கட்டமைப்புக்கு நிதியளிக்க மாற்று முறைகள் குறித்து ஆராய வேண்டும். பொது-தனியார் கூட்டாண்மை மாதிரி மூலமான தனியார் நிதிவழங்கல்

இந்த இடைவெளியை நிரப்பலாம், ஆனால் சமஅளவிற்குத் தொடர்புடைய அனைத்து உள்கட்டமைப்புத் துறைகளுக்கும் (சாலைகள், நகர உள்கட்டமைப்பு, கல்வி, ஆரோக்கியம் இன்ன பிற) சமூக நலனில் சமரசம் செய்துகொள்ளாமல், பொது-தனியார் கூட்டாண்மைத் தேர்விலிருந்து உயர்ந்தபட்சத்தை ஈட்ட இங்கு முன்னிலைப்படுத்தப்பட்டுள்ள அதிகார அமைப்பு நடைமுறைகள் மீது மாநில அரசு போதுமான கவனத்தைச் செலுத்த வேண்டும்.

விரிவான உள்கட்டமைப்பு மேம்பாட்டுக்காக, தமிழ்நாடு உள்கட்டமைப்புக்குள் பல்வேறு துறைகளின் மீது கவனத்தைக் குவித்து அவற்றுக்கு முன்னுரிமை அளிக்க வேண்டியது அவசியமாகவுள்ளது. உள்ளார்ந்த இடர் பண்புகளில் ஒவ்வொரு துறையும் மற்ற துறைகளிலிருந்து வேறுபட்டிருக்கிறது; எனவே, ஒரு தொகுப்பின் கோட்பாடுகள் அல்லது கட்டமைப்பானது, அனைத்திற்கும் பொருத்தமாக இல்லாமல் போகலாம். இது, துறை சார்ந்த இடர் விவரத்தை மதிப்பிட இன்றியமையாததாக்குகிறது; ஏனெனில், முறையாக இல்லாத இடர் ஒதுக்கீடானது, சச்சரவுகளில் அல்லது திட்டத்தின் தோல்வியில் போய் முடியலாம். மேலும், தேவையற்ற இடர்களைக் குறித்து அனுமானிப்பதில், அவை அரசுக்கு அல்லது இறுதிப் பயனருக்கு நீண்ட காலக் கடன் பொறுப்புகளாக மாறலாம் என்பதால், அரசு எச்சரிக்கையாக இருக்க வேண்டும். அரசின் கொள்கைகள் தொடர்பான இடர்களுக்கு அரசின் உத்தரவாதங்கள் வரையறைக்குட்பட்டதாகவும் இருக்க வேண்டும்.

பொது-தனியார் கூட்டாண்மை மாதிரிக்காக நிறுவனக் கட்டமைப்பு குறித்துத் திட்டமிடுகையில், ஒப்பந்த வடிவமைப்பு அல்லது தெரிவு என்பது தமிழ்நாட்டிற்காகப் பொது-தனியார் கூட்டாண்மைத் திட்டத்தை வெற்றிகரமாக நடைமுறைப்படுத்துவதற்கான முக்கியமான ஓர் அளவீடாக உள்ளது. வேறுபட்ட உள்கட்டமைப்புத் துறைகளின் மாறுபட்ட தேவைகளைக் கணக்கில் எடுத்துக்கொண்டால், ஓர் ஒப்பந்தத் தெரிவு அனைத்துத் துறைகளுக்கும் திட்டங்களுக்கும் பொருந்தாமல் போகலாம். எனவே, தனியார் பங்கேற்பாளர்கள் திட்டத்தை மேலும் சிறப்பான முறையில் மேற்கொள்வதற்குப் போதுமான அளவுக்கு ஊக்கப்படுத்தப்படும் நிலையில், ஊக்கத்திற்கு இணக்கமான வகையில் ஆக்குவதன் பொருட்டுப் போதுமான கட்டுப்பாடுகளும் சமன்பாடுகளும் கொண்டதான ஒப்பந்தத்தை வடிவமைக்கும்பொழுது ஒவ்வொரு துறைக்கும் கவனமான திட்டமிடுதல் அவசியமானதாகும். சந்தர்ப்பவாதம் அல்லது நிறுத்திவைத்தல் போன்ற நிலைமைகளைத் தவிர்ப்பதற்காக ஒப்பந்தமானது உள்நடைமுறைப்படுத்தல் வலிமையைக் கொண்டிருத்தல் வேண்டும். திறமையான மற்றும் பொருத்தமான தனியார் பங்கேற்பாளர்கள் மூலம்

திட்டங்களை நிறைவேற்றுவதற்குத் தமிழ்நாட்டிற்குத் தனியார் பங்கேற்பாளர்களைத் தேர்ந்தெடுப்பதற்கான மதிப்பீட்டு அளவுகோல் மிக முக்கியமானதாகும். இங்கு விவாதிக்கப்பட்ட படிப்பினைகள் பொது-தனியார் கூட்டாண்மைத் திட்டங்களின் இந்திய அனுபவத்திலிருந்து பெறப்பட்டதாகும். இவை தமிழ்நாட்டுக்கு பொது-தனியார் கூட்டாண்மைத் திட்டங்களின் கட்டமைப்பு மற்றும் அதன் உள்கட்டமைப்புத் திட்டங்களின் சிறந்த வடிவமைப்புக்காக உதவலாம்.

குறிப்புகள்

1. Infrastructure is of two types: (i) human or social infrastructure; and (ii) physical or economic infrastructure. Human infrastructure comprises sectors like education and health, whereas physical infrastructure consists of various sectors, like roads, ports, airports, telecommunications, power, water, and sanitation. Each sector has its own peculiarities and specific challenges.

2. 'Value for money' is the concept used by several public agencies or organisations (such as World Bank, OECD, and government departments) to judge the suitability of the PPP model to provide public infrastructure. Value for money calculates the expected benefits and costs during the life cycle of the project under the PPP model vis-à-vis the traditional methods of procuring the public infrastructure (Grimsey & Lewis, 2005; OECD, 2008). However, there is no uniformity across the countries or organisations to measure it (Burger & Hawkesworth, 2011).

3. For example, it was very difficult to predict in early 1990s about the uses of computerised electronic equipment for toll collections on roads, which helped to reduce congestions and improve operational efficiency. In all the upcoming projects of national highways, the use of these techniques is mandatory.

4. Recently, India experimented with the Annuity contract by modifying its financing structure. In the modified contracts—called Hybrid Annuity Model— the government supports the private partner with the upfront 40% financial contribution of the total project cost during the construction phase, and the rest 60% paid in terms of annuity payments while the project is under the operation period. As this modified model is at its nascent stage, the performance and outcomes of this model will unfold in the future.

நூல் பட்டியல்

Burger, P. and I. Hawkesworth, 'How To Attain Value for Money: Comparing PPP and Traditional Infrastructure Public Procurement', *OECD Journal on Budgeting*, 2011(1), January 2011, pg. 1-56, available at https://www.oecd.org/gov/budgeting/49070709.pdf, accessed on 3 November 2021.

Fourie, F. CvN. and P. Burger, 'An Economic Analysis and Assessment of Public-Private partnerships (PPPs)', *South African Journal of Economics*, 68(4), December 2000, pg. 305–316, available at https://doi.org/10.1111/j.1813-6982.2000.tb01274.x, accessed on 3 November 2021.

Government of Tamil Nadu, *Vision Tamil Nadu 2023: Strategic Plan for Infrastructure Development in Tamil Nadu*, March 2012, available at http://www.spc.tn.gov.in/pdfs/TN_Vision_2023.pdf, accessed on 3 November 2021.

Grimsey, D. and M. K. Lewis, *Public Private Partnerships: The Worldwide Revolution in Infrastructure Provision and Project finance*, Edward Elgar, 2004, available at https://www.elgaronline.com/view/9781840647112.xml, accessed on 3 November 2021.

Grimsey, D. and M. K. Lewis, 'Are Public Private Partnerships value for money?', *Accounting Forum*, 29(4), 2005 pg. 345–378, available at https://doi.org/10.1016/j.accfor.2005.01.001, accessed on 3 November 2021.

Hellebrandt, T. and P. Mauro, *World on the Move: The Changing Global Income Distribution and Its Implications for Consumption Patterns and Public Policies* (Policy Brief 15-21), Peterson Institute for International Economics, November 2015, available at https://www.piie.com/sites/default/files/publications/pb/pb15-21.pdf, accessed on 3 November 2021.

Kumar, C., *Opportunism and Hold-up in the Incomplete Public Private Partnership (PPP) Contracts* (Working Paper 2018-012), Indira Gandhi Institute of Development Research, March 2018, available at http://www.igidr.ac.in/pdf/publication/WP-2018-012.pdf, accessed on 3 November 2021.

Kumar, C., *Effects of Contract Governance on Public Private Partnership (PPP) Performance* (Working Paper 2018-014), Indira Gandhi Institute of Development Research, March 2018, available at http://www.igidr.ac.in/pdf/publication/WP-2018-014.pdf, accessed on 3 November 2021.

Kumar, C., *Role of Bidding Method and Risk Allocation in the Performance of Public Private Partnership (PPP) Projects* (Working Paper 2018-013), Indira Gandhi Institute of Development Research, March 2021, available at http://www.igidr.ac.in/pdf/publication/WP-2018-013.pdf, accessed on 3 November 2021.

Li, B., A. Akintoye, P. J. Edwards, and C. Hardcastle, 'Critical success factors for PPP/PFI projects in the UK construction industry', *Construction Management and Economics*, 23(5), 2005, pp. 459–471, available at https://doi.org/10.1080/01446190500041537, accessed on 3 November 2021.

Lonsdale, C., 'Contractual Uncertainty, Power and Public Contracting', *Journal of Public Policy*, 25(2), pg. 219–240, 2005, available at https://doi.org/10.1017/S0143814X05000334, accessed on 3 November 2021.

Mody, A. and D. K. Patro, 'Valuing and accounting for loan guarantees', *The World Bank Research Observer*, 11(1), 1996, pg. 119–142, available at https://doi.org/10.1093/wbro/11.1.119, accessed February 2022.

Moore, M. A., A. E. Boardman, and A. R. Vining, 'Analyzing risk in PPP provision of utility services: A social welfare perspective', *Utilities Policy*, 48, October

2017, pg. 210–218, available at https://doi.org/10.1016/j.jup.2017.08.008, accessed on 3 November 2021.

Organisation for Economic Co-operation and Development (OECD), *Public-private partnerships: In pursuit of risk sharing and value for money*, June 2008, available at https://www.oecd.org/gov/budgeting/public-privatepartnershipsinpursuitofrisksharingandvalueformoney.htm, accessed on 3 November 2021.

Pargal, S., *Concession for the Delhi Noida Bridge* (Case Study), Planning Commission, Government of India, August 2007, available at https://ppp.worldbank.org/public-private-partnership/sites/ppp.worldbank.org/files/documents/Concession%20for%20Delhi%20Noida%20Bridge_EN.pdf, accessed on 3 November 2021.

Pratap, K. V., 'Delhi Airport Metro Fiasco: What Can Be Done to Redeem the Project?', *Economic and Political Weekly*, 48(49), 07 December 2013, pg. 18–20, available at https://www.epw.in/journal/2013/49/commentary/delhi-airport-metro-fiasco.html, accessed on 3 November 2021.

Staff Team Led by Richard Hemming, *Public-Private Partnerships, Government Guarantees, and Fiscal Risk*, International Monetary Fund, 2006, available at https://www.imf.org/External/Pubs/NFT/2006/ppp/eng/ppp.pdf, accessed on 3 November 2021.

16

சென்னையில் மலிவான வீட்டுவசதி
கோவிட்-19க்குப் பிந்தைய வாய்ப்புவளங்கள்

கேரன் கோயெல்ஹோ, ஏ. ஸ்ரீவத்சன்

இந்தக் குறிப்பானது, சென்னைப் பெருநகர்ப் பகுதியில் ஓர் ஐந்தாண்டுக் கால அளவில் (2013–2018) பெறப்பட்ட தரவுகளின் அடிப்படையில் மலிவான வீட்டுவசதியின் இயங்கியலையும் தீர்மானிக்கும் சக்திகளையும் கோடிட்டுக் காட்டுகிறது. சென்னையின் வீட்டுவசதிப் பற்றாக்குறையையும் தாங்கும்திறன் எல்லையையும், மலிவான வீட்டுவசதியை வழங்குவதில் அரசு மற்றும் தனியாரின் பங்கையும் கோடிட்டுக் காட்டுவதுடன், அத்தகைய வீட்டுவசதி வழங்கலை நோக்கமாகக் கொண்ட அரசின் ஊக்குவிப்புகளுக்குக் கட்டுமானர்களின் எதிர்வினைகளை விவாதிக்கவும் செய்கிறது. அது பெருந்தொற்றுப் பரவலுக்குப் பிந்தைய மலிவான வீட்டுவசதிக்கான சந்தை குறித்த ஒருசில கருத்துரைகளுடன் முடிவடைகிறது.

வீட்டுவசதிக்கான தேவையும் பற்றாக்குறையும்

வீட்டுவசதிக்கான தேவையையும் பற்றாக்குறையையும் வேறுபடுத்திட வேண்டியது அவசியமாகும். தமிழ்நாடு குடிசைப்பகுதி மாற்று வாரியம் போன்ற வீட்டுவசதி முகவாண்மைகள் அடிக்கடிப் பயன்படுத்தும் வீட்டு வசதித் தேவை என்பது, பிரதமரின் வீட்டுவசதித் திட்டம் (பிரதான் மந்திரி ஆவாஸ் யோஜனா) போன்ற வழங்குதலைத் தூண்டும் திட்டங்களின் கீழ் கட்டப்படும் வீட்டுவசதி இருப்புகளின் அளவைத் தீர்மானிப்பதற்கானதாகும். அது நடுத்தர வருவாய் மற்றும் உயர் வருவாய் குடும்பங்கள் உள்ளிட்ட புதிய வீட்டுவசதிக்கான அகநிலையாக வரையறுக்கப்பட்ட தேவையைக்

கவர்கிறது. மறுதலையாக, பற்றாக்குறை ஒரு சுட்டிக்காட்டியாக அவசியம், இடைவெளி, தாங்குந்திறன் ஆகியவற்றை மேலும் கச்சிதமான இலக்காகக் கொண்டிருக்கிறது. நகர்ப்புற வீட்டுவசதி பற்றாக்குறை (2011) குறித்த தொழில்நுட்பக்குழுவின் கூற்றுப்படி, வீட்டுவசதிப் பற்றாக்குறையானது, நெரிசலான வீடுகள், காலாவதியான வீடுகள், பயன்படுத்த முடியாத கச்சா வீடுகள், வீடற்ற குடும்பங்கள் ஆகிய நான்கு வகைகளை உள்ளடக்கியது ஆகும். இந்த அளவீடுகளையும், 2011ஆம் ஆண்டின் மக்கள்தொகைக் கணக்கெடுப்பின் தரவுகளையும், மிக அண்மைக்காலத் தேசிய மாதிரி அமைப்பின் வீட்டுவசதி மற்றும் பராமரிப்பு வசதிக் கணக்கெடுப்பின் விவரங்களையும் பயன்படுத்தி, அதாவது, 69ஆவது சுற்று, நாம் சென்னைக்கான வீட்டுவசதிப் பற்றாக்குறையைக் கணக்கிட்டோம். இந்த அணுகுமுறையைப் பயன்படுத்தி, சென்னைக்கான (சென்னைப் பெருநகர மாநகராட்சிப் பகுதி) மொத்த வீட்டுவசதிப் பற்றாக்குறையானது, 2.96 இலட்சம் நெரிசல் மிகுந்த குடும்பங்கள் மற்றும் 0.03 இலட்சம் வீடற்ற குடும்பங்கள் ஆகியவற்றை உள்ளடக்கிய 2.99 இலட்சம் குடும்பங்கள் என மதிப்பிடப்பட்டது. சென்னைப் பெருநகரப் பகுதியைப் பொறுத்தவரை, வீட்டுவசதிப் பற்றாக்குறை 8.85 இலட்சம் குடும்பங்களாக இருந்தது.[1]

வீட்டுவசதி மலிவாக்கம்

பிற அத்தியாவசிய வசதிகளை விட்டுத்தராமல், வீட்டுவசதிக்கு ஒவ்வொரு குடும்பமும் எவ்வளவு செலவிட முடியும் என்பதைப் பொறுத்து வீட்டுவசதியை மலிவாக்குதல் வரையறை செய்யப்படுகிறது. வீட்டுவசதியை மலிவாக்குதலில் மிகவும் பரவலாக ஒப்புக்கொள்ளக்கூடிய அளவீடுகள் ஒரு குடும்பத்தின் ஆண்டு வருவாயின் (தீபக் பரேக் குழுவின் அறிக்கையிலும் கே.பி.எம்.ஜி. அறிக்கையிலும் முறையே நிறுவப்பட்டுள்ளபடி) நான்கிலிருந்து ஐந்து மடங்குகள் ஆகும். பொருளாதாரத்தில் பின்தங்கிய பிரிவு, குறைந்த வருவாய்ப் பிரிவு ஆகியவற்றைச் சேர்ந்த குடும்பத்தினரின் மாதவருவாயும், குறைந்த சேமிப்பு விகிதம் காரணமாக அவர்களின் செலவினமும் சமமானதாகவே இருக்கிறது என்று வைத்துக்கொண்டு, தேசிய மாதிரி ஆய்வுஅமைப்பின் (66ஆவது சுற்று) கணக்கெடுப்பின் செலவினத் தரவைப் பயன்படுத்தி, சென்னையின் மலிவாக்குதலின் ஆரம்ப நிலையைப் பொருளாதாரத்தில் பின்தங்கிய பிரிவைச் சேர்ந்த குடும்பங்களுக்கு ரூ. 8 இலட்சம் முதல் ரூ. 10.2 இலட்சம் வரை எனவும், குறைந்த வருவாய்ப் பிரிவைச் சேர்ந்த குடும்பங்களுக்கு ரூ. 16 இலட்சம் முதல் ரூ. 20 இலட்சம் வரை எனவும் நாங்கள் கணக்கிட்டோம்.

எனினும், நடைமுறையில் அரசு நிறுவனங்களும் அதைப்போலவே தனியார் கட்டுநர்களும் 'மலிவான வீட்டுவசதி' என்பதை 300 சதுர அடி முதல் 600 சதுர அடி வரை கொண்ட வீடுகளாக அவற்றின் அளவை வைத்தே தீர்மானிக்க முனைகின்றனர். நாங்கள் கீழே காட்டும் வகையில், இந்த அணுகுமுறையானது அரசின் வீட்டுவசதி வாரியமும் அதைப்போல தனியார் துறையினரும் உருவாக்கிய பெரும்பாலான 'மலிவான வீட்டுவசதி'களைப் பின்தங்கிய பிரிவைச் சேர்ந்த குடும்பங்களுக்கும் குறைந்த வருவாய்ப் பிரிவைச் சேர்ந்த குடும்பங்களுக்கும் மலிவானதாக இல்லாததாக ஆக்கிவிட்டிருக்கிறது.

வீட்டுவசதியை வழங்குதல்

சென்னையில், மலிவான வீட்டுவசதியைப் பொதுத் துறைகளும், தனியார் துறைகளும் வழங்கிவருகின்றன. பொதுத் துறையானது மலிவான வீட்டுவசதி வழங்கலைப் பொருளாதாரத்தில் பின்தங்கிய பிரிவினர் மீது கவனம் குவிக்கும் தமிழ்நாடு குடிசைப் பகுதி மாற்று வாரியம் மூலமாகவும், குறைந்த வருவாய்ப் பிரிவினர், நடுத்தர வருவாய்ப் பிரிவினர், உயர் வருவாய்ப் பிரிவினர் ஆகியோரின் குடும்பங்களுக்கு வீடுகளை வழங்கும் தமிழ்நாடு வீட்டுவசதி வாரியம் மூலமாகவும் வழங்குகின்றன. கடந்த 5 ஆண்டுகளுக்கு மேலாக, இவ்விரண்டு அமைப்புகளும் இணைந்து, தமிழ்நாடு குடிசைப்பகுதி மாற்று வாரியம் 1.16 இலட்சம் வீடுகள், தமிழ்நாடு வீட்டுவசதிவாரியம் 4,000 வீடுகள் என்கிற கணக்கில், சென்னையில் 1.2 இலட்சம் 'மலிவான வீட்டுவசதி' வீடுகளை உருவாக்கியுள்ளன. தமிழ்நாடு வீட்டுவசதி வாரியம் கடந்த 5 ஆண்டுகளில், குறைந்த வருவாய்ப் பிரிவினருக்கான வீட்டுவசதி அலகுகளாக ('மலிவானதாக இல்லாத' அலகுகள் உள்ளிட்ட) 6,045 வீடுகளைக் கட்டியுள்ளது. இந்த வீடுகளுக்குக் குறைந்த வருவாய்ப் பிரிவினருக்கான மலிவாக்கல் தொடக்க விலையை மிகவும் கடந்து, ரூ. 13 இலட்சம் முதல் ரூ. 49.5 இலட்சம் வரை விலை நிர்ணயம் செய்யப்பட்டுள்ளது. தமிழ்நாடு வீட்டுவசதி வாரியம் இனிமேலும் மானிய விலையில் வீடுகளை வழங்கப்போவதில்லை; தனியார் துறையினர் அளிக்கும் விலையுடன் ஒப்பிடும் வகையில், குறைந்த வருவாய்ப் பிரிவினருக்கான வீடுகளுக்கும் உயர் வருவாய்ப் பிரிவினருக்கான வீடுகளுக்கும் சதுர அடி விலைகள் ஒரேவிதமாக இருக்கிறது; பொருளாதாரத்தில் பின்தங்கிய பிரிவைச் சேர்ந்த குடும்பங்களுக்கான மலிவாக்கல் அளவீடுகளுக்கு ஏற்றவகையிலான வீட்டுவசதியைத் தமிழ்நாடு குடிசைப் பகுதி மாற்று வாரியம் மட்டுமே வழங்குகிறது. தமிழ்நாடு குடிசைப்பகுதி மாற்று வாரியத்தின் வீட்டுவசதித் தொகுப்பானது, ஜவகர்லால் நேரு தேசிய

நகர்ப்புறப் புனரமைப்பு இயக்கம், ராஜீவ் ஆவாஸ் யோஜனா, வசிப்பிடக் கட்டுமானம் மற்றும் பாழடைந்த வசிப்பிடங்களின் புனரமைப்புக்கான அரசு நிதி, குறிப்பான அரசு நிதிநல்கைகள் (13ஆவது நிதிக் குழு), அவசரகால சுனாமி மறுகட்டமைப்புத் திட்டம், பிரதமரின் வீட்டுவசதித் திட்டத்தின் கீழ் செயல்படும் அனைவருக்கும் வீட்டுவசதித் திட்டம் போன்ற பல்வேறுபட்ட திட்டங்களின் வாயிலாக உருவாக்கப்பட்டது.

தனியார்த் துறையினரால் வழங்கப்படும் மலிவான வீட்டுவசதித் தொகுப்பை மதிப்பிடுவதற்கு, நாம் சென்னைப் பெருநகர் வளர்ச்சிக் குழுமத்தாலும், சென்னைப் பெருநகரப் பகுதியிலுள்ள உள்ளாட்சி அமைப்புகளாலும் வழங்கப்பட்ட கட்டிட ஒப்புதல்களையே சார்ந்திருக்க வேண்டியுள்ளது. தனியார்த் துறையினரின் மலிவான வீட்டுவசதித் தொகுப்பு முக்கியமாக அரசின் ஒழுங்குமுறைகள் மூலமாகவே உருவாக்கப்படுகிறது. சென்னைப் பெருநகர் வளர்ச்சிக் குழுமம், முந்தைய வளர்ச்சிக் கட்டுப்பாட்டு விதிகள் மூலம், ஒரு ஹெக்டேருக்கு மேற்பட்ட குடியிருப்புத் திட்டங்களில் 10% பகுதியைக் குறைந்த வருவாய்ப் பிரிவினருக்கான 45 சதுர மீட்டர்களுக்கு மிகாத அலகுள்ள வீட்டுவசதி அலகுகளுக்கு ஒதுக்கிட வேண்டும் எனக் கட்டாயமாக்கியது. கடந்த 5 ஆண்டுகளுக்கு மேலாக, இந்த வளர்ச்சி விதிகள் மொத்தத் தொகுப்பில் 9% அளவிலான சிறப்புக் கட்டிடங்கள், அடுக்குமாடிக் கட்டிடங்கள், அமைவிடங்கள் ஆகிய வகைகளில் ஏறத்தாழ 12,200 அலகுகளை உண்டாக்குவதில் சென்றுமுடிந்துள்ளது. ஆயினும், இந்த அலகுகளின் சராசரி விலை ரூ.30.2 இலட்சமாக இருப்பதால், பெரும்பகுதி சென்னையின் மலிவாக்கல் உச்சவரம்புக்கு அப்பால் போய்விடுகிறது. இந்தக் குடியிருப்புக் கட்டுமானங்களில் பெரும்பான்மையும் புறநகர்ப் பகுதிகளில் நிலத்தின் விலைகள் குறைவாக உள்ளதால் அங்கு அமைந்துவிடுகின்றன.

மொத்த அளவிலான குடியிருப்புக் கட்டுமானங்கள் ‘சாதாரணக் கட்டிடங்கள்’ என்ற வடிவிலேயே அமைந்துவிடுகின்றன (தரைப்பகுதி 300 சதுர மீட்டருக்குக் கீழ் மற்றும் உயரம் தரைத்தளம் + ஒரு மாடி). இந்த வகையானது குறைந்த வருவாய்க் குடும்பங்களுக்குரிய ஒழுங்குமுறையைக் கொண்டிருக்கவில்லை யெனினும், இது குறைந்த அளவில் அமைந்த குடியிருப்பு அலகுகளின் கணிசமான எண்ணிக்கையை உருவாக்குகிறது. சென்னைப் பெருநகர மாநகராட்சி மற்றும் மூன்று நகராட்சிகளிலிருந்து பெறப்பட்ட எங்கள் ஆய்வின் ஒப்புதல்கள் இந்த அதிகார வரம்புகளுக்குள் இருக்கும் மொத்தத் தொகுப்பின் 22% முதல் 45% வரை சிறிய அலகுகள் கொண்டிருப்பதைச் சுட்டிக் காட்டுகின்றன.[2] இந்த எண்ணிக்கைகள் கணிசமான மொத்த மலிவான வீட்டு

வசதி 300 சதுர மீட்டருக்கும் குறைவான சிறிய மனைகளில் உருவாக்கப்படுவதைப் பரிந்துரைக்கின்றன.

மலிவான வீட்டுவசதியை வழங்குவதில் தனியார் துறையின் கண்ணோட்டங்கள்

தனியார்க் கட்டுநர்களைப் பொறுத்தவரையில், மலிவான வீட்டுவசதி என்பதன் பொருள் அதன் அளவின் அடிப்படையில், வழக்கமாக 600 சதுரஅடிக்கும் கீழாக எனத் தீர்மானிக்கப்பட்டது. இவ்வாறு, மலிவான வீட்டுவசதியின் தனியார் வழங்கல் ரூ. 15 இலட்சத்திலிருந்து ரூ. 25 இலட்சம் வரை என்கிற அளவிலான (பொதுவாக நகரின் புறப்பகுதிகளில் அமைந்திருக்கும்) அலகுகளைக் கொண்டிருக்கும். 300 முதல் 600 சதுரஅடிகொண்ட அவற்றின் உச்ச வரம்பு ரூ. 40 இலட்சமாகும். மலிவான வீட்டுவசதியின் சரக்கு மற்றும் சேவை வரியின் மேலெல்லையையும் சேர்த்தால் ஆகும் ரூ. 45 இலட்சம் என்பது குறிப்பாக நிலத்தின் விலை அதிகமுள்ள சென்னைக்கு மிகவும் அதிக விலையாகும். இந்த விலையை உச்சவரம்பை விடவும் அதிகமாக அடிப்படையாக ஆக்குகிறது.

வீடுகளைக் கட்டி விற்போர், மலிவுவிலை வீடுகளை வாங்குவோரை இரண்டு வகையினராக அடையாளம் காண்கின்றனர்: தாங்கள் குடியேறி வசிக்கும் நோக்கத்துடன் விலை குறைந்த வீடுகளை நாடும் வருமான அடிப்படையிலான வாங்குவோர் ஒரு வகை; மலிவான இரண்டாவது வீட்டைச் சற்று அதிகமான விலைக்கு முதலீடாகக் கருதி வாங்கிப்போட்டு, வாடகைக்குவிட்டு வருமானம் சேர்க்கும் அல்லது சொத்தின் மதிப்பு கூடிக்கொண்டேபோகும் என்பதை மனதில்வைத்து யூகவணிக அடிப்படையில் வாங்குவோர் இன்னொரு வகை. இந்த இரண்டாவது வகையினர் மலிவான வீட்டுவசதிச் சந்தையில் 50% அளவுக்கு உள்ளனர்.

ரூ.20 இலட்சம் அளவுக்கும் குறைவாக வீட்டுவசதியை வழங்குவதில் வெற்றியடைந்த வீடுகளை விற்போர் செலவுகளைக் குறைப்பதற்காக உள்ளே அனைத்துச் செயல்பாடுகளையும் கட்டுப்படுத்த முனைந்தனர். ஆயினும், இது இந்த ஒன்றிணைந்த செயல்களை நிலைநிறுத்தத் தேவையான பணம், சக்தி, நேரம் ஆகியவற்றை முதலீடு செய்யும் திறன் கொண்ட பெரிய அளவிலான கட்டுமானர்களுக்கு மட்டுமே இயல்வதாக இருந்தது. சிறிய கட்டுமானர்கள் ரூ. 30 இலட்சம் முதல் ரூ. 50 இலட்சம் வரையிலான வீட்டுவசதியை மட்டுமே வழங்க முடிந்தது.

மலிவான வீட்டுவசதித் திட்டங்கள் நகரின் மையத்திலிருந்து பெரிதும் விலகி, நிலத்தின் விலை சுற்றுப்புறப் பகுதிகளில் நிலத்தின் விலை மிகவும் குறைவு என்பதால் அங்கு அமைகின்றன. படங்கள் 1 மற்றும் 2 பலதரப்பட்ட வழங்குநர்களால் சென்னைப் பெருநகர்ப் பகுதியின் நிலப்பரப்பெங்கும் விநியோகிக்கப்பட்ட மலிவான வீட்டுவசதித் தொகுப்பின் ஒரு சித்திரத்தை அளிக்கிறது. திட்டங்கள் வீடுகளை வாங்குவோரையும் வாடகைக்குக் குடியிருக்க வருவோரையும் ஒருங்கே கவரும்வகையில், போக்குவரத்து இணைப்புவசதி மற்றும் தங்கள் பணியிடங்களுக்கு அருகில் அமைந்திருப்பது ஆகிய இரட்டை நன்மைகளைக் கொண்டிருக்கும் இரண்டு முக்கியத் தொழிற்கூடப் பகுதிகளான ஜி.எஸ்.டி. சாலை மற்றும் பழைய மகாபலிபுரம் சாலை நெடுகிலும் அமைக்கப்பட்டிருக்கின்றன.

சென்னைப் பெருநகர்ப் பகுதி எல்லைகளின் விரிவாக்கமானது சொத்து விலைகளில் ஓர் உயர்வுக்கு வழிவகுக்கும் என்றும் இந்தச் சூழ்நிலையின் அவசியம் முதலில் செல்வோர் என்னும் சாதகமான அம்சத்தைக் கொண்டிருக்கும் என்றும் வீடுகளை உருவாக்கி விற்போர் நம்பவும் செய்தனர். இறுதியாக, அவர்கள் நடப்பிலுள்ள தற்போதைய அரசுக் கொள்கைகளும் ஒழுங்குமுறைகளும் பிற்போக்கானவையாகவும் மலிவான வீட்டுவசதி வழங்குதலை உறுதிப்படுத்தும்வகையில் உண்மையான கருதுதலைக் கொள்ளாது இயல்பில் தொலைநோக்கு இல்லாமல் இருப்பதாகவும் உணர்கின்றனர்.

தனியார் கட்டுநர்களுக்கு அரசு அளிக்கும் ஊக்குவிப்புகளின் செயல்திறன்

அதிகரிக்கப்பட்ட தரைப்பரப்பு அட்டவணை

ஒரு மனையில் கட்டுமானம் செய்திருக்கும் அதிகபட்சப் பகுதியான தரைப்பகுதி விகிதமே அதிகரிக்கப்பட்ட தரைப்பரப்பு அட்டவணையாகும். அது விற்பனை விலையில் வரையறுக்கப்பட்ட தாக்கத்தையே கொண்டிருந்தது. கூடுதலாக அதிகரிக்கப்பட்ட தரைப்பரப்பு அட்டவணை நிலத்தின் விலையைக் குறைக்கலாம் என்று பரவலாக நம்பப்பட்டாலும், மொத்த விலையில் நிலத்தின் விலை ஓரேஒரு கூறு தான் என்பதால் இந்த அளவானது விற்பனைவிலையில் சிறியதொரு தாக்கத்தை மட்டுமே கொண்டிருந்தது எனக் கட்டுநர்கள் வெளிப்படுத்தினர். கட்டுமானச் செலவு, ஒப்புதல் செலவு, சந்தை இயங்கியல் ஆகியவை விற்பனைவிலையில் குறிப்பிடத்தக்க தாக்கத்தை ஏற்படுத்தியது. ஒரு குறிப்பிட்ட உயரத்திற்குப் பின், கட்டுமானச்

படம் 1
சென்னைப் பெருநகர்ப் பகுதியில் சொத்து விலைகளைக் காட்டும் எல்லைக்கோட்டு வரைபடம்

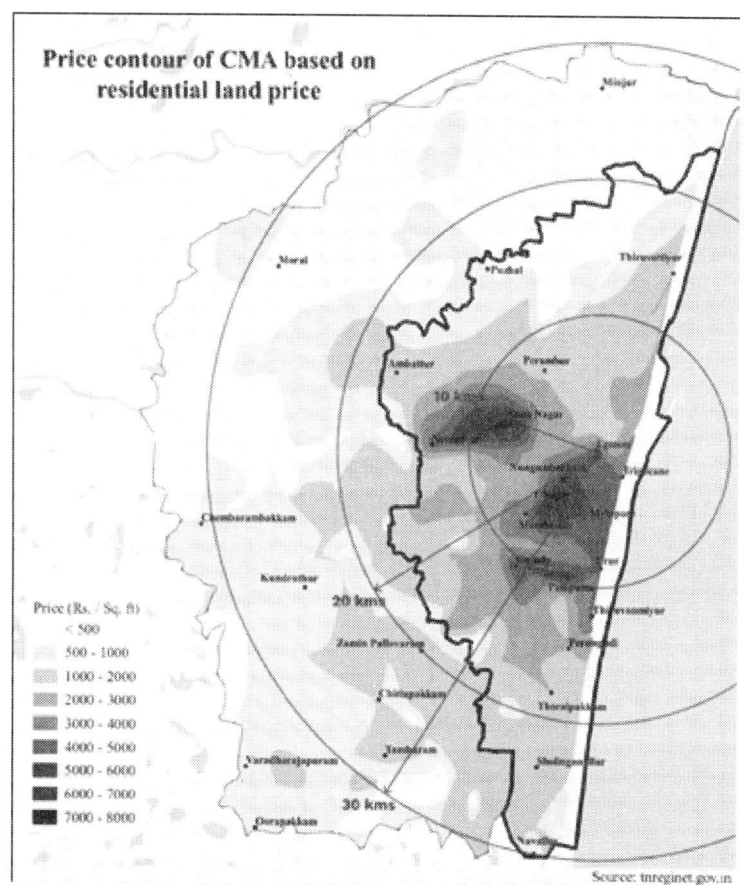

Source. Coelho & Srivathsan (2020).

படம் 2
விலை வரையறைகளைச் சித்திரிக்கும் மலிவான வீட்டுவசதித் தொகுப்பின் வரைபடம்

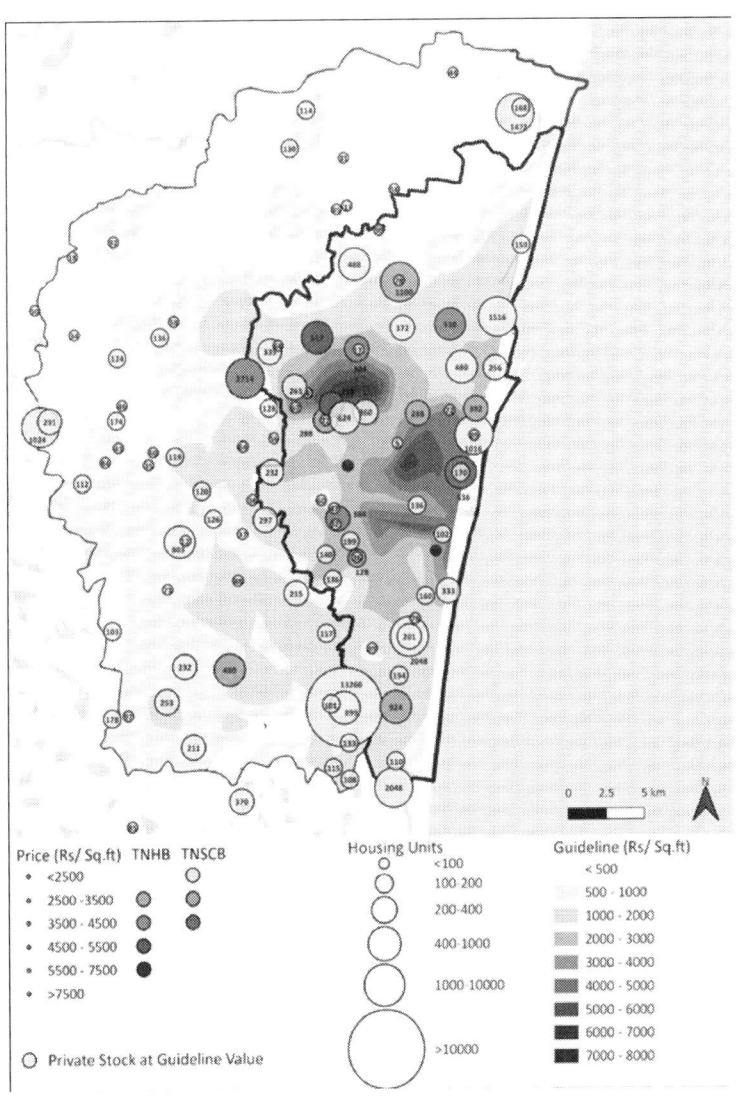

Source. Coelho & Srivathsan (2020).

செலவு நிலத்தின் விலையை விஞ்சி, கூடுதலாக அதிகரிக்கப்பட்ட தரைப்பரப்பு அட்டவணையின் பயன்களைக் குறைக்கிறது. சிறப்புக் கட்டிடங்களைப் பொறுத்தவரையில், கட்டிட உயர ஒழுங்குமுறை காரணமாக, கட்டிடங்களைக் கட்டி விற்போர் தங்களால் கூடுதலாக அதிகரிக்கப்பட்ட தரைத்தள அட்டவணையைப் பயன்படுத்த முடியவில்லை எனக் கூறினர். சிறிய கட்டுநர்கள், 700 முதல் 1,000 சதுர அடி வரையிலான அளவு கொண்ட சிறிய அலகுகளை, ரூ. 30 இலட்சம் முதல் ரூ. 50 இலட்சம் வரையிலான விற்பனைவிலையில் அளிக்கவே விரும்புவதால் அவர்கள் கூடுதலாக அதிகரிக்கப்பட்ட தரைப்பரப்பு அட்டவணையைப் பயன்படுத்தவில்லை.

கடன் வழங்குதலுடன் இணைந்த மானியத் திட்டம்

பிரதமரின் வீட்டுவசதித் திட்டத்தின் ஓர் ஆக்கக்கூறான கடன் வழங்குதலுடன் இணைந்த மானியத் திட்டமனது, வீட்டுவசதி கடனுக்கான வட்டிக்கு மானியம் அளிப்பதன் மூலம் குடும்பங்களின் நிதிச் சுமையைக் குறைப்பதுடன், தேவையானவர்களுக்குச் சலுகைகள் வழங்கும் ஒரு முக்கியமான திட்டமாகவும் உள்ளது. ஆயினும், பல்வேறு காரணங்களுக்காக ஒரு வீட்டை வாங்குவதற்குக் குறைந்த வருவாய்க் குடும்பங்களை இயலச்செய்யும் வகையில் வரையறுக்கப்பட்ட தாக்கமே இருந்ததை வீடுகளைக் கட்டி விற்போர் கண்டனர். முதலில், பல குறைந்த வருவாய்க் குடும்பங்களைச் சேர்ந்தோருக்கு முறையான வேலைவாய்ப்பும் அவசியமான ஆவணங்களும் இல்லாததால் அவர்களால் முறையான நிதிஉதவியைப் பெறமுடியவில்லை. இரண்டாவதாக, மலிவான வீட்டுவசதிக்கான விலைகள் ரூ. 15 இலட்சத்திலிருந்தே தொடங்குவதால், நடப்பிலுள்ள வீட்டுவசதிக்கான சந்தையானது பொருளாதாரத்தில் பின்தங்கிய பிரிவைச் சேர்ந்த குடும்பங்களின் தேவையை நிறைவுசெய்வதாயில்லை. அவர்களால் இந்த விலையின் 10% முன்தொகையைத் தம் சொந்தப் பொறுப்பில் செலுத்தவும் இயலவில்லை. கடன் வழங்குதலுடன் இணைந்த மானியத் திட்டத்தின் பயன்களுடன் என்றாலும் கூட, 54% அளவுக்கு வரும் வருமான விகிதத்திற்கான சமமாகப் பங்கிடப்பட்ட மாதாந்தரத் தவணைத்தொகையானது, பரிந்துரைக்கப்பட்ட 30%–40% என்பதைவிட அதிகமானது. மூன்றாவதாக, குறைந்த வருவாய்க் குடும்பத்தினர் தவணைத்தொகையைச் செலுத்தாமல் தவறிவிடக்கூடிய வாய்ப்பும் உள்ளதால் அவர்களுக்கு வங்கிகளும் நிதிநிறுவனங்களும் உயர்ந்த வட்டிவிகிதமான 14% என்பதை விதிக்கின்றன. இறுதியாக, வீடுகளைக் கட்டி விற்றுவருவோர் கூற்றின்படி, குறைந்த அளவே விளிம்புத் (கமிஷன்) தொகையும் வட்டி வருமானமும் கிடைக்கும் என்பதால் குறைந்த அளவுள்ள வீடுகளுக்குக் கடன் வழங்குவதில் வங்கிகள் ஆர்வம் காட்டுவதில்லை.

பொருளாதாரத்தில் பின்தங்கிய பிரிவினருக்கான வீட்டுவசதித் திட்டத்திற்கு நில ஒதுக்கீடு

முந்தைய வளர்ச்சிக் கட்டுப்பாட்டு ஒழுங்குமுறைகள் 45 சதுரமீட்டர் அளவுக்கும் குறைவான அலகுகளைக் 'குறைந்த வருவாய் வீட்டுவசதி' என வரையறுத்து அவற்றின் வளர்ச்சிக்காக ஒரு ஹெக்டேருக்கு மேற்பட்ட திட்டங்களில் 10% அளவு நில ஒதுக்கீட்டைக் கட்டாயமாக்கின. இந்தச் சிறிய அலகுளைக் குறைந்த வருவாய்க் குடும்பங்களுக்கு ஒதுக்கீடு செய்திருப்பதை விடவும், உரிய விலைக்கு வாங்க முடிந்தவர்களுக்கே பெரிதும் இவை விற்கப்பட்டதால் அல்லது இவை பெரிய அலகுகளாக ஒன்று சேர்க்கப்பட்டதால், இந்த ஆணை தோல்வியடைந்துவிட்டது. அலகுகளின் அளவைக் குறைப்பதால் மட்டுமே அவை மலிவானதாகி விடாது, குறிப்பாக வளமான பகுதிகளில் அமைந்திருக்கும் திட்டங்களில், என வீடுகளைக் கட்டி விற்போர் திட்டவட்டமாக வலியுறுத்தினர்.

சரக்கு மற்றும் சேவை வரியில் குறைப்பு

2019ஆம் ஆண்டு மார்ச் மாதத்தில், கட்டுமானத்திலிருக்கும் மலிவான வீட்டுவசதித் திட்டங்கள் மீதான சரக்கு மற்றும் சேவை வரி 8% இலிருந்து 1% ஆகக் குறைக்கப்பட்டது. இது ஓர் ஆக்கப்பூர்வமான நடவடிக்கை எனப் பாராட்டப்பட்டாலும், ஒரு நிலத்தை வாங்கும்போது வாங்குவோர் செலுத்தும் வரி அதேசமயம் திரும்பப்பெறப்படுவதால் (input tax credit), வீட்டுவிலைகளின் மீது பெரிய விளைவுகளை அது ஏற்படுத்தாது என வீடுகளைக் கட்டி விற்போர் கூறுகின்றனர். இது அவர்களின் மூலப்பொருட்களின் விலைகளையும் கட்டுமானச் செலவுகளையும் உயர்த்தும் என்றும் வாங்குவோருக்கு விலையை மட்டுப்படுத்தும் என்றும் அவர்கள் கருத்து தெரிவித்தனர்.

தனியார் துறையினர் எதிர்கொள்ளும் சவால்கள்

சென்னையில் அதிக அளவில் மலிவான வீட்டுவசதியை வழங்குவதில் தங்களைக் கட்டுப்படுத்தும் காரணிகள் எவையெவை எனத் தனியார்க் கட்டுமானர்கள் கீழ்க்காணுமாறு பட்டியலிடுகிறார்கள்:

சேவை வசதிகள் செய்துதரப்பட்ட நிலத்தை வழங்குதல்

சாலைகள், கழிவுநீரகற்றுவசதி, குடிநீர் வழங்கல் போன்ற சேவை வசதிகள் இல்லாத நிலத்தை உடைய கட்டுமானர்கள் கணிசமான பணத்தைச் செலவழித்துச் சாலைகளை மேம்படுத்துவது அல்லது முதன்மைச் சாலைகளை ஒட்டியுள்ள அதிக விலையுள்ள நிலத்தை வாங்குவது ஆகிய செயல்களில் ஈடுபடுகின்றனர்.

மனைகளை மேம்படுத்துவதற்குக் குறைந்த முதலீடுகளை மட்டுமே கொண்டிருக்கும் குடும்பங்கள் அல்லது கட்டுநர்களை அனுமதிப்பது, சிறிய நிலமனைகளை அணுக வசதியாக இருக்கும் என்பதால், சாலைப்போக்குவரத்து வசதிகளை அளிப்பது, குறிப்பாகச் சிறிய கட்டுநர்களுக்கும் சிறிய அளவில் கட்டிடங்களைக் கட்டி விற்போருக்கும் முக்கியமானதாக இருக்கும். இது சிறிய மற்றும் மலிவான வீடுகளை வழங்குவதைப் பல மடங்கு அதிகரிக்க வழிவகுக்கும்.

கட்டுமானச் செலவுகள்

கட்டுமானச் செலவுகள் விற்பனை விலையில் பெரும்பங்கை வகிக்கின்றன. சிறப்புக் கட்டிடங்களுக்கான கட்டுமானச் செலவு ரூ. 1,600 முதல் ரூ. 1,800 வரை ஆகிறது. அடுக்குமாடிக் கட்டிடங்களுக்கு என்றால் ரூ. 2,200 வரையிலும் அல்லது தரம் உயர்ந்த எஃகுக் கம்பிகள் மற்றும் பிற மூலப்பொருட்கள், ஆழ்ந்த அடித்தூண்கள், உறுதியான கடைக்கால் ஆகிய தேவைகளின் காரணமாக அதற்கு மேலும் கூட ஆகலாம். மூலப்பொருட்கள் சந்தையின் மோசமான விதிமுறைகள் ஏகபோகத்தை விளைவித்து, விலைகளின் உயர்வுக்கு வழிவகுக்கின்றன எனக் கட்டிடத் தொழில்முனைவோர் கருத்து தெரிவிக்கின்றனர். ஒப்புதல் பெறுவதற்காகக் கையூட்டு கொடுக்க நேர்ந்தால் அந்தத் தொகையும் ஒப்புதல் கணக்கில் சேர்ந்து, இறுதியாகக் கட்டிட விலை அதிகரிப்புக்குக் காரணமாகிறது. புறநகர்ப் பகுதிகளில் குடிமை உள்கட்டமைப்புகளை அரசு செய்து தராததால், கட்டுமானர்கள் அதற்கான பெரும் செலவையும் கூடுதலாக ஏற்க நேரிடுகிறது. இந்தச் செலவுகளும் கூட வாடிக்கையாளர்களின் தலையில் சுமத்தப்படுகின்றன. இவை மட்டுமே மொத்தத் திட்டச் செலவில் 10% அளவுக்கு ஆகிவிடுகின்றன. முத்திரை வரி, பத்திரப் பதிவு மற்றும் மலிவான வீட்டுவசதித் திட்டங்களுக்கான பிற சட்டப்பூர்வமான செலவுகள் ஆகியவை வீட்டுஅலகுகளின் விலையை உயர்த்துவதால், கட்டிடங்களைக் கட்டி விற்போர் அவற்றைக் குறைக்குமாறும் கோரினர்.

சென்னையில் அதிகரிக்கும் சுயக்கட்டுமான வீட்டுவசதி

சென்னையில் மலிவான வீட்டுவசதி வழங்குதலின் மூன்றாவது ஆதாரவளம், தானாகக் கட்டப்பட்ட, 'சுயஉதவி' வீட்டுவசதியின் மூலமானதாகும். 1980ஆம் ஆண்டில் சென்னையில் உலக வங்கியின் தலையீடானது, கட்டுமானக் காலப் பாதுகாப்பு, அடிப்படைச் சேவைகள், கடன்கள் ஆகியவற்றை அளிப்பதன் மூலமாக அத்தகைய வீட்டுவசதியைப் பெரிய அளவில் உருவாக்குவதைச்

சாத்தியப்படுத்தியது. பயன்பெறும் குடும்பங்களால் அதிகரிக்கும் முதலீடுகள் மூலம் அவை சுற்றுப்புறங்களை உருவாக்கவும் மேம்படுத்தவும் செய்து, சென்னையின் வீட்டுவசதி நிலவியலைப் பெரிதும் பாதித்தன. சென்னையிலுள்ள மாதிரிச் சுற்றுப்புறங்கள் மூன்றை எடுத்துக்கொண்டு, இந்தச் செயல்முறைகளையும் அவற்றின் விளைவுகளையும் நாங்கள் ஆய்வு செய்தோம்.

இந்த மூன்றிலுமே குடும்பத்தினரிடையே வீட்டுவசதி நிலைமைகளில் ஒட்டுமொத்தமாக அழுத்தமான மனநிறைவு நிலவுவதை நாங்கள் கண்டோம். இது மூன்று பெரும் காரணிகளிலிருந்து பெறப்பட்டவை: குடியிருப்பு நீண்ட காலமாக நிலைத்திருக்கும் தன்மை, நகருக்குள் உள்ளடங்கியிருத்தல், காலத்திற்கு ஈடுகொடுத்துக் குடும்பத்தின் தேவைகளை அடிப்படையான வீட்டுவசதியை விரிவுபடுத்துவது அல்லது உயர்த்துவது, இறுதியில், வீட்டுவசதி முன்னேற்றங்கள் பற்றிய தனிப்பட்ட சாதனையின் ஓர் உணர்வு மற்றும் சுற்றுப்புறத்துடனான ஒரு நீண்ட கால ஈடுபாடு.

சுயகட்டுமான வீட்டுவசதியானது, பல்வேறுவிதமான கட்டுமான வடிவங்கள், பொருளியல், நகர்ப்புறக் குடியேற்றங்களின் பண்பாடுகள் ஆகியவை தோன்றுவதற்கு வழிவகுக்கிறது. தரமான வீடுகள் மற்றும் சுற்றுப்புறங்களைப் பொறுத்தவரையில் மிகவும் சாதகமான விளைவுகள் மூன்று முதன்மையான காரணிகளிலிருந்து பெறப்பட்டவை: உறுதியான கட்டிடக்காலப் பாதுகாப்பு மற்றும் சொத்துரிமை ஏற்பாடுகள், ஒரு வலிமையான நிறுவனக் கட்டிடக்கலை ஆதரவுடன் கூடிய குடும்பங்கள் அவர்களின் வீட்டுவசதி முயற்சிகளில் மற்றும் நிதியை அணுகுதல்.

மொத்தப் பணச்செலவு அடிப்படையில், சுய உதவி வீட்டுவசதியானது மிகவும் செலவு குறைந்த வீட்டுவசதிக் கட்டுமான வடிவமாக உருவெடுக்கவில்லை. ஆயினும், சீரற்ற செலவு அட்டவணைகள் மற்றும் முடிந்தபோது முதலீடு செய்வதற்கான விருப்பத்தேர்வு ஆகியவை ஏழைக் குடும்பங்களுக்குச் சாத்தியமான விருப்பத்தேர்வாக ஆக்கிற்று. ஒப்பீட்டு நோக்கில் பொருட்களின் அதிக விலை மற்றும் முறைசாரா துறையில் தொழிலாளர்கள் விலைகளைக் கண்டிப்பான முறையில் கட்டுப்படுத்த வேண்டியதன் அவசியத்தைச் சுட்டிக்காட்டுகிறது. இந்தத் துறையிலுள்ள சிறிய ஒப்பந்ததாரர்களின் பங்கு குறிப்பிடத்தக்கதாக உருவெடுத்துள்ளது; ஒழுங்குமுறையின் வளையத்தின்கீழ் இந்தச் செயல்பாட்டாளர்களைக் கொண்டுவரவேண்டியதன் அவசியத்திற்கு அழுத்தம் கொடுக்கிறது; கட்டிட விதிமுறைகள் மற்றும் நியதிகள் உடன் அவர்களைப் பழக்கப்படுத்துகிறது; கட்டிடத் தொழில்நுட்பங்களின் தொழில் நுட்பம் மற்றும் தேர்ச்சி மேம்பாட்டிற்கான வாய்ப்புகளுடன்

அவர்களைத் தொடர்புபடுத்துகிறது. கட்டிட ஒழுங்குமுறையைச் சிறப்பான முறையில் நடைமுறைப்படுத்துவதும் பாதுகாப்பு, வாழ்வுத்திறன் மற்றும் இந்தச் சுற்றுப்புறங்களில் வாழ்வின் தரம் ஆகியவற்றை ஊக்குவிப்பதற்கான ஒரு முக்கிய நிபந்தனயாகத் தோற்றம் கொள்கிறது. தற்போதைய பிரதம மந்திரி வீட்டுவசதி இயக்கத்தின் பயனாளியின் தலைமையிலான கட்டுமானத் திட்டங்கள் நடைபெறும் சூழல்களில் அவை உள்கட்டமைப்பு மற்றும் நிதி ஆதரவுடன் பரந்த அளவிலான தீர்வு ஒன்றினை நடைமுறைப்படுத்தியிருக்கலாம்; சுற்றுப்புறத்தினர் அளவிலான மாறுதல்களை உருவாக்குவதில் அதன் விளைவுகள் தனிநபர் மானிய அணுகுமுறையை விட அதிகப் பயன் நிறைந்தவையாக இருக்கும்.

வாடகைக்கான வீட்டுவசதி

இந்தச் சுய கட்டுமானச் சுற்றுப்புறங்கள் வாடகைக்கான வீட்டுவசதிகளை நிறைந்த அளவில் கொண்டுள்ளன. அவற்றில் பெரும்பான்மையானவை, வாடகைக்குக் குடியிருக்கும் குடும்பங்களின் கட்டிடக்காலப் பாதுகாப்பைப் பாதிக்கும் முறைசாரா வகையிலானவை. உயர்ந்த நிலையிலான கட்டிடப்பாதுகாப்பைக் கொண்டிருந்த உரிமையாளர்கள் இருந்த சுற்றுப்புறங்களில், சில முறையான வாடகை ஒப்பந்தங்கள் இருப்பதைக் காண முடிந்தது. வாடகை அளவுகளைத் தீர்மானிப்பதில் கட்டிடக்காலப் பாதுகாப்பை விடவும், வீட்டின் அளவும் தரமுமே முக்கியப் பங்கை வகித்தன. வாடகைத் தொகையும் காலஇடைவெளியும் சீரற்ற முறையில் அதிகரித்தன. வாடகைக் காலமும் சராசரியாக ஓரளவு நீண்டதாகப் பெரிதும் 7 முதல் 10 ஆண்டுகள் வரையிலானதாக இருந்தது. பல வீடுகளைப் பொறுத்தவரையில், அவற்றின் உரிமையாளர்களுக்கு வாடகையே ஒரே வருமான வாய்ப்பாக இருந்தது.

சில குறிப்பிடத்தக்க அம்சங்கள்

1. வீட்டுவசதியில் ஆதார அடிப்படையிலான கொள்கை வகுத்தலானது, வீட்டுவசதியின் தேவை மற்றும் வழங்குதல் குறித்த, அத்தகைய வசதிகளின் நிலவியல் மற்றும் பல்வேறு துறைகளில் அளிக்கப்பட்டுள்ள மலிவான தொகுப்புகளின் எண்ணிக்கை ஆகியவை, தரப்படுத்தப்பட்ட முறைகளின் மூலம், அரசின் வீட்டுவசதி முகமைகளின் ஊடான தரவுகளின் முறைப்படுத்தப்பட்ட சேகரிப்பையும் இணைப்பையும் கோருகின்றன. கொள்கை வகுத்தல் மற்றும் நடந்துகொண்டிருக்கும் கண்காணிப்பு ஆகியவற்றுக்காகவும் துறைகளுக்கிடையிலான தகவலறிதல் மற்றும் ஆய்வுக்காகவும்

அரசின் வீட்டுவசதி முகமைகளான சென்னைப் பெருநகர் வளர்ச்சிக் குழுமம், தமிழ்நாடு வீட்டுவசதி வாரியம், தமிழ்நாடு குடிசைப்பகுதி மாற்று வாரியம், தமிழ்நாடு மனை விற்பனை ஒழுங்குமுறைக் குழுமம் ஆகியவை ஒருங்கிணைக்கப்பட வேண்டும். வீட்டுவசதியின் கட்டுமானம் குறித்துப் பொதுவாகவும், மலிவான வீட்டுவசதி குறித்துக் குறிப்பாகவும் ஒரு காலாண்டு அறிக்கை, திட்டம் மற்றும் அனுமதிகள் மூலம் பெற்ற ஆதாரங்களுடன் தொகுத்தளிக்கப்பட வேண்டும். அமெரிக்காவில் வருடம் தோறும் வெளியிடப்படும் *'State of the Nation's Housing Report'* போன்ற பருவக்கால அறிக்கைகள் முன்வைக்கப்பட வேண்டும்.

2. குடும்ப வருமானம் மற்றும் விலையின் அடிப்படையிலான மலிவான வீட்டுவசதியை வரையறை செய்வதற்கான ஒரு தெளிவான தொடக்கத்தை வீட்டுவசதி முகமைகள் நிறுவ வேண்டும். அலகின் அளவு என்பது தவறாகக் கொண்டுசெல்லும், உதவாத ஒரு பதின்ம அளவையாகும். சென்னையின் சராசரி குடும்ப வருமானம் தீர்மானிப்பதற்குப் பயன்படுத்தப்பட வேண்டும்; நகரத்தின் கால இடைவெளியிலான தாங்கும்திறன் புதுப்பிக்கப்பட வேண்டும்; நிலம் மற்றும் வீட்டின் விலைகள் முறைப்படுத்தப்பட வேண்டும். தனியார் துறையினராலும் தமிழ்நாடு வீட்டுவசதி வாரியத்தாலும் சென்னையில் உருவாக்கப்பட்ட பெரும்பாலான வீட்டுவசதிகள் தற்போது விலை கூடியதாக இருக்கும் நிலையில், மலிவான வீட்டுவசதி வழங்குதலை அதிகரிக்க வீட்டுவசதிக் கொள்கைகள் மாற்றியமைக்கப்பட வேண்டும்.

3. கூடுதல் தளப்பரப்பு அட்டவணை போன்ற ஊக்குவிப்புகள் வழங்குதலை அதிகரிப்பதும், விலைகளைக் குறைப்பதும் சந்தைச் செயல்பாட்டாளர்களால் நேரடியாகத் தழுவப்படவில்லை. அத்தகைய நடவடிக்கைகளின் வெற்றியானது, மனை விற்பனைச் சந்தையின் நிலை, விற்பனை ஆகாத வீட்டுத்தொகுதிகள், தேவை, பரவலான பொருளாதார நிலைகள் போன்ற காரணிகளைச் சார்ந்து இருக்கின்றன. சலுகைகளும் சட்டத் திட்டங்களும் வருவாய் குறைந்த பிரிவைச் சார்ந்த குடும்பங்களுக்கான ஒதுக்கீடு வழங்குவதை நோக்கமாகக் கொண்டுள்ளன அல்லது மலிவான வீட்டுவசதி வழங்குதலின் அதிகரிப்பானது, எதிர்பார்க்கப்படும் விளைவு, அளவீடுகள், அவற்றை அளவிடுவதற்கான முறைகள் ஆகியவை கொண்ட தெளிவான அறிக்கைகளுடன் இணைக்கப்பட்டு, அவற்றின் செயல்விளைவுக்காக முறையாக மதிப்பீடு செய்யப்பட வேண்டும்.[3]

4. சேவை வசதிகள் செய்துதரப்பட்ட நிலம் வழங்குவதை அதிகரிப்பதானது, மலிவான வீட்டுவசதி வழங்கல் உயர்வுக்கு

முக்கியமானது. குஜராத்தின் நகரத் திட்டமிடல் மற்றும் ஒன்றுதிரட்டுதல் திட்டங்களில் கண்டதைப்போல, சாலைகளின் கட்டம் ஒன்று போடப்பட்டபொழுது, சிறிய மனைஅளவுகளுடன் கூடிய குடியிருப்பு நிலங்கள் தோன்ற வேண்டும் என்பதற்காக அதிக அளவு நிலம் ஒதுக்கீடு செய்யப்பட்டது. இதுவும் வீட்டுவசதித் திட்டங்கள் அதிகரிக்க வழிவகுக்கிறது. அத்தகைய வீட்டுவசதித் திட்டங்கள் பெரிதும் மலிவான விலை அளவுக்கு நெருக்கமாக இருப்பதுடன், வாடகைக்கு விடப்படும் வீட்டுவசதி வழங்குதலின் பெரிய வாய்ப்புவளங்களாகவும் இருக்கின்றன.

5. (இந்திய மனை விற்பனை மேம்பாட்டாளர் கூட்டமைப்பு போன்ற) பெரிய மற்றும் செல்வாக்குள்ள மனை விற்பனைச் சங்கங்களில் உறுப்பினர்களாக இல்லாத, வீடுகளைக் கட்டிச் சிறிய அளவில் விற்பனை செய்வோர் பலர், சிறிய அளவிலான திட்டங்களுக்கு அரசின் கொள்கைகளும் சலுகைகளும் ஆதரவாக இல்லை என்று கருதுகின்றனர். அவர்களே மலிவான வீட்டுவசதித் திட்டங்களின் பெரிய வழங்குநர்களாக இருந்தபோதிலும், அவர்கள் கூடுதல் தளப்பரப்பு அட்டவணை போன்ற அரசின் முன்முயற்சிகள் பெரிய திட்டங்களுடனும் பெரிய கட்டிட மேம்பாட்டாளர்களுடனும் இணைந்துசெல்ல வழிவகுப்பதாகக் கருதுகின்றனர். உயர்த்தப்பட்ட தளப்பரப்பு அட்டவணையைப் பல்வேறு காரணங்களுக்காக நுகர முடியாவிட்டாலும் சிறிய சொத்துகளுக்கு அத்தகைய ஊக்குவிப்புகள் உதவிகரமானதாக இல்லை. சிறிய சொத்துப் பிரிவில் பத்திரப் பதிவுக் கட்டணங்கள் செலுத்துதல் மற்றும் பரிவர்த்தனைச் செலவுகளைக் குறைப்பதற்காகக் கையூட்டு இல்லாமல் திறன் வாய்ந்த ஒப்புதல்கள் பெறுதல் போன்றவற்றில் தங்களுக்குச் சலுகைகள் அளிக்கப்பட வேண்டும் எனச் சிறிய கட்டுநர்கள் எதிர்நோக்குகின்றனர். அவர்களுடைய துறையின் செலவுகள் மீது தெளிவானதும் நேரடியானதுமான தாக்கத்தை அத்தகைய நடவடிக்கைகள் ஏற்படுத்தும் என அவர்கள் கூறுகின்றனர். அவர்களுடைய பார்வையில், சென்னையில் அதிக விலையுள்ள நிலத்திற்காகக் கொடுக்கப்பட்டிருக்கும் விலை அடுக்கில் பல திட்டங்கள் தகுதிபெறமுடியாது என்பதால் ரூ.45 இலட்சத்துக்கும் கீழான மலிவான வீட்டுவசதிக்காகக் குறைந்த சரக்கு மற்றும் சேவை வரிவிகிதம் விதிப்பதுகூட அந்த அளவிற்கு உதவிகரமாக அமையாது எனலாம். தங்களுக்கு அளிக்கப்படும் அனைத்துச் சலுகைகளும் வாடிக்கையாளர்களுக்குக் கையளிக்கப் படுவதில்லை எனப் பல கட்டுநர்களும் ஒப்புக்கொண்டுள்ளனர். எனவே, குறைந்த வருவாய் கொண்ட வீடு வாங்குவோர் பயன் அடைவதற்கு மானியங்களையும் பிற வடிவங்களிலான சலுகை களையும் எவ்வாறு இலக்காக்குவது என்னும் கேள்வி அப்படியே இருக்கிறது.

6. ஆரம்பத்தில் குறைந்த வருவாய்க் குடும்பங்களால் கட்டுமானம் செய்யப்பட்ட வீடுகளுக்கு ஆதரவளித்த அரசின் முயற்சிகள் மூலம் கட்டிடக்காலப் பாதுகாப்பு வசதி மற்றும் கடன் வழங்குதல் ஏற்பாடுகள் நகரத்திற்குள் மலிவான வீட்டுவசதித் தொகுதிகளின் கணிசமான வழங்குதலுக்கு வழிவகுத்தன. இந்தச் சுயக் கட்டுமான வீட்டுவசதி அலகின் நெகிழ்வான மற்றும் விரிவான பயன்களை அனுமதித்ததுடன், குடியிருப்போரின் வருமானத்திற்கும் வாழ்வாதாரத்திற்கும் ஆதரவளித்தது. சாத்தியப்படும் இடங்களில் எல்லாம் முன்இருந்த அதே இடத்தில் சுயக் கட்டுமான வீட்டுவசதியை மேற்கொள்ள ஆதரவளிக்கும் இந்த அணுகுமுறையை வீட்டுவசதிக் கொள்கைகள் தொடர்ந்து கடைப்பிடிக்க வேண்டும். உள்ளூர்க் கட்டுநர்கள், ஒப்பந்ததாரர்கள் ஆகியோரின் திறன்களையும் தேர்ச்சியையும் மேம்படுத்துவதற்குரிய நடவடிக்கைகளைக் கொள்கைகள் கொண்டிருக்க வேண்டும். வறிய குடும்பங்களின் நலன்களைப் பாதுகாக்கும் வகையில் அவற்றின் விலைகளையும் நடைமுறைகளையும் முறைப்படுத்தவும் வேண்டும்.

பெருந்தொற்றுப் பரவலுக்குப் பிந்தைய காட்சிப்புலத்தில் மலிவான வீட்டுவசதிக் கட்டுமானத்திற்கான வாய்ப்பு வளங்கள்

கோவிட்–19க்கு முந்தைய சூழலில், சென்னையில் மலிவான வீட்டுவசதிச் சந்தை, தொழிற்துறை அறிக்கைகளின் படி, 2018இல் 'ரூ.40 இலட்சம் மற்றும் அதற்குக் கீழான' வகைப்பாட்டில் கட்டுமானத் திட்டங்களின் தொடக்கம் 49% ஆக ஏற்றம் பெற்றிருந்தது. உயர்மதிப்பும் உயர்நிலையும் கொண்ட பிரிவுகளின் நிறைவிற்கு இது ஒரு முதன்மைக் காரணமாக இருந்தது என வலியுறுத்தியபொழுது, தனியார் கட்டுமான நிறுவனங்கள் இந்தக் கண்ணோட்டத்தை எதிரொலித்தன. மலிவான வீட்டுவசதித் திட்டங்களுக்கு அரசிடமிருந்தும் நிதி நிறுவனங்களிடமிருந்தும் ஆதரவு குறைவாக இருந்தமை மற்றும் குறைவான விளிம்புத்தொகை ஆதாயம் ஆகியவை காரணமாகக் கட்டிடங்களைக் கட்டி விற்போரில் சிலர் ஆர்வம் காட்டாதபோதிலும், அவர்களில் மேலும் பலர் மலிவான வீட்டுவசதித் திட்டங்களையும் தங்கள் விற்பனைத்திட்டங்களில் சேர்த்துக்கொண்டனர்.

ஆயினும், பெருந்தொற்றுப் பரவல் காரணமாக இந்த வாய்ப்பு வளங்கள் வேகமாக மாறுவதாகத் தோன்றின. ரூ.30 இலட்சம் முதல் ரூ.45 இலட்சம் வரையிலான வீட்டுவசதிப் பிரிவானது விரைவில் ஏற்றம் பெறுமா எனக் கட்டிட மேம்பாட்டாளர்கள் தற்போது நிச்சயப்படுத்த முடியாத நிலையில் உள்ளனர். கோவிட்–19க்கு முந்தைய சூழலில், பொருளாதார மந்தம், ஊதிய வெட்டுகள், பணி

நிச்சயமின்மைகள் ஆகியவற்றால் பெரிதும் பாதிப்படைந்தவர்களாக இந்தப் பிரிவிலுள்ள வாங்கும் திறன்கொண்டோர் உள்ளனர். கடன்களைப் பெறுவதிலும் கூட இந்தப் பிரிவினர் மிகவும் பாதிக்கப்பட்டோராக ஆகிவருகின்றனர். நிலவிலுள்ள வாங்குவோர் கூடப் பணம் செலுத்துவதை ஒத்திப் போடக் கோரும் நிலை ஏற்பட்டுள்ளது. இவ்வாறு, இந்த விலைப்பிரிவில் வீட்டுவசதிக்கான ஆக்கபூர்வத் தேவையானது சந்தை நிலவரங்களால் சீர்குலையும் நிலை ஏற்பட்டுள்ளது.

கடன் பெறுவது கூடக் கட்டுமான நிறுவனர்களுக்குப் பெரும்பாலும் ஒரு பிரச்சினையாக ஆகிறது. மனை விற்பனைத் திட்டங்களுக்குக் கடன் வழங்குவதில் வங்கிகள் தயக்கம் காட்டுவதாகவும் அப்படியே வழங்க முன்வந்தாலும் அந்தக் கடனுக்குத் துணைஈடு கேட்பதாகவும் அவர்கள் கூறுகின்றனர். இந்தத் துன்பம் போதாதென்று, துணைஈட்டுச் சொத்தும் நடப்பிலுள்ள சந்தை மதிப்பு அடிப்படையில் மதிப்பிடப்படுவதில்லை. இந்த நிச்சயமின்மை நிலவும் சூழலில், வீட்டுவசதிச் சந்தையானது மோசமான நிலையை எதிர்கொள்ளும் எனவும் அடுத்த 6 முதல் 12 மாதங்களுக்குக் குறைந்த உயர்வையே காணும் எனவும் தோன்றுகிறது. சந்தை மீட்பானது, இந்த நிலவரங்களுக்குக் கட்டுமான நிறுவனங்கள் எவ்வாறு எதிர்வினை ஆற்றுகிறார்கள் என்பதையும் சார்ந்தே இருக்கிறது.

தனியார் வீட்டுவசதிச் சந்தை பெரிதும் சிதறுண்டு இருக்கிறது என்பதைக் கண்டுணர்வது முக்கியமானது. பெரும்பாலான கட்டிட மேம்படுத்துநர்கள் நகர்ப்புற எல்லைப்பகுதிகளில் செயல்படும் குறைந்த விலைப் பிரிவு வீட்டுவசதி அலகுகளை வழங்கி வருகிறார்கள். அவர்கள் குறைந்த முதலீடு வைத்துக்கொண்டு, சிறிய அளவிலான திட்டங்களை மேற்கொள்கிற, பெரிதும் உள்ளூரில் தொழில் செய்பவர்கள் ஆவார்கள். வரும் மாதங்களில் முதலீட்டையும் தொழிலாளர்களையும் திரட்டுவது அனைத்துக் கட்டுமா நிறுவனங்களுக்கும் சவாலாக இருக்கப் போகும் நிலையில், சிறிய நிலையிலுள்ள கட்டுமான நிறுவனங்கள் மேலும் கடுமையான தாக்கங்களைச் சந்திக்க நேரும்.

25 பேர் அளவுக்குத் தொழிலாளர்களைத் தக்கவைத்திருக்கும் சிறிய கட்டுமான நிறுவனர்கள் கோவிட்–19க்குப் பிந்தைய சூழ்நிலையை சமாளிக்க முடியும் என்ற நம்பிக்கையுடன் இருக்கிறார்கள். சென்னையை ஒட்டியுள்ள மாவட்டங்களிலிருந்து, கம்பி வேலை செய்பவர்கள், தச்சர்கள் போன்ற தேர்ச்சி பெற்ற தொழிலாளர்கள் போக்குவரத்து வரையறை காரணமாகப் பணியிடங்களுக்கு வந்து செல்வதில் பாதிப்பு ஏற்பட்டுள்ளதால், அவர்களை ஒருசேரப்

பெறுவது கடினமாக உள்ளது. பிற மாநிலங்களிலுள்ள கட்டுமானத் தொழிலாளர்களை நீண்ட நாட்களாகச் சார்ந்திருக்கும் பெரிய கட்டிட மேம்பாட்டாளர்கள் வேறுவகையான பிரச்சினைக்கு ஆளாகிறார்கள். இந்தப் பொதுமுடக்கத்தின்போது அவர்களில் பலர் தங்கள் தொழிலாளர்களை இழந்துவிட்டார்கள். சிலர் தாங்கள் தொழிலாளர்களிடமிருந்து பிடித்தம் செய்துவைத்திருக்கும் பணத்தைக் கைவசம் வைத்துக்கொண்டு அவர்களைத் தக்க வைத்தனர். தற்போது அந்தத் தொழிலாளர்கள் ஊதியத்தையும் பயணச்செலவையும் கேட்பதால் அந்தப் பிரச்சினையைக் கட்டுமான நிறுவனர்கள் எதிர்கொள்ள வேண்டியுள்ளது.

தற்போதைய நிச்சயமற்ற நிலைமைகள் மலிவான வீட்டுவசதி வழங்குதல் வேண்டி தமிழ்நாடு வீட்டுவசதி வாரியம், தமிழ்நாடு குடிசைப்பகுதி மாற்று வாரியம் ஆகிய அரசு முகமைகளுக்குப் பெரிய எதிர்பார்ப்பை ஏற்படுத்தியுள்ளன. பெருந்தொற்றுப் பரவலானது, பொது வீட்டுவசதியின் வடிவமைப்பை மாற்றியமைக்க வேண்டிய ஓர் அவசியத்தையும் கட்டாயமாக்கியுள்ளது. மனை ஒவ்வொன்றும் அதிகப்பட்ச எண்ணிக்கையில் அலகுகளைக் கொண்டிருக்கும் வகையில் இவ்வாறு தொலைநோக்காகத் தளவடிவமைப்பு செய்யப்பட்டது. தற்போதைய நெருக்கடியானது, நல்வாழ்வு மற்றும் ஆரோக்கிய அம்சங்களை முதன்மையாக்கும் அவசியத்தை வலியுறுத்தியுள்ளது. சிறந்த பொதுவெளிகளையும் பிற வசதிகளையும் கொண்ட வீட்டுவசதிப் பகுதிகளை உள்ளடக்கியதான வடிவமைப்பு அவசரகாலச் சமுதாயத் தங்குமிடங்களாக இரட்டிப்பாவது ஊக்குவிக்கப்பட வேண்டும். தமிழ்நாடு வீட்டுவசதி வாரியமும் தமிழ்நாடு குடிசைப்பகுதி மாற்று வாரியமும் அவற்றுக்கான உள்கட்டமைப்பு வசதிகளைக் கொண்டிருக்காமல் இருக்கக்கூடும். எனவே, நன்கு வடிவமைக்கப்பட்டுக் கட்டப்பட்ட வீட்டுவசதித் திட்டங்களைச் சந்தையிலிருந்து கொள்முதல் செய்வது ஒரு தேர்வாக அமையும். அரசு, ஒரு செல்வாக்குள்ள வாங்குவோராகப் பாத்திரம் வகித்து மலிவான வீட்டுவசதியைச் சிறப்பாக வடிவமைக்கலாம்.

இறுதியாக, 'சாதாரணக் கட்டிடங்கள்' என்று சுட்டப்படும் தரைத்தளம் மற்றும் *1 மாடி அல்லது 300 சதுர அடி கொண்ட கட்டிடங்கள்*, வழக்கமாகக் குடும்பத்தினராலேயே அல்லது சிறிய ஒப்பந்ததாரர்களால் கட்டப்பட்டவை, சென்னைப் பெருநகர் பகுதியிலுள்ள மலிவான வீட்டுவசதித் தொகுப்பில் பெரிதானவையாகக் கணக்கிடப்பட்டன. இந்தப் பிரிவு வீட்டுவசதிச் சந்தையில், எதிர்வரும் மாதங்களிலும், ஆண்டுகளிலும், தேவை மற்றும் வழங்குதல் என்ற இரு வகைகளிலும் மிகவும் நம்பிக்கையளிக்கும் பிரிவாகத் தொடர்ந்து அமையவிருக்கிறது. நடுத்தர வருமானம் கொண்ட வாங்குவோர் கூட, வளாக

அடுக்ககங்களை விடத் தனி அலகு வீடுகளையே வாங்கும் விருப்பத்தை வெளிப்படுத்துகின்றனர் என்று மனை விற்பனைத் தரகர்கள் பேச்சுவாக்கில் தெரிவித்தனர். பெருந்தொற்றுப் பரவலுக்குப் பிந்தைய காலத்தில் வீட்டுவசதிக் கொள்கைகள் பெரிய வீட்டு வசதித் திட்டங்களிலிருந்து தம் கவனத்தைத் திருப்பி முதலீடும் கட்டுமானச் செயல்பாடுகளும் குவியக்கூடிய சிறிய அளவிலான மலிவான வீட்டுவசதித் துறைக்கும் அதன் தேவைகளுக்கும் மாறும் அவசியம் ஏற்படலாம். இதன் பொருட்டு, நகர்ப்புற நிலம், மலிவுவிலை, யூக வணிகத்தைக் கட்டுப்படுத்தும் சிறப்பான நடவடிக்கைகள் ஆகியவை தொடர்பான கேள்விகள் முக்கியமானவை.

நன்றி

இந்தக் கட்டுரை, தமிழக அரசு திட்டக்குழுவிற்காக, கரென் கோயெல்ஹோ, ஏ. ஸ்ரீவத்சன் ஆகியோர் 2018–19–ல் மேற்கொண்ட *Dynamics and Determinants of Affordable Housing in Chennai* என்னும் தலைப்பிலான ஆய்வு அறிக்கையைத் தழுவி எழுதப்பட்டது.

குறிப்புகள்

1 Due to data availability issues, we calculated housing shortage by taking the entire districts of Chennai, Kancheepuram, and Tiruvallur as a proxy for the CMA (Chennai Metropolitan Area).

2 However, we faced significant challenges in accessing data on Ordinary Buildings. Approvals for this category are given by local bodies (town panchayats, municipalities, and corporations), which typically fail to aggregate or digitise this data. We succeeded in obtaining approvals data only from the GCC and a few other local bodies, but the absence of comprehensive data on this category remained a significant gap in this study.

3 For innovative measures attempted in other countries to enhance affordability, along with their applicability for Chennai, see our report *Dynamics and Determinants of Affordable Housing in Chennai*.

நூல் பட்டியல்

High Level Task Force of Ministry of Housing and Urban Poverty Alleviation, *Report of the High Level Task Force on affordable housing for all*, Government of India, December 2008, available at http://www.naredco.in/pdfs/report-high-level-task.pdf, accessed on 3 November 2021.

KPMG, *Affordable housing—a key growth driver in the real estate sector?* (Report), 2010, available at https://static.wixstatic.com/ugd/a0851b_8a26ebd71b9f4122bbc618b2f318c3c3.pdf, accessed on 3 November 2021.

Ministry of Housing and Urban Poverty Alleviation, *Report of the Technical Group on Urban Housing Shortage (TG-12) (2012–17)*, Government of India, 2012, available at http://nbo.nic.in/pdf/urban-housing-shortage.pdf, accessed on 3 November 2021.

Srivathsan. A, Karen Coelho, Gayathri Pattnam, Sanchana S., and Shalini C., *Dynamics and Determinants of Affordable Housing in Chennai*. Submitted to State Planning Commission, Tamil Nadu, 2020 (Unpublished).

பகுதி 7

உள்ளூர் நிர்வாகமும் சமூக மேம்பாடும்

17

கோவிட்-19ம் பஞ்சாயத் ராஜ் நிறுவனங்களின் பங்கும்

கிருபா அனந்த்புர்

சூழல்

பெருந்தொற்றுக்கு, அதனுடைய இயல்பில் அதனைக் கட்டுப்படுத்தவும் தணிக்கவும் ஒரு பரவலாக்கப்பட்ட எதிர்வினை அவசியமாகிறது. எனவே, உள்ளாட்சி அமைப்புகள் அல்லது ஊராட்சிகள், பெருந்தொற்றுப் பரவலின் தாக்கத்தைக் கட்டுப்படுத்துவதிலும் சமாளிப்பதிலும் குறிப்பிடத்தக்கப் பங்கை வகிக்கும் ஓர் ஆற்றலைக் கொண்டிருக்கின்றன. எனினும், தற்போதைய காட்சிப்புலத்தில், பெருந்தொற்றுப் பரவலைச் சமாளிப்பதில் குறிப்பிடத்தக்கப் பங்கை ஆற்றும் ஊராட்சிகளைக் கொண்டிருக்கும் ஒருசில மாநிலங்களை விதிவிலக்காகக் கொண்டால், பிற மாநிலங்கள் ஊராட்சிகளின் ஆற்றலை உணரவில்லை எனலாம்.

ஊராட்சி நிர்வாகங்களுக்கு அரசியலமைப்பு அந்தஸ்து வழங்கிய வரலாற்று முக்கியத்துவம் வாய்ந்த அரசியல் சாசனத் திருத்தங்கள் (73ஆவது மற்றும் 74ஆவது) மூன்றடுக்கு ஜனநாயக உள்ளாட்சி அமைப்புக்கு வழிகோலின. இந்த ஊராட்சிகளைச் சுயாட்சி நிறுவனங்களாக ஆக்குவதற்காக 11ஆவது அட்டவணையில் பட்டியலிடப்பட்டவை உள்ளிட்ட, பொருளாதார மேம்பாட்டிற்கும் சமூக நீதிக்கும் உரிய திட்டங்களை நடைமுறைப்படுத்துவது மற்றும் திட்டங்களைத் தயார் செய்வதற்குரிய ஆற்றலை அவர்களுக்கு வழங்குவதற்குச் சட்டமன்றம் அதிகாரங்களையும் பொறுப்புகளையும் பஞ்சாயத் ராஜ் நிறுவனங்களுக்கு அளிக்குமாறு 73ஆவது திருத்தம்

வலியுறுத்துகிறது. உள்ளூர் வள மேலாண்மையில் செயல்பட பஞ்சாயத் ராஜ் நிறுவனங்களுக்குப் பங்கு அளிக்கப்பட்டிருக்கும் நிலையில், முதலில் எதிர்வினையாற்றுபவர்களாக இருந்தும்கூட, அவற்றுக்குப் பேரிடர் மேலாண்மையில் திட்டவட்டமான அதிகாரங்கள் எதுவும் வழங்கப்படவில்லை, தேசியப் பேரிடர் மேலாண்மைச் சட்டம், 2005, உள்ளாட்சி நிர்வாகம் குறித்துப் போகிறபோக்கில் குறிப்பிடுகிறதே தவிர, மாவட்ட ஊராட்சித் தலைவருக்கே மாவட்டப் பேரிடர் மேலாண்மை ஆணையத்தில் பிரதிநிதித்துவம் அளிக்கப்பட்டுள்ளது.

தமிழ்நாட்டில் அதிகாரப் பரவலாக்கலின் நிலை

பொதுவாக, அதிகாரப் பரவலாக்கலின் ஆதரவாளர்கள், கேரளம், கர்நாடகம் ஆகிய மாநிலங்களின் பரவலாக்கல் மாதிரியைப் புகழ்ந்துரைக்கும்பொழுது, தமிழ்நாட்டின் முயற்சிகளை முக்கியமானதாகக் கருதுகின்றனர். கணிசமான அதிகாரங்களும் ஆளுகைகளும் மாவட்ட ஆட்சியர்களிடமே இன்னமும் இருக்கும் நிலையில் ஓர் இடைப்பட்ட (சாண்ட்விச்) அணுகுமுறையை அதிகாரப் பரவலாக்கலின் தமிழ்நாட்டு மாதிரி வெளிப்படுத்துவதே இதற்குக் காரணம்.

அதிகாரப் பகிர்வைத் தரவரிசைப்படுத்தும் மாநிலங்களின் 2012-2013, 2014-2015, 2015-2016 ஆகிய ஆண்டுகளுக்கிடையிலான அறிக்கைகளை ஒப்பிட்டுப்பார்த்தால், ஒட்டுமொத்த அதிகாரப் பகிர்வு அட்டவணை தரவரிசை (அட்டவணை 1) இல் தமிழ்நாடு கணிசமான முன்னேற்றத்தைப் பெற்றிருப்பதைக் காணமுடிகிறது.

அலோக் இன் (2013) அதிகாரப்பரவல் அட்டவணையில், தமிழ்நாடு ஒட்டுமொத்தத் தரவரிசையில் 5ஆவது இடத்திலும், எவ்வளவு நெருக்கமாக அது அரசியல் சாசனத்தின் அவசியத்தைப் பின்பற்றுகிறது என்கிற வகையில் 2ஆவது இடத்திலும் இருக்கிறது. சமூக அறிவியலுக்கான டாடா நிறுவன அறிக்கைகளில் (2014-2015, 2015-2016), தமிழ்நாட்டின் செயல்பாடு இரண்டு காலகட்டங்களுக்கிடையில் குறிப்பிடத்தக்க வேறுபாடு கொண்டிருப்பதைக் காணலாம். 2015-2016ஆம் ஆண்டுகளுக்காகத் தமிழ்நாட்டிற்குத் தரவரிசைப்படுத்தப்பட்டிருக்கும் மேம்படுத்தப்பட்ட அட்டவணை (DPi) 2 ஆகவும் (கர்நாடகத்தை விட அதிகம்), வழமையான அட்டவணை (DPa) 4 ஆகவும் இருக்கின்றன. 2014-2015ஆம் ஆண்டுகளின்போது, தமிழ்நாடானது, கொள்கையில் அதிகாரப் பகிர்வின் (DPo) கீழ் 6 ஆகவும், நடைமுறையில் அதிகாரப் பகிர்விற்காக 15 (DPr) என்றவாறு நடைமுறைக்கு நிகராகச் சரிசெய்யப்பட்ட கொள்கையின்

அட்டவணை 1

மூன்று அறிக்கைகளின் ஊடாக மாநிலங்களின் ஒட்டுமொத்த அதிகாரப் பகிர்வுத் தரவரிசையின் ஒப்பீடு
(2012–2013, 2014–2015, 2015–2016 ஆகிய ஆண்டுகள்)

மாநிலம்	2012–2013[a]	2014–2015[b]			2015–2016	
					ஒட்டுமொத்த அதிகாரப் பகிர்வு அட்டவணை (மேம்படுத்தப்பட்ட அட்டவணை + வழமையான அட்டவணை)	
	மாநிலங்களின் ஊடாக அதிகாரப் பகிர்வு	கொள்கையில் அதிகாரப் பகிர்வு	நடைமுறையில் அதிகாரப் பகிர்வு	கொள்கையின் நடைமுறைக்கு நிகராகச் சரிசெய்யப்பட்ட கொள்கையின் ஒன்றுதிரண்ட அட்டவணையில் மாநிலங்களின் தரவரிசை	மேம்படுத்தப்பட்ட அட்டவணை (DPi)	வழமையான அட்டவணை (DPa)
தமிழ்நாடு	5	6	15	8	2	4
கேரளம்	3	1	1	1	1	1
கர்நாடகம்	2	2	3	3	3	5
இராஜஸ்தான்	4	7	14	7	9	9
ஆந்திரப் பிரதேசம்		14	20	18	8	11
தெலுங்கானா		13	17	15	7	5

Note. [a] Alok (2013); [b] ' Tata Institute of Social Sciences (2015, Chapter 2: Ranking of states in devolution).

ஒன்றுதிரண்ட அட்டவணைத் தரவரிசை (DPa) 2015–2016ஆம் ஆண்டுகளில் 8 ஆகவும், முறையே கொள்கையில் அதிகாரப் பகிர்வு (DPo) 4 எனவும், நடைமுறையில் அதிகாரப் பகிர்வு (DPr) 9 எனவும் பெற்று, ஒன்று திரண்ட அட்டவணைத் தரவரிசை (DPa) 4 ஆகக் கிடைக்கப்பெற்றது. கலப்பு அட்டவணையின் நடைமுறையில் அதிகாரப் பகிர்வுத் தரவரிசை அம்சத்தில் தமிழ்நாடு இன்னமும் பின்னடைந்திருப்பதையே இது காட்டுகிறது. அதிகாரப்பகிர்வை அளவிடுதலில் நிலவும் உள்ளார்ந்த சவால்களை இது சுட்டிக்காட்டுகிறது. மாநிலக் கொள்கை மட்டத்தில், அதிகாரப்பகிர்வை முன்னேற்றுவதற்கு எந்தக் குறிப்பிடத்தக்க மாற்றங்களோ அளவுகளோ இருந்திருக்காது. இந்த மாற்றத்தை விவரிப்பதற்கு இரணடு காரணங்களை எடுத்துரைக்கலாம்: (அ) தமிழ்நாட்டின் தரவரிசையை உயரத் தள்ளும் வகையில், நிதிப் பகிர்வுக்கு அளிக்கப்பட்ட அதிகமான மதிப்பு (ஆ) அரசு அதிகாரிகளினால் தரவுகள் அளிக்கப்படுதல். 2014–2015 அறிக்கையில், தரவுகள் அளிக்கப்படாமை காரணமாக, தமிழ்நாடு குறைந்த தரவரிசையையே பெற்றது.

அதிகாரப் பகிர்வு அட்டவணையானது[1] முதன்மையாக மூன்று ‘எஃப்’ கள் எனப்படும் செயல்பாடுகள் (Functions), நிதிநிலைகள் (Finances), செயல்பாட்டாளர்கள் (Functionaries) ஆகிய பஞ்சாயத் ராஜ் நிறுவனங்களுக்குப் பொறுப்பேற்கும் ஒன்றுதிரண்ட ஒரு செயல்பாட்டுத் தரவரிசையாக இருக்க முனைகிறது. நாம் இந்த அதிகாரப் பகிர்வு அட்டவணையைத் தமிழ்நாட்டுக்கான மூன்று ‘எஃப்’ களுடன் மேலும் பிரித்துப்பார்த்தால் இந்த மூன்று தளங்களின் செயல்பாட்டில் ஒரு பெரும் வேறுபாடு நிலவுவதை நாம் காணலாம். தமிழ்நாடு 29 பொறுப்புகளையும் பஞ்சாயத் ராஜ் நிறுவனங்களுக்கு மாற்றிக்கொடுத்துள்ளது. 2015–2016ஆம் ஆண்டுகளின் சமூக அறிவியலுக்கான டாடா நிறுவன அறிக்கையில், செயல்பாட்டுப் பகிர்வில், தமிழ்நாடானது, கொள்கையியல் அதிகாரப் பகிர்வில் 7ஆவது தரவரிசையையும், நடைமுறையியல் அதிகாரப் பகிர்வில் 11ஆவது தரவரிசையையும் பெற்றுள்ளது. பொறுப்பேற்கும் பல செயல்பாடுகள் செய்துமுடிப்பதற்குரிய திட்டவட்டமான அதிகாரங்கள் அற்ற, மேற்பார்வை தன்மை கொண்டதாகவும் இருப்பதே இதற்குக் காரணம். சாலைகள், மின்சாரம், பொது விநியோக முறை, கழிவு நீரகற்றும் வடிகால், துப்புரவு ஆகிய அடிப்படை வசதிகளை அளிக்கும் பொறுப்பைக் கிராம ஊராட்சிகள் வகிக்கின்றன. இவற்றில் கூட ஒருசிலவற்றின் தொழில்நுட்பப் பொறுப்புகள் மேலடுக்குகளின் வசமே உள்ளன. நிதியைப் பொறுத்தமட்டில், நிதி நிர்வாகப் பகிர்வைத் தமிழ்நாடு தொடர்ச்சியாக நன்றாகச் செயல்படுத்தி வந்துள்ளது என நிதி

நிர்வாகப் பகிர்வு அனுபவம் புலப்படுத்துகிறது. 2015–2016ஆம் ஆண்டுகளின் சமூக அறிவியலுக்கான டாடா நிறுவன அறிக்கையில், தமிழ்நாடானது, கொள்கையில் அதிகாரப் பகிர்வில் 3ஆவது தரவரிசையையும், நடைமுறையில் அதிகாரப் பகிர்வில் 2ஆவது தரவரிசையையும் பெற்றுள்ளது எனினும், அதில் பொறுப்பேற்கும் பெரும்பாலான நிதியானது கட்டுண்ட நிதிநல்கையாகும் என்பதால், கிராம ஊராட்சிகள் கட்டற்ற நிதிநல்கையை ஓரளவிற்கே பயன்படுத்த முடிந்தது. நிறைந்த அளவில் வரிகள் விதிக்க ஊராட்சிகள் அதிகாரம் பெற்றிருந்தும் கூட,[2] நடைமுறையில் ஒருசில வரிகளே விதிக்கப்படுகின்றன. கிராம ஊராட்சிகளின் கட்டுப்பாட்டின் கீழ் நேரடியாகப் பணியாற்றும் செயல்பாட்டாளர்கள் போதுமான அளவில் இல்லாத நிலை தமிழ்நாட்டில் ஒரு பிரச்சினையாக நீடிக்கிறது. 2014–2015ஆம் ஆண்டுகளுக்கான 17ஆவது பிரிவில் செயல்பாட்டாளர்களுக்கான நடைமுறையில் அதிகாரப் பகிர்வுக்கான தரவரிசை இருண்மையாக இதனைப் பிரதிபலிக்கிறது. சமூக அறிவியலுக்கான டாடா நிறுவன 2015–2016ஆம் ஆண்டுகளின் அறிக்கையில் 5 (கொள்கையில்), 3 (நடைமுறையில்) என இதில் முன்னேற்றம் தென்பட்டாலும், கிராம ஊராட்சி மட்டத்தில் பொறுப்பேற்றுப் பணிபுரியும் செயல்பாட்டாளர்கள் தத்தம் துறைகளிலிருந்தே அன்றி கிராம ஊராட்சிகளின் கட்டுப்பாட்டின்கீழ் வரவில்லை என்பதால், இது திசைதிருப்பலாக இருக்கிறது.

தொகுத்துப்பார்க்கையில், தமிழ்நாடு ஒரு பின்தங்கிய மாநிலமாக இல்லையென்றாலும், ஒரு மாதிரி மாநிலமாக இருப்பதற்கும் அதனால் இயலவில்லை. செயல்பாடுகளிலும், நிதி நிர்வாகப் பகிர்விலும் தமிழ்நாடு உயரிய இடம் வகித்தாலும், செயல்பாட்டாளர்கள் அந்த அளவிற்கு இல்லாத நிலையே நிலவுகிறது.

தமிழ்நாட்டின் தற்போதைய காட்சி

பஞ்சாயத் ராஜ் நிறுவனங்கள், குறிப்பாகக் கிராம ஊராட்சிகள், கேரளம், ஒடிசா, கர்நாடகம் போன்ற மாநிலங்களில் கோவிட்–19 நெருக்கடியைக் கையாள்வதில் முன்னணியில் இருந்துவருகின்றன. தமிழ்நாடு பஞ்சாயத்துகள் சட்டம், 1994 (பொருள்விவர எண்கள் 139–141) 'அபாயகரமான நோய்கள்' பீடிக்கப்படும்போது, பொழுதுபோக்கிற்கான பொதுஇடங்களை மூடுவது, அத்தகைய நோய்களால் பாதிக்கப்பட்ட இளவயதினர் பள்ளிக்குச் செல்லாமல் இருப்பதை உறுதிப்படுத்துவது போன்ற சிறப்பு உரிமைகளைக் கிராம ஊராட்சிகளுக்கு வழங்குகிறது. கூடுதலாக, அத்தகைய பகுதிகளில் கட்டாயத் தடுப்பூசித் திட்டங்களை நடைமுறைப்படுத்துவதற்கான உரிமையையும் கிராம ஊராட்சி

மன்றங்களுக்கு அது அளித்துள்ளது. எனவே, முடக்கம் மற்றும் தனிமைப்படுத்துதல் நடவடிக்கைகளை மேற்கொள்வதன் மூலம் கோவிட்–19ஐக் கட்டுப்படுத்தும் முக்கியமான பங்கை வகிக்கும் சட்டரீதியான கட்டாயத்தைத் தமிழ்நாட்டிலுள்ள கிராம ஊராட்சிகள் கைகொண்டிருக்கின்றன.

தமிழ்நாட்டில், 2016இல் நடைபெற்றிருக்க வேண்டிய ஊராட்சித் தேர்தல்கள், 2019 டிசம்பர் மாதத்தில் தான் இரண்டு கட்டங்களாக, 27 மாவட்டங்களில் மட்டுமே நடைபெற்றன; ஒன்பது மாவட்டங்களில்[3] ஊராட்சித் தேர்தல்கள் நடைபெறவில்லை. 2019ஆம் ஆண்டின் ஊராட்சித் தேர்தல்களின்போது, தமிழ்நாட்டிலுள்ள 314 பிளாக்குகளிலிருந்து வந்த 12,524 கிராம ஊராட்சிகளில் மொத்தம் 9,624 கிராம ஊராட்சிகள் தேர்தலைச் சந்தித்தன. மீதமுள்ளவற்றில், ஊராட்சிச் செயலாளர்கள் உள்ளூர் மட்டத்தில் கிராம ஊராட்சிகளை நடத்திவருகின்றனர். இது உள்ளூர் நிலையில் இரண்டு வகையான நிர்வாக முறைகள் செயல்பட வழிவகுத்தது. பெருந்தொற்றுப் பரவலின் பிந்தைய காலகட்டத்தில், பெருந்தொற்றுப் பரவலின் தாக்கத்தைச் சமாளிப்பதில் இந்த இரண்டு மாதிரிகளின் பயன்விளைவுகளை ஒப்பிட்டுப்பார்ப்பதும் மதிப்பிடுவதும் சுவாரசியமானதாக இருக்கும். தேர்தல் நடைபெற்ற இடங்களில், புதிதாகத் தேர்ந்தெடுக்கப்பட்ட மக்கள் பிரதிநிதிகள் பதவியேற்ற சில மாதங்களிலேயே பெருந்தொற்றுப் பரவலைச் சமாளிக்க வேண்டிய பெரும் சவாலை எதிர்கொள்ள வேண்டியதாக ஆயிற்று. கெடுவாய்ப்பாக, தமிழ்நாட்டில் உள்ளாட்சி நிர்வாகங்கள் கோவிட்–19 சூழ்நிலையைக் கையாண்ட வழிமுறைகள் குறித்து ஊடகங்கள் தெரிவிக்கவில்லை. ஆனால் தமிழ்நாட்டின் சில ஊரக மாவட்டங்களில் எடுக்கப்பட்ட பூர்வாங்கத் தொலைபேசி கணக்கெடுப்பானது, பெருந்தொற்று தொடர்பான பிரச்சினைகளைச் சமாளிப்பதில் உள்ளாட்சிகள் தீவிரமாக ஈடுபட்டதாகத் தெரிவிக்கிறது. ஆரம்பக் கட்டத்தில், தமிழ்நாட்டின் கிராம ஊராட்சிகள் கீழ்க்காணும் பணிகளில் தம்மை ஈடுபடுத்திக்கொண்டன:

- விழிப்புணர்வை உருவாக்குதல்
- கிராம ஊராட்சிகளில் கிருமிநீக்கம் செய்தல்
- பொதுமுடக்க நெறிமுறைகளை உறுதிப்படுத்துதல்
- அத்தியாவசியச் சேவைகள் வழங்குவதை உறுதி செய்தல்
- தொற்றுக்கு இலக்கானவர்களைக் கண்காணித்தல், தனிமைப்படுத்தல்

கூடுதலாக, சில செயலூக்கமுள்ள கிராம ஊராட்சித் தலைவர்கள் தங்கள் சொந்தப் பணத்தைப் பயன்படுத்தி முகக்கவசங்களையும் தனிப்பட்ட பாதுகாப்பு உபகரணங்களையும் விநியோகித்தனர். வேப்பிலை, மஞ்சள் போன்றவற்றின் மூலம் பாரம்பரிய முறையிலான சுத்திகரிப்புகளைச் செய்தல், மூலிகை மருந்துகளை உட்கொள்ளுதல், நோயெதிர்ப்புச் சக்தியை அதிகரித்துக்கொள்வதற்காகக் கபசுரக் குடிநீர் போன்றவற்றை அருந்துதல் ஆகிய முயற்சிகளையும் மேற்கொள்ளச் செய்தன.

தமிழ்நாட்டிலுள்ள ஊராட்சிகள் அரசுத்துறைகளுடனும், குடும்ப அட்டைதாரர்களுக்கு இலவசமாகவும் மானிய விலையிலும் உணவுப்பொருட்களை வழங்கும் பொதுவிநியோக முறை போன்ற கோவிட்-19 தொடர்பான திட்டங்களைச் செயல்படுத்தும் மாவட்ட நிர்வாகங்களுடனும் அணுக்கமாகச் செயல்பட்டன. கிராம மட்டத்தில் இந்தச் செயல்பாடுகள் கிராம ஊராட்சிகளால் கண்காணிக்கப்பட்டன. பெருந்தொற்றுப் பரவலின்போது, தமிழக அரசு பொது வினியோக முறை மூலம் கூடுதல் உணவுப் பொருட்களையும், குடும்பஅட்டை வைத்திருக்கும் ஒவ்வொரு குடும்பத்திற்கும் நேரடியாக 1,000 ரூபாயையும் வழங்கியது. இவற்றைச் சிறப்பான வகையில் வழங்குவதைக் கிராம ஊராட்சிகள் உறுதிப்படுத்தின. அதேவேளையில். சமூக இடைவெளியைக் கடைப்பிடித்தல், முகக்கவசம், கிருமிநாசினி ஆகியவற்றைச் சுயஉதவிக் குழுக்கள் மூலம் குடும்பஅட்டைதாரர்களுக்கு வழங்குதல் மற்றும் பெருந்தொற்றுப் பரவலால் மிகவும் பாதிக்கப்பட்ட குடும்பத்தினருக்கு உணவுப் பொருட்களை அவர்களின் வீட்டிற்கே கொண்டுசென்று வழங்குதல் ஆகியவற்றைக் கிராம ஊராட்சிகள் உறுதிபடுத்தியுள்ளன.

ஆரம்பக் கட்டத்தில், இந்த முயற்சிகள் வெளி மாவட்டங்களிலிருந்து வந்த ஒரு சிலருக்குச் சிறந்த பலனைத் தந்தன. எனினும், குறிப்பிட்ட ஓர் இடத்திலிருந்து பெருந்தொற்று தோன்றிப் பரவும் நிலையில், சென்னையின் கோயம்பேடு மொத்த விற்பனைச் சந்தையானது இவ்வாறு பெருந்தொற்றின் ஊற்றுக்கண்ணாகவும் பகிர்வுமையமாகவும் உருவெடுத்து, அங்கிருந்து தொற்று பிற மாவட்டங்களுக்கு, குறிப்பாக ஊரகப் பகுதிகளுக்குப் பரவியது. சென்னையிலிருந்தும், பிற மாநிலங்களிலிருந்தும், வெளிநாடுகளிலிருந்தும் புலம்பெயர் தொழிலாளர்கள் திரும்பி வந்ததால் இந்தச் சூழ்நிலை மேலும் இறுக்கமானது.

புலம்பெயர்ந்து சென்ற தொழிலாளர்கள் கிராமப் பகுதிகளுக்குத் திரும்பி வந்தது, அத்தியாவசியச் சேவைகள் மற்றும் ஊராட்சி மட்டத்தில் ஆரோக்கியப் பராமரிப்பு வசதிகள் கோவிட்-19

தொடர்பான பராமரிப்பு மட்டுமல்லாமல், மகப்பேறு மற்றும் குழந்தைகள் பராமரிப்பு, நோய்த் தடுப்பு மற்றும் நோயெதிர்ப்புத் திறனூட்டல், ஒருங்கிணைந்த குழந்தை மேம்பாட்டுச் சேவைகள் ஆகிய திட்டங்களின் வசதிகள் ஊரக உள்கட்டமைப்பு ஆகியவற்றில் தீவிரமான அழுத்தத்தை அளித்துள்ளன. குழந்தைகளுடன் ஊர் திரும்பிய குடும்பத்தினருக்குப் படிப்பு வசதி, படிக்கத் தேவையான உபகரணங்கள், மானியத்துடன் கூடிய வீட்டுவசதி, தூய்மையான தண்ணீர், துப்புரவு வசதி ஆகியன தேவைப்படும். இது பற்றாக்குறையான ஊராட்சி வளங்கள் மீது மிகுந்த அழுத்தத்தைச் செலுத்தியது.

தமிழ்நாட்டிலுள்ள ஊராட்சிகள் மாநில அரசின் செயல்பாடுகளை நிறைவேற்றும் முகமைகளாக இருக்கின்றனவே யன்றித் தன்னாட்சி அமைப்புகளாக இல்லை என்பதாகவும் இந்த மோதலில் அவற்றின் ஆற்றல் வீணடிக்கப்பட்டுவருவதாகவும் விமர்சனங்கள் இருந்துவருகின்றன. இந்தச் சூழலில், தொற்றைச் சமாளிப்பதிலும், அதைப்போல கோவிட்-19 தொடர்பான பிற தாக்கங்களை எதிர்கொள்வதிலும் ஊராட்சிகளுக்குப் பெரும் பங்கு வகிக்கும் அவசியம் உள்ளது. எனவே, இந்த நெருக்கடியைச் சமாளிப்பதில் கிராம ஊராட்சிகளுக்குத் தமிழக அரசு எவ்வாறு ஒத்தாசை புரிய வேண்டும்? ஊராட்சிகள், உள்ளூர் மட்டத்தில் நிர்வாகம் செய்யும் நிறுவனங்கள் என்ற முறையில் 1994ஆம் ஆண்டின் தமிழ்நாடு ஊராட்சிகள் சட்டத்தின் கீழ், பொருளாதாரத்தின் பல்வேறு முக்கியத் துறைகளை நிர்வகிக்கும் பங்கை ஏற்கெனவே ஆற்றிவருகின்றன. கிராம ஊராட்சிகள் குறுகிய கால மற்றும் நீண்ட கால அடிப்படையில் பெருந்தொற்றுப் பரவலைச் சமாளிக்கும் முயற்சிகளில் இவற்றை நுழைவு வாசல்களாகப் பயன்படுத்திக்கொள்ள வேண்டும்.

ஊராட்சிகளால் துறை சார்ந்த தலையீடுகள்

11ஆவது அட்டவணையின் கீழ் பகிர்ந்தளிக்கப்பட்ட 29 செயல்பாடுகளில் சில நேரடியான அதிகாரங்களையும் மற்றவை மேற்பார்வை அதிகாரங்களையும் கொண்டவை. தமிழ்நாட்டிலுள்ள கிராம ஊராட்சிகள் பல்வேறு துறைகளுடன் ஊடாடி இந்தப் பணிகளை நிறைவேற்றுகின்றன. பெருந்தொற்றுப் பரவல் சூழலில், கிராம ஊராட்சிகள் வாக்காளர்களுக்கு அடிப்படை வசதிகள் அளிப்பதற்கும் மேலாக, துறை சார்ந்த தலையீடுகள் மூலம் மிகப்பெரும் பொறுப்புகளை ஏற்க வேண்டும்.

புலம்பெயர்ந்து சென்றவர்கள் ஏராளமான அளவில் ஊரகப் பகுதிகளுக்குத் திரும்பிவரும் நிலையில், குறுகிய காலத்தில், கிராம

ஊராட்சிகள் கோவிட்–19 சூழ்நிலையைக் கண்காணிப்பதில் தீவிர அழுத்தத்தை அனுபவித்து வருகின்றன. அதேவேளையில், அங்கு வசித்துவரும் மக்களைப் போலவே புலம் பெயர்ந்து சென்று திரும்பிவந்தவர்களுக்கும் உணவு, வீட்டுவசதி, வேலை வாய்ப்பு ஆகியனவற்றை உறுதிசெய்ய வேண்டியுள்ளது. கிராம ஊராட்சிகள் இந்தச் சூழ்நிலையைச் சமாளிப்பதை உறுதி செய்வதற்கு அரசு சில குறுகிய கால நடவடிக்கைகள் மீதும், நீண்ட கால நடவடிக்கைகள் மீதும் கவனத்தைக் குவிக்க வேண்டும்.

குறுகிய கால உத்திகள்

ஆரோக்கியம் மற்றும் கோவிட்–19ஐச் சமாளிப்பது

வேறோர் இடத்தில் குறிப்பிட்டவாறு, ஊராட்சி எல்லைக்குள் புதிய கோவிட்–19 தொற்றுகள் ஏதேனும் தோன்றுமானால் பொதுஇடங்களில் முடக்கத்தைச் செயல்படுத்தவும் தடுப்புக் காவலாகத் தனிமைப்படுத்தலை உறுதிப்படுத்தவும் தமிழ்நாட்டிலுள்ள கிராம ஊராட்சிகளுக்கு ஆணையதிகாரம் உள்ளது. குறுகிய காலத்தில் கடுமையாக இவற்றை நடைமுறைப்படுத்துவதற்குரிய அதிகாரங்களை மாநில அரசு கிராம ஊராட்சிகளுக்கு வழங்க வேண்டும்.

- தொற்றுஅபாயம் மிகுந்த பிரிவினர் இனங்காணப்படுவதையும் அவர்களுக்குப் போதுமான நலப் பராமரிப்பு வசதிகள் வழங்கப்படுவதையும் கிராம ஊராட்சிகள் உறுதிப்படுத்த வேண்டும்.
- நோயெதிர்ப்பு மற்றும் நோய்த்தடுப்பு முறைகளும் மகப்பேற்றுக்கு முந்தைய பராமரிப்பும் தடையில்லாமல் தொடர வேண்டும்.
- குறுகிய காலத்தில், கிராம ஊராட்சி மட்டத்தில் பொது ஆரோக்கியப் பராமரிப்பைப் பெறுவது வரையறுக்கப் பட்டிருப்பதால், ஊராட்சி ஒன்றிய மன்றங்கள் ஆரோக்கியத் துறையில் அல்லது தனியார் ஆரோக்கிய வசதிகளை (முதலமைச்சரின் விரிவான மருத்துவக் காப்பீடுத் திட்டத்தின் கீழ் ஏற்கெனவே பதிவு செய்துகொண்ட) அரசு சாரா நிறுவனங்களுடன் இணைந்து ஊராட்சி ஒன்றியக் குழுவின் அதிகார வரம்பிற்குள் வரும் கிராம ஊராட்சிகளுக்கு மலிவான நலப் பராமரிப்பை அளிப்பதற்கு அனுமதிக்க வேண்டும்.

கல்வி

அரசுப் பள்ளிகளிலும் அரசின் உதவி பெறும் பள்ளிகளிலும் 10ஆம் வகுப்பிலும் 12ஆம் வகுப்பிலும் படிக்கும் மாணவர்களுக்குத்

தமிழக அரசு இலவச மடிக்கணினிகளை வழங்கியுள்ளது. இது ஓரளவிற்குத் தமிழ்நாட்டில் கணினியைப் பயன்படுத்துவதில் நிலவிவரும் சமச்சீரற்ற நிலையைக் குறைத்துள்ளது.

- ஊராட்சியின் எல்லைக்குள் வசித்துவரும் மிகவும் வறிய மாணவர்கள் இணையவழிப் படிப்பை மேற்கொள்வதற்குத் தேவையான, வயது வந்தோர் கல்வி மையம் அல்லது வாசக சாலைகள் போன்ற இடங்களைக் கிராம ஊராட்சிகள் உறுதிப்படுத்திக்கொள்ளவும், இந்த மையங்களில் தடையற்ற இணையத்தொடர்பை ஏற்பாடு செய்யவும் வேண்டும்.
- ஊராட்சிப் பகுதிக்குள் புலம் பெயர்ந்து சென்றோர் ஊர் திரும்பியதன் காரணமாக நேரிட்ட பள்ளி இடைநிற்றல் அல்லது பெருந்தொற்றுப் பரவல் காரணமாக ஏற்பட்ட பொருளாதார வீழ்ச்சி ஆகியனவற்றைக் கண்டறிந்து, பள்ளியிலிருந்து இடைநின்ற பிள்ளைகளை மீண்டும் பள்ளியில் சேர்க்கும்வகையில் அவர்கள் குறித்தக் கணக்கெடுப்பு ஒன்றைக் கிராம ஊராட்சிகள் மேற்கொள்ள வேண்டும்.

வேலைவாய்ப்பும் வாழ்வாதாரத் திட்டங்களும்

இது குறுகிய கால உத்திகள், நீண்ட கால உத்திகள் என இருவகை உத்திகளும் தேவைப்படும் ஒரு முக்கியமான களமாகும். கிராம ஊராட்சிகள் மகாத்மா காந்தி தேசிய ஊரக வேலைவாய்ப்பு உறுதித் திட்டத்தின் (*MGNREGA*) கீழ் 100 நாட்கள் வேலையைக் கட்டாயமாக அளிக்க வேண்டியுள்ளது. அந்தத் திட்டத்தில் பதிவுசெய்த அனைத்துக் குடும்பங்களுக்கும் பொதுமுடக்கத்தின் தொடக்க நிலையில் தமிழக அரசு இரண்டு நாள் ஊதியத்தைக் கூடுதலாக வழங்கியது.

- குறுகிய கால அளவில், மகாத்மா காந்தி தேசிய ஊரக வேலைவாய்ப்பு உறுதித் திட்டத்தின் தேவை ஏற்கெனவே அதிகரித்தது. அந்தத் திட்டத்தின் மூலம் வேலைவாய்ப்பை உருவாக்கும்பொழுது, சமூக இடைவெளி மற்றும் பாதுகாப்பு ஏற்பாடுகளை உறுதிப்படுத்தும் புதுமையான எண்ணங்களுடன் வருவதற்குக் கிராம ஊராட்சிகளுக்குத் தொழில்நுட்ப உதவி தேவைப்படுகிறது. மகாத்மா காந்தி தேசிய ஊரக வேலைவாய்ப்பு உறுதித் திட்டத்துடன் தொடர்புடைய நிபந்தனைகளை மாநில அரசும் மத்திய அரசும் தளர்த்தவேண்டும்.
- ஊரக மேம்பாடு மற்றும் பஞ்சாயத் ராஜ் துறையானது, தஞ்சாவூரிலும் திருவாரூரிலும் உள்ள ஊராட்சிகள் வேலைவாய்ப்பு அலுவலகங்களாகச் செயல்படுமாறும் வேலை

கேட்டு அவற்றில் பதிவு செய்யும் கூலிவிவசாயிகளுக்கு வேலை வழங்குமாறும் அறிவுறுத்தியுள்ளது. அத்தகைய முன்முயற்சிகள் உயர்த்தப்பட வேண்டும்.

- தமிழ்நாடு ஊராட்சிகள் அவற்றுடன் இணைந்த தமிழக ஊரக வாழ்வாதார இயக்கத்தின் கீழ் உருவாக்கப்பட்ட சுய உதவிக் குழுக்கள் என்னும் சாதகமான அம்சத்தைக் கொண்டிருக்கின்றன. சுய உதவிக் குழுக்களுக்கும் கிராம ஊராட்சிகளுக்கும் இடையிலான இந்த நிறுவன ரீதியிலான பிணைப்பானது, கிராம ஊராட்சிகள் சுய உதவிக் குழு உறுப்பினர்களைப் பயன்படுத்தி ஊராட்சி மட்டத்தில் பொது வாழ்வாதாரத் திட்டங்களைத் தொடங்க அனுமதிக்கிறது. பால்பண்ணை, தையல், அப்பளம் இடுதல், ஊறுகாய் உண்டாக்குதல் போன்ற குடிசைத் தொழில்கள் ஆகியன கிராம ஊராட்சிகளால் ஆதரிக்கப்பட வேண்டிய, சுய உதவிக் குழுக்களால் மேற்கொள்ளப்படும் சில பொது வாழ்வாதாரத் திட்டங்களாகும்.

நீர் மேலாண்மை

2020ஆம் ஆண்டு ஏப்ரல் மாதத்தில், விவசாயச் சங்கங்களுடன் இணைந்து ஊரகப் பகுதிகளில் நீர்நிலைகளை மீட்டமைக்கும் நோக்கில், தமிழக அரசு குடிமராமத்துத் திட்டங்களுக்காக ரூ. 499 கோடிக்கு இசைவளித்தது. நீர்ப்பாசனப் பணிகளைப் பராமரிப்பது மற்றும் குடிமராமத்துப் பணிகளை நிறைவேற்றுவது ஆகியவற்றுக்கான அதிகாரங்கள் கிராம ஊராட்சிகள் வசமே இருக்கின்றன. நீர்நிலைகளைச் சீரமைத்தல், மீட்டமைத்தல் என்பனவற்றிற்கும் மேலாக, வேலைவாய்ப்பையும் அளிப்பதால் அதனை முன்னுரிமை அடிப்படையில் எடுத்துக்கொள்வதற்குக் கிராம ஊராட்சிகள் ஊக்குவிக்கப்பட வேண்டும்.

விவசாயமும் பொதுச்சந்தைகளை ஏற்பாடு செய்தலும்

கிராம ஊராட்சிகள் நேரடியாக விவசாயத்தில் பங்கெடுக்காத நிலையில், ஊராட்சி ஒன்றியக் குழு விவசாயம் மற்றும் விவசாயம் சார்ந்த பணிகளை முன்னேற்றும் பணிகளை மேற்கொள்ள வேண்டியுள்ளது.

- பிளாக் மட்டத்திலான பஞ்சாயத் ராஜ் நிறுவனங்கள் கிராம ஊராட்சிகள் மூலம் விவசாயத் துறையை முன்னேற்றும் உத்திகளைத் தொடங்கலாம். தற்போது பஞ்சாயத் ராஜ் சட்டத்தின் கீழ் பொதுச் சந்தைகளை ஏற்பாடு செய்வதற்கும் நிர்வகிப்பதற்கும் உரிய பொறுப்புகள் கிராம ஊராட்சிகளுக்கு வழங்கப்பட்டுள்ளன. இதனைப் பொதுமுடக்கக் காலக்

கட்டத்தின்பொழுது சமூக விலகல் விதிமுறைகளைக் கடைப்பிடித்து, விளைபொருட்களை வழக்கம்போல் தொடர்ந்து விற்பனை செய்வதை உறுதிப்படுத்தும் ஒரு தளமாகப் பயன்படுத்தலாம்.

உணவுப் பாதுகாப்பு

பொது விநியோக முறை மூலம் உணவுப் பாதுகாப்பை அளிப்பதில் அரசு கவனம் செலுத்துகையில், தொடர்ந்த கண்காணிப்பு தேவைப்படும் பகுதியாக இது இருக்கும் மற்றும் நீடித்த மேம்பாட்டு இலக்கு 2 பசியற்ற (*2-Zero Hunger*) நிலைக்கான நீண்ட கால உத்திகளை உறுதிப்படுத்துவதில் சமரசம் இருக்காது.

- நண்பகல் உணவுத் திட்டங்கள் என்னும் கோட்பாட்டின் மீது அமைந்த முன்முயற்சிகள் இதற்குத் தேவைப்படுகின்றன. கிராம அளவில் வயது வந்தோர் எழுத்தறிவு மையங்கள் அல்லது சமுதாயச் சமையற்கூடங்கள் மூலம் சுய உதவிக் குழுக்களின் உதவியுடன் பாதிக்கப்பட்ட பிரிவினருக்கு குறிப்பாகப் புலம் பெயர்ந்துசென்று திரும்பியவர்களுக்கு இலவச அல்லது மானிய விலையில் சமைத்த உணவை அளிக்கலாம்.
- தமிழக அரசு எங்கு வேண்டுமானாலும் சென்று உணவுப் பொருட்களைப் பெற்றுக்கொள்ளும் வகையிலான குடும்ப அட்டைகளை அவர்களுக்கு வழங்கியுள்ளதால் அதனைப் பயன்படுத்தி வருகின்றனர். இந்த வசதியை இயன்றவரையில் விரைவாகச் செயல்படுத்தினால் புலம்பெயர் தொழிலாளர்கள் மாநிலத்திற்குள் எங்கும் தங்கள் உணவுப் பங்கீட்டைப் பெற்றுக் கொள்ள ஏதுவாகும்.

கிராம ஊராட்சி அளவில்
வரிவசூலிப்புத் திறனை அதிகரித்தல்

தற்போதைய சூழலில், கிராம ஊராட்சி மட்டத்தில் ஏற்கெனவே நிச்சயமற்ற நிலையிலிருக்கும் வரிவிதிப்பானது, பெருந்தொற்றுப்பரவல் ஊரகப் பொருளாதாரத்தில் ஏற்படுத்திய மோசமான தாக்கத்தால் மேலும் சீர்கேடு அடையலாம்.

- குறுகிய காலத்தில், மாநில அரசு கிராம ஊராட்சிகளுக்கு ஊராட்சிப் பகுதிகளில் துப்புரவுப் பணிகள் செய்வது மற்றும் பாதிக்கப்பட்ட பிரிவினருக்கு உணவு வழங்குதல் போன்ற கோவிட்–19 தொடர்பான நடவடிக்கைகளை மேற்கொள்வதற்கு நிதி ஒதுக்கீடு செய்தல் வேண்டும்.

உள்ளூர் அளவில் திட்டமிடல்

எப்படியாயினும், முன்மொழியப்பட்ட இந்தத் தலையீடுகள் அனைத்தும் ஒத்திசைவை உறுதிப்படுத்துவதற்காக உள்ளூர் அளவில் திட்டமிடப்பட வேண்டும்.

- கிராம ஊராட்சி மேம்பாட்டுத் திட்டங்களைத் திருத்தம் செய்வதற்கும் கோவிட்–19 செயல்பாடுகளை அதைப்போல சேர்ப்பதற்கும் அவசர நிலைகளைக் கையாள்வதற்கு 14ஆவது நிதிக் குழுவின் நிதியைத் திருப்பிவிடுவதற்கும் கிராம ஊராட்சிகளுக்கு அதிகாரம் அளிக்கப்பட வேண்டும். ஊராட்சிகளின் துப்புரவுத் தேவைகளைக் கவனித்துக் கொள்வதற்குக் கிராம ஊராட்சிகள் கட்டற்ற நிதிநல்கையைப் பெறுவதற்கு வரையறுக்கப்பட்ட தன்மையைக் கொண்டிருப்பதால் இது குறிப்பாக முக்கியமானதாக உள்ளது. கிராம ஊராட்சி மேம்பாட்டுத் திட்டங்கள் ஒரு பங்கேற்புத் திட்ட நடைமுறையாகையால், இது வேலைஇழப்பு, உணவுப் பாதுகாப்பு, பள்ளி இடைநிற்றல்கள் மற்றும் பல அம்சங்களின் அடிப்படையில் ஊராட்சி மட்டத்தில் தற்போதைய சூழ்நிலையை மதிப்பிடுவதற்கு ஒரு பயன்விளைவிக்கும் முறையாக இருக்கும். பெருந்தொற்றுப்பரவலின் தாக்கத்தைச் சமாளிப்பதற்கான திட்டங்களைத் திட்டமிடுவதற்கு மட்டுமல்லாமல், கடந்த 5 ஆண்டுகளில் நீடித்த மேம்பாட்டு இலக்குகள் சாதித்தவற்றில் முன்னேற்றம் காண்பதற்கு நேரிட்ட இழப்புகளைத் தடமறியவும் இது உதவும்.
- தமிழக அரசு 2017–2018ஆம் ஆண்டுகளில் கிராம மேம்பாட்டுத் திட்டத்திற்காகப் ‘பங்கேற்புக் கண்காணிப்பு’ *(P Tracking)* என்று அழைக்கப்படும் தரவு அடிப்படையிலான ஒரு திட்டமிடல் செயல்முறையைத் தொடங்கியிருந்தது. அது ஒரு பங்கேற்பு முறையிலானதும், குடும்ப மட்டத்திலான கிராம ஊராட்சி மேம்பாட்டுத் திட்டத்திற்குத் தகவல் தெரிவிக்கும் கணக்கெடுப்பாகவும் இருந்தது. இந்தத் தரவுத்தளம் பிற சுட்டிக்காட்டு அம்சங்களுக்கிடையில், குடும்ப அளவில் வேலைவாய்ப்பு மற்றும் உணவுப் பாதுகாப்பு தொடர்பான தகவலைத் திரட்டியிருந்தது. 2020ஆம் ஆண்டு பிப்ரவரி மாதத்தில் தாக்கல் செய்யப்பட்ட நிதிநிலை அறிக்கையில், தமிழக அரசு உள்ளூர் அளவில் திட்டமிடல் செயல்முறையைத் தெரிவிப்பதற்கு ஒரு தரவுச் சேகரிப்பு வழிமுறையாகப் ‘பங்கேற்புக் கண்காணிப்பு’ முறையை நிறுவனப்படுத்தியிருந்தது. இத்தரவுத்தளம், வறியவர்களின் பங்கேற்பு இனங்காணல் பட்டியலுடன் கூடிய புதுவாழ்வுத் திட்டம் போன்ற ஊரக

வாழ்வாதாரத் திட்டங்களின் கீழ் தயாரிக்கப்பட்டுத் தீவிர இலக்கிற்கான சமுதாய மட்டத்தில் மிகவும் வறியவர்களை அடையாளம் காண உதவுவதற்குப் பயன்படுத்தப்படலாம்.

விழிப்புணர்வை உருவாக்குதல்

ஊரக மேம்பாட்டுத் துறையும் பஞ்சாயத் ராஜும் தமிழ்நாட்டிலிருந்து பிற மாநிலங்களுக்கும், அனைத்துக் கிராம ஊராட்சி மன்ற உறுப்பினர்களுக்கும் பரவலாக எடுத்துச்சென்று, கோவிட்–19 மேலாண்மையில் சிறந்த நடைமுறைக்கு, உணவுப் பாதுகாப்பு, பசி, வேலைவாய்ப்பு உருவாக்கல் ஆகிய பிரச்சினைகளில் கவனம் செலுத்துவதைப்போல முக்கியத்துவம் அளிக்க வேண்டும்.

நீண்டகால உத்திகள்

ஆரோக்கியமும் கோவிட்–19ஐ நிர்வகித்தலும்

நீண்ட கால அடிப்படையில், ஆரோக்கியச் செயல் பாட்டாளர்களைப் பணிக்கு அமர்த்துவது, குறிப்பாகக் கிராம ஊராட்சி மட்டத்தில் அவசியமான ஒன்றாகும்.

- இது விவாதத்திற்குரிய ஒரு பிரச்சினை என்றாலும், ஊராட்சி ஒன்றிய மன்ற எல்லைக்குள் வசிக்கும் அனைத்து ஓய்வு பெற்ற செவிலியர்கள், மகப்பேற்று உதவியாளர்கள், பிற ஆரோக்கிய வல்லுநர்கள் ஆகியோரின் பெயர், விவரங்கள் கொண்ட பதிவேடு ஒன்றினை அளிப்பதற்கான சாத்தியக்கூறுகளைத் தமிழக அரசு ஆராய்ந்து, பெருந்தொற்றுப் பரவல் போன்ற நெருக்கடி நேரங்களில் அவர்களைப் பணிக்கு அமர்த்த கிராம ஊராட்சிகளுக்கு அனுமதி வழங்கலாம்.

உள்ளூர் அளவில் திட்டமிடல்

மூன்றாவது அரசியல் சாசனச் சட்ட அமைப்பான – பெரிதும் செயலிழந்துபோன மாவட்டத் திட்டக் குழுக்கள் கோவிட்–19இன் பின்னரான நகர உள்ளூர் அமைப்புகளுடன் இணைந்து பஞ் சாயத் ராஜ் நிறுவனங்களின் அனைத்து மூன்று அடுக்குகளையும் ஈடுபடுத்துவதன் மூலம் ஊரகப் பொருளாதாரத்திற்குப் புத்துயிரூட்டுவதற்கான ஒரு விரிவான திட்டத்துடன் முன்வர வேண்டும். மாவட்டத் திட்டக் குழுக்கள் தேசிய நிறுவனங்களாகி, அவை பெரிதும் அரசியல் நியமனங்களுக்காகவே பயன்படுத்தப்படுகின்றன.

- விரிவான மாவட்ட அளவிலான திட்டம் ஒன்றைத் தயாரிக்க உதவுவதற்கு வல்லுநர்களையும் துறைசார் நிபுணர்களையும்

உள்ளடக்கிய விதத்தில் மாவட்டத் திட்டமிடல் குழுக்களின் உறுப்பாண்மை புதுப்பிக்கப்பட வேண்டும். மாவட்ட அளவில் திட்டமிடல் செயல்முறைக்கு இணக்கத்தைக் கொண்டு வருவதற்கும், மாவட்டச் சூழலுக்குள் நகர்ப்புற மற்றும் ஊரக முன்னுரிமைகளைக் கொண்டுவருவதற்கும், பெருந்தொற்றுக்குப் பின்னரான அரசின் குறிக்கோள்களுக்கு இயைந்த வகையிலான தேவை உள்ளது.

- எடுத்துக்காட்டாக, திறன் மேம்பாட்டிற்கு மாநில அரசுகளாலும் மத்திய அரசாலும் அளிக்கப்படும் சிறப்பான அழுத்தத்திற்கு ஒருங்கிணைந்த முறையில் மாநிலத்திற்கு உள்ளான அளவில் திறன்தேவையின் இடைவெளிகளை மதிப்பிடுவதற்குப் பரவலாக்கப்பட்ட அணுகுமுறை அவசியமாகிறது. மேலும், புலம்பெயர்ந்து சென்று திரும்பிவந்தவர்கள் விஷயத்தில், மாவட்ட அளவில் அணுகத்தக்க வகையிலுள்ள திறன் மிக்கத் தொழிலாளர்களின் எண்ணிக்கையைக் கணக்கெடுக்க வேண்டிய தேவை உள்ளது. மாவட்டத் திட்டமிடல் குழு போன்ற உச்சநிலை அமைப்பானது, ஒருங்கிணைத்து, இடர்பாடுகளை எளிதாக்கி, நகர்ப்புற மற்றும் ஊரக மக்கள் திரளின் தேவைகள் பொருந்துமாறு செய்து, உரிய வேலைவாய்ப்புகளை வழங்க அவர்களை இணைக்க வேண்டும்.

கிராம ஊராட்சி அளவில் வரி வசூலிப்புத் திறனை அதிகரித்தல்

அதிகமான எண்ணிக்கையிலான செயல்பாட்டாளர்கள், வரி வசூலிப்பதற்குச் சிறந்த ஊக்குவிப்புகள் ஆகியவற்றுடன் கிராம ஊராட்சிகளின் வரி வசூலிப்புத் திறனை முன்னேற்றுவது மிகவும் முக்கியம் ஆகும். இது கிராம ஊராட்சிகள் அரசின் நிதியைச் சார்ந்திருக்காமல் உள்ளூர்த் தேவைகளைக் கவனித்துக் கொள்வதற்குக் கட்டற்ற நிதி நல்கையைப் பெற உறுதியளிக்கும்.

- நடத்தை அறிவியல் மற்றும் வரி வசூலிப்பு குறித்த பிரசுரத்திற்கு இசைய, தாழ்ந்துபோகாத தன்மையில் அமைந்த சமூக அழுத்தத்தை அளிக்கும் ஒரு வேறுபாட்டை நாங்கள் வழங்குகிறோம். எடுத்துக்காட்டாக, ஒரு வசிப்பிடத்தில் அல்லது வார்டில் உள்ள அனைத்து வீடுகளின் கதவிலக்கங்களும் வரி செலுத்திய விவரங்களுடன் சுவரொட்டிகளில் காட்சிப்படுத்தப்பட வேண்டும். இந்தச் செய்தியைத் தொடர்ந்து, அந்த வசிப்பிடத்தில் சேவை அளிப்பதற்கு / பழுதுபார்ப்பதற்குத் தேவையான விவரங்களை விவரிக்கும் சுவரொட்டி ஒன்றும் இருக்கும். சமூக அடையாளம், முனைப்பு

ஆகியவை தொடர்பான நடத்தைக் கோட்பாடுகளின் அடிப்படையில், இது குடிமக்களுக்கிடையில் விவாதத்தை உருவாக்கும் என்பதுடன், வரி செலுத்தத் தவறுவோர் பயன்களைப் பெறும் வகையில் உரிய காலத்தில் வரிகளைச் செலுத்துமாறு உறுத்தாத வகையில் வலியுறுத்தும் எனவும் எதிர்பார்க்கப்படுகிறது.

- உள்ளூர் சுய உதவிக் குழுக்களையும் வரி வசூலிக்கும் பணிக்காகப் பயன்படுத்தலாம். கிராம ஊராட்சி செயலாளரின் பணிச்சுமையைக் இவ்வாறு குறைக்கலாம்.

மேம்பாட்டுத் திட்டமிடல்

புலம் பெயர்ந்து சென்றவர்கள் நிறைந்த அளவில் திரும்பிவரும் பின்புலத்தில், மாநில அரசால் பின்பற்றப்படும் மேம்பாட்டு மாதிரியை விமர்சனபூர்வமாக மறுசிந்தனைக்கு உட்படுத்துவது தற்போது அத்தியாவசியமானதாகும்.

- பெருந்தொற்றுப் பரவலை ஒரு வாய்ப்பாகக் கண்டு, வழக்கமான முறையிலிருந்து வெளியே வந்து மாறுபட்டுச் சிந்திப்பது அவசியமான ஒன்றாகும். மேம்பாட்டின் நிகழ்வுப்போக்கு பரவலாக ஆக வேண்டிய தேவை உள்ளது. அதனுடைய அழுத்தம் நகர்ப்புறத்திலிருந்து ஊரகப் பகுதிகளுக்கு, பெரு நகரங்களிலிருந்து சிறு நகரங்களுக்கு, குறிப்பாக வேலைகள் உருவாக்கப்பட வேண்டிய இடமான மாவட்டத்திற்குள்ளான அளவில் மாற்றப்பட வேண்டும்.
- மாவட்ட நிர்வாகத்தின் கீழ், மாவட்ட ஊராட்சிகள், ஊராட்சி ஒன்றிய மன்றங்கள் ஆகிய இரு அமைப்புகளும் அவற்றின் நிலைக்குழுக்கள் மூலம் ஊரகப் பொருளாதாரத்தை மீளுருவாக்கம் செய்வதில் முக்கியமான பங்கை வகிக்கும் ஆற்றலைக் கொண்டுள்ளன.

நீடித்த மேம்பாட்டு இலக்குகள் (*Sustainable Development Goals - SDG*)

நீடித்த மேம்பாட்டு இலக்குகள் மீதான கண்காணிப்பை மாநில அரசு இழக்காமல் இருப்பதும் கூட அத்தியாவசியமானதாகும். ஆரோக்கியத்தைப் பராமரிக்கும் நீடித்த மேம்பாட்டு இலக்கு *SDG3*, பிற நீடித்த மேம்பாட்டு இலக்குகளான வறுமை (*SDG1*), பசி (*SDG2*), கல்வியின் தரம் (*SDG4*), தூய்மையான நீர் மற்றும் துப்புரவு வசதியைப் பெறுதல் (*SDG6*) ஆகியவற்றின் மீது நேரடியான தாக்கத்தைக் கொண்டிருக்கிறது.

- அப்துல்லா ஷிப்லி அழைப்பதைப்போல 'இந்தப் 'பெருந்தொற்றுப் பரவல் இடைநிறுத்தம்' மறுசிந்தனை, மறுபரிசீலனை, நீடித்த மேம்பாட்டு இலக்குகளுக்கு மறு முன்னுரிமை அளிப்பது தொடர்பான நமது புரிதலை மாற்றியமைத்தல் ஆகியவற்றுக்கான அவகாசத்தை அளித்துள்ளது; ஆனால் இவை வறுமை, பசி போன்ற முக்கிய நீடித்த மேம்பாட்டு இலக்குகளை விட்டுக்கொடுத்ததாக இருக்கக்கூடாது.

- வறுமை, பசி போன்ற முக்கியமான நீடித்த மேம்பாட்டு இலக்குகளை உறுதிப்படுத்துவதில் உள்ளாட்சிகள் முக்கியமான பங்கை ஆற்ற வேண்டும். அவை உள்ளூர் அளவில் குடிமைச் சமூகத்துடன் அரசு மற்றும் அரசு சாரா செயல்பாட்டாளர்கள் உள்ளிட்ட ஒன்றுதிரண்ட செயல்பாட்டால் தணிக்கப்படுகிறது, சமூக முதலீட்டின் மீது தொடர்ந்து கட்டியெழுப்புவதை இந்தப் பெருந்தொற்று உள்ளூர் அளவில் உருவாக்கி ஆற்றல்படுத்தியுள்ளது.

குறிப்புகள்

1. In addition, TISS reports include IGT (Infrastructure, Governance, and Transparency) along with the 3 Fs (Functions, Finances, and Functionaries) in the calculation of the Devolution index.
2. Village panchayats can levy entertainment tax, advertisement tax, tax on agricultural land, and surcharge on additional stamp duty.
3. Reorganised districts of Kancheepuram, Chengalpet, Vellore, Tirupattur, Ranipet, Viluppuram, Kallakurichi, Thirunelveli, and Tenkasi.

நூல் பட்டியல்

Aiyar, M. S., 'The panchayati front: Tap potential of local self-government to fight COVID-19', *The Indian Express*, 6 May 2020, available athttps://indianexpress.com/article/opinion/columns/coronavirus-pandemic-panchayati-front-6395715/, accessed on 4 November 2021.

Alok, V. N., *Strengthening of panchayats in India: Comparing devolution across states*, Indian Institute of Public Administration, April 2013, available at https://www.panchayat.gov.in/documents/20126/0/Panchayat_devolution_Index_Report_2012-13%281%29.pdf/a032c0b1-d29d-f521-481d-ad8e5341ab06?t=1554810195314, accessed on 4 November 2021.

Ashok, S., 'Welfare schemes, well-oiled PDS helping Tamil Nadu's poor', *Hindustan Times*, 5 April 2020, available at https://www.hindustantimes.com/india-news/welfare-schemes-well-oiled-pds-helping-tn-poor/story-HgNMVaFI96sEHS71iU5YHO.html, accessed on 4 November 2021.

Chhibber, P. And R. Verma, 'Not just IAS and police, India's Covid-19 fight must use panchayats and municipalities too', *The Print*, 31 March 2020, available at https://theprint.in/opinion/ias-police-india-covid19-fight-panchayats-municipalities/391730/, accessed on 4 November 2021.

Karthik, D. and P. Sivarajah, 'Local bodies a wasted force in grassroots fight against Covid-19', *The Times of India*, 21 April 2020, available at https://timesofindia.indiatimes.com/local-bodies-a-wasted-force-in-grassroots-fight-against-covid/articleshow/75260915.cms, accessed on 4 November 2021.

Mahapatra, R., 'Panchayati raj day: Pandemic and the panchayats', *Down to Earth*, 24 April 2020, available at https://www.downtoearth.org.in/blog/governance/panchayati-raj-day-pandemic-and-the-panchayats-70674, accessed on 4 November 2021.

PRIA International Academy and National Institute of Rural Development and Panchayati Raj, *Role of Panchayati Raj Institutions in Disaster Preparedness and Management–Lessons from Covid-19 Pandemic* (Webinar), 24 April 2020, available at https://pria.org/knowledge_resource/1589187800_Report_of_PRI_webinar_on_24_04_2020.pdf, accessed on 4 November 2021.

Ramesh, N., 'Panchayat offices to turn into employment exchanges', *The New Indian Express*, 2 May 2020, available at https://www.newindianexpress.com/states/tamil-nadu/2020/may/02/panchayat-offices-to-turn-into-employment-exchanges-2138246.html, accessed on 4 November 2021.

Sahoo, N., *Panchayats and pandemic*, Observer Research Foundation, 25 April 2020, available at https://www.orfonline.org/expert-speak/panchayats-pandemic-65185/, accessed on 4 November 2021.

Shah, R., 'In the post Covid-19 era, an opportunity to build back better', *Forbes India*, 5 June 2020, available at https://www.forbesindia.com/article/coronavirus/in-the-post-covid19-era-an-opportunity-to-build-back-better/59899/1, accessed on 4 November 2021.

Shibli, A., 'Sustainable Development Goals: What to salvage from Covid-19', *The Daily Star*, 20 May 2020, available at https://www.thedailystar.net/opinion/open-dialogue/news/sustainable-development-goals-what-salvage-covid-19-1904155, accessed on 4 November 2021.

The Hindu, 'Tamil Nadu govt sanctions Rs 499 crore for Kudimaramathu scheme', 24 April 2020, available at https://www.thehindu.com/news/national/tamil-nadu/tamil-nadu-govt-sanctions-499-crore-for-kudimaramathu-scheme/article31419515.ece, accessed on 4 November 2021.

The Hindu Business Line, 'Covid-19: TN to provide financial assistance of Rs 1,000 to all ration card holders', 24 March 2020, available at https://www.thehindubusinessline.com/news/national/covid-19-tn-to-provide-financial-assistance-of-1000-to-all-ration-card-holders/article31149424.ece, accessed on 4 November 2021.

Unnikrishnan, P.V., K. Sita Prabhu, A. Bakshi, M. Bandopadhyaya, S. Dasgupta, G. Abey, S. Iyer, M. K. Jha, P. K. Singh, and J. Sridharan, *Devolution Report*

2014-15: How Effective is Devolution Across Indian States, Insights from the Field, Tata Institute of Social Sciences, April 2015, available at http://doi.org/10.13140/RG.2.2.13669.50402, accessed on 4 November 2021.

Unnikrishnan, P.V., G. Palanithurai, A. Bakshi, G. Sahu, M. Bandopadhyaya, M. K. Jha, N. Deori, P. K. Singh, S. Iyer, and K. Sita Prabhu, *Devolution report 2015–16: Where Local Democracy and Devolution in India is Heading Towards?*, Tata Institute of Social Sciences, April 2016, available at https://www.panchayat.gov.in/documents/20126/0/devolution2015-16.pdf, accessed on 4 November 2021.

Weber, T. O., J. Fooken, and B. Herrmann, *Behavioural economics and taxation* (Taxation Papers Working Paper N.41-2014), European Commission, 2014, available at https://ec.europa.eu/taxation_customs/system/files/2016-09/taxation_paper_41.pdf, accessed on 4 November 2021.

18

கோவிட்-19ம் தமிழ்நாட்டில் சமூகப் பாதுகாப்பும்
வாழ்க்கை சுழற்சி அணுகுமுறையின் அவசியம்

காயத்ரி பாலகோபால், எம். விஜயபாஸ்கர்

பெருந்தொற்றும் அதன் பரவலைக் கட்டுப்படுத்த மேற்கொள்ளப்பட்ட நடவடிக்கைகளும் சமூகப் பாதுகாப்பின் முக்கியத்துவத்தைத் தெளிவாக்கியுள்ளன. பெருந்தொற்றானது பொதுச் சுகாதார அமைப்புகளின் முக்கியத்துவத்தைத் தெளிவுபடுத்திய அதே வேளையில், பொதுமுடக்கம் மூலம் அதன் பரவலைக் கட்டுப்படுத்தும் முயற்சிகள் நாட்டின் பெரும்பான்மையான பணியாளர்களின் பாதுகாப்பின்மையையும் பாதிப்புகளையும் எடுத்துக்காட்டின. வலுவான பொருளாதாரச் செயல்திறனுடன் இணைந்த சமூகப் பாதுகாப்பிற்கான உறுதிப்பாட்டின் நீண்ட வரலாற்றைத் தமிழ்நாடு கொண்டுள்ளது. வாழ்க்கைச் சுழற்சியின் வெவ்வேறு கட்டங்களில் ஊக்குவிப்பு, தடுப்புநடவடிக்கை, பாதுகாப்பு (Guhan,1994) ஆகியவற்றின் பரிமாணங்களை ஒருங்கிணைக்கும் அணுகுமுறையைப் பயன்படுத்தி, மாநிலத்தில் முழுமையான வறுமையையும் சமத்துவமின்மையையும் குறைப்பதில் சமூகப் பாதுகாப்பு நடவடிக்கைகள் முக்கியப் பங்கு வகிக்கின்றன.[1] தீவிர பொருளாதார அதிர்ச்சிகள் எவ்வாறு தற்போதிருக்கும் பாதுகாப்பு முறைகளைக் குறைமதிப்பிற்கு உட்படுத்துகின்றன என்பது மட்டுமல்லாமல், மனித வளர்ச்சியை விரிவுபடுத்துவதற்கும் தக்கவைத்துக்கொள்வதற்கும் நீண்டகாலத் தாக்கங்களை ஏற்படுத்தக்கூடும் என்பதைப் பெருந்தொற்று தெளிவுபடுத்தியுள்ளது. கல்வி, ஆரோக்கியம், மற்றும் வாழ்வாதாரங்களை அணுகுவதில்

ஏற்படும் இடையூறுகள் ஏற்கெனவே இருக்கும் பாதிப்புகளுடன் சேர்ந்து கொள்கின்றன. இந்தச் சூழலில், இந்தக் கொள்கைச் சுருக்கமானது தமிழ்நாட்டில் தற்போதுள்ள சமூகப் பாதுகாப்பு முறையை ஒரு வாழ்க்கைச் சுழற்சியின் கண்ணோட்டத்தில் மதிப்பிடுகிறது; சமூகப் பாதுகாப்பில் கோவிட்–19இன் சாத்தியமான தாக்கங்களை எடுத்துக்காட்டுகிறது; மேலும் இது கோவிட்–19 நெருக்கடியின் எதிர்வினை மற்றும் சமூகப் பாதுகாப்பை வலுப்படுத்தக்கூடிய அரசாங்க தலையீடுகளையும் நீடித்த வளர்ச்சி இலக்குகளை அடைவதற்கான நீண்டகால நடவடிக்கையையும் அடையாளப்படுத்துகிறது.

வாழ்க்கைச் சுழற்சியின் (படம் 1) ஒவ்வொரு கட்டத்திலும் (எ.கா., பிறப்புக்கு முந்தைய, பள்ளி வயது) சமூகப் பாதுகாப்பு முறையைப் பற்றி முதலில் விவாதிக்கிறோம், பின்னர் வாழ்க்கைச் சுழற்சியைக் கடந்துசெல்லும் அமைப்புகளை (எ.கா., ஆரோக்கியம்

படம் 1
தமிழ்நாட்டில் வாழ்க்கை சுழற்சியின் வேறுபட்ட கட்டங்கள்

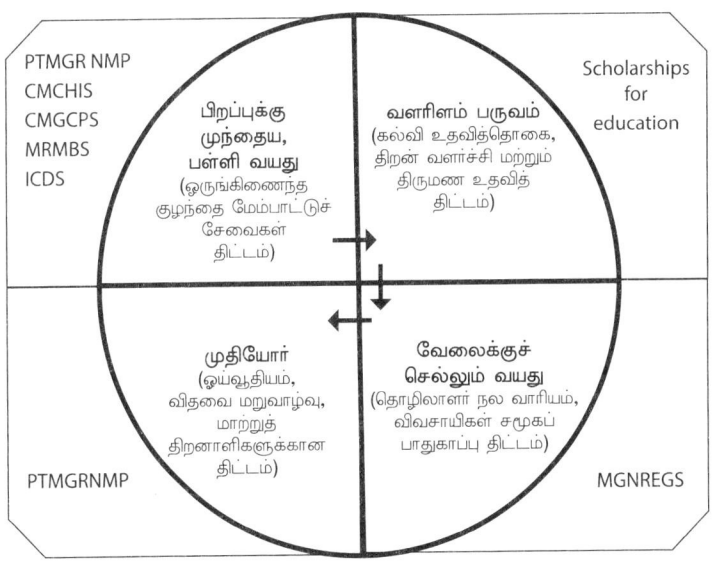

Note. PTMGRNMP: Puratchi Thalaivar M.G. Ramachandran Nutritious Meal Programme; CMCHIS: Chief Minister's Comprehensive Health Insurance Scheme; CMGCPS: Chief Minister's Girl Child Protection Scheme; ICDS: Integrated Child Development Services; MRMBS: Muthulakshmi Reddy Maternity Benefit Scheme; MGNREGS: Mahatma Gandhi National Rural Employment Guarantee Scheme.
Source. Adapted from Planning Commission (2014).

மற்றும் சுகாதாரம், உணவுப் பாதுகாப்பு) ஆராய்வோம். ஒவ்வொரு பகுதியும் கோவிட்-19இன் சாத்தியமான தாக்கங்களைப் பற்றி விவாதிக்கிறது. இடைவெளிகளைக் கவனத்தில்கொள்ள குறுகிய கால மற்றும் நீண்ட கால நடவடிக்கைகளைப் பரிந்துரைப்பதன் மூலம் நிறைவு செய்கிறோம்.

பிறப்புக்கு முந்தைய மற்றும் மழலைப்பருவத்தில் பாதுகாப்பு

தமிழ்நாடு, பிறப்புக்கு முந்தைய மற்றும் மழலைப்பருவத்தில் பல்வேறு சமூகப் பாதுகாப்புத் திட்டங்களைக் கொண்டுள்ளது. கருவுற்ற காலத்தில், பொதுவான ஆரோக்கியச் சேவைகளை அரசு வழங்குகிறது, ஆனால் மகப்பேற்றுப் பயன்கள் இலக்கு சார்ந்ததும் நிபந்தனைகளுக்கு உட்பட்டதுமாகும்.

1987ஆம் ஆண்டில் மாநில அரசால் தொடங்கப்பட்ட முத்துலட்சுமி ரெட்டி மகப்பேறு நலத்திட்டம் வறுமைக் கோட்டுக்குக் கீழ் வாழும் குடும்பங்களைச் சேர்ந்த பெண்களுக்கு வழங்கப்படும் ரொக்கம் மற்றும் பண்டவகையான கையளித்தல்களை உள்ளடக்கியது. மேலும், பிறப்புக்கு முந்தைய பராமரிப்பு, நிறுவனம்சார் மகப்பேறு, குழந்தைகளுக்கான தடுப்பூசி போன்றவற்றை நிறைவு செய்கிறது. நிறுவனம்சார் மகப்பேறு 2015-2016 ஆம் ஆண்டில் மாநிலத்தில் 99 சதவீதமாக இருந்தது (மக்கள்தொகை அறிவியலுக்கான சர்வதேச நிறுவனம் (ஐஐபிஎஸ்) - ஐசிஎஃப், 2017). தாய்மார்களுக்கு அளிக்கப்பட்ட பிறப்புக்கு முந்தைய முழுப் பராமரிப்பு விகிதம் 2005-2006 ஆம் ஆண்டில் 27.5% இலிருந்து 2015-2016 ஆம் ஆண்டில் 45% ஆக அதிகரித்தது, ஆனால் அது குறைவானதே ஆகும்.

நிறுவனம்சார் மகப்பேற்றுக்கான கொள்கை முக்கியத்துவத்தின் விளைவாக, தாய்வழிக் கல்வியும் பொருளாதாரநிலையும் மேம்பட்டு, குழந்தை இறப்பு விகிதமும் தாய்வழி இறப்புவிகிதமும் குறைந்து, அவை இந்தியாவிலேயே மிகக் குறைந்த நிலையிலிருக்கின்றன. இருப்பினும், குழந்தைகளுக்கான தடுப்பூசி விகிதம் 2005-2006 மற்றும் 2015-2016க்கு இடையில் 80.9%இலிருந்து 69.7% அளவுக்குக் குறைந்துள்ளது, இது முன்களச் சுகாதாரப் பணியாளர்களின் பற்றாக்குறையின் காரணமாக இருக்கலாம். 2018-19இன் ஊரகச் சுகாதாரப் புள்ளிவிவரங்கள் அளிக்கும் தரவானது, தமிழ்நாட்டில் துணைச் சுகாதார நிலையங்களிலும் முதன்மைச் சுகாதார மையங்களிலும் பெண் சுகாதாரப் பணியாளர்கள் மற்றும் துணைச் செவிலியர் ஆகியோரின் பற்றாக்குறையைக் காட்டுகிறது.

பெண்சிசுக் கொலை மற்றும் பாலினத் தேர்வு அடிப்படையில் கருக்கலைப்பு செய்வது ஆகிய பிரச்சினைகளில் கவனம் செலுத்தும் வகையில் தமிழ்நாடு 1996இல் தொட்டில் குழந்தைத் திட்டத்தையும், 2001–2002இல் முதல்வரின் பெண்குழந்தைப் பாதுகாப்புத் திட்டத்தையும் அறிமுகப்படுத்தியது. 2001 மற்றும் 2011க்கு இடையில் குழந்தைப் பாலின விகிதத்தில் முன்னேற்றம் காணப்பட்ட நிலையில், அரியலூர் (897), கடலூர் (896), தர்மபுரி (913), நாமக்கல் (914), பெரம்பலூர் (913) போன்ற மாவட்டங்களில், குழந்தைப் பாலின விகிதங்கள் தேசிய சராசரியை விடக் குறைவானதாகவே உள்ளன.

ஒருங்கிணைந்த குழந்தை மேம்பாட்டுச் சேவைகள் திட்டம் ஆறு வயதுக்குட்பட்ட குழந்தைகளின் ஊட்டச்சத்து மற்றும் சுகாதார நிலையை மேம்படுத்துவதற்கான நோக்கத்துடன், இணை ஊட்டச்சத்து, நோய்த்தடுப்பு, ஆரோக்கியக் கண்காணிப்பு, பரிந்துரைச் சேவைகள், முன்பள்ளிக் கல்வி, ஆரோக்கியக் கல்விப் பிரச்சாரங்கள் போன்ற சேவைகளின் தொகுப்பு மூலம், குழந்தை வளர்ச்சியில் ஒரு முக்கிய முன்னெடுப்பு மத்திய அரசால் தொடங்கப்பட்டது.

தமிழ்நாட்டில் 2015–2016, 0–71 மாதங்களுக்கு இடையில் இருந்த 58.5% குழந்தைகள் இணை உணவைப் பெற்றனர், 46% பேர் தடுப்பூசிகளைப் பெற்றனர், 56.4% பேர் அங்கன்வாடி மையங்களில் இருந்து ஆரோக்கியப் பரிசோதனைகளைப் பெற்றனர் (ஐஐபிஎஸ் – ஐசிஎஃப், 2017). மேலும் 0–59 மாதத்திற்குட்பட்ட 58.5% குழந்தைகள் அங்கன் வாடி மையங்களில் எடை சரிபார்க்கப்பட்டனர். மேலும் எடை சரிபார்க்கப்பட்ட குழந்தைகளின் 82.6% தாய்மார்கள் ஆகாரம் கொடுப்பது குறித்து ஆலோசனை பெற்றனர். கூடுதலாக, 36 முதல் 71 மாதங்களுக்கு இடையிலான 50.4% குழந்தைகள் அங்கன்வாடி மையங்கள் மூலம் முன்பள்ளிக் கல்வியைப் பெற்றனர். மற்ற சமூகக் குழுக்களை விடப் பட்டியலினக் குழந்தைகள் அங்கன் வாடி மையங்களை மிக அதிகமாகப் பயன்படுத்தினர்.

2018–2019ஆம் ஆண்டில், அங்கன்வாடி மையங்களில் கிட்டத்தட்ட 13.8 இலட்சம் குழந்தைகள் முன்பள்ளிக் கல்வியில் கலந்துகொண்டனர், கிட்டத்தட்ட 29 இலட்சம் குழந்தைகள் இணைஊட்டஉணவு பெற்றனர், மேலும் 37.9 இலட்சம் குழந்தைகள் தடுப்பூசி போடப்பெற்றனர், எடைக் கண்காணிப்பு மற்றும் சுகாதாரப் பரிசோதனைகளையும் தமிழ்நாட்டில் உள்ள அனைத்து அங்கன் வாடி மையங்களிலும் பெற்றனர் (சமூக நலம் மற்றும் சத்துணவுத் திட்டத் துறை, 2019).

மழலைப்பருவத்தில் கோவிட்-19இன் தாக்கம்

குழந்தைகளுக்கான தடுப்பூசி

பெருந்தொற்றானது, சுகாதாரப் பணியாளர்களைக் கோவிட்-19 தொடர்பான நடவடிக்கைகளுக்குத் திசைத்திருப்பிவிட்டது. அது மேலும் குழந்தைகளுக்குத் தடுப்பூசி போடுவதற்கான வாய்ப்பைக் குறைத்தது.

பாலின விகிதம்

கோவிட்-19 வாழ்வாதார அதிர்ச்சிகளின் விளைவாக, பெண்சிசுக்கொலை மற்றும் பாலினத் தேர்வு அடிப்படையில் கருக்கலைப்பு ஆகியவற்றால் இறந்துபோகுமளவு ஆபத்தான சாத்தியக்கூறுகளைப் பெண்குழந்தைகள் எதிர்கொள்கின்றனர்.

அங்கன்வாடி சேவைகள்

பெருந்தொற்றின்போது அங்கன்வாடி மையங்கள் மூடப்பட்டதைத் தொடர்ந்து, இந்த மையங்கள் மூலம் வழங்கப்படும் வழக்கமான சேவைகள் தடைபடுகின்றன. அங்கன்வாடி மையங்களில் சேரும் குழந்தைகள் அனைவருக்கும் வீட்டுக்கே சென்று ரேஷன் பொருட்களை விநியோகிக்க வேண்டும் என்று மாநில அரசு உத்தரவிட்டுள்ளது. ஆனால் முன்பள்ளிக் கல்வி, தாய்மார்களுடனான ஆலோசனை, குழந்தைகளின் மானுடவியல் அளவீடு, குழந்தைகளுக்கான தடுப்பூசி ஆகியவை செயல்படாமலுள்ளன. எனவே, குழந்தைகளின் உடல்நலம் மற்றும் மழலைப் பருவத்தின் தலையீடுகள் கோவிட்-19ஆல் மோசமாகப் பாதிக்கப்பட்டுள்ளன.

பள்ளிப்பருவம் மற்றும் வளரிளம்பருவத்தில் பாதுகாப்பு

1982இல் தொடங்கப்பட்ட தமிழ்நாட்டின் பிரசித்தி பெற்ற சமூகப் பாதுகாப்புத் திட்டங்களில் ஒன்றான புரட்சித் தலைவர் எம். ஜி. ராமச்சந்திரன் சத்துணவுத் திட்டமானது (PT MGR NMP) பள்ளிச் சேர்க்கை, வருகைப் பதிவு, ஊட்டச்சத்து ஆகியவற்றை ஊக்குவிக்கிறது. அரசுப் பள்ளிகளிலும் அரசின் உதவிபெறும் பள்ளிகளிலும் பயிலும் குழந்தைகள் அனைவருக்கும் எழுதுபொருட்களையும் சில வகையினருக்கு பண ஊக்கத்தொகையும் அரசு வழங்குகிறது. 2011-2012 முதல் அரசுப் பள்ளிகளிலும் அரசின் உதவி பெறும் பள்ளிகளிலும் மேனிலை வகுப்புகளில் பயிலும் மாணவ, மாணவியர் அனைவருக்கும் இலவச மடிக்கணினிகளை அரசு வழங்கி வருகிறது. சிறுமியரிடையே பள்ளி இடைநிற்றலைத் தடுப்பதற்காக, 2011ஆம் ஆண்டில் அரசுப் பள்ளிகளில் இலவசமாக 'சானிட்டரி நாப்கின்'கள் வழங்கும் திட்டத்தை அரசு

அறிமுகப்படுத்தியது. ஊரகப் பகுதிகளில் பள்ளிக்கு வருகை தந்த அல்லது வராமல்போன (10 வயது முதல் 19 வயது வரையிலான) வளரிளம் பெண்கள் ஒவ்வொருவருக்கும் ஆண்டு ஒன்றிற்கு (பேக் ஒன்றிற்கு ஆறு பட்டைகள் கொண்ட) 'சானிடரி நாப்கின்'கள் 18 கட்டுகள் வழங்கப்பட்டன. இந்தத் திட்டங்களுடன் நன்கு மேம்படுத்தப்பட்ட பள்ளி உள்கட்டமைப்பின் விளைவாக, குழந்தைத் தொழிலாளர்கள் எண்ணிக்கை கணிசமாகக் குறைந்தது. 2016–2017ஆம் ஆண்டில் மாநிலத்தில் (கல்விசார் திட்டமிடல் மற்றும் நிர்வாகத்திற்கான தேசியப் பல்கலைக்கழகம் [NUEPA] 2018) தொடக்கப் பள்ளி, இடைநிலைப் பள்ளி, மேனிலைப் பள்ளி ஆகிய கட்டங்களில் சிறுவர்களை விட மொத்தச் சேர்க்கை விகிதம் (GER) சிறுமியரிடையே அதிகமாக இருந்தது. பட்டியலின மற்றும் பழங்குடியின மாணவர்களிலும் ஒப்பீட்டு வகையில் மாநிலத் தலையீட்டின் விளைவாக அனைத்து சாராரும் உள்ளடக்கிய அமைப்பு ஏற்பட்டுள்ளது என்று தரவு காட்டுகிறது. எவ்வாறாயினும், சிறப்புத் தேவைகளைக் கொண்ட குழந்தைகளில் (CWSN) கிட்டத்தட்ட நான்கில் ஒரு பகுதியினர் மாநிலத்தில் பள்ளிக்கு வராமல் இருந்தனர், இதற்குப் போக்குவரத்து, உள்கட்டமைப்பு மற்றும் சமூகத் தடைகள் காரணமாக இருக்கலாம் என்று கருதப்படுகிறது.

பள்ளிப் பருவத்தினரிடையே கோவிட்–19இன் தாக்கம்

கல்விசார் குறுக்கீடு

கோவிட்–19இன் முக்கியமான பாதகமான தாக்கம் பள்ளி மூடலும் அதன் விளைவாகக் கல்விக்கு ஏற்பட்ட இடையூறும் ஆகும். அட்டவணை 1 கல்வியின் வெவ்வேறு நிலைகளில் குழந்தைகள் பள்ளியில் சேர்க்கப்படுவதைக் காட்டுகிறது, இது பள்ளி மூடலால் பாதிக்கப்பட்ட குழந்தைகளின் எண்ணிக்கையையும் பிரதிபலிக்கிறது. கிட்டத்தட்ட 131 இலட்சம் குழந்தைகளின் பள்ளிக்கல்வி பெருந்தொற்றால் பாதிக்கப்படும் நிலை ஏற்பட்டுள்ளது.

2016–2017ஆம் ஆண்டில், ஏறத்தாழ சிறப்புத் தேவைகளைக் கொண்ட 1.5 இலட்சம் குழந்தைகள் தமிழ்நாட்டில் உள்ள பள்ளிகளில் சேர்க்கப்பட்டனர் (NUEPA, 2018). கோவிட்–19 காரணமாக, இந்தக் குழந்தைகளால் பள்ளிக்குச் செல்ல முடியவில்லை. பாதுகாப்பு முன்னெச்சரிக்கை நடவடிக்கைகளைப் பின்பற்றுகையில், வீட்டிலிருந்தபடியே செய்யும் உடற்பயிற்சி சிகிச்சைச் சேவைகள் மற்றும் சிறப்புக் குழந்தைகளுக்கான சிகிச்சைச் சேவைகள் வழங்கும் நடமாடும் வாகனம் (Mobile Van) ஆகியவற்றிற்கான ஏற்பாடுகளை அரசு செய்துள்ளது. (மாற்றுத்திறனாளிகள் நலத்துறை, 2020).

அட்டவணை 1
2016-2017, தமிழ்நாட்டில் பள்ளிக் கல்வி நிலைகளில், கல்வி தடைபட்ட சிறுவர் மற்றும் சிறுமியரின் எண்ணிக்கை

பள்ளிக் கல்வியின் நிலைகள்	சிறுவர்	சிறுமியர்	மொத்தம்
தொடக்கக் கல்வி	29,04,963	27,41,015	56,45,978
மேல்தொடக்கக் கல்வி	17,13,470	16,89,444	34,62,914
இடைநிலைக் கல்வி	11,45,668	11,11,038	22,56,706
உயர்நிலைக் கல்வி	8,56,004	9,63,924	18,19,928
மொத்தம்	66,80,105	65,05,421	1,31,85,526

Source. National University of Educational Planning and Administration (2018).

தகவல் தொழில்நுட்பத் திறன் இடைவெளி

அரசுப் பள்ளிகளிலும் அரசின் உதவி பெறும் பள்ளிகளிலும் மேனிலை வகுப்புகளில் பயிலும் மாணவ மாணவியர் மடிக்கணினி கொண்டிருந்தாலும், இணைய இணைப்பு பரவலாக இல்லை. இந்தப் பிரச்சினை கவனிக்கப்படாவிட்டால், இணையவழி வகுப்புகள் மூலம் கல்வியைப் பெறுவதில் இடைவெளி அதிகமாகக் கூடும். ஏனெனில் தமிழ்நாட்டில் 18.1% குடும்பங்களில் மட்டுமே கணினி உள்ளது மற்றும் 19.6% குடும்பங்களில்தான் இணைய வசதி உள்ளது (தேசிய புள்ளிவிவர அலுவலகம், 2019).

எவ்வாறாயினும், தேசியக் குடும்ப ஆரோக்கியக் கணக்கெடுப்பின் தரவுகள் மாநிலத்தில் 94.7% குடும்பங்கள் தொலைக்காட்சிப் பெட்டியைச் சொந்தமாக வைத்திருக்கின்றன என்பதைக் காட்டுகிறது (IIPS & ICF, 2017), இது பள்ளி வகுப்புப் பாடங்களை ஒளிபரப்ப ஒரு வழியாக இருக்கலாம். இல்லையெனில், பெற்றோர்களிடையே வாழ்வாதார அதிர்ச்சிகளுடன் தகவல் தொழில்நுட்பத் திறன் இடைவெளி (digital divide) குழந்தைகளைத் தொழிலாளர் பிரிவிற்குள் தள்ளிவிடும் நிலை ஏற்படும்.

பள்ளி ஊக்குவிப்புகளை அணுகுவதில் உள்ள சிக்கல்

பணப் பரிமாற்றங்கள் பாதிக்கப்படாமல் இருந்தாலும், பள்ளிகளை மூடுவது அரசுப் பள்ளிகள் மற்றும் அரசு உதவி பெறும் பள்ளிகளில் படிக்கும் குழந்தைகளுக்கு மதிய உணவு மற்றும் 'சானிடரி நாப்கின்கள்' போன்ற பண்டப்பரிமாற்றங்கள் பெறுவதைத் தடுக்கும்.

2018–2019ஆம் ஆண்டில், பள்ளியில் மதிய உணவு மூலம் கிட்டத்தட்ட 49.8 இலட்சம் குழந்தைகள் பயனடைந்தனர். இந்தக் குழந்தைகள் பள்ளி மூடப்படுவதால் பாதிக்கப்படுகின்றனர்.

பணிபுரியும் வயதினருக்கான பாதுகாப்பு

சுயதொழில் செய்பவர்கள், தற்காலிகமாக வேலை செய்பவர்கள் என இருதரப்பினரான அமைப்புசாரா துறையிலுள்ள தொழிலாளர்களுக்குப் பாதுகாப்புக் கவனம் செலுத்திச் சமூக நல வாரியங்களை அமைப்பதில் அரசு ஒரு முன்னோடியாக இருந்துவருகிறது.

வேலைவாய்ப்பின்போது காயம், இறப்பு, இயங்க இயலாமை, மகப்பேறு, முதுமை ஆகியவற்றிலிருந்து தொழிலாளர்களைப் பாதுகாப்பதே இதன் நோக்கம். மாநிலத்திலுள்ள முறைசாரா பணியாளர்களுக்காக, குறிப்பிட்ட துறைகளில் உள்ள மற்ற நல வாரியங்களைத் தவிர, அமைப்புசாரா தொழிலாளர் நல வாரியத்தின் கீழ் 17 திட்டங்களை மாநிலம் கொண்டுள்ளது. பெருந்தொற்றுக் காலத்தில் தொழிலாளர்களுக்கு நல வாரியங்கள் மூலம் கூடுதல் பணச் சலுகைகள் வழங்கப்படுகின்றன. எவ்வாறாயினும், வழங்கப்பட வேண்டிய அளவுக்கும் வழங்கலின் அளவுக்கும் இடையே இடைவெளிகள் உள்ளன, மேலும் இது வருமான அதிர்ச்சிகளுக்கு ஆளாகியிருக்கும் முறைசாரா தொழிலாளர்கள் மீதான தாக்கங்களை அதிகரித்துள்ளது.

2018–2019ஆம் ஆண்டில், பணியில் இருந்தவர்களில், தமிழ்நாட்டில், தற்காலிகத் தொழிலாளர்களின் பங்கு 31.5%, வழக்கமான ஊழியர்களின் பங்கு 34.6%, மற்றும் சுயதொழில் செய்பவர்களின் பங்கு 33.9% ஆகும் (தேசியப் புள்ளிவிவர அலுவலகம், 2020).

இந்த முறையானது ஒரு வலுவான சமூகப் பாதுகாப்பு வலையின் தேவையை வலியுறுத்துகிறது. ஏனெனில், தற்காலிகத் தொழிலாளர்களாகப் பணிபுரியும் அனைவருக்கும் எழுத்துப்பூர்வமான ஒப்பந்தம் இல்லை என்பதுடன், எந்தச் சமூகப் பாதுகாப்புப் பயன்களைப் பெறவும் அவர்கள் பெரும்பாலும் தகுதியற்றவர்களாகவே உள்ளனர். வழக்கமான ஊழியர்களிடையே கூட, 78.7% பேருக்கு எழுத்துப்பூர்வமான பணி ஒப்பந்தம் இல்லை, 53.5% பேர் ஊதியத்துடன் கூடிய விடுப்புக்குத் தகுதியுடையவர்கள் அல்ல, 46.7% பேர் தமிழ்நாட்டில் சமூகப் பாதுகாப்புப் பயன்கள் பெறவில்லை (தேசியப் புள்ளிவிவர அலுவலகம், 2020).

பணிபுரியும் வயதினர்மீதான கோவிட்–19இன் தாக்கம்

வாழ்வாதார அதிர்ச்சி

பன்னாட்டுத் தொழிலாளர் அமைப்பின் (ILO) கூற்றுப்படி, குறைந்த மற்றும் நடுத்தர வருமான நாடுகளில் உள்ள முறைசாரா தொழிலாளர்களில் 82% பேர் கோவிட்–19 நெருக்கடியின் முதல் மாதத்தில் அவர்களின் வருவாயில் சரிவை சந்திப்பார்கள், மேலும், எந்த வருமான மாற்றுத் திட்டமும் (2020a) இல்லாத நிலையில், அவர்களில் 74% பேர் ஒப்பீட்டளவிலான வறுமை விகித உயர்வு ஒன்றை அனுபவிப்பார்கள். பெருந்தொற்றின் போது, பொதுமுடக்கத்தின் விளைவாக, சுகாதாரத் துறையிலும் அத்தியாவசியச் சேவைகளிலும் பணியாற்றியவர்களைத் தவிர வேறு தொழிலாளர்கள் தங்கள் பணியிடத்திற்குச் செல்ல அனுமதிக்கப்படவில்லை.

பொதுமுடக்கம் வெவ்வேறு காலகட்டங்களில் படிப்படியாகத் தளர்த்தப்பட்ட நிலையிலும்கூட, அதிக ஆபத்தானதாகக் கருதப்பட்ட சில துறைகள் மூடப்பட்டேயிருந்தன. தகவல் தொழில்நுட்பத் துறையானது வீட்டிலிருந்து பணி புரிய உகந்தது என்றாலும்கூட, உற்பத்தி, கட்டுமானம் போன்று பல்வேறு சேவைகளில் இருப்பவர்களுக்கு இது ஒரு விருப்பத்தேர்வாக இல்லை. இந்தியப் பொருளாதாரக் கண்காணிப்பு மையத்தின் தரவுகள் 2020ஆம் ஆண்டில் தமிழ்நாட்டில் மாதாந்தர வேலையின்மை விகிதம் மார்ச் மாதத்தில் 6.4 சதவீதமாக இருந்து, ஏப்ரல் மாதத்தில் 49.3 சதவீதமாக விரைந்து உயர்வு கண்டு, அதைத் தொடர்ந்து மே மாதத்தில் 33% ஆகச் சரிவு கண்டதாகக் காட்டுகிறது.

இவ்வாறு, பாதிக்கப்படக்கூடிய தொழிலாளர்கள் கடுமையான வாழ்வாதார அதிர்ச்சிகளை எதிர்கொண்டனர், இதன் விளைவாக அவர்களின் நுகர்வுத்திறன் கடுமையாக வீழ்ச்சியடைந்திருக்கும். முறைசாரா தொழிலாளர்களில் பலர் மாநில அரசின் நல வாரியங்களின் கீழ் பதிவு செய்திராததால், இந்த அதிர்ச்சியை எதிர்கொள்வதற்கான பணப் பயன்கள் அவர்களுக்குக் கிடைத்திருக்காது.

முறைசாரா தொழிலாளர்களும் பணியிடங்களில் நோய் பரவலின் ஆபத்தும்

பொதுமுடக்கம் தளர்த்தப்பட்டவுடன், கோவிட்–19இன் அறிகுறிகளைக் கொண்ட தொழிலாளர்கள், ஊதியவிடுப்புக்குத் தகுதி உடையவர்கள் அல்ல என்பதால், தொடர்ந்து பணியாற்றவே முற்படுவார்கள். இது நோய்த்தொற்று பரவுதலில் சென்றுமுடிகிறது.

முதியோர்க்கான பாதுகாப்பு

சமூகப் பெயர்வு மற்றும் சேவைகளை முன்னெடுக்கும் சமூகப் பாதுகாப்பு வடிவமாகச் செயல்படுகிற அரசாக தமிழக அரசு உள்ளது. 1962ஆம்ஆண்டில் தமிழ்நாடு அரசால் அறிமுகப்படுத்தப்பட்ட வறுமைக் கோட்டுக்குக் கீழுள்ள முதிய வயதினருக்கான முதியோர் ஓய்வூதியத் திட்டம் நிபந்தனையற்ற பணப் பரிமாற்றம் கொண்டது; அது தற்போது மாதத்திற்கு 1,000 ரூபாயாக உள்ளது. 2018–2019 ஆம் ஆண்டில், இந்திரா காந்தி தேசிய முதியோர் ஓய்வூதியத் திட்டத்தின் வாயிலாக 12.5 லட்சம் முதியவர்கள் பயனடைந்துள்ளனர், மேலும் 9.4 லட்சம் விதவைகள் தேசிய மற்றும் மாநில விதவை ஓய்வூதியத் திட்டங்களால் பயனடைந்துள்ளனர் (சமூக நலம் மற்றும் சத்துணவுத் திட்டத் துறை, 2019). ஆயினும்கூட, 75 லட்சம் முதியோரில் பெரும் பங்கினர் சமூகப் பாதுகாப்பு ஓய்வூதியத்தைப் பெற முடியாத நிலையில் உள்ளனர். முக்கிய மாநிலங்களில், கேரளாவுக்கு அடுத்தபடியாக, தமிழ்நாடு இந்தியாவில் முதியவர்களில் இரண்டாவது மிக உயர்ந்த பங்கைக் (10.4%) கொண்டுள்ளது. வயதானவர்களில், குறிப்பாகப் பெண்கள் மத்தியில் முதுமை அடைதல், விதவை ஆகுதல், நோயுறுதல், இயங்க இயலாமை ஆகியவை ஒன்றன் பின் ஒன்றாகத் தொடர்ந்து நிகழ்கிறது.

முதியோர் மீதான கோவிட்–19இன் தாக்கம்

பணியாற்றுவதிலிருந்து தற்காலிக நீக்கம்

முதியோருக்கான ஓய்வூதியம் இல்லாததாலும், தொழில் ஓய்வூதியம் பெறுவதில் உள்ள பிரச்சினை காரணமாகவும், 43.7% முதியவர்கள் மாநிலத்தில் பணிபுரிகின்றனர் (மாநிலத் திட்டக் குழு, 2017). சுகாதாரம் மற்றும் குடும்ப நல அமைச்சகத்தால் வெளியிடப்பட்ட வழிகாட்டுநெறிமுறைகளின்படி, முதியோர் வீட்டிலேயே இருக்க வேண்டியவர்கள் அல்லது தங்களைத் தனிமைப்படுத்திக் கொள்ள வேண்டியவர்கள் ஆவார்கள். பொதுமுடக்கத்தின்போது வேலையற்று இருக்கும் அவர்களின் பிள்ளைகள் அவர்களுக்கு ஆதரவளிக்கும் நிலையில் இருக்க மாட்டார்கள். கோவிட்–19க்கு முன்பாக, கிராமப்புறங்களில் முதியவர்களில் 83.1% மற்றும் நகர்ப்புறங்களில் 79.5% பேர் தங்கள் பிள்ளைகளிடமிருந்து பொருளாதார ஆதரவைப் பெற்றனர் (தேசிய மாதிரிக் கணக்கெடுப்பு அலுவலகம், 2016). பெருந்தொற்றால் தூண்டப்பட்ட பொருளாதார தாக்கத்தால் வயதானவர்கள் குடும்ப உறுப்பினர்களால் உதாசீனம் செய்யப்படக்கூடும்.

ஆரோக்கியம் மற்றும் சுகாதாரப் பாதுகாப்பு

நாட்டில் சிறப்பாகச் செயல்படும் பொதுச் சுகாதார அமைப்புகளில் ஒன்றாகத் தமிழ்நாடு திகழ்கிறது. ஆலோசனைகள் மற்றும் மருந்துகள் இலவசமாக வழங்கப்படுகின்றன, மேலும் நோயறிதல்களுக்கு மிகவும் குறைந்த கட்டணமே வசூலிக்கப்படுகின்றன. 2017-2018இல் வெளிநோயாளிகளுக்கான (54%) மற்றும் மருத்துவமனையில் சேர்க்கப்பட்ட உள் நோயாளிகளுக்கான சிகிச்சை (49.9%) என பொதுச்சுகாதார வசதிகளையே பெரிதும் சார்ந்திருந்தனர் (தேசியப் புள்ளியியல் அலுவலகம், 2019).

இருப்பினும், ஊரக ஆரோக்கியப் புள்ளியியல் 2018-19இலிருந்து பெறப்பட்ட தரவுகளானது, துணைச் செவிலியர் சிறப்பு மருத்துவர்கள், கதிரியக்கவியலாளர்கள், ஆரம்பச் சுகாதார மையங்கள் மற்றும் சமுதாய ஆரோக்கிய மையங்களில் உள்ள ஆய்வகத் தொழில்நுட்ப வல்லுநர்கள், மாவட்ட மருத்துவமனைகள் மற்றும் துணை மருத்துவமனைகளில் உள்ள மருத்துவர்கள் ஆகியோர் குறைவான எண்ணிக்கையில் இருக்கும் பிரச்சினையை மாநிலத்தின் பொதுச் சுகாதார அமைப்பு எதிர்கொள்வதை கோடிட்டுக் காட்டுகிறது.

2018ஆம் ஆண்டில், தமிழ்நாட்டில் 99.8% குடும்பங்கள் மேம்பட்ட குடிநீரைக் கொண்டிருந்தாலும், 68.3% குடும்பங்கள் தண்ணீரைக் காய்ச்சிக் குடிக்கவில்லை (தேசியப் புள்ளியியல் அலுவலகம், 2019).

தவிரவும், மாநிலத்தில் 15.9% குடும்பங்கள் மட்டுமே வசிப்பிடத்திற்கு நீர்க் குழாய் பதித்திருந்தாலும், 34.5% பேர் குடிநீரைப் பெற பொதுக் குழாய்களைச் சார்ந்திருக்க வேண்டியிருந்தது. 27.3% குடும்பங்கள் மட்டுமே உண்பதற்கு முன் சோப்பு மற்றும் தண்ணீரால் கைகளைக் கழுவினார்கள். மேலும், 67.6% குடும்பங்களுக்கு மட்டுமே அவர்களின் வீட்டில் பிரத்தியேகப் பயன்பாட்டிற்காகக் கழிவறைகள் இருந்தன, மேலும் 21.5% குடும்பத்தினருக்குக் கழிவறை வசதி இல்லை. கழிவறைகளைக் கொண்ட வீடுகளில், 60.3% குடும்பத்தினருக்கு மட்டுமே தண்ணீரும் சோப்பும் இருந்தது. வீடுகளுக்குக் குழாய் மூலம் நீர் வழங்கும் பரந்துபட்ட ஏற்பாடு இல்லாமல் பொதுஇடத்திற்கு மக்கள் வந்து தண்ணீரை எடுத்துச் செல்ல வேண்டி உள்ளதால் கோவிட்-19இன் சூழ்நிலையில் சமூக இடைவெளியைக் கடைபிடித்தல் கடினம் என்பதை இது காட்டுகிறது. மேலும், கைகளைச் சுத்தமாகக் கழுவும் நிலையும் பரவலாக இல்லை.

ஆரோக்கியச் சேவைகளின் மீதான கோவிட்-19இன் தாக்கம்

வழக்கமான ஆரோக்கியச் சேவைகளின் சீர்குலைவு

மனிதவளங்களின் பற்றாக்குறையானது பெருந்தொற்றின் போது, குழந்தைகளுக்கான தடுப்பூசி போடுவது போன்ற பொது ஆரோக்கியச் சேவைகளின் வழக்கமான செயல்பாட்டைச் சீர்குலைக்கும். தமிழ்நாட்டில் பெருந்தொற்றின்போது ஏறத்தாழ நான்கு குழந்தைகளில் ஒன்று தங்களுக்குப் போடவேண்டிய தடுப்பூசியைத் தவறவிட நேர்ந்தது (நாராயண், 2020). இந்த இடையூறு பொதுவாக வழங்கப்படும் சேவைகளை நம்பியுள்ள ஏழைகளை மோசமாகப் பாதிக்கிறது. கோவிட்-19, நாடு காணும் கடைசித் தொற்றுநோயாக இருக்கும் என்று சொல்வதற்கில்லை. தவிரவும், ஆண்டுதோறும் டெங்கு, சிக்குன்குனியா, H1N1 போன்ற நோய்கள் பரவிட வாய்ப்புள்ள நிலையில், இந்தக் குறைபாடுகள் மக்களுக்குப் போதுமான ஆரோக்கியப் பராமரிப்பின்மை மற்றும் தனியார் ஆரோக்கியச் சேவைகளைப் பயன்படுத்துவதால் ஏற்படும் செலவு அதிர்ச்சிகள் ஆகியவற்றை வெளிப்படுத்தும். பொருளாதார நடவடிக்கைகளில் இடையூறு ஏற்படுவதால் வருவாய் குறைவது, சுகாதாரம் மற்றும் பொது ஆரோக்கியத்தில் செய்யப்படும் முதலீடுகளையும் மோசமான அளவில் பாதிக்கும்.

உணவுப் பாதுகாப்பு: உலகளாவிய மற்றும் பணமற்ற பரிமாற்றங்கள்

உணவு வழங்குதலை மாற்றீடு செய்யும் பணப்பரிமாற்றத்திற்கான ஆலோசனைகள் அனைத்து இந்திய அளவிலும் இருக்கையில், (பெருந்தொற்று போன்ற) விநியோகங்களைச் சீர்குலைக்கும் நிகழ்வுகள் பாதிக்கப்படக்கூடியவர்களுக்கு உணவு கிடைக்கச் செய்வதன் முக்கியத்துவத்தை எடுத்துக்காட்டுகின்றன. நாட்டின் சிறந்த பொது விநியோக அமைப்புகளில் ஒன்றைத் தமிழ்நாடு கொண்டுள்ளது. 2011–2012ஆம் ஆண்டில் வறுமை இடைவெளிக் குறியீட்டை (டெண்டுல்கர் கோட்பாட்டைப் பயன்படுத்தி) 61.3% அளவுக்குக் குறைக்க மாநிலத்தின் பரவலான உலகளாவிய பொது விநியோக அமைப்பு பங்களித்தது (Dreze & Khera, 2013).

உணவு தானியங்களை அணுகுவதில் கோவிட்-19இன் தாக்கம்

உணவு அதிர்ச்சிகளுக்கு எதிராகப் பாதுகாப்பு

முறைசாரா பொருளாதாரம் ஏராளமான தொழிலாளர்கள் வருமானம் இல்லாமல் ஆக்கியுள்ளதால், மாநிலத்தில் உலகளாவிய

பொது விநியோக அமைப்பு உணவுப் பாதுகாப்பின்மைக்கு எதிராக அவர்களைப் பாதுகாத்திருக்கக்கூடும். மாநிலங்களுக்கு இடையிலான மற்றும் மாநிலத்திற்கு உள்ளான புலம்பெயர்ந்த தொழிலாளர்களால் பொது விநியோக அமைப்பை அணுகுவதற்கான சிக்கல்களும் சுட்டிக்காட்டப்பட்டுள்ளன.

ஆலோசனைகள்

பெருந்தொற்று, இலக்கு நிர்ணயிப்பதில் உள்ள ஆபத்துகளை வலியுறுத்தியுள்ளது. சமூக உதவித் திட்டங்களில் இருந்து விடுபட்ட வறுமையில் உள்ளவர்களின் விகிதம் மற்றும் ஏழைகளை ஏழைகள் அல்லாதவரிடமிருந்து பிரிக்க ஒரு வரையறுக்கப்பட்ட அளவீடைப் பயன்படுத்துவதில் உள்ள சிக்கல்கள் தவிர, அதிகம் அறியப்படாத ஒரு முக்கிய காரணி, ஏழைகள் அல்லாதவர்கள் வாழ்வாதார அதிர்ச்சிகளால் எளிதில் வறுமைக் கோட்டிற்குக் கீழே வந்துவிடக்கூடும் என்பதையே இப்போதைய பெருந்தொற்று விளக்குகிறது. எனவே, எதிர்பார்த்தபடியான வறுமை, அதாவது, மக்கள் எந்த அளவிற்கு வறுமைக்கு ஆட்படக்கூடும் என்பது ஓர் அளவுகோலாக மாறவேண்டும்.

இந்தப் பெருந்தொற்றின்போது (ILO, 2020b), தொழிலாளர்களுக்கு, குறிப்பாக முறைசாரா பொருளாதாரத்தில், பன்னாட்டு அரசுகள் எவ்வாறு சமூகப் பாதுகாப்பை வழங்க முற்பட்டன என்பதற்கு உலகளவில் பல்வேறு எடுத்துக்காட்டுகள் உள்ளன. இந்தியாவில், செலவினங்கள் மற்றும் தலையீடுகளின் பெரும்பகுதி மாநில அரசுகளால் மேற்கொள்ளப்படுகிறது. கோவிந்த ராவ் (2020) சுட்டிக்காட்டியுள்ளபடி, வளங்களைத் திரட்டுவதற்கான மாநில அரசுகளின் சுயாட்சி குறைக்கப்பட்டுள்ளது மற்றும் மத்திய அரசால் வளங்களை மாநில அரசாங்கங்களுக்கு மாற்றுவதில் பற்றாக்குறை ஏற்பட்டுள்ளது. சமூகப் பாதுகாப்பு என்பது முதன்மையாக மாநில அரசுகளின் முன்னுரிமை வாய்ந்த ஒன்றாக இருப்பதால், வள நெருக்கடி இந்த விஷயத்தில் பின்விளைவுகளை ஏற்படுத்துகிறது. மேலும், பிராந்திய நிலைமைகளுக்கு முகம்கொடுக்கும் விதமாகக் கடன் வாங்குவதற்கான நிபந்தனைகளைப் புதுப்பித்தலுக்கான சுயாட்சியை அழிக்கவும் கூடும்.

நாம் இப்போது குறிப்பிட்ட தலையீடுகள் குறித்துப் பார்க்கலாம்.

மகப்பேற்றுப் பயன்கள்

பெருந்தொற்று நிலவும் காலத்திற்கு, முத்துலட்சுமி ரெட்டி

மகப்பேற்றுப் பயன்திட்டத்துடன் தொடர்புடைய நிபந்தனைகளைத் தளர்த்துவது குறித்து அரசு பரிசீலிக்கலாம், மேலும் அதற்குப் பதிலாகக் கருவுறுதல் கண்டறியப்பட்டவுடன் பணமாகவும் பண்டமாகவும் முழுப்பயன்களையும் பயனாளிகளுக்குக் கையளித்துவிடலாம். பெருந்தொற்று தணிந்த பிறகு, கருவுருதல் கண்டறியப்பட்ட உடனேயே முதல் தவணையை அவர்களுக்கு அளிப்பதை அரசு கருத்தில் கொள்ள வேண்டும், இதனால் தாய்க்கும் கருவிலிருக்கும் சேய்க்கும் முதல் மூன்று மாதங்களில் உகந்த ஊட்டச்சத்து கிடைக்கும்.

பெண்குழந்தை பாதுகாப்பு

2018–2019ஆம் ஆண்டில், முதலமைச்சரின் பெண் குழந்தைகள் பாதுகாப்புத் திட்டத்தின் (சமூக நலம் மற்றும் சத்துணவுத் திட்டத் துறை, 2019) கீழ், 37,014 பயனாளிகள் மட்டுமே இருந்தனர். கோவிட்–19இன்போது பெண்களின் பாலினத் தேர்வு அடிப்படையிலான கருக்கலைப்பு தொடர்பான இடர் அதிகம் இருப்பதால், இந்தத் திட்டம் அரியலூர், கடலூர், தர்மபுரி, நாமக்கல், பெரம்பலூர் மாவட்டங்களில் பாலினச் சமத்துவமின்மைக் குறியீட்டில் மோசமாகச் செயல்படும் இடங்களில் கவனம் செலுத்துவதன் மூலம் விரிவாக்கப்பட வேண்டும்.

கல்வி மற்றும் ஊட்டச்சத்துக்கான அணுகல்

கல்வி நிறுவனங்கள் மூடப்பட்டிருப்பதால், அரசு இணைய வழிக் கற்பித்தலைக் கடைப்பிடிக்க வேண்டுமானால், அனைத்துக் குழந்தைகளும் இணையவழி வகுப்புகளை அணுக முடிவதை அரசு உறுதிப்படுத்த வேண்டும். சிறப்புத் தேவைகள் உள்ள குழந்தைகளுக்கு ஏற்ற வகையில் இணைய வழி வகுப்புகள் வடிவமைக்கப்பட வேண்டும். அரசுப் பள்ளிகளிலும், அரசு உதவி பெறும் பள்ளிகளிலும் மேனிலை வகுப்பு மாணவர்களுக்கு இலவச மடிக்கணினித் திட்டத்தை அணுக முடியும் என்றாலும், பிற வகுப்புகளில் பயிலும் மாணவர்கள் அதனை அணுக முடிவதில்லை. கூடுதலாக, இணைய அணுகல் மாநிலத்தில் ஒப்பீட்டளவில் குறைவாகவே உள்ளது. சாதி, வசிக்கும் இடம், இயங்கஇயலாமை ஆகியவற்றின் அடிப்படையில் தகவல் தொழில்நுட்பத் திறன் இடைவெளி இருக்கக் கூடாது. பள்ளி மூடல், கற்றல் தடங்கல் ஆகிய நெருக்கடிகளுக்கு உடனடி எதிர்வினையாக, மேனிலை வகுப்புகளில் பயிலும் மாணவர்களுக்கு இணையவழி வகுப்புகள் முதலில் நடத்தப்பட வேண்டும், பின்னர் எத்தனை வீடுகளில் மடிக்கணினிகள், கைக்கணினிகள் (tablets) மற்றும் தொலைக்காட்சிக்கான அணுகல் அடையாளம் காணும் முயற்சிகள்

மேற்கொள்ளப்பட வேண்டும். மாநிலத்தில் பெரும்பாலான வீடுகளில் தொலைக்காட்சி இருப்பதால், தொடக்கப் பள்ளி மற்றும் இடைநிலைப் பள்ளி மாணவர்களுக்கு வகுப்புகள் இத்தகைய ஊடகம் மூலம் வழங்கப்படலாம். பெருந்தொற்றுக் காலத்தில், பள்ளிக் குழந்தைகளுக்கு எழுதுபொருட்கள், சோப்புகள் மற்றும் 'சானிட்டரி நாப்கின்'களுடன் மதிய உணவும் வழங்கும் பொறுப்பை உள்ளாட்சி நிர்வாகத்திடம் ஒப்படைக்கலாம். மனித வளர்ச்சியைத் தக்கவைத்துக்கொள்வதற்கு நடுத்தரக் காலத்திலும் கற்றல் விளைவுகளை மேம்படுத்துவது மிகவும் முக்கியமானது.

தொழிலாளர் நலம் மற்றும் வருமானப் பாதுகாப்பு

புதிய திட்டங்களை வடிவமைக்க சிறிது காலமே இருப்பதால், பணப் பரிமாற்றங்கள், குழந்தைகள் தங்குமிடம் மற்றும் உணவு நிவாரணத்திற்காகப் பயன்படுத்தப்படும் திட்டங்கள் போன்ற வெற்றிகரமான திட்டங்களுக்கு முன்னுரிமை அளிக்கப்பட்டு அவை அளவிடப்பட வேண்டும் என்று பன்னாட்டுத் தொழிலாளர் அமைப்பு (ILO, 2010a: 11) கூறுகிறது. தற்போது குறுகிய கால அளவில் மாநிலத்திற்கு உள்ளான மற்றும் மாநிலங்களுக்கு இடையிலான புலம்பெயர்ந்தோர் உள்ளிட்ட அதிகமான தொழிலாளர்களை நல வாரியங்களில் சேர்ப்பதற்கும், பதிவுசெய்யப்பட்ட உறுப்பினராக இருப்பதன் நன்மைகள் குறித்து உறுப்பினர்களிடையே தகவல்களைப் பரப்புவதற்கும் ஒரு அவசர தேவை உள்ளது. 2018ஆம் ஆண்டிற்கான இந்திய மக்கள்தொகைக் கணிப்புகள் மற்றும் 2018-2019ஆம் ஆண்டுகளில் தற்காலிகத் தொழிலாளர்களின் பங்கைப் பயன்படுத்தி தேசியப் புள்ளிவிவர அலுவலகத்திலிருந்து பெறப்பட்ட தோராயமான மதிப்பீடுகளின் அடிப்படையில், மாநிலத்தில் ஏறத்தாழ 90 லட்சம் தற்காலிகத் தொழிலாளர்கள் இருந்ததாக அறியப்படுகிறது. 2018-2019ஆம் ஆண்டில், அமைப்புசாரா தொழிலாளர் நல வாரியத்தின் (*Labour and Employment Department, 2019*) கீழ் 4.4. இலட்சம் பயனாளிகள் மட்டுமே இருந்தனர். தெளிவாகப் பார்த்தால், கோவிட்–19க்கு முன்புகூட, தொழிலாளர் நலத் துறையின் கீழ், அமைப்பு சாரா தொழிலாளர்கள் 5% பேர் மட்டுமே இருந்தனர். உடனடியான நடவடிக்கைக்குரிய தீர்வு என்பது குறைந்தபட்சம் மூன்றில் ஒரு பங்கிற்கு அதன் பரப்பெல்லையை விரிவுபடுத்துவதும், மாநிலத்தின் வருவாய் மேம்பட்டவுடன் படிப்படியாக ஒரு பெரிய பங்கை உள்ளடக்குவதும் ஆகும். கோவிட்–19 நெருக்கடிக்குத் தயாராக இருக்கும் வகையில், தொழில் பாதுகாப்பு மற்றும் ஆரோக்கியத் திட்டங்கள், சுகாதாரத் துறையால் வழங்கப்பட்ட வழிகாட்டுதல்களைப் பின்பற்றி, தொழில்துறை மற்றும் சேவைத்

துறைகளில் செயல்படுத்தப்பட வேண்டும். பணியிடத்தில் தொழிலாளர்கள் அனைவரும் கண்காணிக்கப்பட வேண்டும்; முகக் கவசங்கள் அணிய வேண்டும்; கிருமிநாசினிகள் அல்லது சோப்பைப் பயன்படுத்த வேண்டும். கிராமப்புறங்களில், மகாத்மா காந்தி தேசிய ஊரக வேலைவாய்ப்பு உத்தரவாதத் திட்டத்திற்கான அணுகலை அரசு விரிவுபடுத்த வேண்டும் மற்றும் தேவையின் அடிப்படையில் பணிகளை வழங்க வேண்டும்.

சமூகப் பாதுகாப்பு ஓய்வூதியங்களுக்கான அணுகல்

பெருந்தொற்றின்போது முதியவர்களை தனிமைப்படுத்த மத்திய அரசும் சுகாதார வல்லுநர்களும் அறிவுறுத்தியுள்ளனர், அதாவது வயதானவர்களைத் தற்காலிகமாகப் பணியாளர்களிடமிருந்து தனிமைப்படுத்தி வைத்திருக்க வேண்டியுள்ளது. அவர்களின் பிள்ளைகள் பொருளாதார ஆதரவின் பெரும்பகுதியைத் தொடர்ந்து அளித்து வருகின்றபோதிலும், முதியவர்கள் மற்றும் விதவைகளின் பெரும்பகுதியினரைச் சமூகப் பாதுகாப்பு வளையத்தின்கீழ் இணைக்கும் முயற்சிகளை அரசு மேற்கொள்ள வேண்டும் என்பது தெளிவு. ஏனெனில் அவர்களின் வயது வந்த பிள்ளைகள் வருமான அதிர்ச்சிகளுக்கு உள்ளாகியிருப்பார்கள். தமிழ்நாடு மகளிர் மேம்பாட்டுக் கழகம் சேகரித்த தரவுகளைப் பயன்படுத்தி, முதியவர்களுக்கு, குறிப்பாகப் பெண்களுக்கு ஓய்வூதியத் திட்டத்தை அரசு நீட்டிக்க வேண்டும்.

பொது சுகாதார அமைப்பின் பணியமர்த்தல் முறை

மனிதவளங்களின் போதாமை போன்ற வழங்கல் தரப்புக் கட்டுப்பாடுகள் காரணமாக, மகப்பேற்றுக்கு முற்பட்ட காலப் பராமரிப்பு மற்றும் குழந்தைகளுக்கான தடுப்பூசி குறித்த உலகளாவிய பாதுகாப்பை அடைவதில் அரசு தடைகளை எதிர்கொண்டுள்ளது. வழக்கமான தாய்வழி மற்றும் குழந்தை ஆரோக்கிய நலன்களுக்கு இடையூறு ஏற்படுவதைத் தடுக்கவும், அதைப்போல பொது ஆரோக்கிய உள்கட்டமைப்பை மேம்படுத்தவும் குறைபாடுகள் உடனடியாக நிவர்த்தி செய்யப்பட வேண்டும். எடுத்துக்காட்டாக, பெருந்தொற்றுக்கு முன்னர், 2018–2019ஆம் ஆண்டில் தமிழ்நாட்டில், ஆரம்ப சுகாதார மையங்களில் 306 துணை செவிலியர்கள் மற்றும் 181 மருத்துவர்கள், சமூக ஆரோக்கிய மையங்களில் 1,407 சிறப்பு மருத்துவர்கள் மற்றும் 308 கதிரியக்கவியலாளர்கள், ஆரம்பச் சுகாதார மையங்களில் 581 மருந்தாளுநர்கள் மற்றும் 1,235 ஆய்வுகத் தொழில்நுட்ப வல்லுநர்கள், சமூக ஆரோக்கிய மையங்களில் 713 செவிலியர்கள், மாவட்ட மருத்துவமனைகளில் 362 மருத்துவர்கள் மற்றும் துணை மாவட்ட மருத்துவமனைகளில்

692 மருத்துவர்கள் பற்றாக்குறை இருந்தது (ஆரோக்கியம் மற்றும் குடும்பநல அமைச்சகம், 2019). பெருந்தொற்றின்போது, அரசு மருத்துவமனைகளில் 1,508 ஆய்வகத் தொழில்நுட்ப வல்லுநர்களும், 1,323 செவிலியர்களும், 530 மருத்துவர்களும் பணியமர்த்தப்பட்டனர். மருத்துவர்கள், சிறப்பு மருத்துவர்கள், கதிரியக்கவியலாளர்கள், துணை செவிலியர், மருந்தாளுநர்கள் ஆகியோரின் பணியிடங்களை நிரப்புவதே உடனடியான கடமை ஆகும்.

துப்புரவு

குழந்தைகள் மற்றும் பெரியவர்களிடையே நோய்களைத் தடுப்பதே துப்புரவுக்கான தலையாய கடமையாக அறியப்படுகிறது. அசுத்தமான நீர், குடும்பங்களுக்குத் தேவையான நீர் போதுமான அளவு கிடைக்காதது, திறந்தவெளியில் மலம் கழித்தல் ஆகியவை குழந்தைகளின் ஆரோக்கியத்திற்குப் பாதகமான விளைவுகள் ஏற்பட வழிவகுக்கும். வீடுகளுக்குக் குழாய் மூலம் நீர் வழங்கல் கிடைப்பதை உறுதி செய்வதற்கும், கை கழுவுதல் தொடர்பான நடத்தை மாற்றத்தை ஊக்குவிப்பதற்கும் அவசரக் கவனம் செலுத்தப்பட வேண்டும். குழாய் நீர் வழங்கலுக்கான பொதுப்பணிகளை விரிவுபடுத்துவதும் வேலைவாய்ப்பை உருவாக்கித்தரும். நிவாரணப் பொருட்கள் அடங்கிய பொட்டலத்துடன் சோப்புகளையும் கிருமிநாசினிகளையும் அரசு வழங்க வேண்டும்.

பேரிடர் நிவாரணத்திலிருந்து பேரிடர்ப் பாதுகாப்பு முறைகளுக்கு நகர்தல்

தற்போது, வெள்ளம், சூறாவளிகள், பெருந்தொற்றுகள் போன்ற 'இயற்கை' பேரிடர்கள் பொருளாதாரத்திற்கும் பாதிக்கப்படக் கூடியவர்களின் வாழ்வாதாரங்களுக்கும் வெளிப்புற அதிர்ச்சிகளை அளிக்கின்ற – ஒருமுறை மட்டுமே நடக்கும் நிகழ்வாகக் கருதப்படுகின்றன. ஆனால் இதுபோன்ற அதிர்ச்சிகள் மற்றும் தீவிர காலநிலை நிகழ்வுகள் மீண்டும் மீண்டும் வருவதால், அவற்றுக்கான தணிப்பு நடவடிக்கைகளை இனிமேலும் அரிதான நிகழ்வுகளாகக் கருத்தில்கொள்ள முடியாது. எடுத்துக்காட்டாக, பெருந்தொற்றுக்கு முந்தைய 5 ஆண்டுகளில் இரண்டு பெரிய வெள்ளப்பெருக்குகள், மூன்று சூறாவளிகள், ஒரு கடும் வறட்சியை நமது மாநிலம் கண்டது. எனவே, தடுப்பு நடவடிக்கைகளை வலியுறுத்தும் சிறந்த பேரழிவு மேலாண்மை அமைப்புகளுக்கு இது அழைப்பு விடுக்கிறது. வாழ்வாதாரங்கள் மீதான இத்தகைய அதிர்ச்சிகளின் விளைவுகள் நகர்ப்புற, விவசாய சூழல்கள், வளர்ச்சியின் தரம் ஆகியவற்றால் மாற்றியமைக்கப்படுகின்றன. எனவே, சமூகப்

பாதுகாப்பு என்பதை வளர்ச்சியின் செயல்பாட்டைச் சாராததாக இனிமேலும் கற்பனை செய்ய முடியாது.

நன்றி

இந்தக் கட்டுரையானது, காயத்ரி பாலகோபால், எம். விஜயபாஸ்கர் ஆகியோரின் *Vulnerability, State and Social Protection in Tamil Nadu: A Life Cycle Perspective (2018)* என்னும் அறிக்கையை ஒட்டி எழுதப்பட்டதாகும். இவ்வறிக்கைக்கு ஐக்கிய நாட்டுக் குழந்தைகள் நிதியம் (UNICEF) நிதி நல்கியது. அகிலா ராதாகிருஷ்ணன் (UNICEF) அவர்களுக்கு எங்களின் நன்றி உரியது.

குறிப்பு

1   In Guhan's words, promotional measures 'aim to improve endowments, exchange entitlements, real incomes and social consumption', preventive measures 'seek more directly to avert deprivation in specific ways' and protective (also referred to as safety net) measures are 'yet more specific in their objective of guaranteeing relief from deprivation' (Guhan, 1994: 38).

நூல் பட்டியல்

Centre for Monitoring Indian Economy, *Unemployment rate in India*, 2020, available at https://unemploymentinindia.cmie.com/, accessed on 5 November 2021.

Department of Welfare of the Differently Abled, *Detailed report of action taken during Covid-19 lockdown period 2020*, Government of Tamil Nadu, 2020.

Drèze, J. and R. Khera, 'Rural Poverty and the Public Distribution System', *Economic & Political Weekly*, 48(45/46), November 2013, pg. 55–60, available at https://www.epw.in/journal/2013/45-46/special-articles/rural-poverty-and-public-distribution-system.html, accessed on 5 November 2021.

Guhan, S., 'Social security options for developing countries', *International Labour Review*, 133(1), 1994, pg. 35–53, available at https://heinonline.org/HOL/LandingPage?handle=hein.journals/intlr133&div=11&id=&page=, accessed on 5 November 2021.

International Institute for Population Sciences (IIPS) and ICF, *National family health survey (NFHS-4) 2015–16: India*, International Institute for Population Sciences, 2017, available at http://rchiips.org/nfhs/NFHS-4Reports/India.pdf, accessed on 5 November 2021.

International Labour Organization (ILO), *COVID-19 and the world of work* (3rd ed.) (ILO Monitor), 29 April 2020a, available at https://www.ilo.org/wcmsp5/groups/public/@dgreports/@dcomm/documents/briefingnote/wcms_743146.pdf, accessed on 5 November 2021.

International Labour Organization (ILO), *Social protection responses to the COVID-19 pandemic in developing countries: Strengthening resilience by building universal social protection* (ILO Brief), May 2020b, available at https://www.ilo.org/wcmsp5/groups/public/---ed_protect/---soc_sec/documents/publication/wcms_744612.pdf, accessed on 5 November 2021.

Kafeel, N., *Policy note 2019–2020 (Demand Note 32)*, Labour and Employment Department, Government of Tamil Nadu, available at http://cms.tn.gov.in/sites/default/files/documents/labemp_e_pn_2019_20.pdf, accessed on 5 November 2021.

Ministry of Health and Family Welfare, *Rural Health Statistics 2018–19*, Government of India, 2019, available at https://main.mohfw.gov.in/sites/default/files/Final%20RHS%202018-19_0.pdf, accessed on 5 November 2021.

Narayan, P., 'Vaccination rate dips in Tamil Nadu, threat of infections up', *Times of India*, 9 May 2020, available at https://timesofindia.indiatimes.com/city/chennai/vaccination-rate-dips-in-tn-threat-of-infections-up/articleshow/75637005.cms, accessed on 5 November 2021.

National Institute of Educational Planning and Administration (NIEPA), *School Education in India: U-DISE Flash Statistics 2016–17*, 2018, available at http://udise.in/Downloads/Publications/Documents/Flash_Statistics_on_School_Education-2016-17.pdf, accessed on 5 November 2021.

National Sample Survey Office, *Health in India: NSS 71st round (January–June 2014)* (Report No. 574), Ministry of Statistics and Programme Implementation, Government of India, April 2016, available at http://mospi.nic.in/sites/default/files/publication_reports/nss_rep574.pdf, accessed on 5 November 2021.

National Statistical Office, *Key indicators of household social consumption on education in India: NSS 75th round (July 2017–June 2018)*, Ministry of Statistics and Programme Implementation, Government of India, November 2019a, available at http://mospi.nic.in/sites/default/files/publication_reports/KI_Education_75th_Final.pdf, accessed on 5 November 2021.

_____, *Key indicators of social consumption in India: Health, NSS 75th round (July 2017–June 2018)*, Ministry of Statistics and Programme Implementation, Government of India, November 2019b, available at http://mospi.nic.in/sites/default/files/publication_reports/KI_Health_75th_Final.pdf, accessed on 5 November 2021.

_____, *Drinking water, sanitation, hygiene and housing condition in India, NSS 76th round (July–December 2018) (Report No. 584)*, Ministry of Statistics and Programme Implementation, Government of India, 2019c, available at http://mospi.nic.in/sites/default/files/NSS7612dws/Report_584_final.pdf, accessed on 5 November 2021.

_____, *Annual report, Periodic labour force survey (PLFS), 2018–19*, Ministry of Statistics and Programme Implementation, Government of India, June 2020, available at http://mospi.nic.in/sites/default/files/publication_reports/Annual_Report_PLFS_2018_19_HL.pdf, accessed on 5 November 2021.

Planning Commission, *National Social Protection Strategy (NSPS) of Bangladesh*, Government of the People's Republic of Bangladesh, 26 January 2014, available at http://socialprotection.gov.bd/wp-content/uploads/2016/08/NSPS.pdf, accessed on 5 November 2021.

Rao, M. G. 'States' Loss of Fiscal Autonomy in a Centralised Federal System', *The India Forum*, 5 June 2020, available at https://www.theindiaforum.in/article/states-loss-fiscal-autonomy-centralised-federal-system, accessed on 5 November 2021.

Social Welfare and Nutritious Meal Programme Department, *Performance budget 2019–2020*, Government of Tamil Nadu, 2019, available at http://cms.tn.gov.in/sites/default/files/documents/swnmp_e_pb_2019_2020.pdf, accessed on 5 November 2021.

State Planning Commission, *Tamil Nadu Human Development Report 2017*, Government of Tamil Nadu and Academic Foundation, 2017, available at http://www.spc.tn.gov.in/tnhdr2017.html, accessed on 5 November 2021.

19

கோவிட்-19ம் உணவுப் பாதுகாப்பும்

உமாநாத் மலையரசன்

இயற்கைப் பேரழிவுகள் மற்றும் சீற்றங்கள் மனித இனத்தை பல வழிகளில் பெரிதும் பாதித்துள்ளன; குறிப்பாக பெரும் உயிர் மற்றும் சொத்துக்கள் இழப்பு, சமூக செயல்பாடுகளின் சரிவு, மன அழுத்தம், பொருளாதார நெருக்கடி மற்றும் சுற்றுச்சூழல் சீரழிவு ஆகியனவற்றை ஏற்படுத்தி உள்ளன. இருப்பினும் இதுபோன்ற பேரழிவுகளால் ஏற்பட்ட துன்பங்கள் அனைத்து பிரிவு மக்களுக்கும் சமமாக ஏற்பட்டிருப்பதில்லை இதுவரை. இப்பேரழிவுகளின் தாக்கத்தை (முக்கியமாக காலநிலை மாற்றம் போன்றவை) செல்வந்தர்களைக் காட்டிலும் ஏழைகளும், சமூக பொருளாதாரத்தில் பின்தங்கியவர்களும் தொடர்ந்து எதிர்கொள்கிறார்கள். அதே சமயம் இந்த மாதிரியான பேரிடர்களின் விளைவுகள் விளிம்பு நிலை மக்களுக்கு கடுமையான பொருளாதார மற்றும் உணவு பாதுகாப்புக்கு நெருக்கடிகளை ஏற்படுத்துகின்றன (Balasubramanian, 2018). தற்போது, கோவிட்-19 தொற்றுநோய் மற்றும் அதனை கட்டுப்படுத்த அமலாக்கப்பட்ட ஊரடங்கு ஆகியவை சமூக பொருளாதார நடவடிக்கைகளை முடக்கியுள்ளன; குறிப்பாக ஏழை மக்களின் வாழ்வாதாரம் மற்றும் கலாச்சாரத்தில் பெரும் இழப்பை ஏற்படுத்தியுள்ளன. கோவிட்-19 தொற்றுநோயினை கட்டுப்படுத்த அமெரிக்கா, ஐரோப்பிய ஒன்றியம், இந்தியா, சீனா மற்றும் பல நாடுகளில் பல மாதங்களாக அமலாக்கப்பட்ட ஊரடங்கு உலகப் பொருளாதாரத்தை கடுமையாகப் பாதித்துள்ளது. இது தொழிலாளர் துறையை பலவீனப்படுத்தியுள்ளது. முக்கியமாக அமைப்புசாரா தொழில் துறையில் உள்ள விளிம்பு நிலை மக்களுக்கு

வேலை இழப்பு, வருமானம் இழப்பு மற்றும் குறைந்த அடிப்படை உணவு நுகர்வு ஆகியனவற்றை ஏற்படுத்தியுள்ளது.

ஊரடங்கும் அதனால் பாதிக்கப்படக்கூடியவர்களும்

இந்தியாவில், தொற்றுநோயைக் கட்டுப்படுத்தும் நோக்கில் அமல்படுத்தப்பட்ட ஆறு மாதங்களுக்கும் மேலாக நாடு தழுவிய ஊரடங்கு உத்தரவு அனைத்து சமூக மற்றும் பொருளாதார நடவடிக்கைகளையும் சீர்குலைத்துவிட்டது. குழந்தைகள் மற்றும் முதியவர்கள் மட்டுமல்ல, உழைக்கும் மக்கள் அனைவரும் வீட்டிலேயே முடங்கியுள்ளனர். நகரங்களில் இருந்து, ஆயிரக்கணக்கானோர் தங்கள் சொந்த கிராமங்களை நோக்கி அணிவகுத்துச் சென்றவர்கள், தங்கள் கைகளில் சிறிய அல்லது போதிய பண இருப்பு இல்லாமல் சென்றனர். தொற்றுநோய்/ஊரடங்கு முடிந்த பிறகும் அவர்கள் நகரங்களுக்குத் திரும்புவார்களா என்பது இன்னும் உறுதியாகத் தெரியவில்லை. அமல்படுத்தப்பட்ட நாடு தழுவிய ஊரடங்கு உத்தரவு வைரஸின் சீற்றம் பரவுவதை தடுக்க உதவியது உண்மைதான் என்றாலும், கிராமப்புற மற்றும் நகர்ப்புறங்களில் உள்ள சாதாரண மற்றும் தினசரி கூலி தொழிலாளர்களின் வாழ்வாதாரத்தை இது கடுமையாக பாதித்துள்ளது.

முறைசாரா துறையில் பணிபுரியும் தொழிலாளர்கள் பெரும்பாலும் தினசரி ஊதியம் பெறுபவர்கள், அவர்கள் முறையான வேலை ஏற்பாடுகள், பாதுகாப்பான பணிச் சூழல் மற்றும் போதுமான சமூக பாதுகாப்பு ஆகியவற்றைக் கொண்டிருப்பது குறைவு. மேலும், தொழிற்சங்கங்கள் அல்லது எந்தவொரு அமைப்புகளினாலும் எந்த பிரதிநிதித்துவமும் இல்லாமல் அவை குரலற்றவையாக இருப்பதால், கோவிட்-19 போன்ற தொற்றுநோயால் எழும் பொருளாதார பிரச்சினை மிகவும் பாதிப்பை ஏற்படுத்தக் கூடியதாக இருக்கும். வேலை பாதுகாப்பைத் தவிர, அவர்களுக்கு முதலாளிகளிடமிருந்து காப்பீட்டு பாதுகாப்பு மற்றும் வருங்கால வைப்பு நிதி போன்ற எந்தவிதமான சட்டரீதியான சலுகைகளும் இல்லை, மேலும் சொந்த சேமிப்புகளும் இருக்காது. உதாரணமாக, புலம்பெயர்ந்த 70 விழுக்காட்டிற்கும் அதிகமான தொழிலாளர்கள் வேளாண்மை அல்லாத துறைகளில் ஈடுபட்டுள்ளனர், அவர்களுக்கு எந்தவொரு எழுத்துப்பூர்வ வேலை ஒப்பந்தமும் இல்லை. மோசமான விஷயம் என்னவென்றால், அவர்களில் *55% பேர் ஊதிய விடுப்புக்கு தகுதியற்றவர்கள், 50% பேருக்கு எந்த சமூக பாதுகாப்பு சலுகைகளும் இல்லை* (Ministry of Statistics and Programme Implementation, 2019). நாட்டில் முறைசாரா துறையில் 415 மில்லியன் தொழிலாளர்கள்

பணியாற்றுகின்றனர், இது மொத்த தொழிலாளர்களில் 90% ஆகும் (Jha, 2016). நாடு தழுவிய ஊரடங்கு லட்சக்கணக்கான சிறு மற்றும் குறு விவசாயிகள், விவசாயத் தொழிலாளர்கள், கட்டுமான மற்றும் சாலைத் தொழிலாளர்கள், மேய்ப்பர்கள், மீனவர்கள், நெசவாளர்கள் மற்றும் கைவினைஞர்கள், வன சேகரிப்பாளர்கள், உற்பத்தித் தொழிலாளர்கள் (தொழிற்சாலைகள் மற்றும் பட்டறைகள்), வீட்டுப் பணிப்பெண்கள், தெரு விற்பனையாளர்கள், போக்குவரத்துத் தொழிலாளர்கள், சிகையலங்கார நிபுணர் மற்றும் கழிவு சேகரிப்பாளர்கள் போன்றோரின் வாழ்க்கையை புரட்டிப்போட்டு விட்டது (Chen, 2020). ஊரடங்கு அறிவிக்கப்பட்டதும், அத்தகைய தொழிலாளர்கள் அனைவரும் வேலையை இழந்துள்ளனர், இதன் விளைவாக முழு வருமானம் குறைந்துள்ளது. குறிப்பாக முதல் மாதத்தில் 22% குறைந்துள்ளது, உணவுப் பொருட்களை வாங்கும் தன்மை சுருங்கி விட்டது. இதன் விளைவாக வறுமை விகிதம் அதிகரிப்பு 22% முதல் 36% வரை உள்ளதாகவும் சில மதிப்பீடுகள் குறிப்பிடுகின்றன (International Labour Organization, 2020; Kim et al., 2020).

கோவிட்-19, தொழிலாளர் வர்க்கம், ஏழைகள் மற்றும் விளிம்பு நிலை சமூகங்களை கடுமையாக பாதிக்கக்கூடும் என்று ஆய்வுகள் குறிப்பிடுகின்றன (Evelyn, 2020; Galea, 2020). 2020ஆம் ஆண்டின் இறுதிக்குள் உலகெங்கிலும் உணவு நெருக்கடிகளை எதிர்கொள்ளும் மக்களின் எண்ணிக்கை இரட்டிப்பாகும் என்று ஐக்கிய நாடுகளின் உலக உணவுத் திட்டம் (WFP) எச்சரித்தது. எந்தவொரு பொருளாதார நெருக்கடியும் வளரும் நாடுகளில் 2.4 லட்சம் குழந்தை இறப்புகளைக் கோரக்கூடும் (Sabarwal et al., n.d.) என்கிற விதத்தில், இந்த தொற்றுநோய் பெண்கள் மற்றும் குழந்தைகளுக்கு அதிக பாதிப்பை ஏற்படுத்தக்கூடும். ஏழைக் குடும்பங்களில் உள்ள பெண்கள் மற்றும் குழந்தைகள் உணவு மற்றும் ஊட்டச்சத்து குறைபாட்டால் பாதிக்கப்படுவதற்கான வாய்ப்புகள் அதிகம். ஏனெனில் கட்டுப்பாட்டு நடவடிக்கைகள் குழந்தைகள் மற்றும் பெண்களுக்கு குறைவான கவனிப்பை ஏற்படுத்தும் என்று எதிர்பார்க்கப்படுகிறது. இது வளர்ச்சிக்கான விடயங்களில் கவனத்தை செலுத்தவிடாமல் சுகாதார தொடர்பான கவலைகள் மற்றும் அவசரகால பாதிப்புகளை நோக்கி வளங்களை திசைதிருப்ப வேண்டிய அவசியத்தை அளிக்கிறது. மேற்கு ஆப்பிரிக்காவில் எபோலா உட்பட முந்தைய தொற்றுநோய்களின் போது இதே போன்ற பிரச்சினைகள் பதிவாகியுள்ளன (Korkoya & Wreh, 2015; Sochas et al., 2017). ஏழ்மையான வீடுகளில் மொத்த குடும்ப வருமானத்திற்கு பெண்கள், குழந்தைகளே முக்கிய பங்களிப்பாளர்களாக இருப்பது குறிப்பிடத்தக்கது.

கோவிட்–19, உணவு வழங்கல் சங்கிலி, உணவு முறை

தொற்றுநோய் மற்றும் பல மாநிலங்களில் தொடர்ந்து அமல்படுத்தபட்ட ஊரடங்கு ஆகியவை உணவு நெருக்கடியை ஏற்படுத்தியுள்ளன. உள்ளூர் சந்தையிலிருந்து சர்வதேச வர்த்தக அரங்கிற்கு உணவு வழங்கல் சங்கிலியில் சரிவு உள்ளது. உதாரணமாக, உள்ளூர் மற்றும் பிராந்திய மட்டங்களில் கூட உழைப்பு மற்றும் வாகனங்களின் இயக்கத்திற்கு தடைகள் உட்பட பல தடைகளால், விவசாயிகள் மற்றும் வர்த்தகர்கள் விவசாய நிலங்களிலிருந்து இறுதி நுகர்வோருக்கு உணவுப் பொருட்களை கொண்டுபோய் சேர்க்க முடியாது. இத்தகைய செயல்பாடுகள் மீதான கட்டுப்பாடுகளுடன், வீடுகள், ஹோட்டல்கள் மற்றும் உணவகங்களிலிருந்து உணவுப் பொருட்களுக்கான மட்டுப்படுத்தப்பட்ட தேவை தற்போதைய அறுவடை காலத்தையும், வரவிருக்கும் பருவ பயிர்ச்செய்கைக்கான விதைப்பு மற்றும் நடவு நடவடிக்கைகளையும் குறைத்துவிட்டது. இந்த மோசமான யதார்த்தத்தை கருத்தில் கொண்டு, இந்த நேரத்தில் விவசாயிகள் விவசாயம் செய்து அவர்கள் கைகளை சுட்டுக் கொள்ளத் தயாராக இல்லாததால் உழவு நடவடிக்கைகள் சுருங்கிவிட்டன. இதன் உடனடி விளைவாக, பல்வேறு வகையான அளவின் அடிப்படையில் உணவுப் பொருட்களின் வழக்கமான விநியோகத்தில் பற்றாக்குறையை நாம் காணலாம். இது கோவிட்–19க்குப் பிந்தைய காலகட்டத்தில் கடுமையானதாக மாறக்கூடும். கோவிட்–19ஆல் கிட்டத்தட்ட அனைத்து நாடுகளும் பாதிக்கப்பட்டுள்ளதால், உணவுப் பொருட்களின் இறக்குமதியில் ஏற்கனவே சிக்கல்கள் உள்ளன (*Glauber, 2020; Seleiman et al., 2020*), குறிப்பாக இந்தியாவில் பருப்பு வகைகள் மற்றும் சமையல் எண்ணெய்கள். ஏப்ரல் 2020 இல் மொத்த சமையல் எண்ணெய் இறக்குமதி 34% குறைந்துள்ளது (*Solvent Extractors' Association of India*). இந்த இரண்டும் புரதச்சத்து மற்றும் கொழுப்பு நிறைந்த முக்கிய உணவுப் பொருட்கள், இந்தியாவின் இறக்குமதியில் பெரும் பகுதியைக் கொண்டுள்ளன என்பது கவனிக்கத்தக்கது. எனவே, தற்போது உள்ளூர் மற்றும் சர்வதேச மட்டங்களில், உற்பத்தி முதற்கொண்டு பதப்படுத்துதல், விற்பனைக்குத் தயார்படுத்தல், போக்குவரத்து, சந்தைப்படுத்துதல் போன்றவற்றின் மீதான தடைகள், உணவுப்பொருட்களின் விலைகள் அதிகரிக்க வழிவகுக்கும். ஆரோக்கியமான உணவுப் பொருட்களை பெறுவதற்கும், நுகர்வதற்கும் தடையாக இருக்கும். இத்தகைய நிலையற்ற தன்மை மற்றும் நிச்சயமற்ற சூழ்நிலையின் போது, அத்தியாவசிய மற்றும் நீடித்த உணவுப் பொருட்களை, குறிப்பாக பருப்பு வகைகளை, அதிக விலைகள், குறுகிய அளிப்பு மற்றும்

அடுத்த நாட்களில் கிடைக்காது என்ற எதிர்பார்ப்பில் பதுக்கி வைப்பதற்கான சாத்தியமும் உள்ளது. இது சந்தை இயக்கத்தைக் குலைத்து, உணவுத் துறையில் அதிக பணவீக்கத்தை ஏற்படுத்தும். இந்த சிக்கலின் அளவைப் புரிந்துகொள்ள, தெற்காசியாவின் பிரதான உணவான அரிசியின் விலை ஏற்ற இறக்கத்தை எடுத்துக் கொள்வோம். இந்தியா, பாகிஸ்தான் மற்றும் இலங்கையில் ஜனவரி–ஏப்ரல் மாதத்தில் அரிசியின் சில்லறை விலை சராசரியாக 10–20% அதிகரித்துள்ளது. குறிப்பிடத்தக்க வகையில், சர்வதேச அரிசி விலையும் 2019 சராசரிக்கு எதிராக 16% அதிகரித்துள்ளது, அதே நேரத்தில் மே மாத இறுதியில் (Kim et al., 2020) கோதுமை விலையும் சற்று அதிகரித்துள்ளது (சுமார் 2%).

இந்தியாவைப் பொறுத்தவரை, தெரு விற்பனையாளர்கள் மற்றும் சிறு சில்லறை விற்பனையாளர்கள் ஏழை மக்களுக்கு பழங்கள் மற்றும் காய்கறிகளை வழங்குவதற்கான முதன்மை ஆதாரமாக உள்ளனர். ஊரடங்கால் இந்த இரண்டு கீழ்நிலை வணிகர்களின் வணிகம் மிகவும் மோசமாக பாதிக்கப்பட்டுள்ளதால், பழம் மற்றும் காய்கறி விற்பனை கணிசமாகக் குறைந்துவிடும். இதன் விளைவாக ஏழை மக்களால் பல்லுயிர்ச்சத்து மற்றும் நுண்ணூட்டச்சத்துக்களின் உட்கொள்ளலைக் கணிசமாகக் குறைக்க கூடும் என்று எதிர்பார்க்கலாம்.

உணவு நுகர்வை எடுத்துக்கொண்டால், கோவிட்–19 தடைகளால் ஏழைகளின் வாங்கும் திறன் கடுமையாக வீழ்ச்சியடைந்து வருகிறது. இதன் விளைவாக உணவின் அளவு மற்றும் எண்ணிக்கையில் குறைவு ஏற்படலாம் அல்லது நாள் முழுவதும் உணவு உட்கொள்ளா சூழல் உருவாகும். நிலைமை மோசமாகிவிட்டால், மக்கள் காட்டு உணவுகள், முதிர்ச்சியடையாத பயிர்கள், சேமித்த விதை மற்றும் சாதாரண, உணவின் ஒரு பகுதியாக இல்லாத பொருட்களை கூட உட்கொள்ளலாம். இதுபோன்ற நுகர்வுகளை கடந்த காலங்களில் பல்வேறு மாநிலங்களில் கண்கூடாக பார்த்தோம். இப்போது, வருமான இழப்பு மற்றும் உணவு விநியோகச் சங்கிலியில் இடையூறு ஏற்படுவதால், சத்தான உணவுகள் (காய்கறிகள் மற்றும் பழங்கள் போன்றவை), கால்நடை பொருட்கள் (பால், இறைச்சி மற்றும் முட்டை போன்றவை) மற்றும் மீன் பொருட்கள் பெற முடியாத சூழல் அல்லது அவற்றின் விலை உயர்வு ஏற்பட்டுள்ளது. இதன் விளைவாக ஏழைகள் அத்தகைய உணவை குறைவாக வாங்க முனைகிறார்கள். இதேபோல், அரிசி, கோதுமை மற்றும் பருப்பு வகைகள் போன்ற பிரதான உணவுப் பொருட்கள் அதிக விலைக்கு வரும்போது, இந்த அத்தியாவசியப் பொருட்களின் நுகர்வை வேறு வழியில்லாமல் மக்கள் குறைக்க வாய்ப்புள்ளது. மேலும், பள்ளிகள்

மூடப்பட்ட நிலையில், லட்சக்கணக்கான ஏழை பள்ளி குழந்தைகள் அரசாங்கத்தால் வழங்கப்படும் இலவச நண்பகல் உணவை இழக்கின்றனர். அவர்கள் அடிப்படை ஊட்டச்சத்துக்களுக்காக இதைத்தான் சார்ந்திருந்தனர். இவ்வாறு போதிய உணவை சரியான நேரத்தில் பெறுவதில் சிக்கல்கள் ஏற்படும்போது, குழந்தைகளின் இறப்பு அதிகரிப்பதை தடுக்கமுடியாது. இது பேரழிவுகள் தரும் விளைவுகளைக் காட்டிலும் அதிகமாக இருக்கும் (*Roberton et al., 2020*). இறுதியில் இவையனைத்தும் சேர்த்து உணவு உட்கொள்ளலின் தரத்தை குறைத்துவிடுகின்றன.

ஊட்டச்சத்து குறைபாடும் கோவிட்-19ம்

ஆரோக்கியமான உணவு நோயெதிர்ப்பு மண்டலத்தில் ஆழமான விளைவைக் கொண்டிருக்கிறது, இது நோய்க்கான பாதிப்பை பெரிதும் குறைக்கிறது (*Naja & Hamadeh, 2020*). இரும்பு, துத்தநாகம் மற்றும் வைட்டமின்கள் *A, C, E, B6* மற்றும் *B12* ஆகியவற்றை போதிய அளவு உட்கொள்ளமால் இருப்பது நோயெதிர்ப்பு மண்டலத்தின் செயல்பாட்டை மோசமடைவதற்கு வழிவகுக்கிறது (*Gleeson et al., 2004*), மேலும் நோய்த்தொற்று ஏற்படுவதற்கான அபாயத்தை அதிகரிக்கிறது. உணவுப் பாதுகாப்பின்மை நீண்டகால ஊட்டச்சத்துக் குறைபாட்டை விளைவிக்கிறது, இது குழந்தைகளை தொற்று நோய்களால் பாதிக்கச் செய்கிறது, கர்ப்பிணிப் பெண்களுக்கு தாய்வழி இரத்த சோகை, உடல் பருமன் மற்றும் இரண்டாம் வகை நீரிழிவு நோய் (*Food and Agriculture Organization, 2019*) உள்ளிட்ட தொற்றில்லாத நோய்களின் வளர்ச்சியை ஏற்படுத்துகிறது. அவை கோவிட்-19 காலகட்டத்தில் பரவும் வேகத்தை அதிகரிக்கவும், அதை கண்டறியும் முறையை மட்டுப்படுத்தவும் செய்கிறது (*Watanabe et al., 2020*). பெருந்தொற்று காலகட்டத்தில், போதிய ஊட்டச்சத்து உட்கொள்ளாமலிருப்பது குறைந்த நோய் எதிர்ப்பு சக்தி, பலவீனமான ஆரோக்கியத்திற்கு வழிவகுக்கும், மேலும் இது எதிர்காலத்தில் தரமற்ற வாழ்க்கைமுறை மற்றும் வறுமையை அதிகரிக்கும். ஆகையால், இந்தமாதிரியான நேரங்களில் போதிய உணவு கிடைப்பதை உறுதிசெய்து, ஊட்டச்சத்து நிறைந்த உணவுப் பொருட்களை வாங்குவதற்கான கட்டமைப்புக்களை உறுதிப்படுத்தினால் மக்களின் ஆரோக்கியமான உணவு உட்கொள்ளலை மேம்படுத்துவதற்கும், நீண்ட காலத்திற்கு நோயெதிர்ப்பு சக்தியை வலுப்படுத்துவதற்கும் கோவிட்-19 போன்ற தொற்றுநோய்களைத் தடுப்பதற்கும் முக்கிய பங்கு வகிக்கும்.

கடந்த நாற்பது ஆண்டுகளில் வறுமை, உணவுப் பாதுகாப்பின்மை மற்றும் ஊட்டச்சத்துக் குறைபாடு ஆகியவற்றைக் குறைப்பதில் இந்தியா குறிப்பிடத்தக்க முன்னேற்றம் கண்டிருந்தாலும்,

இன்னும் மக்களிடையே அதிக அளவு ஊட்டச்சத்துக் குறைபாடு காணப்படுகிறது, இதன் விளைவாக எடை குறைவு, குறைவான வளர்ச்சி மற்றும் இரத்த சோகை ஏற்படுகிறது. உணவு மற்றும் வேளாண் அமைப்பின் 2015 ஆம் ஆண்டின் அறிக்கையின்படி, 5% கர்ப்பிணிப் பெண்கள் இரத்த சோகை (இரும்புச்சத்து குறைபாடு) குறைபாடுடனும், சுமார் 33% பெண்கள் குறைந்த உடல் நிறை குறியீட்டைக் கொண்டுள்ளனர். மேலும் 5 வயதிற்குட்பட்ட குழந்தைகளில் கணிசமான எண்ணிக்கையில் குறைவான வளர்ச்சி (38%), வீணான (21%), மற்றும் எடை குறைந்தும் (35.7%) காணப்படுகின்றனர். நுண்ணூட்டச்சத்து குறைபாடுகள் உள்ள பெரும்பான்மையான மக்கள் இந்தியா போன்ற குறைந்த வருமானத்தில் உள்ள தெற்காசிய நாடுகளில் வாழ்கின்றனர் என்பதை ஆராய்ச்சி முடிவுகள் வெளிப்படுத்துகின்றன (Mark et al., 2016). இந்தியாவின் தேர்ந்தெடுக்கப்பட்ட மாநிலங்களில் நுண்ணூட்டச்சத்து உட்கொள்ளல் குறித்த சமீபத்திய ஆய்வில், பரிந்துரைக்கப்பட்ட உணவின் அளவில் (ஆர்.டி.ஏ) 50% கூட பால்வாடி குழந்தைகள் உட்கொள்ளவில்லை என்று ஆய்வின் முடிவுகள் தெரிவிக்கின்றன. அதாவது 51%–82% வரையிலான குழந்தைகள் மற்றும் 52%–85% இளம் பருவத்தினர் 50% ஆர்.டி.ஏக்கு குறைந்த அளவே கால்சியம், வைட்டமின் ஏ, ரைபோஃப்ளேவின் மற்றும் வைட்டமின் சி ஆகியவற்றை உள்ளடக்கிய உணவை உட்கொள்வதாகவும் தெரிகிறது (National Nutrition Monitoring Bureau, 2012). 51% முதல் 83% கர்ப்பிணிப் பெண்கள் இரும்புச்சத்து, வைட்டமின் ஏ, ரைபோஃப்ளேவின், வைட்டமின் சி மற்றும் ஃபோலிக் அமிலம் போன்ற நுண்ணூட்டச்சத்துக்களை ஆர்.டி.ஏ.வில் 50% க்கும் குறைவாகவே உட்கொண்டுள்ளனர் (Ministry of Health and Family Welfare, 2016). மேலும், இந்தியாவில் இடம்பெயர் தொழிலாளர்களின் குடும்பங்கள் மற்றவர்களைக்காட்டிலும் குறைவான கலோரிகளை உட்கொள்கின்றன (Atkin, 2016).

இந்தியா ஏற்கனவே குறிப்பிடத்தக்க அளவு வறுமை, சமத்துவமின்மை மற்றும் மோசமான ஊட்டச்சத்து குறைபாடு ஆகியவற்றுடன் போராடி வரும் நிலையில், கோவிட்–19 தொற்றுநோய், அதனைத்தொடர்ந்த ஊரடங்கு பல பொருளாதார நெருக்கடிகளை கொணர்ந்துள்ளது. இதன் விளைவாக முறைசாரா தொழிலாளர்கள் சத்தான உணவை உட்கொள்வது மறுக்கப்படுகிறது (Roberton et al., 2020). தற்போதுள்ள ஊட்டச்சத்துக் குறைபாடு சிக்கல்களுடன் இணைந்து தொற்றுநோயின் ஒட்டுமொத்த விளைவு இன்னும் அதிகமாகும். எனவே, இந்தியா நிலையான வளர்ச்சி இலக்கு 2 இல் குறிப்பிட்டுள்ள பசி, மற்றும் ஊட்டச்சத்து குறைபாட்டை 2030 வாக்கில் அடைவதற்கு இந்தப் பெருந்தொற்று முக்கியத் தடையாக இருக்கும்.

உணவுப் பாதுகாப்பு நடவடிக்கைகள்

கோவிட்–19க்கு முன்னர், நான்கு தசாப்தங்களுக்கு மேலாக, உணவு மற்றும் ஊட்டச்சத்து பாதுகாப்பின்மை பிரச்சினைகளை அகற்ற உற்பத்தி, அணுகு திறன் மற்றும் வாங்கும் திறன் ஆகியனவற்றை அதிகரிக்க பல நடவடிக்கைகள் மேற்கொள்ளப்பட்டன. இவற்றில் பசுமைப் புரட்சி மற்றும் அதனுடன் தொடர்புடைய தொழில்நுட்பங்கள், மேம்படுத்தப்பட்ட நீர்ப்பாசனம் மற்றும் பொது விநியோக அமைப்பு (*TPDS*), ஒருங்கிணைந்த குழந்தைகள் மேம்பாட்டு சேவைகள் (*ICDS*), அங்கன்வாடி மையங்கள் (குழந்தை பராமரிப்பு மையங்கள்), தமிழ்நாடு மதிய உணவு திட்டம், பிரதான் மந்திரி மாத்ரு வந்தனா திட்டம், மற்றும் போஷன் அபியான் உள்ளிட்ட பல்வேறு சமூக பாதுகாப்பு திட்டங்கள் அடித்தட்டு மக்களின் ஆரோக்கியம் மற்றும் ஊட்டச்சத்து நிலையை மேம்படுத்துவதை நோக்கமாக கொண்டு செயல்படுத்தப்பட்டன. சமீபத்திய தேசிய உணவு பாதுகாப்புச் சட்டம், 2013, அதிக மானிய விலையில் (ஒரு கிலோ அரிசி 3 ரூபாய்க்கும், கோதுமை 2 ரூபாய்க்கும், மற்றும் சிறு தானியங்கள் 1 ரூபாய்க்கும்) முக்கிய உணவுப் பொருட்களை (மாதத்திற்கு ஒரு நபருக்கு 5 கிலோ) ஒரு தனிநபர் பெற முடியும் என்பதை உறுதி செய்கிறது. இது 75% கிராமப்புறங்களையும் 50% நகர்ப்புற மக்களையும் உள்ளடக்கியது. சில மாநிலங்கள் இந்த திட்டத்தில் தங்கள் சொந்த கொள்கையை பின்பற்றுகின்றன. உதாரணமாக, தமிழகம் ஒற்றை பொது விநியோக முறையை (பி.டி.எஸ்) நடைமுறைப்படுத்தி அனைத்து வீடுகளுக்கும், சமூகபொருளாதார நிலையைப் பொருட்படுத்தாமல், விலையில்லா அரிசியை வழங்குகிறது.

கோவிட்–19ஆல் முறைசாராத் துறையில் ஈடுபட்டுள்ள லட்சக்கணக்கானவர்களுக்கு ஏற்பட்டுள்ள உணவு நெருக்கடியை தீர்க்க மத்திய அரசு முக்கிய கவனம் செலுத்தி பல நடவடிக்கைகளை எடுத்தது. புலம்பெயர்ந்த தொழிலாளர்களுக்காக 37,900க்கும் மேற்பட்ட நிவாரண முகாம்கள் அமைக்கப்பட்டுள்ளதாகவும், 16 மில்லியனுக்கும் அதிகமான மக்களுக்கு உணவு வழங்குவதாகவும் தகவல்கள் தெரிவிக்கின்றன. இதுவரை சுமார் 1.65 மில்லியன் தொழிலாளர்கள் தங்க வைக்கப்பட்டு உணவளிக்கப்பட்டுள்ளனர். மேலும், 5 கிலோ அரிசி, கோதுமை மற்றும் 1 கிலோ பருப்பு ஆகியவை வழங்கப்பட்டுள்ளன. இதனால் சுமார் 2.3 டிரில்லியன் ரூபாய் மற்றும் 75 மில்லியன் டன் தானியங்கள் *TPDS*, மதிய உணவு மற்றும் *ICDS* (*Parajuli, 2020*) போன்ற பல்வேறு உணவு பாதுகாப்பு திட்டங்களுக்கு கூடுதலாக ஒதுக்கப்பட்டன.

இந்த நோய்த்தொற்று காலகட்டத்தில், மாநில அரசுகளும் தங்களது சொந்த உணவுப் பாதுகாப்பு நடவடிக்கைகளைப் பின்பற்றியுள்ளன. உதாரணமாக, தமிழக அரசு ஒவ்வொரு ரேஷன் அட்டைதாரருக்கும் தலா 1,000 ரூபாய் ரொக்கமாக வழங்கியதுடன், தகுதிவாய்ந்த அனைத்து வீடுகளுக்கும் அரிசி, பருப்பு, எண்ணெய் மற்றும் சர்க்கரை ஆகியவற்றை இலவசமாக வழங்கியது. கேரள அரசு அரிசி, கோதுமை, சர்க்கரை, உப்பு, சமையல் எண்ணெய், பருப்பு வகைகள், மசாலாப் பொருட்கள் மற்றும் உணவு சாராத பொருட்கள் (சோப்பு மற்றும் சானிடிசர்கள் போன்றவை) அடங்கிய உணவுக் கூடையை இதுவரை வழங்கியிருக்கிறது. பி.டி.எஸ்-ன் கீழ் உள்ள குடும்பங்களுக்கு டெல்லி அரசு 1.5 மடங்கு அதிக ரேஷன் வழங்குகிறது.

மேலும், சில மாநிலங்கள் சமைத்த உணவை அதிக மானிய விலையில் உணவகங்கள் மூலம் வழங்குகின்றன (உதாரணமாக தமிழ்நாட்டின் 'அம்மா உணவகம்', ராஜஸ்தானின் 'அன்னபூர்ண ரசோய்' மற்றும் டெல்லியின் 'ஆம் ஆத்மி உணவகம்'), இது புலம்பெயர்ந்தோர், தொழிலாளர்கள் மற்றும் ஏழை மாணவர்கள் ஆகியோர்க்கு தகுந்த நேரத்தில் பயன்பட்டது. 2013 இல் தமிழ்நாட்டில் தொடங்கப்பட்ட அம்மா உணவகம் பெண்களின் சுய உதவிக்குழுக்களால் நடத்தப்படுகிறது, இது ஒரு முன்னோடி திட்டமாக செயல்படுகிறது. அம்மா உணவகங்களில், ஒரு இட்லியின் விலை 1 ரூபாயாகவும், பல்வேறு சோறு வகைகள் (தயிர் சோறு, புளி சோறு அல்லது சாம்பார் சோறு) ரூ. 3, ரூ. 5க்கும் கொடுக்கப்பட்டது. குறிப்பிட்ட விடுமுறை நாட்களைத் தவிர, ஆண்டு முழுவதும் ஒவ்வொரு நாளும் காலை உணவு, மதிய உணவு, இரவு உணவு இங்கு கிடைக்கும். இந்த உணவகங்கள் ரேஷன் கார்டு அமைப்பு மற்றும் பிற சமூக பாதுகாப்பு திட்டங்களால் பயன் பெறாதவர்களுக்கும், பி.டி.எஸ் உணவுப் பொருட்களைப் பெற முடியாத புலம்பெயர்ந்தோருக்கும் உயிர்நாடியாக இருக்கின்றன.

உணவுப் பொருட்கள் கிடைக்கும் தன்மையையும் அணுகலையும் உறுதிசெய்ய அரசாங்கங்கள் குறிப்பிடத்தக்க முயற்சிகள் மேற்கொண்ட போதிலும், ஊரடங்கு மற்றும் கடுமையான கட்டுப்பாடுகள் பல திட்டங்களை தொடர முடியவில்லை என்பதும் அல்லது ஏற்கனவே தொடங்கப்பட்ட திட்டங்கள் சரியாக செயல்படுத்தப்படவில்லை என்பதும் நிதர்சனம். உதாரணமாக, தொற்றுநோய் காலக்கட்டத்தில் அனைத்து பள்ளிகளும் மூடப்பட்டிருப்பதால், மதிய உணவு நிறுத்தப்பட்டுள்ளது. ஐ.சி.டி.எஸ் திட்டத்தின் கீழ் வருகிற ஏழைக் குழந்தைகளுக்கான உணவு பெரும்பாலான இடங்களில் தடைபட்டு நிறுத்தப்பட்டுள்ளது, அது குழந்தைகளிடையே ஊட்டச்சத்து

குறைபாட்டை மோசமாக்கியுள்ளது. மேலும், வெறும் உணவு தானியங்களை வழங்குவது ஊட்டச்சத்தை உறுதிப்படுத்தாது, குறிப்பாக குழந்தைகள் மற்றும் பெண்கள் மற்றும் கர்ப்பிணி மற்றும் பாலூட்டும் தாய்மார்களுக்கு சத்தான மற்றும் ஆரோக்கியமான, வைட்டமின்கள், நுண்ணூட்டச்சத்துக்கள் நிறைந்த உணவுப் பொருட்கள் தேவை. ஏறக்குறைய அனைத்து உணவு பாதுகாப்பு திட்டங்களிலும் அரிசி மற்றும் கோதுமை போன்ற தானியங்கள் நீங்கலாக, ஊட்டச்சத்து நிறைந்த உணவுப் பொருட்கள் குறிப்பாக, பருப்பு வகைகள், தினைகள், சிறு தானியங்கள், பழங்கள், காய்கறிகள் பெரும்பாலானவை எந்த பி.டி.எஸ். திட்டத்தின் கீழும் மக்களுக்கு வழங்கப்படுவதில்லை அல்லது இந்த உணவு பொருட்களின் பங்கு பி.டி.எஸ் இன் கீழ் உள்ள பெரும்பாலான உணவு பாதுகாப்பு திட்டங்களில் மிகக் குறைவு. இதுவரை, பி.டி.எஸ் மூலம் மீன் மற்றும் கால்நடை பொருட்கள், இறைச்சி மற்றும் பால் பொருட்கள் போன்றவற்றை விநியோகிக்க எந்த கொள்கை திட்டமும் இல்லை. எனவே, ஊரடங்கு காலக்கட்டத்தில் பி.டி.எஸ் இல்லாத பல உணவுப் பொருட்களுக்கான விநியோகச் சங்கிலி மிகவும் பாதிக்கப்படக்கூடியதாக இருக்கலாம், இது ஊட்டச்சத்து பாதுகாப்பின்மை மற்றும் ஊட்டச்சத்து குறைபாடு தொடர்பான கேள்விகளை எழுப்புகிறது.

இவை தவிர, தற்போதைய பி.டி.எஸ். அதன் செயல்பாட்டில் உள்ள சிக்கல்களுக்காக விமர்சிக்கப்பட்டுள்ளது. முதலாவதாக, தற்போதைய பி.டி.எஸ். புலம்பெயர்ந்த தொழிலாளர்களை புறக்கணித்து உள்ளூர் மக்களுக்கு மட்டுமே பயனளிக்கிறது. சமீபத்தில், தொற்றுநோய் பரவுவதற்கு முன்பே, புலம்பெயர்ந்த தொழிலாளர்களின் உணவுப் பாதுகாப்பின்மை பிரச்சினையை சமாளிக்க மத்திய அரசால் 'ஒரே நாடு, ஒரே ரேஷன் அட்டை' போன்ற சில திட்டங்கள் அறிமுகப்படுத்தப்பட்டன. எனினும், இந்த முறையை ஏற்றுக்கொண்டால், பி.டி.எஸ். விநியோகத்தில் மாநிலங்களின் பங்கு, உரிமைகள் மற்றும் செயல்பாடு தொடர்பான சில நிர்வாக சிக்கல்கள் இருப்பதால் பல மாநிலங்கள் நடைமுறைப்படுத்த தயங்குகின்றன. இதற்கு முன்னதாக, அமைப்புசாரா மற்றும் புலம் பெயர்ந்த தொழிலாளர்களின் குடும்ப உறுப்பினர்களின் உணவு மற்றும் ஊட்டச்சத்து பாதுகாப்பு குறித்து குறிப்பிட்ட திட்டம் எதுவும் இல்லை. இரண்டாவதாக, பி.டி.எஸ்இன் கீழ் எந்தவொரு உணவு பாதுகாப்பு திட்டத்தையும் பெறுவதற்கான சரியான பயனாளியை அடையாளம் காண்பது ஒரு முக்கியமான பிரச்சினை ஆகும். இப்போது வரை, 2011 மக்கள் தொகை கணக்கெடுப்பின் அடிப்படையில் பயனாளிகள் (எ.கா., குடும்ப உறுப்பினர்களின் எண்ணிக்கை)

அடையாளம் காணப்பட்டனர். அப்போதிருந்து மக்கள்தொகை அதிகரிப்பைக் கருத்தில் கொண்டால், பெரும்பாலான ஏழைகளை தொற்றுநோய்க்கு எதிரான உணவு வழங்கல் போன்ற நிவாரண திட்டங்களில் விடுபட்டுப்போக வாய்ப்பு உள்ளது (*Drèze, 2020; Sengupta & Jha, 2020*). மூன்றாவதாக, தற்போதைய பி.டி.எஸ் பல வகையில் உணவு தானியங்களை பெருமளவில் வீணாக்குவதற்கு காரணமாக உள்ளது. இவை அனைத்தும் நாட்டில், ஊட்டச்சத்து குறைபாடு, வறுமை பிரச்சினைகளை மேலும் மோசமாக்கும் என்று எதிர்பார்க்கப்படுகிறது.

கொள்கை நடவடிக்கைகள்

கோவிட்–19 கட்டுப்பாட்டு நடவடிக்கைகள் காரணமாக உணவு உற்பத்தி, வர்த்தகம், மற்றும் விநியோகச் சங்கிலி ஆகியவை ஆபத்தான சூழ்நிலையில் உள்ளன. இவை உணவு முறை மற்றும் மக்களின் ஊட்டச்சத்து உட்கொள்ளல் ஆகியவற்றில் மோசமான விளைவுகளை ஏற்படுத்துகின்றன. கோவிட்–19 தொற்றுநோயுடன் தொடர்புடைய உணவு மற்றும் ஊட்டச்சத்து பாதுகாப்பு தொடர்பான பிரச்சினைகளுக்கு தீர்வு காண சரியான முன்னெச்சரிக்கை நடவடிக்கைகள் மேற்கொள்ளப்படாவிட்டால், வறுமை, சமத்துவமின்மை, கல்வி, சுகாதார சேவைகள் மற்றும் ஏழைகளின் உற்பத்தி சொத்துக்கள் ஆகியவற்றில் பெரும் விளைவு ஏற்படும். இவை 2030ஆம் ஆண்டளவில் நிலையான வளர்ச்சி இலக்குகளை அடைவதற்கு அச்சுறுத்தலாக இருக்கும். எனவே, விளிம்பு நிலை மக்களை இந்த தொற்றுநோயின் நெருக்கடியிலிருந்து மட்டுமல்லாமல், எல்லா நேரங்களிலும் பாதுகாக்க, பொருத்தமான கொள்கை நடவடிக்கைகள் மூலம் நமது உணவு விநியோக முறையை வலுப்படுத்த வேண்டிய நேரம் இது.

குறுகிய கால நடவடிக்கைகள்

1. தொழிலாளர் மற்றும் உணவுச் சந்தைகளின் சரியான செயல்பாட்டைக் கண்காணிப்பது முக்கியம், ஏனெனில் ஒரு நெருக்கடி எப்போது நிகழ்கிறது என்பதைக் கண்டறிவதுடன், நெருக்கடியால் பாதிக்கப்பட்டவர்களையும் தேவைப்படுபவர்களையும் கண்டறிய உதவும். தொழிலாளர் மற்றும் உணவுச் சந்தைகள் ஆகிய இரண்டும் மக்களின் வாழ்வாதாரம், வறுமை நிலை, உணவுப் பாதுகாப்பு, ஊட்டச்சத்து மற்றும் ஆரோக்கியம் ஆகியவற்றை தீர்மானிக்கும் முக்கிய காரணிகளாக இருக்கின்றன.

2. திடீர் நோய்தொற்று மற்றும் ஊரடங்கு சந்தையில் உணவுப் பொருட்களுக்கான வழங்கல் மற்றும் தேவைக்கு இடையில் ஒரு பெரிய சமநிலையற்ற தன்மையை உருவாக்கியது, குறிப்பாக

விரைவில் அழுகக்கூடிய உணவுவகைகளான காய்கறிகளின் விலைகள் சந்தைகளுக்கு சந்தை வேறுபட்டன, மேலும் 2லிருந்து 3 நாட்களுக்குள் கெட்டுப்போகக்கூடிய பொருட்களின் விலைகள் கடுமையாக ஊசலாடின. இந்த மாதிரியான துயர சூழ்நிலைகள் முறையான விநியோக ஏற்பாடுகள் இல்லாததால் நிகழ்கின்றன. நிரந்தர சந்தைகளை அடிக்கடி மூடுவது திறப்பது, நகரங்கள் மற்றும் கிராமங்களில் புதிய சந்தை இடங்களைத் திறப்பது போன்றவைகள் உற்பத்தியாளர்களையும், நுகர்வோரையும் பாதிக்கின்றன. விநியோகத்தில் இத்தகைய ஆபத்துக்களைத் தவிர்க்க, விவசாயிகள், வர்த்தகர்கள், தெரு விற்பனையாளர்கள், மேலும் நகராட்சி அல்லது பஞ்சாயத்து மட்டத்தில் உணவுப் பொருட்களை வழங்கும் சந்தைப்படுத்தல் முகவர் உள்ளிட்ட பங்குதாரர்கள் போன்றோரை உள்ளடக்கிய மன்றங்களை உருவாக்க வேண்டும். ஒரு பகுதி, தெரு அல்லது ஒரு குடும்பத்திற்கான உணவை கணக்கிட்டு வழங்குவதற்கு இந்த மன்றங்கள் உதவி செய்திடவேண்டும்.

அதன்படி, தானியங்கள், பருப்பு வகைகள், சமையல் எண்ணெய், பால் பொருட்கள், பழங்கள் மற்றும் காய்கறிகள், உப்பு, ரொட்டி மற்றும் பிற ஊட்டச்சத்து மற்றும் ஆரோக்கியம் தொடர்பான பொருட்கள் அடங்கிய உணவுக் கூடை ஒவ்வொரு குடும்பத்திற்கும் சமூகபொருளாதார நிலையைப் பொருட்படுத்தாமல், ஒரு சீரிய இடைவெளியில் விநியோகிக்க வேண்டும். தொற்றுநோய் மற்றும் ஊரடங்கு காலகட்டத்திலும், இதனால் மக்களை தங்கள் வீடுகளில் வைத்திருப்பதன் மூலம் (அவர்களின் அடிப்படை தேவைகளுக்காக தெருக்களிலும் நகரத்திலும் சுற்றித் திரிவதை விட) கட்டுப்பாட்டு நடவடிக்கைகளின் முழு செயல்திறனை அடைய முடியும்.

3. தொற்றுநோய் முடியும் வரை, பசி ஏற்படுவதை திறம்பட நிவர்த்தி செய்வதற்காக ஒரு குறிப்பிட்ட தூரத்தில் உள்ள பயனர்கள் மற்றும் புலம்பெயர்ந்தோரைப் பற்றிய எண்ணிக்கை தரவுகளின் படி, 'அம்மா உணவகங்கள்' விரிவாக்கப்பட வேண்டும். இந்த உணவகங்களில் வழங்கப்படும் உணவின் தரத்தை உறுதிப்படுத்துவதில் கவனமாக இருக்க வேண்டும்.

4. வேளாண் மற்றும் உணவு பதப்படுத்தும் தொழில்களுக்கு தேவையான ஆதரவை வழங்குவது அவசர தேவையாகும். இதில் பின்வருவன அடங்கும்: கூடுதல் கடன் ஆதரவை வழங்குதல், கூடுதல் வட்டி விகிதம் இல்லாமல் மாத தவணைகளை திருப்பிச் செலுத்துவது, கடன் நிவாரணம், காப்பீட்டுத் தொகையை முறையாக அனுமதித்தல், மானியங்களை அதிகரித்தல் (மின்சாரம், எரிபொருள், உரங்கள் மற்றும் பிற பண்ணை உள்ளீடுகளில்),

ஆதரவு விலைகளை அதிகரித்தல், பண்ணை பொருட்கள் மற்றும் உள்கட்டமைப்பு ஏற்பாடுகளை ஆதரித்தல் (குளிர் சேமிப்பு போன்றவை).

5. ஊரடங்கு காலத்தில் ஏற்பட்டுள்ள வேலையின்மை பிரச்சினையை சமாளிக்க, மகாத்மா காந்தி தேசிய ஊரக வேலை உத்தரவாதம் (எம்.ஜி.என்.ஆர்.இ.ஜி) திட்டம் போன்ற தற்போதைய வளர்ச்சித் திட்டங்கள் துரிதபடுத்துவதுவுடன் ஒரு நபருக்கு வேலை நாட்களின் எண்ணிக்கையை அதிகரிப்பதன் மூலமும், ஊதிய விகிதத்தை குறைந்தது 50% உயர்த்தப்பட வேண்டும். தற்போதைய எம்.ஜி.என்.ஆர்.இ.ஜி திட்டம் ஒரு குடும்பத்தில் ஒரு உறுப்பினரை மட்டுமே ஆதரிக்கிறது; ஊரடங்கு காலத்திற்கு இது ஒரு குடும்பத்திற்கு இரண்டு முதல் மூன்று உறுப்பினர்களாக அதிகரிக்கப்பட வேண்டும். அரசாங்கம் புதிய திட்டங்களை உருவாக்கி நடைமுறைப்படுத்த எம்.ஜி.என்.ஆர்.இ.ஜி உள்ள கிராமப்புற மற்றும் நகர்ப்புற தொழிலாளிகளுக்கு வேலைவாய்ப்பை ஏற்படுத்தலாம்.

நீண்ட கால நடவடிக்கைகள்

1. தற்போதைய உணவு வழங்கல் அமைப்பில் உள்ள குறைகளை கண்டறிந்து, சமுதாயத்தின் அனைத்து உறுப்பினர்களுக்கும் எல்லா நேரங்களிலும் அத்தியாவசிய மற்றும் சத்தான உணவுப் பொருட்கள் கிடைக்க பெரும் வகையில், அணுகல் திறனையும் மற்றும் வாங்கும் சக்தியையும் உறுதி செய்வதற்காக உணவு உற்பத்தியில் இருந்து விநியோகம் வரை ஒரு ஒழுங்குப்பட அமைந்த கட்டமைப்பை உருவாக்க வேண்டும்.

2. பெரும்பாலான வளர்ச்சி மற்றும் தொழில்துறை நடவடிக்கைகள் நகர்ப்புறங்களை மையமாகக் கொண்டிருப்பதால், தொடர்ந்து பின்தங்கிய நிலையில் உள்ள கிராமப்புறங்களில், தொற்றுநோயால் தங்கள் கிராமங்களுக்குத் திரும்பிய புலம்பெயர்ந்த தொழிலாளர்களுக்கு போதுமான வேலை வாய்ப்புகளை வழங்க முடியாது. எனவே, கிராமங்கள் அல்லது நகர்ப்புறங்களை சுற்றியுள்ள குறு, சிறு மற்றும் நடுத்தர நிறுவனங்களை நிறுவுவதும் ஆதரிப்பதும், வேலை வாய்ப்புகளை உருவாக்குவதன் மூலமும் நீண்ட காலத்திற்கு இடம்பெயர்வுகளை தடுக்கலாம்.

3. அமைப்புசாரா துறையில் குடியேறியவர்கள் மற்றும் தொழிலாளர்களின் நலனைக் கண்காணிக்கவும், ஒழுங்குபடுத்தவும், கணக்கிடவும் ஒரு தனி சட்டரீதியான அதிகாரம் அல்லது நிறுவனம் உருவாக்கப்பட வேண்டும்.

4. புலம்பெயர்ந்த தொழிலாளர்களுக்கு அவர்களின் பணியிடங்களில் பி.டி.எஸ். போன்ற நலத்திட்டங்கள் சென்றடைய வழிவகைகள் செய்யவேண்டும்.

5. நுண்ணூட்டச்சத்து குறைபாடுகளைக் குறைக்க பி.டி.எஸ் மூலம் கம்பு, சோளம், கேழ்வரகு, தினை, வரகு போன்ற ஊட்டச்சத்து நிறைந்த சிறு தானியங்களை வழங்குவது முக்கியம். இது ஏழை நுகர்வோருக்கு மட்டுமல்ல, விவசாயிகளுக்கும் பயனளிப்பதாக இருக்கும். இது சம்பந்தமாக, அரசு பொருத்தமான கொள்கை முடிவுகளை எடுக்க வேண்டும்.

6. பி.டி.எஸ். மூலம் வழங்கப்படும் அனைத்து உணவுப் பொருட்களும் தரமாகவும் சுகாதாராமாகவும் இருக்க வேண்டும்.

7. இணையதளங்கள் மூலம் (ஆன்லைன்) வேளாண் மற்றும் உணவுத் துறையில் சந்தைப்படுத்தல், நாடு முழுவதும் விநியோகச் சங்கிலி மற்றும் உணவு விநியோகத்தை எளிதில் நிர்வகிக்க அரசுக்கும் கொள்கை வகுப்பாளர்களுக்கும் உதவும்.

8. கோவிட்–19 போன்ற தொற்றுநோய்கள் சர்வதேச வர்த்தக ஏற்றுமதி மற்றும் விவசாய பொருட்களின் இறக்குமதியை முடக்குவதால், விவசாயிகள், உற்பத்தியாளர்கள் மற்றும் நுகர்வோரின் நலனைப் பாதுகாக்க அரசு அதன் வர்த்தகக் கொள்கைகளை மறுசீரமைக்க வேண்டும். உதாரணமாக, உள்நாட்டு சந்தையில் போதுமான அளவு உணவு கிடைக்க, உறுதிப்படுத்த, தேர்ந்தெடுக்கப்பட்ட இறக்குமதி செய்யப்பட்ட உணவுப் பொருட்களான பருப்பு வகைகள் மற்றும் சமையல் எண்ணெய்கள் மீதான இறக்குமதி வரிகள் குறைவாக இருக்க வேண்டும். அரிசி, இறைச்சி, பால் பொருட்கள், தேநீர், தேன் மற்றும் தோட்டக்கலை தயாரிப்புகளில் இந்தியா ஒரு வர்த்தக உபரி நாடாக இருப்பதால், ஏற்றுமதி உள்கட்டமைப்பு மற்றும் தளவாடங்கள் கோவிட்–19ஆல் தடையின்றி இயக்கப்பட வேண்டும்.

9. ஜூன் 2020 நிலவரப்படி, கோவிட்–19 தொற்றுநோய் மற்றும் ஊரடங்கு ஆகியவை மக்களின் சமூகபொருளாதார அமைப்பில் ஏற்படுத்திய தாக்கம் பெரும்பாலும் அனுபவத்தால் மட்டுமே உணரப்பட்டுள்ளது, ஒரு தெளிவான அல்லது நம்பகத்தன்மையுடன் கூடிய கணக்கீடுகள் அல்லது தரவுகள் கிடைப்பது இல்லை. எனவே, வேலைவாய்ப்பு முறை, உணவு வழங்கல் சங்கிலி, உணவு மற்றும் ஊட்டச்சத்து தொடர்பான சுகாதார பிரச்சினைகள், உள்ளூர் மற்றும் புலம் பெயர்ந்த தொழிலாளர்களின் வாழ்வாதாரங்கள் ஆகியவற்றில் தொற்றுநோயின் உண்மையான எதிர்மறை தாக்கத்தை அறிய ஒரு பெரிய தரவு மற்றும் பகுப்பாய்வு துறையை உருவாக்குவது கட்டாயமாகும்.

நூல் பட்டியல்

Atkin, D., 'The Caloric Costs of Culture: Evidence from Indian Migrants', *American Economic Review*, 106(4), April 2016, pg. 1144–1181, available at http://doi.org/10.1257/aer.20140297, accessed on 5 November 2021.

Balasubramanian, M., 'Climate change, famine, and low-income communities challenge Sustainable Development Goals', *The Lancet Planetary Health*, 2(10), October 2018, pg. E421–E422, available at https://doi.org/10.1016/S2542-5196(18)30212-2, accessed on 5 November 2021.

Chen, M., 'To die from hunger or the virus. An all too real dilemma for the poor in India and (elsewhere)', *United Nations University (UNU)-WIDER*, April 2020, available at https://www.wider.unu.edu/publication/die-hunger-or-virus, accessed on 5 November 2021.

Drèze, J., 'Excess stocks of the Food Corporation of India must be released to the poor', *The Indian Express*, 9 April 2020, available at https://indianexpress.com/article/opinion/columns/coronavirus-lockdown-food-for-poor-migrants-mass-exodus-jean-dreze-6353790/, accessed on 5 November 2021.

Evelyn, K.,'"It's a racial justice issue': Black Americans are dying in greater numbers from Covid-19", *The Guardian*, 8 April 2020, available at https://www.theguardian.com/world/2020/apr/08/its-a-racial-justice-issue-black-americans-are-dying-in-greater-numbers-from-covid-19, accessed on 5 November 2021.

Food and Agriculture Organization of the United Nations, *The State of Food Security and Nutrition in the World 2019*, 2019, available at http://www.fao.org/3/ca5162en/ca5162en.pdf, accessed on 5 November 2021.

Food and Agriculture Organization of the United Nations, International Fund for Agricultural Development and World Food Programme, *The state of food insecurity in the world 2015. Meeting the 2015 international hunger targets: Taking stock of uneven progress*, Food and Agriculture Organization, 2015, available at http://www.fao.org/3/a-i4646e.pdf, accessed on 5 November 2021.

Galea, S., 'The Poor and Marginalized Will Be the Hardest Hit by Coronavirus', *Scientific American*, 9 March 2020, available at https://blogs.scientificamerican.com/observations/the-poor-and-marginalized-will-be-the-hardest-hit-by-coronavirus/, accessed on 5 November 2021.

Glauber, J., D. Laborde, W. Martin, and R. Vos, 'COVID-19: Trade restrictions are worst possible response to safeguard food security', *International Food Policy Research Institute*, 27 March 2020, available at https://www.ifpri.org/blog/covid-19-trade-restrictions-are-worst-possible-response-safeguard-food-security, accessed on 5 November 2021.

Gleeson, M., D. C. Nieman, and B. K. Pedersen, 'Exercise, nutrition and immune function', *Journal of Sports Sciences*, 22(1), January 2004, pg. 115–125, available at https://doi.org/10.1080/0264041031000140590, accessed on 5 November 2021.

International Labour Organization (ILO), *COVID-19 and the world of work. (Third edition) Updated estimates and analysis* (ILO Monitor), 29 April 2020, available at https://www.ilo.org/wcmsp5/groups/public/@dgreports/@dcomm/documents/briefingnote/wcms_743146.pdf, accessed on 5 November 2021.

Jha, P., *Labour in Contemporary India*, Oxford University Press, 2016.

Kim, K., S. Kim, and C-Y. Park, *Food Security in Asia and the Pacific amid the COVID-19 pandemic* (ADB Briefs No. 139), Asian Development Bank, June 2020, available at http://doi.org/10.22617/BRF200176-2, accessed on 5 November 2021.

Korkoyah, D. T., Jr., and F. F. Wreh, *Ebola Impact Revealed: An assessment of the differing impact of the outbreak on the women and men in Liberia* (Report), UN Women, Oxfam International, Liberia Ministry of Gender and Development, Liberia Institute of Statistics and Geo-Information Services, and Liberia WASH Consortium, 1 July 2015, available at http://hdl.handle.net/10546/581371, accessed on 5 November 2021.

Mark, H. E., L A. Houghton, R. S. Gibson, E. Monterrosa, and L. Kraemer, 'Estimating dietary micronutrient supply and the prevalence of inadequate intakes from national food balance sheets in the South Asia region', *Asia Pacific Journal of Clinical Nutrition*, 25(2), 6 January 2016, pg. 368–376, available at http://dx.doi.org/10.6133%2fapjcn.2016.25.2.11, accessed on 5 November 2021.

International Institute for Population Sciences (IIPS) and ICF, National Family Health Survey (NFHS-4), 2015–16: India, 2017, available at http://rchiips.org/NFHS/NFHS-4Reports/India.pdf, accessed on 5 November 2021.

Ministry of Statistics and Programme Implementation, *Periodic labour force survey (July 2017–June 2018)*. Government of India, 2019, available at http://www.mospi.gov.in/sites/default/files/publication_reports/Annual%20Report,%20PLFS%202017-18_31052019.pdf, accessed on 10 July 2020.

Naja, F., and R. Hamadeh, 'Nutrition amid the COVID-19 pandemic: A multi-level framework for action', *European Journal of Clinical Nutrition*, 74(8), 20 April 2020, pg. 1117–1121, available at https://doi.org/10.1038/s41430-020-0634-3, accessed on 5 November 2021.

National Nutrition Monitoring Bureau, *Diet and Nutritional Status of Rural Population, Prevalence of Hypertension &Diabetes among Adults and Infants &Young Child Feeding Practices —Report of Third Repeat Survey* (NNMB Technical Report No. 26), National Institute of Nutrition, Indian Council of Medical Research, 2012, available at https://www.nin.res.in/downloads/NNMB_Third_Repeat_Rural_Survey%20%20%20Technicl_Report_26%20(1).pdf, accessed on 5 November 2021.

Parajuli, B., 'How India Can Improve Its Food Security After the Pandemic Passes', *The Wire*, 18 May 2020, available at https://thewire.in/agriculture/how-india-can-improve-its-food-security-after-the-pandemic-passes, accessed on 5 November 2021.

Roberton, T., E. D. Carter, V. B. Chou, A. R. Stegmuller, B. D. Jackson, Y. Tam, T. Sawadogo-Lewis, and N. Walker, 'Early estimates of the indirect effects of the COVID-19 pandemic on maternal and child mortality in low-income and middle-income countries: a modelling study', *The Lancet Global Health*, 8(7),1 July 2020, E901–E908, available at https://doi.org/10.1016/S2214-109X(20)30229-1, accessed on 5 November 2021.

Sabarwal, S., N. Sinha, and M. Buvinic, *The Global Financial Crisis: Assessing Vulnerability for Women and Children*, n.d., available at http://econ.tu.ac.th/class/archan/RANGSUN/EC%20460/EC%20460%20Readings/Global%20Issues/Global%20Financial%20Crisis%202007-2009/Academic%20Works%20By%20Instituion/IBRD/Global%20FinCrisis-%20Assessing%20Vulnerabikity%20for%20Women%20and%20Ch.pdf, accessed on 5 November 2021.

Sengupta, S., and M. K. Jha, 'Social Policy, COVID-19 and Impoverished Migrants: Challenges and Prospects in Locked Down India', *The International Journal of Community and Social Development*, 2(2), 26 June 2020, pg. 152–172, available at https://doi.org/10.1177/2516602620933715, accessed on 5 November 2021.

Seleiman, M. F., S. Selim, B. A. Alhammad, B. M. Alharbi, F. C. and Juliatti, 'Will novel coronavirus (Covid-19) pandemic impact agriculture, food security and animal sectors?' *Bioscience Journal* 36(4), 25 May 2020, pg. 1315–1326, available at https://doi.org/10.14393/BJ-v36n4a2020-54560, accessed on 5 November 2021.

Sochas, L., A. A. Channon, and S. Nam, 'Counting indirect crisis-related deaths in the context of a low-resilience health system: The case of maternal and neonatal health during the Ebola epidemic in Sierra Leone', *Health Policy and Planning*, 32(3),11 November 2017, pg. 32–39, available at https://doi.org/10.1093/heapol/czx108, accessed on 5 November 2021.

Watanabe, M., R. Risi, D. Tuccinardi, and C. J. Baquero, S. Manfrini, and L. Gnessi, 'Obesity and SARS-CoV-2: A population to safeguard', *Diabetes/Metabolism Research and Reviews*, 36(7), 21 April 2020, pg. 3325, available at https://doi.org/10.1002/dmrr.3325, accessed on 5 November 2021.

Wenham, C., J. Smith, and R. Morgan, 'COVID-19: The gendered impacts of the outbreak', The Lancet, 395(10227), 14 March 2020, pg. 846–848, available at https://doi.org/10.1016/S0140-6736(20)30526-2, accessed on 5 November 2021.

கட்டுரையாளர்கள்

அஜித் மேனன் Ajit Menon	Professor, Madras Institute of Development Studies (MIDS), Chennai.
எஸ். ஆனந்தி S. Anandhi	Professor, MIDS, Chennai.
உமாநாத் மலையரசன் Umanath Malaiarasan	Assistant Professor, MIDS, Chennai.
கிருபா அனந்த்பூர் Kripa Ananthpur	Associate Professor, MIDS, Chennai.
ஏ. கணேஷ்குமார் A. Ganesh-Kumar	Professor, Indira Gandhi Institute of Development Research (IGIDR), Mumbai.
ஏ. கலையரசன் A. Kalaiyarasan	Assistant Professor, MIDS, Chennai.
காயத்ரி பாலகோபால் Gayathri Balagopal	Independent Researcher and Consultant, Chennai.
கிருஷானு பிரதான் Krishanu Pradhan	Assistant Professor, Pingla Thana Mahavidyalaya, West Bengal.
கேரன் கோயெல்ஹோ Karen Coelho	Associate Professor, MIDS, Chennai.
சந்தன் குமார் Chandan Kumar	Visiting Faculty, Russell Square Internationl College, Mumbai.
கி. சிவசுப்பிரமணியன் K. Sivasubramaniyan	Professor (Retired), MIDS, Chennai.
சேஷாத்ரி பானர்ஜி Shesadri Banerjee	Economist, Monetary Policy Department, Reserve Bank of India (RBI).

இ. தீபா E. Deepa	Independent Researcher, Chennai.
பெ. துரைராசு P. Durairasu	Former Principal Chief Conservator of Forests and Head of Forest Force, Government of Tamil Nadu, Chennai.
ப. கு. பாபு P. G. Babu	Director, MIDS, Chennai and Professor, IGIDR, Mumbai (on leave).
பூனம் சிங் Poonam Singh	Assistant Professor, National Institute of Industrial Engineering, Mumbai.
மார்ட்டின் பாவிங்க் Maarten Bavinck	Professor, UiT The Artic University of Norway.
விகாஸ் குமார் Vikas Kumar	Associate Professor, Azim Premji University, Bengaluru.
எம். விஜயபாஸ்கர் M. Vijayabaskar	Professor, MIDS, Chennai.
சி. வீரமணி C. Veeramani	Professor, IGIDR, Mumbai.
லி. வெங்கடாசலம் L. Venkatachalam	RBI Chair Professor, MIDS, Chennai.
ஆ. இரா. வேங்கடாசலபதி A. R. Venkatachalapathy	Professor, MIDS, Chennai.
கே. ஜாஃபர் K. Jafar	Assistant Professor, MIDS, Chennai.
ஏ. ஸ்ரீவத்சன் A. Srivathsan	Executive Director, Center for Research on Architecture and Urbanism, CEPT University, Ahmedabad.